AF766285

ಡಾ. ಪ್ರೇಮಲತ ಬಿ.

ಮೂಲತಃ ತುಮಕೂರಿನವರಾದ ಪ್ರೇಮಲತ ವೃತ್ತಿಯಲ್ಲಿ ದಂತವೈದ್ಯೆ. ಕನ್ನಡ ಭಾಷೆ ಮತ್ತು ಸಾಹಿತ್ಯದಲ್ಲಿ ಅಪಾರ ಆಸಕ್ತಿ ಹೊಂದಿರುವ ಇವರು ಕಳೆದ ಇಪ್ಪತ್ತೈದು ವರ್ಷಗಳಿಂದ ಕನ್ನಡ ಸಾಹಿತ್ಯದ ಹಲವು ಪ್ರಕಾರಗಳಲ್ಲಿ ಬರೆಯುತ್ತ ಬಂದಿದ್ದಾರೆ.

ಕರ್ನಾಟಕದ ಪ್ರಸಿದ್ಧ ದಿನಪತ್ರಿಕೆ, ವಾರಪತ್ರಿಕೆ, ಮಾಸಪತ್ರಿಕೆ ಮತ್ತು ಅಂತರ್ಜಾಲ ತಾಣಗಳಲ್ಲಿ ಕಥೆಗಳು, ಲೇಖನಗಳು, ಅಂಕಣ ಬರಹಗಳು, ಕವನಗಳು ಮತ್ತು ಪ್ರಭಂದಗಳನ್ನು ಬರೆದಿದ್ದಾರೆ.

ಸಮಾಜ ಮುಖಿ ವಾರ್ಷಿಕ ಕಥಾಸ್ಪರ್ಧೆಯ ಬಹುಮಾನ (2023) ಲೇಖಿಕಾ ಸಂಘದ ತ್ರಿವೇಣಿ ಸ್ಮೃತಿ ಮನೋ ವೈಜ್ಞಾನಿಕ ಕಥಾ ಸ್ಪರ್ಧೆಯಲ್ಲಿ ಪ್ರಥಮ ಬಹುಮಾನ (2021) 3K ಕವನ ಸ್ಪರ್ಧೆಯಲ್ಲಿ ಪ್ರಥಮ ಬಹುಮಾನ (2021) ಯು.ಎ.ಇ.ಯ ಧ್ವನಿ ಪ್ರತಿಷ್ಠಾನದವರು ಆಯೋಜಿಸಿದ್ದ ಜಾಗತಿಕ ಕಥಾ ಸ್ಪರ್ಧೆಯಲ್ಲಿ ದ್ವಿತೀಯ ಬಹುಮಾನ (2021), ಕಹಳೆ ಕಥಾ ಸ್ಪರ್ಧೆಯ ಅತ್ಯುತ್ತಮ ಕಥೆ (2021 ಮತ್ತು 2020) ಕರ್ನಾಟಕ ಲೇಖಿಕಿಯರ ಸಂಘದ ಕವನ ಸ್ಪರ್ಧೆಯಲ್ಲಿ ನಿರ್ಮಲ ಎಲಿಗಾರ್ ದತ್ತಿ ಪ್ರಥಮ ಬಹುಮಾನ (2019), ಸುಧಾ ಯುಗಾದಿ ಪ್ರಭಂದ ಸ್ಪರ್ದೆಯಲ್ಲಿ ಸಮಾಧಾನಕರ ಬಹುಮಾನ (2019), ಪ್ರಜಾವಾಣಿ ಪ್ರೇಮ ಪತ್ರ ಬರೆಯುವ ಸ್ಪರ್ಧೆಯಲ್ಲಿ ಪ್ರಥಮ ಬಹುಮಾನ (2017), ಸಿಂಗಾಪೂರ್ ನಡೆಸಿದ ಸಿಂಚನ ಕಥಾ ಸ್ಪರ್ಧೆಯಲ್ಲಿ ಪ್ರಥಮ (2016) ಮತ್ತು ಕವನ ಸ್ಪರ್ದೆಯಲ್ಲಿ ದ್ವಿತೀಯ ಬಹುಮಾನ (2017) ತುಷಾರ ಚಿತ್ರಕವನ ಸ್ಪರ್ಧೆಯ ಸಮಾಧಾನಕರ ಬಹುಮಾನಗಳು (1997) ಇವರಿಗೆ ದೊರೆತಿವೆ. ಇವರು ಬರೆದ ತಿರುವುಗಳು (2022) ಕಥಾ ಸಂಕಲನಕ್ಕೆ ಧಾರವಾಡದ ವಿದ್ಯಾಧರ ಮುತಾಲಿಕ ದೇಸಾಯಿ ಹಸ್ತಪ್ರತಿ ಸ್ಪರ್ಧೆಯಲ್ಲಿ ದ್ವಿತೀಯ ಬಹುಮಾನ ಬಂದಿದೆ.

ಐದು ಬೆರಳುಗಳು (2022) ಮತ್ತು ತಿರುವುಗಳು (2022) ಇವರ ಪ್ರಕಟಿತ ಕಥಾ ಸಂಕಲನಗಳು. ಎರಡೂ ಪುಸ್ತಕಗಳು ಛಂದ ಹಸ್ತಪ್ರತಿ ವಾರ್ಷಿಕ ಕಥಾಸ್ಪರ್ಧೆಯ ಅಂತಿಮ ಹಂತಗಳನ್ನು ತಲುಪಿದಂತವು. ಇವರ ಅಂಕಣ ಬರಹಗಳ ಪುಸ್ತಕ 'ಕೋವಿಡ್ ಡೈರಿ' (2020) ಪುಸ್ತಕ ರೂಪದಲ್ಲಿ ಪ್ರಕಟವಾಗಿದ್ದು, 'ಬಾಯೆಂಬ ಬ್ರಂಹಾಂಡ' (2018) ಎನ್ನುವ ವೃತ್ತಿಪರ ಕಿರು ಪುಸ್ತಕವನ್ನು ಕನ್ನಡ ಸಂಸ್ಕೃತಿ ಇಲಾಖೆ ಜನಸಾಮಾನ್ಯರಿಗಾಗಿ ಪ್ರಕಟಿಸಿದೆ.

ಕಳೆದ ಇಪ್ಪತ್ತು ವರ್ಷಗಳಿಂದ ಇವರು ಇಂಗ್ಲೆಂಡಿನಲ್ಲಿ ನೆಲೆಸಿದ್ದು ಅನಿವಾಸಿ ಕನ್ನಡ ಬರಹಗಾರರಲ್ಲಿ ಒಬ್ಬರಾಗಿದ್ದಾರೆ. ಧಾರವಾಡದ ಶ್ರಾವಣ ಸಾಹಿತ್ಯ ಬಳಗದವರು 2022ರಲ್ಲಿ 'ಅನಿವಾಸಿ ಸಾಹಿತ್ಯ ಶ್ರೀ' ಎನ್ನುವ ಬಿರುದನ್ನು ನೀಡಿ ಗೌರವಿಸಿದ್ದಾರೆ.

ನಂಬಿಕೆಯೆಂಬ ಗಾಳಿಕೊಡೆ

ಡಾ. ಪ್ರೇಮಲತ ಬಿ.

ವೀರಲೋಕ

ವೀರಲೋಕ ಬುಕ್ಸ್ ಪ್ರೈ.ಲಿ.
207, 2ನೇ ಮಹಡಿ, 3ನೇ ಮೇನ್, ಚಾಮರಾಜಪೇಟೆ
ಬೆಂಗಳೂರು-560018. ಮೊಬೈಲ್: 70221 22121
ಇಮೇಲ್: veeralokabooks@gmail.com
ವೆಬ್‌ಸೈಟ್: www.veeralokabooks.com

NAMBIKEYEMBA GALIKODE
Short stories written by **Dr. Premalatha B.**

Published by:
VEERALOKA BOOKS PVT. LTD.
207, 2nd Floor, 3rd Main
Chamarajpet, Bengaluru-560018

Mobile : +91 7022122121
E-mail : veeralokabooks@gmail.com
Website: www.veeralokabooks.com

Price : Rs. 180/-
Pages : 152
First Impression : 2023

Paper used : 70 GSM NS Maplitho
Book size : 1/8th Demy

ISBN : 978-93-94942-44-8

Cover page illustration by : Prashanth Vitla
Inner pages illustration by : Vijaya Vikram

ಅರ್ಪಣೆ

ಓದುಗರಾದ ನಿಮಗೆ

ಅರಿಕೆ

ನಾನಿರುವುದು ಇಂಗ್ಲೆಂಡಿನಲ್ಲಿ. ಅದೂ ಎರಡು ದಶಕಗಳಿಂದ. ಈ ಎರಡು ದಶಕಗಳಲ್ಲಿ ಹಲವಾರು ಜನಾಂಗಗಳ ಜನರ ಬದುಕುಗಳನ್ನು ಹತ್ತಿರದಿಂದ ನೋಡಿದ್ದೇನೆ. ನಮ್ಮದೇ ನೆಲೆಗಳಲ್ಲಿ ನಿಂತು ಇನ್ನೊಬ್ಬರನ್ನು ಗಮನಿಸುವುದಕ್ಕೂ, ಅನಿವಾಸಿಗಳಾಗಿ ಬದುಕುತ್ತ ಇತರರ ಬದುಕನ್ನು ಗ್ರಹಿಸುವುದಕ್ಕೂ ವ್ಯತ್ಯಾಸಗಳಿವೆ ಎಂದು ಬಲವಾಗಿ ನಂಬುತ್ತೇನೆ.

ಕಥೆಗಳು ಹುಟ್ಟುವುದು ಜೀವನಾನುಭವದಿಂದ ಎಂಬುದನ್ನು ಬಹುತೇಕರು ಒಪ್ಪುತ್ತಾರೆ. ನಾನು ಗಂಭೀರವಾಗಿ ಕಥೆಗಳನ್ನು ಬರೆಯಲು ಶುರುಮಾಡಿದ್ದು 2020ರಲ್ಲಿ. ಇದು ನನ್ನ ಮೂರನೇ ಕಥಾಸಂಕಲನ. ನಾನು ಕಥೆ ಬರೆಯಲು ಶುರುಮಾಡಿದಾಗ ಅವುಗಳಿಗೆ ಯಾವ ಮಾನದಂಡಗಳನ್ನಿಟ್ಟುಕೊಂಡು ಬರೆಯಬೇಕು ಎನ್ನುವ ಗೊಂದಲದಲ್ಲಿದ್ದೆ. ಅಂದರೆ, ಇಂಗ್ಲೆಂಡಿನ ನನ್ನ ಸಮಕಾಲೀನ ಅನುಭಗಳನ್ನು ಆಧರಿಸಿಯೇ? ಅದಕ್ಕೂ ಹಿಂದಿನ ಭಾರತದಲ್ಲಿನ ಅನುಭವಗಳ ಮೂಲಕವೇ? ಸೃಜನಶೀಲ ಕಲ್ಪನೆಗಳನ್ನು ಆಧರಿಸಿಯೇ? ಎನ್ನುವ ಪ್ರಶ್ನೆಗಳು ಒಂದೆಡೆಯಾದರೆ, ಯಾವ ಬಗೆಯ ಓದುಗರಿಗಾಗಿ ಎನ್ನುವ ಮತ್ತೊಂದು ಪ್ರಶ್ನೆಯನ್ನು ಎದುರಿಸಿದೆ.

ನನ್ನ ಕಥಾ ಮಾಧ್ಯಮ ಕನ್ನಡ ಭಾಷೆಯದಾದ್ದರಿಂದ, ಕನ್ನಡದ ಓದುಗರಿಗೆ ಇತರೆ ದೇಶಗಳ ಜನರ ಕಥೆಗಳನ್ನು ಬರೆಯುವುದೇ? ಎಷ್ಟು ಜನರು ಅಂತಹ ಕಥೆಗಳಿಗೆ ಸ್ಪಂದಿಸಬಲ್ಲರು? ಅಥವಾ ವಿದೇಶಿ ಜನರ ಜೀವನದ ಕಥೆಗಳನ್ನು ಕನ್ನಡದ ಓದುಗರಿಗೆ ಅವರ ದೃಷ್ಟಿಗೆ ನಿಲುಕುವಂತೆ ಪರಿವರ್ತಿಸಿ ಬರೆಯುವುದೇ? ಅಥವಾ ಬಹುತೇಕ ಅನಿವಾಸಿ ಬರಹಗಾರರು ಮಾಡುವಂತೆ ಅನಿವಾಸಿಗಳ ವಿದೇಶದ ಬದುಕನ್ನು ಭಾರತೀಯ ಪಾತ್ರಗಳ ಮೂಲಕ ಉಣಬಡಿಸುವುದೇ? ಎಂದು ಯೋಚಿಸುತ್ತಿದ್ದೆ.

ಜಯಂತ 'ಕಾಯ್ಕಿಣಿಯವರು ಕಥೆಗಾರರು ಎಲ್ಲೇ ಇದ್ದರು ಅವರ ಪರಿಧಿಗಳಲ್ಲೇ ಕಥೆಗಳನ್ನು ರಚಿಸಬಹುದು' ಎಂಬ ಹೇಳಿಕೆಯ ಹರಿಕಾರರು. ಆದರೆ ಅವರಿದ್ದುದು ಮುಂಬೈನಲ್ಲಿ. ಅಲ್ಲಿಯ ಭಾಷೆ, ಆಚಾರಗಳು ಬದಲಾದರೂ ಸಮಾಜ ಭಾರತೀಯವೇ ಆಗಿದೆ ಎಂಬುದನ್ನು ಕಡೆಗಣಿಸಲಾಗುವುದಿಲ್ಲ.

ಓದುಗರನ್ನು ಸುಲಭವಾಗಿ ತಟ್ಟುವುದೆಂದರೆ, ಅವರಲ್ಲಿ ಈಗಾಗಲೇ ಭದ್ರವಾಗಿ ಬೇರೂರಿರುವ ಸಂವೇದನೆಗಳನ್ನು ಪ್ರಚೋದಿಸುವ ಎಳೆಗಳಿರುವ ಕಥೆಗಳು ಮಾತ್ರ. ಅದಕ್ಕೆ ಹೊರತಾಗಿ ವಿದೇಶೀ ಪಾತ್ರಗಳ ಮೂಲಕ, ವಿದೇಶೀ ಕಥೆಗಳನ್ನು ಕಟ್ಟಿಕೊಡುವ ಕೆಲಸವನ್ನು ಮಾಡಬೇಕೆಂದರೆ ಕಥೆಗಾರ ಬಹಳ ಶಕ್ತನಾಗಿರಬೇಕಾಗುತ್ತದೆ; ಇಲ್ಲವೇ ಖ್ಯಾತನಾಮನಾಗಿರಬೇಕಾಗುತ್ತದೆ.

ಅದ್ಯಾವುದೂ ಅಲ್ಲದಿದ್ದರೆ, ಸಣ್ಣ ಓದುಗ ವರ್ಗಕ್ಕೆ ಸೀಮಿತವಾಗಲು ಸಿದ್ಧರಿರಬೇಕಾಗುತ್ತದೆ. ಬೇರೊಂದು ಸಮಾಜದ ಕಥೆಗಳಿಗೆ ಓದುಗರು ತಮ್ಮನ್ನು ಸಮೀಕರಿಸಿಕೊಂಡು ಮಿಡಿಯುವುದು ಒಂದು ಅಂತರದಿಂದ ಮಾತ್ರ ಎಂದು ನನಗನಿಸುತ್ತದೆ.

ನನ್ನ ಕಥೆಗಳು ಮಯೂರ, ಸುಧಾ, ತರಂಗಗಳಲ್ಲಿ ಪ್ರಕಟವಾಗಲು ಶುರುವಾದಾಗ ಅವು ಮುದ್ರಿತ ಮಾಧ್ಯಮದ ಓದುಗರಿಗೆ ಒದಗುವಂತಿರಬೇಕು ಎನ್ನುವುದನ್ನು ಆಯಾ ಮಾಧ್ಯಮಗಳು ಬಯಸುತ್ತವೆ ಎಂದು ಗಮನದಲ್ಲಿಟ್ಟುಕೊಂಡೇ ಬರೆಯಬೇಕಾಯಿತು. ಅಂತಹ ಒಂದು ಪೂರ್ವಾಗ್ರಹ ನನಗಿರಬೇಕಾದ ಅಗತ್ಯ ಇದೆಯೋ ಇಲ್ಲವೋ ಎಂದು ನನಗೆ ತಿಳಿದಿಲ್ಲ. ಆದರೆ, ಸುಧಾ ವಾರಪತ್ರಿಕೆ ಹೊಸ ಬಗೆಯ ಕಥೆಗಳಿಗೂ ಅವಕಾಶ ನೀಡಿತು. ಆದರೆ, ಪದ ಮಿತಿಗಳ ಚೌಕಟ್ಟು ಕೂಡ ಒಮ್ಮೊಮ್ಮೆ ಸೃಜನಶೀಲತೆಗೆ ಮಾರಕವಾಗಬಹುದು. ಈ ಬಗೆಯ ಎಲ್ಲ ಕಟ್ಟಳೆಗಳನ್ನು ಮೀರಿ ಬರೆಯಬೇಕೆಂದರೆ ಅದು ಪುಸ್ತಕ ಮಾತ್ರವೇ ಎಂದು ಕೂಡ ಮನದಟ್ಟಾಗತೊಡಗಿತು. ಆದರೆ ಎಲ್ಲೋ, ಯಾವುದೋ ಒಂದು ಆಳವಾದ ಸೃಜನಶೀಲ ಅಸಮಾಧಾನ ನನ್ನಲ್ಲಿದೆ ಎನ್ನಬಹುದು. ಆ ಬಗ್ಗೆ ನನಗೆ ಚಿಂತೆಯಿಲ್ಲ. ಅದೊಂದು ದಿನ, ನನ್ನಿಂದ ಇನ್ನೇನನ್ನೋ ಬರೆಸಬಹುದು ಎಂದು ಕಾಯುತ್ತಿದ್ದೇನೆ.

ಕಥೆ ಬರೆಯುವಾಗ ಎಲ್ಲಕ್ಕಿಂತ ಹೆಚ್ಚಾಗಿ ನನಗೊಂದು ವೈಚಾರಿಕ ಎಳೆ ಬೇಕಾಗುತ್ತದೆ. ಅದರ ಸುತ್ತ ಕಥೆ ಹೆಣೆದುಕೊಳ್ಳುತ್ತದೆ. ಮಧ್ಯಮ ವರ್ಗದ ಬವಣೆಗಳೇ ನನ್ನ ಕಥೆಗಳ ಭೂಮಿಕೆ. ಮೊದಲಿಗೆ ಬರೆದದ್ದು ಜೀವನಾನುಭವದ ಕಥನಗಳನ್ನೇ. ಅದರಲ್ಲಿ ಸಹಜವಾಗೇ ಹಲವಾರು ದೇಸೀ ಮತ್ತು ವಿದೇಶಿ ನೆಲದ ಕಥೆಗಳಿವೆ. ಔದ್ಯೋಗಿಕ ಜಗತ್ತಿನ ಸಾಮಾಜಿಕ ತಲ್ಲಣಗಳು ಕೂಡ ನನ್ನ ಕಥೆಗಳಲ್ಲಿವೆ. ಕಥೆಯನ್ನು ಹೇಳುವ ಒಂದು ಶುದ್ಧ ಪ್ರೀತಿಯಿಂದ. ಕಥನ ಕಲೆಯನ್ನಲ್ಲದೆ ಇನ್ನೇನನ್ನೂ ಬಿಂಬಿಸದ, ತರ್ಕಗಳ ಸಿಕ್ಕಿಗೆ ಸಿಲುಕದ ಕಥೆಗಳನ್ನು ಕೂಡ ಬರೆದಿದ್ದೇನೆ.

ನಮ್ಮ ವೃತ್ತಿಪರ ಜೀವನದಲ್ಲಿ ಜನರೊಡನೆ ಬಹಳ ಬೆರೆಯುತ್ತೇವೆ. ಅದೇ ಬದುಕೆಂದಾಗ ಆ ಬದುಕು ಕಥೆಗಳಲ್ಲೂ ಹಣಕಿ ಹಾಕುತ್ತದೆ. ಅದರಂತೆಯೇ ಕೆಲವೊಮ್ಮೆ ಸಾಹಿತ್ಯ ರಚನೆ, ವೃತ್ತಿಯ ಜಂಜಡಗಳಿಂದ ಬಿಡುಗಡೆ ಕೊಡಿಸಿ ಮತ್ತೊಂದು ಲೋಕಕ್ಕೆ ಕರೆದೊಯ್ದು ಮನಸ್ಸನ್ನು ನಿರಾಳಮಾಡುತ್ತವೆ. ಒಟ್ಟಿನಲ್ಲಿ ಕಥೆ ಬರೆಯುವ ಹಲವು ಮಧುರ ನರಳಿಕೆಗಳಲ್ಲಿ ನಾನು ಖುಷಿಯನ್ನು ಕಾಣುತ್ತಿದ್ದೇನೆ.

ಇನ್ನು ಈ ಪುಸ್ತಕದ ಶೀರ್ಷಿಕೆಯ 'ನಂಬಿಕೆಯೆಂಬ ಗಾಳಿಕೊಡೆ (ಪ್ಯಾರಾಶೂಟ್)' ಕಥೆಯ ಒಳಮಿಡಿತ ಹಲವು ಇತರೆ ಕಥೆಗಳಿಗೆ ಮತ್ತು ನಿಜ

ಜೀವನಕ್ಕೆ ಅನ್ವಯವಾಗುವ ವಿಚಾರ. ಬದುಕು ನಂಬಿಕೆಗಳನ್ನು ಅವಲಂಬಿಸಿದ ವಿಚಾರ. ಅವುಗಳ ಗಾಳಿಕೊಡೆಯನ್ನು ಕಟ್ಟಿಕೊಂಡೇ ನಾವು ಜೀವನ ನಡೆಸುತ್ತೇವೆ. ಜೀವನದ ಪ್ರತಿ ಜಿಗಿತದ ಹಿಂದೆ 'ಗುರಿಯೆಡೆಗೆ ಸಾಗುತ್ತೇವೆ', 'ಗುರಿಯನ್ನು ಸುರಕ್ಷಿತವಾಗಿ ತಲುಪುತ್ತೇವೆ' ಎನ್ನುವ ನಂಬಿಕೆಯಿರುತ್ತದೆ. ಕೆಲವರು ಗುರಿ ಮುಟ್ಟಬಹುದು. ಇನ್ನು ಕೆಲವರು ನೆಲ ಕಚ್ಚಬಹುದು. ಮತ್ತೆ ಕೆಲವರು ಗಾಳಿ ತೂರಿದೆಡೆ ನಿಯಂತ್ರಣ ತಪ್ಪಿ ತೇಲುತ್ತಿರಬಹುದು, ಹಲವರು ತಪ್ಪಿದ ಗುರಿಯನ್ನು ಮರೆತು ಗಾಳಿಯ ದಿಕ್ಕಿನಲ್ಲೆ ಸಂಧಾನಗಳನ್ನು ಮಾಡಿಕೊಂಡು ನೆಮ್ಮದಿಯನ್ನು ಕಾಣಲು ಯತ್ನಿಸಬಹುದು. ಮತ್ತೆ ಕೆಲವರು ಯಾವುದೋ ಹಿಂಜರಿಕೆಯಿಂದ, ಜಿಗಿಯದೇ ಇರಬಹುದು. ಗುರಿ ತಲುಪುವುದಿಲ್ಲ ಎಂದು ಗೊತ್ತಿದ್ದರು ಕೆಲವರು ಜಿಗಿದು, ಪ್ರಯತ್ನ ಪಟ್ಟೆವೆಂದು ಸಮಾಧಾನ ಪಟ್ಟುಕೊಳ್ಳಬಹುದು. ಒಟ್ಟಿನಲ್ಲಿ ನಂಬಿಕೆಗಳ ಬೆನ್ನೇರಿ ಸಾಗುವ ಬದುಕಿನಲ್ಲಿ ಏನೂ ಆಗಬಹುದು.

ನಂಬಿಕೆಗಳೇ ಜೀವನಕ್ಕೆ ಆಧಾರ. ಬದುಕೇ ಒಂದು ನಂಬಿಕೆ!

ದೇವರು, ದೆಯ್ಯ, ಮಾಟ-ಮಂತ್ರ, ಸಂಬಂಧಗಳು, ಸಹಚರ್ಯೆ, ಖುಷಿ, ಖಾಲಿತನ, ಪ್ರೀತಿ, ನಿರಾಸೆ, ನಿರಾಳತೆ, ಭರವಸೆ ಎಲ್ಲವೂ ನಂಬಿಕೆಗಳ ಆಧಾರದ ಮೇಲೆಯೇ ನಡೆಯುವುದು.

ನಂಬಿಕೆಯೆನ್ನುವುದು ಅತ್ಯಂತ ಪ್ರಬಲ ನಶೆಯೂ ಹೌದು. ಕೆಲವೊಮ್ಮೆ ದೌರ್ಬಲ್ಯವೂ ಆಗಿಬಿಡಬಹುದು. ನಮ್ಮ ಸರ್ವ ಶಕ್ತಿ ಅಡಗಿರುವುದು ನಮ್ಮ ನಂಬಿಕೆಗಳಲ್ಲೇ.

ಯಾವ ನಂಬಿಕೆಗಳು? ಯಾರ ಜೀವನ? ಯಾವುದು ನಿಜ, ಯಾವುದು ಭ್ರಮೆ?

ನಮ್ಮ ಸಮಾಜದ ಕೆಲವು ನಂಬಿಕೆಗಳು, ಸಾಮಾಜಿಕ ಕಳಕಳಿಗಳು, ಬದುಕಿನ ಹಲವು ಭಾಷೆಗಳು, ಸಂಬಂಧಗಳ ಕ್ಲೀಷೆಗಳು, ಭವಿತವ್ಯದ ಸಂಘರ್ಷಗಳು ಇವನ್ನೆಲ್ಲ ಕಟ್ಟಿಕೊಡುವ ಕಥೆಗಳ ಸಂಕಲನವೇ 'ನಂಬಿಕೆಯೆಂಬ ಗಾಳಿಕೊಡೆ.'

ವೀರಲೋಕ ಪ್ರಕಾಶನದವರ ಪ್ರಕಟಣೆಗೆ ಆಯ್ಕೆಯಾಗಬಹುದು ಎಂಬ ನಂಬಿಕೆಯಲ್ಲಿ ಮಾಡಿದ ಜಿಗಿತದ ಪರಿಣಾಮವಾಗಿ ಓದುಗರಾದ ನಿಮ್ಮ ಕೈಗಳಲ್ಲಿ ಇದೀಗ ನನ್ನ ಕಥೆಗಳಿವೆ. ಈ ಕಥೆಗಳನ್ನು ಓದಿ ನಿಮ್ಮ ಅನಿಸಿಕೆಗಳನ್ನು ಬರೆದು ತಿಳಿಸುತ್ತೀರಿ ಎಂದು ನಂಬಿದ್ದೇನೆ.

ಈ ಹಿಂದೆ, ಭೇಟಿಯೇ ಆಗಿರದಿದ್ದರು 'ಕೋವಿಡ್ ಡೈರಿ' (2020) ಎನ್ನುವ ಮೊದಲ ಪುಸ್ತಕವನ್ನು ನಂತರ 'ಐದು ಬೆರಳುಗಳು' ಮತ್ತು 'ತಿರುವುಗಳು' ಎನ್ನುವ ಎರಡು ಕಥಾಸಂಕಲನಗಳನ್ನು (2022) ನನ್ನ ಅನುಪಸ್ಥಿತಿಯಲ್ಲಿಯೆ

ಪ್ರಕಟಿಸಿ, ಬಿಡುಗಡೆ ಮಾಡಿದ ಶ್ರೀಯುತ ಜಮೀಲ್ ಸಾವಣ್ಣ ಅವರಿಗೆ ನಾನು ಸದಾ ಋಣಿ.

ಇದೀಗ, ವೀರಲೋಕ, ನನ್ನ ಪುಸ್ತಕದ ಪ್ರಕಟಣೆಯನ್ನು ಕೈಗೆತ್ತಿಕೊಂಡು ನನ್ನ ಸಾಹಿತ್ಯ ಪಯಣಕ್ಕೆ ಮಹತ್ತರ ಬೆಂಬಲ ನೀಡಿದೆ. ಕನ್ನಡ ಸಾಹಿತ್ಯಲೋಕದಲ್ಲಿ ದೊಡ್ಡ ಹುರುಪು ಮತ್ತು ಸಂಚಲನೆಯನ್ನು ಮೂಡಿಸಿರುವ ವೀರಕಪುತ್ರ ಶ್ರೀನಿವಾಸ ಸಂದೇಶ ಕಳಿಸಿ 'ನಿಮ್ಮ ಪುಸ್ತಕ ಪ್ರಕಟಣೆಗೆ ಆಯ್ಕೆಯಾಗಿದೆ' ಎಂದಾಗ ಅವರ ನಿರಂತರ ಕನ್ನಡಪರ ಚಟುವಟಿಕೆಗಳನ್ನು ಗಮನಿಸುತ್ತಿದ್ದ ನನ್ನ ಖುಷಿಗೆ ಪಾರವೇ ಇರಲಿಲ್ಲ. ಅವರು ಕೂಡ ಅದುವರೆಗೆ ಎಂದೂ ನನ್ನನ್ನು ಭೇಟಿಯಾದವರಲ್ಲ. ಅವರಿಗೆ ನನ್ನ ಮನದಾಳದ ಕೃತಜ್ಞತೆಗಳು.

ವೀರಲೋಕ ಸಂಪಾದಕೀಯ ತಂಡಕ್ಕೂ, ಈ ಪುಸ್ತಕಕ್ಕೆ ಅಂದದ ಮುಖಪುಟ ರಚಿಸಿದ ಕಲಾವಿದ ಪ್ರಶಾಂತ್ ವಿಟ್ಲ ಮತ್ತು ಒಳಪುಟ ವಿನ್ಯಾಸಕಾರರಾದ ವಿಜಯ ವಿಕ್ರಂ ಅಡಿಗ ಅವರುಗಳಿಗೂ ಮತ್ತು ವೀರಲೋಕ ತಂಡದ ಎಲ್ಲರಿಗೂ ನನ್ನ ಧನ್ಯವಾದಗಳು.

–ಡಾ. ಪ್ರೇಮಲತ ಬಿ.
05/2023
prematellme@gmail.com

ಪ್ರಕಾಶಕರ ಮಾತು

ಅಕ್ಷರದ ಬೆಳದಿಂಗಳ ಮುಂದೆ ಕೂತು ಬೆರಗುಗೊಂಡಿದ್ದೇನೆ. ನನ್ನಿಂದ ಇದು ಸಾಧ್ಯವಾ ಎಂದು ಪ್ರಕಾಶನ ಲೋಕಕ್ಕೆ ಬಂದವನಿಗೆ, ಇದು ಸಾಧ್ಯ ಎಂದು ಬೆನ್ನುತಟ್ಟಿದ ತಮಗೆಲ್ಲ ಮೊದಲಿಗೆ ಧನ್ಯವಾದಗಳು.

ಕನಸುಗಳು ಬರೀ ಕನವರಿಕೆಗಳಾಗಬಾರದು, ಕಸುವು ಆಗಬೇಕು ಎನ್ನುವುದರ ಮೇಲೆ ನಂಬಿಕೆ ಇಟ್ಟವನು ನಾನು. ಹಾಗಾಗಿ ಕೇವಲ ಸಾಹಿತ್ಯ ಓದುಗನಾಗಿದ್ದವನು, ಇದೀಗ ಅದೇ ಕ್ಷೇತ್ರದ ಹಲವು ಹೊಸತನಗಳಿಗೆ ಮುಖಾಮುಖಿ ಆಗುತ್ತಿದ್ದೇನೆ. ನನ್ನ ಕನಸುಗಳು ನಿಮ್ಮವೂ ಆಗಿದ್ದರಿಂದ ಕಡಿಮೆ ಅವಧಿಯಲ್ಲೇ 'ವೀರಲೋಕ ಬುಕ್ಸ್' ಮನೆಮಾತಾಗಿದೆ.

ಓದುಗ ಇರುವ ಕಡೆಯೇ ಕನ್ನಡ ಪುಸ್ತಕಗಳು ಸಿಗುವಂತಾಗಬೇಕೆಂಬ ಮಹತ್ವಾಕಾಂಕ್ಷೆಯಿಂದ ಶುರುವಾದ ವೀರಲೋಕ ಪ್ರಕಾಶನ ಕೇವಲ ಒಂದೇ ವರ್ಷದಲ್ಲಿ ಹಲವು ಹೊಸತನಗಳ ಮೂಲಕ ಕನ್ನಡಿಗರ ಮೆಚ್ಚಿನ ಸಂಸ್ಥೆಯಾಗಿ ರೂಪುಗೊಂಡಿದೆ. ಮೆಡಿಕಲ್ ಶಾಪ್, ದಿನಸಿ ಅಂಗಡಿ, ಹೋಟೆಲ್, ಮಾಲ್, ಥಿಯೇಟರ್ ಹೀಗೆ ಎಲ್ಲೆಲ್ಲಿ ಸಾಧ್ಯವೋ ಅಲ್ಲೆಲ್ಲಾ ಪುಸ್ತಕದ ಸ್ಟ್ಯಾಂಡ್‌ಗಳನ್ನಿಟ್ಟು ಕಟ್ಟ ಕಡೆಯ ಓದುಗನಿಗೂ ಪುಸ್ತಕಗಳು ಸುಲಭವಾಗಿ ಸಿಗುವಂತೆ ಮಾಡಲಾಗುತ್ತಿದೆ. ಜೊತೆಗೆ ಕನ್ನಡ ಪುಸ್ತಕಗಳಿಗಾಗಿ ಕಾಲ್ ಸೆಂಟರ್, ಮಧ್ಯರಾತ್ರಿಯಲ್ಲಿ ಪುಸ್ತಕ ಬಿಡುಗಡೆ ರೀತಿಯ ಕಾರ್ಯಕ್ರಮಗಳ ಮೂಲಕ ಓದಿನ ಕಡೆ ಯುವ ಸಮೂಹವನ್ನು ಸೆಳೆಯುವ ಪ್ರಯತ್ನ ಜಾರಿಯಲ್ಲಿಟ್ಟಿದ್ದೇವೆ. ಇವುಗಳ ಜೊತೆ ವೀರಲೋಕ ಸಂಸ್ಥೆಯು ಮುಂದಿನ ಹೆಜ್ಜೆಯಾಗಿ 'ದೇಸೀ ಜಗುಲಿ' ಎಂಬ ಅರ್ಥಪೂರ್ಣ ಸಾಹಸಕ್ಕೆ ಕೈಹಾಕಿದೆ. ಈ ಯೋಜನೆ ಮೂಲಕ ನಾಡಿನ ಪ್ರತಿ ಜಿಲ್ಲೆ, ತಾಲೂಕಿನಲ್ಲಿ ಕಥಾಕಮ್ಮಟ, ಕಾವ್ಯ ಕಮ್ಮಟಗಳನ್ನು ಏರ್ಪಡಿಸುವ ಗುರಿ ಹೊಂದಿದ್ದೇವೆ. ಯಾರಿಗೆ ಗೊತ್ತು? ಅಲ್ಲೂ ಒಬ್ಬ ಬೇಂದ್ರೆ, ಕುವೆಂಪು, ತೇಜಸ್ವಿ, ಸಿದ್ದಲಿಂಗಯ್ಯನವರಂತಹ ಪ್ರತಿಭೆಗಳು ಒಂದು ಅವಕಾಶಕ್ಕಾಗಿ ಕಾದು ಕೂತಿರಬಹುದು.

ದೇಸೀ ಜಗುಲಿ ಕೇವಲ ಕಮ್ಮಟಗಳನ್ನು ಮಾಡಿ ಸುಮ್ಮನೆ ಕೂರುವುದಿಲ್ಲ. ಈ ಕಮ್ಮಟಗಳಲ್ಲಿ ಪ್ರತಿಭಾವಂತ ಬರಹಗಾರರು ಸಿಕ್ಕರೆ ಅವರ ಪುಸ್ತಕಗಳನ್ನು ವೀರಲೋಕ ಪ್ರಕಟಿಸಲಿದೆ ಮತ್ತು ಅವರನ್ನು ಮುಖ್ಯವಾಹಿನಿ ಜೊತೆ ಮುಖಾಮುಖಿಯಾಗಿಸಲಿದೆ. ಈ ದೇಸೀ ಜಗುಲಿ ಜೊತೆಗೆ ವೀರಲೋಕದ ಮತ್ತೊಂದು ಮಹತ್ತರ ಕೆಲಸವೆಂದರೆ 'ಬುಕ್ಸ್ ಬರ್ಗರ್ ಕಾಫಿ' (BBC). ಯಾವುದು ಹೆಚ್ಚಾಗಿ ಕಣ್ಣಿಗೆ ಕಾಣುವುದೋ ಅದೇ ಹೆಚ್ಚು ಚಾಲ್ತಿಯಲ್ಲಿರುತ್ತದೆ ಎಂಬ ಕಾರಣಕ್ಕೆ ಬರ್ಗರ್ ಮತ್ತು ಕಾಫಿ ಜೊತೆಗೆ ಪುಸ್ತಕಗಳನ್ನು ಇರಿಸಿದ್ದೇವೆ.

ಈ ಪ್ರಯತ್ನವನ್ನು ಕನ್ನಡ ಸಾರಸ್ವತಲೋಕ ತುಂಬು ಮನಸಿನಿಂದ ಒಪ್ಪಿ, ಅಪ್ಪಿರುವುದು ನಮ್ಮನ್ನು ಮತ್ತಷ್ಟು ಉತ್ಸಾಹಿಗಳನ್ನಾಗಿಸಿದೆ. ಅದೇ ಉತ್ಸಾಹದಲ್ಲಿ ಈ ಜೂನ್ ತಿಂಗಳಿನಿಂದ ಸ್ವಿಗ್ಗಿ, ಜೊಮಾಟೋದ ಫುಡ್ ಡೆಲಿವರಿಯ ಮಾದರಿಯಲ್ಲೇ, ವೀರಲೋಕದಿಂದ ಪುಸ್ತಕ ಡೆಲಿವರಿಯನ್ನೂ ಮಾಡಲಾರಂಭಿಸಿದ್ದೇವೆ ಎಂಬುದು ಹೆಮ್ಮೆಯ ಸಂಗತಿ. ಎಲ್ಲಾ ಕನ್ನಡ ಪುಸ್ತಕಗಳು ಒಂದೇ ಸೂರಿನಡಿ ಸಿಗುವಂತಾಗಬೇಕೆಂಬ ಕಾರಣಕ್ಕೆ ವೀರಲೋಕ.ಕಾಮ್ ಎಂಬ ವೆಬ್‌ಸೈಟ್ ಮಾಡಿದ್ದೇವೆ. ಈ ಮೂಲಕ ಒಂದು ಲಕ್ಷ ಪುಸ್ತಕಗಳನ್ನು ಕನ್ನಡಿಗರಿಗೆ ಒಂದೇ ಕಡೆ ದೊರಕುವಂತೆ ಮಾಡುವ ಯೋಜನೆ ನಮ್ಮದು. ಈಗಾಗಲೇ ಹಲವಾರು ಪ್ರಕಾಶನಗಳ ಎರಡು ಸಾವಿರ ಪುಸ್ತಕಗಳನ್ನು ವೆಬ್‌ಸೈಟ್‌ಗೆ ಸೇರಿಸಿದ್ದೇವೆ. ಇದು ಖಂಡಿತವಾಗಿಯೂ ಕನ್ನಡ ಪುಸ್ತಕಗಳ ಪಾಲಿನ ಫ್ಲಿಪ್‌ಕಾರ್ಟ್, ಅಮೇಜಾನ್ ಆಗಲಿದೆ ಎಂಬ ನಂಬಿಕೆ ನಮ್ಮದು.

ವೀರಲೋಕದ ಇಷ್ಟೆಲ್ಲಾ ಪ್ರಯತ್ನಗಳನ್ನು ಮಾಡುತ್ತಿರುವಾಗ ಓದುಗ ದೊರೆಗಳ ಜೊತೆ ಅದನ್ನು ಹಂಚಿಕೊಳ್ಳದೆ ಇರುವುದಾದರೂ ಹೇಗೆ? ಹಾಗಾಗಿ ವಿವರಿಸಬೇಕಾಯಿತು. ಇಲ್ಲಿಂದಾಚೆ, ಡಾ. ಪ್ರೇಮಲತ ಬಿ. ಅವರ 'ನಂಬಿಕೆಯೆಂಬ ಗಾಳಿಕೊಡೆ' ಕೃತಿಯು 'ವೀರಲೋಕದ ಮೊದಲನೇ ವಾರ್ಷಿಕೋತ್ಸವ'ದಲ್ಲಿ ಬಿಡುಗಡೆಗೊಳ್ಳುತ್ತಿರುವುದು ಸಂತಸದ ಸಂಗತಿಯಾಗಿದೆ.

ನಂಬಿಕೆಗಳೇ ಜೀವನಕ್ಕೆ ಆಧಾರ. ಬದುಕೇ ಒಂದು ನಂಬಿಕೆ! ನಂಬಿಕೆಗಳ ಗಾಳಿಕೊಡೆ(ಪ್ಯಾರಾಚೂಟ್)ಯನ್ನು ಕಟ್ಟಿಕೊಂಡೇ ನಾವು ದಿನನಿತ್ಯದ ಜಗಿತಕ್ಕೆ ತಯಾರಾಗುವುದು. ದೇವರು, ದೆಯ್ಯ, ಮಾಟ-ಮಂತ್ರ, ಸಂಬಂಧಗಳು, ಸಹಚರ್ಯೆ, ಖುಷಿ, ಖಾಲಿತನ, ಪ್ರೀತಿ, ನಿರಾಸೆ, ನಿರಾಳತೆ, ಭರವಸೆ ಎಲ್ಲವೂ ನಂಬಿಕೆಗಳ ಆಧಾರದ ಮೇಲೆಯೇ ನಡೆಯುವುದು. ನಂಬಿಕೆಯೆನ್ನುವುದು ಅತ್ಯಂತ ಪ್ರಬಲ ನಶೆಯೂ ಹೌದು. ಕೆಲವೊಮ್ಮೆ ದೌರ್ಬಲ್ಯವೂ ಆಗಿಬಿಡಬಹುದು. ನಮ್ಮ ಸರ್ವ ಶಕ್ತಿ ಅಡಗಿರುವುದು ನಮ್ಮ ನಂಬಿಕೆಗಳಲ್ಲೇ. ಸಮಾಜದ ಕೆಲವು ನಂಬಿಕೆಗಳು, ಸಾಮಾಜಿಕ ಕಳಕಳಿಗಳು, ಬದುಕಿನ ಹಲವು ಭಾಷೆಗಳು, ಸಂಬಂಧಗಳ ಕ್ಲೀಷೆಗಳು, ಭವಿತವ್ಯದ ಸಂಘರ್ಷಗಳು ಇವನ್ನೆಲ್ಲ ಕಟ್ಟಿಕೊಡುವ ಕಥೆಗಳ ಸಂಕಲನವೇ 'ನಂಬಿಕೆಯೆಂಬ ಗಾಳಿಕೊಡೆ.' ಇಂಗ್ಲೆಂಡ್ ಕನ್ನಡತಿ ಡಾ. ಪ್ರೇಮಲತ ಬಿ. ಬರೆದಿರುವ ಅಪ್ಪಟ ದೇಸೀ ಕಥೆಗಳ ಸಂಕಲನವನ್ನು ನಿಮ್ಮ ಉಡಿಗೆ ಹಾಕುತ್ತಿದ್ದೇವೆ. ಪ್ರೀತಿಯಿಂದ ಬರಮಾಡಿಕೊಳ್ಳಿ.

ಓದುಗ ಯಜಮಾನರಿಗೆ ಋಣಿ.

ನಿಮ್ಮ

–ವೀರಕಪುತ್ರ ಶ್ರೀನಿವಾಸ

ಪರಿವಿಡಿ

ಮ್ಯಾಜಿಕ್ ಮಶ್ರೂಮ್

"ನನ್ನತ್ರ ಸಾಕ್ಷಿ ಇದೆ."

"ಏನದು?"

"ಬನ್ನಿ ತೋರಿಸ್ತೀನಿ" ಎಂದು ಎದ್ದು ನಡೆದ ಎಂಕಣ್ಣನನ್ನು ಶಶಿ ಹಿಂಬಾಲಿಸಿದ. ಶಶಿಯ ಜೊತೆಯಿದ್ದ ರಾಜ ಸ್ವಲ್ಪ ಅಂಜುತ್ತಲೇ ಜೊತೆಗೆ ಹೋದ.

ಎಂಕ ಹೋಟೆಲಿನ ಜಗಲಿಯಿಂದ ಎದ್ದು, ನಡುಮನೆಯನ್ನು ದಾಟಿ, ಅಡುಗೆಮನೆಯ ಗೋಡೆಗೆ ಬೆನ್ನು ತಾಗಿಸಿ, ಸಣ್ಣಗೆ ಗುರ್ರೆನ್ನುತ್ತ, ಒಂಟಿಯಾಗಿ ನಿಂತಿದ್ದ ಫ್ರಿಜ್ಜನ್ನು ಹಿಂದಿಕ್ಕಿ ಮುನ್ನಡೆದ. ಅಲ್ಲೊಂದು ಮೂಲೆಯಲ್ಲಿ ನಾಲ್ಕು ಮಂಕರಿಗಳ ಮೇಲೆ ಗೋಣೀಚೀಲಗಳನ್ನು ಹೊದಿಸಲಾಗಿತ್ತು. ಎಂಕಣ್ಣ ತನ್ನ ಮನಸ್ಸಿನೊಳಗೆ ಮುಚ್ಚಿಟ್ಟುಕೊಂಡಿದ್ದ ವಿಷಯವೊಂದನ್ನು ಬೆತ್ತಲಾಗಿಸುವ ರಭಸದಲ್ಲಿ ಆ ಗೋಣೀಚೀಲಗಳನ್ನು ಕಿತ್ತೆಸೆದ.

ಅಲ್ಲಿ ಏನನ್ನೋ ನೋಡುತ್ತೇವೆಂದು ಕುತೂಹಲದಿಂದ ಎದ್ದು ಹೋಗಿದ್ದ ಶಶಿ ಮತ್ತು ರಾಜ ಹುಬ್ಬು ಗಂಟಿಕ್ಕಿ, ಕಣ್ಣು ಕಿರಿದಾಗಿಸಿ ಕತ್ತನ್ನು ಉದ್ದಕ್ಕೂ, ಕುಳ್ಳಕ್ಕೂ ಆಡಿಸಿ ನೋಡಿದರು. ಆದರೆ ಆ ಬಿದಿರಿನ ಮಂಕರಿಗಳಲ್ಲಿ ಅವರಿಗೆ ಏನೂ ಕಾಣಲಿಲ್ಲ. ತನಗೆ ಕಂಡಿಲ್ಲದ್ದು, ಇನ್ನೊಬ್ಬನಿಗೇನಾದರೂ ಕಂಡಿರಬಹುದೇ ಎಂದು ಅವರು ಒಬ್ಬರ ಮುಖವನ್ನೊಬ್ಬರು ನೋಡಿಕೊಂಡರು. ಅವರ ತಲೆಯಲ್ಲಿದ್ದ ಅದೇ ಪ್ರಶ್ನೆ ಪ್ರತಿ ಮುಖದಲ್ಲೂ ಬರೆದಿದ್ದನ್ನು ಓದಿಕೊಂಡ ನಂತರ ರಾಜನಿಗೆ ಸ್ವಲ್ಪ ಧೈರ್ಯ ಬಂದಿತು.

"ಏ... ಅದೇನೈತೆ ಅಂತ ಕರಕೊಂಬಂದೆ ಎಂಕಣ್ಣ? ಅದ್ರಾಗೇನೂ ಇಲ್ಲ?" ಎಂದು ಅವನು ಮೊದಲಿಗೆ ಬಾಯ್ಬಿಟ್ಟ.

"ಅದೇ ಅಲ್ವಾ ಪಾಯಿಂಟು? ನಾನು ಈ ಹೋಟ್ಲು ಮಾಡ್ದಾಗಿಂದ, ಆ ಬುಟ್ಟಿಗಳಲ್ಲಿ ತರ್ಕಾರಿ, ಫ್ರಿಡ್ಜಿನಲ್ಲಿ ಕೂಲ್ಡ್ರಿಂಕ್ಸು ಇಲ್ದೇ ಇದ್ದಿದ್ದನ್ನು ಯಾವತ್ತಾದ್ರೂ ನೋಡಿದ್ರಾ ಹೇಳಿ?" ಎಂಕ ಈಗ ಸಾಕ್ಷಿಯನ್ನು ಯಶಸ್ವಿಯಾಗಿ ತೋರಿಸಿದ ಧಾಟಿಯಲ್ಲಿ, ಪಾಟೀಸವಾಲು ಹಾಕಿದಂತೆ ಕೇಳಿದ.

"ಏ... ನೀನು ನಿನ್ನ ಅಡ್ಗೇ ಮನೆಯೊಳಗೆ ಏನೈತೆ ಇಲ್ಲ ಅಂತ ಇವತ್ತೇ ಫಸ್ಟೈಮು ನಮ್ಮಿಬ್ರಿಗೂ ತೋರ್ಸಿದ್ದಲ್ವಾ?" ಶಶಿ ಸಿಡುಕಿದ.

"ಪಾಯಿಂಟು ಅದಲ್ಲ ಶಶಿಯಣ್ಣ, ಆವತ್ತಿಂದ ನಾನು ಘಟ್ಟದ ಕಡೆ ಹೋಗೇ ಇಲ್ಲ ಅಂತೀನಿ. ಹೋಗಿದ್ದಿದ್ರೆ ಮಂಕ್ರೀಲಿ ಒಂದಷ್ಟಾದ್ರು ತರ್ಕಾರಿ ತುಂಬಿರ್ತಿತ್ತು. ಬೆಳ್ದಿರೋ ತರ್ಕಾರಿಗೆ ಏನಾಯ್ತು ಅಂತಾ ಕೂಡ ನೋಡ್ದೆ ಕೂತಿದ್ದೀನಿ ಅಂದ್ರೆ?"

"ಅಂದ್ರೆ ಹೋಟ್ಲು ಎಂಗೆ ನಡೆಸ್ತಿದ್ದೀಯ ಅಂತಾನಾ?"–ಶಶಿ ಕೇಳಿದ.

"ಥತ್ತೇರಿ, ಅಲ್ತಗಿರಿ. ಈಗೇನೋ ಮಳೆ ಸೀಸನ್ನು. ಬರೋವ್ರು ಕಡ್ಮೆ. ಕಾಫಿ, ಟೀ–ಬೋಂಡ ಇಷ್ಟೆ ಇಟ್ಕಂಡಿದ್ದೀನಿ. ಉಳ್ದಿರೋದನ್ನೆಲ್ಲ ಹಾಕಿ ಅಡ್ಗೆ ಮಾಡಿದ್ ಮ್ಯಾಕೆ ಹೋಟ್ಲನ ಮಾರಾಕ್ತೀನಿ. ಕೊಂಡ್ಕೊಳೋಕೆ ಯಾರನ್ನ ಪುಣ್ಯಾತ್ಮರಿದ್ರೆ ಹೇಳ್ರಿ... ಅದ್ಕೇ ಕೂಲ್ ಡ್ರಿಂಕ್ಸೋನಿಗು ಇನ್ಮುಂದೆ ಬೇಡ ಅಂದ್ಬಿಟ್ಟೆ."

"ಎಂಕಣ್ಣಾ, ಆ ಅಣಬೇ ರೋಗದ ಬಗ್ಗೆ ಕೇಳಿ ಹೆದರ್ಕಂಡಿದ್ದೀಯ ಅಂತಾಯ್ತು, ಊರ್ಬಿಟ್ಹೋಗಾಕೆ ನಂಗಂತು ಯಾವ ಜಾಗಾನೂ ಇಲ್ಲಣ್ಣೊ. ತುಂಬಾ ಹೆದರಿಸ್ತಾ ಇದ್ದೀಯ... ನೀನು ಅವನ್ನ ನಿಜವಾಗ್ಲು ನೋಡಿದ್ಯಾ?" ರಾಗ ಎಳೆದ ರಾಜನ ಮುಖ ಸಪ್ಪಗಾಗಿತ್ತು.

"ಊ ಮತ್ತೆ... ಒಂದ್ಸಾರಿ ಅಲ್ಲ. ಎರಡ್ಸಾರಿ ನೋಡೀನಿ ಅಂತೀನಿ" ಎಂಕಣ್ಣ ಈಗ ತನ್ನನ್ನು ಅರ್ಥಮಾಡಿಕೊಂಡ ರಾಜನ ಮುಂದೆ ಆಣೆ, ಪ್ರಮಾಣ ಮಾಡಿ ಹೇಳಿದ.

"ಅಂಗಾರೆ ಮ್ಯಾಟ್ರು ಸೀರಿಯಸ್ಸು?" ರಾಜ ಹೆದರುತ್ತಲೇ ಕೇಳಿದ.

"ಊಂಕಣಣ್ಣಾ... ಮೂರ್ನೇ ಸಲಾನೂ ನೋಡೀನಿ. ಮೂರ್ನೇ ಸಾರಿ ನೋಡಿದ್ದು ಮೊನ್ನೆ ರಾತ್ರಿನೇ. ಕನ್ಸಲ್ಲಿ ಬಂದಿದ್ದ. ಒಂದೂ ಮಾತಾಡ್ಲಿಲ್ಲ. ಸುಮ್ಮನೆ ಗುರ್ರಾಯಿಸ್ಕೊಂಡು ನೋಡ್ತಾ ನಿಂತಿದ್ದ. ಆಗಿಂದ ಉಣ್ಣೋಕು ಆಗ್ತಿಲ್ಲ. ಮಲ್ಗೋಕು ಆಗ್ತಿಲ್ಲ. ಈ ಊರು ಬಿಟ್ಟು ಮಂಡ್ಯ ಕಡೆ ವಾಪಸ್ ಒಂಟೋಯ್ತೀನಿ" ಎಂದ ಎಂಕಣ್ಣನ ಮಾತಿನಿಂದ ಈ ಬಾರಿ ಶಶಿಯೂ ಸ್ವಲ್ಪ ಕದಲಿದ.

ಸೂರ್ಯನ ಬೆಳಕು ನೇರವಾಗಿ ಬೀಳುವ ಕಡೆ, ಘಟ್ಟದ ನೆಲವನ್ನು ಮೆಟ್ಟಿಲು ಮೆಟ್ಟಿಲಾಗಿ ಕಡಿದು, ಅದೇ ಮಣ್ಣಿನಲ್ಲಿ ಸೊಪ್ಪು, ಸೌತೆ, ಕುಂಬಳ ಇತ್ಯಾದಿ ಬೆಳೆಯುತ್ತಿದ್ದ ಎಂಕ ಕಾಡಿಗೆ ಆಗಾಗ ಹೋಗುತ್ತಲೇ ಇರುತ್ತಿದ್ದ. ಸಾಧ್ಯವಾದಷ್ಟು ತಾನು ಬೆಳೆದ ತರಕಾರಿಗಳನ್ನೇ ಅಡುಗೆಗೆ ಬಳಸುತ್ತಿದ್ದ. ತನ್ನ ತರಕಾರಿಯನ್ನು ಕಾಡು ಪ್ರಾಣಿಗಳಿಂದ ರಕ್ಷಿಸಲು ಪುಟ್ಟ ಬೇಲಿಯನ್ನು ಹಾಕಿರುತ್ತಿದ್ದ. ಅದನ್ನು ಹಂದಿಯೋ–ಹೆಗ್ಗಣವೋ ಕೊರೆದು ಬೀಳಿಸಿದೆಯೆಂಬ ಸುದ್ದಿ ಬಂದರೆ ಮಬ್ಬುಗತ್ತಲೆಯಲ್ಲಿ ಕೂಡ ಕಣ್ಮುಚ್ಚಿ ಹೋಗಿ ಬರುವಷ್ಟರ ಮಟ್ಟಿಗೆ ಅವನಿಗೆ ಆ ದಾರಿಯ ಪರಿಚಯವಿತ್ತು. ಅಂತವನು ತರಕಾರಿಯ ಕಡೆ ಕಣ್ಣೂ ಹಾಕದೆ, ಬಿಸಿನೆಸ್ಸನ್ನು ಮಾರಿ, ಸ್ಥಳಾಂತರ ಮಾಡಬೇಕೆಂದರೆ ಅವನು ಸಿಕ್ಕಾಪಟ್ಟೆ ಹೆದರಿದ್ದ ಎಂದು ಇಬ್ಬರಿಗೂ ತಿಳಿಯಿತು.

ಎಂಕನ ಹೋಟೆಲಿನಲ್ಲಿ ಟೂರಿಸ್ಟ್ ಸೀಸನ್ನಿನಲ್ಲಿ ಸದಾ ಜನರಿರುತ್ತಿದ್ದರು. ಹತ್ತಾರು ವರ್ಷಗಳಿಂದ ಅಲ್ಲೇ ಇದ್ದ ಅವನಿಗೆ ಆ ಊರವರ ಪರಿಚಯ ಚೆನ್ನಾಗಿತ್ತು. ಹೊಸಬರನ್ನು ತಕ್ಷಣವೇ ಕಂಡುಹಿಡಿಯುತ್ತಿದ್ದ. ಇನ್ನು ಘಟ್ಟದ ಸೊಬಗನ್ನು ಸವಿಯಲು ಆಗಾಗ ಬರುವ ಚಾರಣಿಗರು, ಪ್ರವಾಸಿಗರು ಅವನ ಹೋಟೆಲಿಗೆ ಬಂದರೆ ಅವರ ಕುಲ ಗೋತ್ರಗಳನ್ನು ವಿಚಾರಿಸಿ, ಅವರಿಗೆ ಆ ಕಾಡಿನ ಕಥೆಗಳನ್ನು ತಿಳಿಸಿ, ಅವರ ಕಥೆಗಳನ್ನು ಹೇಳಿಸಿಕೊಂಡು ಮುಂದಿನವರಿಗೆ ತಲುಪಿಸುತ್ತಿದ್ದ. ತಾನು ಕೇಳಿದ ಕಥೆಗಳಿಗೆ ಮಸಾಲೆ ಸೇರಿಸಿ, ಮಾಡುವ ಅಡುಗೆಯಂತೆಯೇ ಒಂದು ಹದ ಬರಿಸಿ, ರುಚಿ ರುಚಿಯಾಗಿ ಕೇಳಿಸುವಂತೆ ಹೇಳುತ್ತಿದ್ದ. ಬೇಸಿಗೆಯಲ್ಲಿ ಹೀಗೆ ಹುಟ್ಟುತ್ತಿದ್ದ ಕಥೆಗಳು, ಮಳೆಗಾಲ ಬರುವಷ್ಟರಲ್ಲಿ ಮಾಗಿ, ಹೊಸತೇ ರುಚಿಯನ್ನು ಕೊಡುತ್ತಿದ್ದವು. ಹಿಡಿದರೆ ಬಿಡದೆ 'ಧೋ' ಎಂದು ಸುರಿವ ಮಳೆಯ ಶಬ್ದಕ್ಕೆ ಬೇಸರವಾಗಿ ಇನ್ನೇನಾದರೂ ಶಬ್ದ ಕೇಳೋಣವೆಂದು ಬರುತ್ತಿದ್ದವರಿಗೆ ಎಂಕಣ್ಣನ ಕಥೆಗಳು ಎಂದಿಗೂ ಮುಗಿಯದ ಹೊಸ ಆನಂದ ನೀಡುತ್ತಿದ್ದವು. ಹೊಸಬರ ಪರಿಚಯ ಬೆಳೆಸಿಕೊಳ್ಳುವ ಕಲೆ ಘಟ್ಟ ಇಳಿಯುವಷ್ಟೇ ಸಲೀಸಾಗಿ ಎಂಕಣ್ಣನಿಗೆ ಕರಗತವಾಗಿತ್ತು.

ಇದೇ ಕಾರಣಕ್ಕೆ ಶಶಿಗೆ, ಎಂಕಣ್ಣ ಹೀಗೊಂದು ಕಥೆ ಕಟ್ಟಿ ಹೇಳುತ್ತಿರಬಹುದೇ ಎಂಬ ಅನುಮಾನ ಬಂದಿತ್ತು. ಆದರೆ, ತನ್ನ ಕಥೆಗಳಿಗೆ ಎಂದೂ ಸಾಕ್ಷಿಯನ್ನು ತೋರಿಸುವ ಉಸಾಬರಿಗೆ ಸಮಯವಿಲ್ಲದ ಎಂಕಣ್ಣ ಇವತ್ತು ಅಡಿಗೆ ಮನೆಗೆ ಕರೆದೊಯ್ದು ಖಾಲಿ ಬುಟ್ಟಿಗಳ ದರ್ಶನ ಮಾಡಿಸಿದ್ದ. ಅವನ ಧ್ವನಿಯಲ್ಲಿ ಇವರನ್ನು ನಂಬಿಸುವ ಹುನ್ನಾರಕ್ಕಿಂತ ಹೆಚ್ಚಾಗಿ, ಅಲ್ಲಿಂದ ಕಾಲ್ತೆಗೆಯುವ ದಾರಿಯ ಬಗ್ಗೆಯೇ ಹೆಚ್ಚು ಗಮನವಿದ್ದಂತಿತ್ತು. ರಾಜ ಈಗಾಗಲೇ ಎಂಕಣ್ಣನ ಕಥೆಯನ್ನು ನೂರಕ್ಕೆ ನೂರರಷ್ಟು ನಂಬಿದವನಾಗಿದ್ದ.

ಆ ಹೊಸಬ ಬಂದಾಗಿಂದ, ಊರಲ್ಲಿ ಸಾವಿನ ಮೇಲೆ ವಿಚಿತ್ರ ಸಾವುಗಳಾಗಿದ್ದವು, ಅವನನ್ನು ಯಾರೂ ಮಾತಾಡಿಸಲು ಸಾಧ್ಯವಾಗದಿದ್ದುದು, ಅವನು ಕಾಡಿನಲ್ಲಿ ಮಾತ್ರವೇ ಅಲ್ಲದೆ ಆಗಾಗ ಊರಿಗೂ ಬಂದಿದ್ದು, ಈ ಅಪರಿಚಿತನ ಮೂಲವನ್ನು ಕೆದಕ ಹೋದವರು ಒಂದಲ್ಲ ಒಂದು ರೀತಿ ಸತ್ತು ಹೋದದ್ದು ಇತ್ಯಾದಿ ಕಥೆಗಳು ಸಖತ್ತಾಗಿ ಸುತ್ತು ಹಾಕುತ್ತಿದ್ದವು.

ಘಟ್ಟದ ಯಾವುದೇ ಮಂತ್ರವಾದಿಗಳು, ವಾಮಾಚಾರಿಗಳು, ಪವಾಡ ಪುರುಷರು, ದೆವ್ವ-ಪಿಶಾಚಿಗಳ ಕಥೆಗಳಲ್ಲಿ ನಂಬಿಕೆಯಿರದ ಶಶಿಗೆ ಕುತೂಹಲಕ್ಕಿನ್ನ ಹೆಚ್ಚಾಗಿ ಆ ಊರಿನ ಜನರು ಏಕೆ ಹೆದರಿದ್ದಾರೆಂದು ತಿಳಿಯುವ ಅಗತ್ಯವಿತ್ತು. ಆ ಸಮಸ್ಯೆಯನ್ನು ಬಗೆಹರಿಸದಿದ್ದರೆ ಅವನು ಹೊಸ ಸಮಸ್ಯೆಗಳನ್ನು ಎದುರಿಸಬೇಕಾಗುತ್ತಿತ್ತು. ಮೌನಕ್ಕೆ ಮೌನ ಬೆರೆತು, ನಿಶ್ಶಬ್ದವೇ ಅವರನ್ನು ಕಬಳಿಸುವ ಮುನ್ನ ಅದನ್ನು ಬಲಿಗೊಡುವಂತೆ "ಪೊಲೀಸರಿಗೆ ಹೇಳಿದ್ರಾಯ್ತು. ಅದಕ್ಯಾಕೆ ಊರು ಬಿಡ್ಬೇಕು?" ಎಂದು ಶಶಿ ಕೇಳಿದ.

"ಅವರ್ಗೇನು ಗೊತ್ತಿಲ್ವಾ? ಈಗಾಗ್ಲೇ ಊರಿಗೆ ಊರೇ ನಡ್ಗೋಗಿದೆ. ಆರು ಹೆಣ ಬಿದ್ದಾಗಿದೆ. ನಾಕು ಜನದ ಮೈಮ್ಯಾಗೆ ಅಣಬೆ ಥರ ಬೊಕ್ಕೆ ಎದ್ದಿದ್ವಂತೆ. ಯಾವ ಅಲೋಪತಿ ಡಾಕ್ಟ್ರಿಗೂ ಈ ಹೊಸ ರೋಗ ಏನು ಅಂತ ಪತ್ತೆ ಹಚ್ಚೋಕಾಗಿಲ್ಲ. ಅವನ ಹತ್ರಕ್ಕೆ ಪೋಲಿಸ್ರಿಗೂ ಹೋಗಕ್ಕಾಗಿಲ್ಲ" ಎಂಕಣ್ಣ ನಿರಾಸೆ ಬೆರೆತ ಧ್ವನಿಯಲ್ಲಿ ಹೇಳಿದ.

"ಯಾಕೆ?" ಶಶಿ ಕುತೂಹಲದಿಂದ ಕೇಳಿದ.

"ಏ, ಅದ್ಯಾವ ಜೀಪು, ಬೈಕೂ ಅಲ್ಲಿಗೆ ಓಗಕ್ಕಾಗಲ್ಲ. ಕೊರಕ್ಲು, ಜೌಗು, ಹಳ್ಳ ಎಲ್ಲ ದಾಟಿ ಹೋಗ್ಬೇಕು ಆ ಗುಡ್ಡಕ್ಕೆ. ದಾರಿ ತುಂಬ ಬರೀ ಇಂಬ್ಳ. ಅದ್ರಲ್ಲೂ ಇಂಥ ಮಳೇಲಿ ಅದ್ಯಾವ ಪೊಲೀಸು ನಡ್ಕೊಂಡು ಹೋದಾನು? ಅಷ್ಟಕ್ಕೂ ಅವ್ನ ಮೇಲೆ ದೂರು ಕೊಡೋಕು ಜನ್ರಿಗೆ ಹೆದರ್ಕೆ, ಹಂಗಾಗಿ ದೂರೇ ಇಲ್ಲ ಅಂತೀನಿ."

"ನೀನವ್ನಿರೋ ಜಾಗ ನೋಡಿದ್ದೀಯಾ?" ಈಗ ಎಲ್ಲರಿಗೂ ಕಾಣುವಂತೆ ಬೆವರುತ್ತಿದ್ದ ರಾಜನ ಪ್ರಶ್ನೆ ಅವನ ಜೊತೆಗೇ ನಡುಗಿತು.

"ಥತ್ ಸುಮ್ನಿರಲೇ... ಎಂಕಣ್ಣಾ, ಆ ದಾರಿ ಗುರ್ತೇಳಿ, ನಾನೇ ಹೋಗಿ ನೋಡ್ಕಂಬರ್ತೀನಿ" ಶಶಿಯೆಂದ.

"ಅದ್ಮಾತ್ರ ಸಾಧ್ಯನೇ ಇಲ್ಲ ಅಂತೀನಿ" ಅಂತ ಎಂಕಣ್ಣ ಶಶಿಯೆಡೆಯೇ ಉದಾಸ ಭಾವದಿಂದ ನೋಡಿದ.

"ಯಾಕೆ?"-ಶಶಿ ಮುಗ್ಧವಾಗಿ ಕೇಳಿದ.

"ಅದ್ಕೇ ನಿಮ್ಮಂಗೆ ಪೇಟೇಲಿ ಓದ್ಕಂಡಿರೋರ್ಗೆ ಇದೊಂಚೂರು ಅರ್ಥವಾಗಲ್ಲ ಅನ್ನೋದು. ಘಟ್ಟದ ಯಾವ್ದೋ ಒಂದು ಹಳ್ಳದತ್ರ, ದಿಬ್ಬದ ಮೇಲೆ

ಟೆಂಟಾಕೊಂಡವ್ನಿಗೆ ಇಂತದ್ದೇ ದಾರಿ, ವಿಳಾಸ ಅಂತ ಬೇರೆ ಇರಕ್ಕಾಯ್ತದಾ? ಈಗಾಗ್ಲೇ ಅವ್ನು ಇನ್ನೊಂದ್ಕಡೆ ಹೋಗಿದ್ರೂ ಹೋಗಿರ್ಬೋದು" ಅಂತ ಎಂಕಣ್ಣ ಭಾರವಾಗಿ ಹೇಳಿದ.

"ಓ... ಸರಿ...ಸರಿ... ನೀವಾಗ್ಲೇ ಹೇಳಿದ್ರಿ. ಅಂಗಾರೆ ಬೆಳಿಗ್ಗೆ ಹೊರಡ್ರಿ, ಕೊನೇ ಬಾರಿ ಅವನ್ನೆಲ್ಲಿ ನೋಡಿದ್ರೋ ಆ ಜಾಗನಾ ನೀವೇ ತೋರ್ಸಿವ್ರಂತೆ. ಇಲ್ಲ ಅಂದ್ರೆ ಹಾಗೇ ಒಂದ್ನಾಲಕ್ಕಡೆ ಹೋಗಿ ಹುಡ್ಕಿದ್ರಾಯ್ತು" ಅಂತ ಹೇಳಿ ಶಶಿ ಎದ್ದ.

ರಾಜ ಮತ್ತು ಎಂಕಣ್ಣ ಹೌಹಾರಿ ಹೋದರು.

"ಹುಡುಕ್ಕೊಂಡೋಯ್ತೀರ?... ಏಯ್ ನಿಮ್ಗೆಲ್ಲ ಜೋಕೇ ಬಿಡಿ. ಅವ್ನೇನಾದ್ರೂ ಮಾಟ-ಮಂತ್ರ ಮಾಡಿ ನಮ್ಮನ್ನು ಹಿಡ್ದಾಕ್ ಸಾಯ್ಸಲ್ಲ ಅಂತ ಏನ್ ಗ್ಯಾರಂಟಿ?" ಎಂದ ಎಂಕಣ್ಣ.

"ಅಂದ್ರೆ... ಊರಿಗೆ ಬಂದಿರೋ ಅಣಬೆ ರೋಗ ಅವ್ನ ಮಂತ್ರದಿಂದ್ಲೇ ಬಂದಿದೆ ಅಂತ ನೀವಾಗ್ಲೇ ಪೂರ್ತಿ ನಿರ್ಧರಿಸಿದ್ದೀರ ಅಂತಾಯ್ತು?"

"ಶಶಿಯಣ್ಣ, ನಾವ್ಯಾಕೆ ನಿರ್ಧಾರ ಮಾಡ್ಬೇಕು? ನಾನವತ್ತು ತರ್ಕಾರಿ ತರೋಕೆ ಅಂತ ಹೋಗಿದ್ನಾ? ಘಟ್ಟದ ಕೆಳಗೆ ಏನೋ ಮನುಷ್ಯಾಕೃತಿ ಚಲಿಸ್ದಂಗಾಗಿ, ಗಮ್ನ ಇಟ್ಟು ನೋಡ್ದೆ. ನನ್ನ ಹೆಜ್ಜೆ ಸಪ್ಪ ಕೇಳಿ ಆ ಆಕೃತಿನೂ ತಲೆ ಮೇಲಕ್ಕೆತ್ತಿ ನೋಡ್ತು. ಅವತ್ತೇ ಆ ಆಸಾಮಿನ ಮೊದ್ಲು ನೋಡಿದ್ದು. ಅವನ ಬಾಯ್ತುಂಬ ರಕ್ತ ಇದ್ದಂಗಿತ್ತು. ಜೋಳಿಗೆ ತುಂಬ ಅದೇನೇನೋ ಸೊಪ್ಪು-ಸದೆ-ಅಣಬೆ ಎಲ್ಲ ತರ್ಕಂಡು ತುಂಬ್ಕಂಡಿದ್ದ. 'ಓಯ್. ಅಲ್ಲೇನ್ಮಾಡ್ತಿದ್ದೀಯ' ಅಂತ ಕೂಗ್ದೆ. ಏನಂತನೂ ಉತ್ರ ಹೇಳಿಲ್ಲ. ಸುಮ್ನೆ ದುರ-ದುರ ಅಂತ ನೋಡಿ ಹೊಂಟೋದ. ಅವ್ನು ಆ ಕಡೆ ಓದ್ಮೇಲೆ ಹೋಗಿ ನೋಡ್ತೀನಿ, ಅವ್ನ ಕಾಲ್ಕೆಳಗಿನ ಜಾಗದಲ್ಲಿ ಅರ್ಧ ತಿಂದಾಕಿದ ಮೊಲ ಬಿದ್ದಿತ್ತು. ಅದ್ರ ದೇಹದಿಂದ ಇನ್ನೂ ರಕ್ತ ಜಿನುಗ್ತಾ ಇತ್ತು. ಅಂತ ದೃಶ್ಯನೇ ನಾನು ಯಾವತ್ತೂ ನೋಡಿಲ್ಲ ಅಂತೀನಿ."

"ಅವ್ನೇನು ಕಾವಿ ಹಾಕ್ಕೊಂಡಿದ್ನಾ, ಎಂಗೆ?"

"ಏ ಎಂತಾದ್ದು ಇಲ್ಲ, ದೊಗ್ಲೆ ಪೈಜಾಮ, ಶರ್ಟು, ಪೊದೆ ಗಡ್ಡ, ಮೀಸೆ. ಎರಡ್ನೇ ಸಾರಿ ಅವನ್ನ ನೋಡಿದ್ದು, ಇಳಿಜಾರಿನ್ತಾವ ಒಬ್ಬ ಮುದ್ಕೀ ಮನೆ ಇತ್ತಲ್ಲ, ಅಲ್ಲಿ. ಅವಾಗ್ಲು ಅದೇ ವೇಷ. 'ಎಲ್ಲಿಂದ ಸೋಮೀ?' ಅಂತ ನಾನು ಕೇಳೂ ಬಿಟ್ಟೆ. ಆಗ್ಲೂ ಅಂಗೇ ಗುರ್ರಾಯಿಸ್ಕೊಂಡು ನೋಡ್ಕೊಂಡು ಹೊಟ್ಟೋದ. ಹಾಂ... ಅವ್ನು ಆ ಮುದ್ಕೀ ಮನೆ ಕಡೆ ಯಾಕೆ ಅಡ್ಡಾಡ್ತಿದ್ದ ಅಂತ ಆಗ ಹೊಳೀಲಿಲ್ಲ. ಆದ್ರೆ ಆ ಬುದ್ಧಿಗೇಡಿ ಮುದುಕಿ ಇವ್ನು ಹೋದ ತಾಕೆಲ್ಲ ಹಿಂಬಾಲಿಸ್ಕೊಂಡೋಗಿ ಅವನು ಏನೇನು ಮಾಡ್ತಾನೆ ಅಂತೆಲ್ಲ ನೋಡ್ಕಂಬಂದು ಊರವರತ್ರ ಎಲ್ಲ ಸುದ್ದಿ ಮಾಡ್ತಿದ್ಲಂತೆ. ಎಂಟು ದಿನದ

ಕೆಳ್ಗೆ ಸಡನ್ನಾಗಿ ಮುದ್ಕಿ ಗೊಟಕ್ಕಂದವ್ಳೆ ಅಂತ ಹೇಳಿ ಅವಳ್ನ ದಫನ್ ಮಾಡಕ್ಕೆ ಅಂತ ಸೀನ ದುಡ್ಡು ಕೇಳಾಕ್ ಬಂದಾಗ್ಲೆ ಅವಳು ಸತ್ತಿದ್ದು ಗೊತ್ತಾಗಿದ್ದು. ನೋಡಿದ್ರೆ ಆ ಮುದ್ಕೀ ಮೈ ತುಂಬಾ ಅಣ್ಬೆ ಬೆಳ್ದವೇನೋ ಅನ್ನಂಗಾಗಿತ್ತಂತೆ. ಒಟ್ಟು ಆರು ಜನ ಅಂದ್ನಲ್ಲ, ಅದ್ರಾಗೆ ನಾಕು ಜನ ಅಣ್ಬೆ ರೋಗ ಬಂದೇ ಸತ್ತಿದ್ದು ಅಂತೀನಿ."

"ಇನ್ನಿಬ್ರು?"

"ಒಬ್ಬ ನೀರತ್ರ ಕಾಲ್ಜಾರಿ ಬಂಡೆಗೆ ತಲೆ ಬಡ್ಕೊಂಡ್ ಸತ್ತ. ಇನ್ನೊಬ್ಬ ಲಾರಿ ಎದ್ರುಗೆ ಓಡ್ ಬಂದು ಬಿದ್ದು ಸತ್ತ ಅಂತಾರಪ್ಪ. ಅದ್ಸರಿ ನೀವು ಊರಿಗ್ ಬಂದು ಐದ್ದಿನ ಆಯ್ತಲ್ವಾ? ಸುಮ್ನೊಂಟೋಗಿ, ಒಂದಾರು ತಿಂಗ್ಳು ಈ ಕಡೆ ತಲೆನೇ ಹಾಕ್ಬೇಡಿ. ಅಷ್ಟರಾಗೆ ಇವ್ನು ಬಂದಂಗೇ ಮುಂದಿನೂರಿಗೆ ಹೊಂಟೋಗ್ತೋದು" ಎಂದು ಹೇಳಿದ ಎಂಕಣ್ಣ ಇಂದಿನ ಕಥೆ ಮುಗಿಯಿತು ಎನ್ನುವಂತೆ ಎದ್ದು ನಿಂತ.

"ಸರಿ ವೆಂಕಣ್ಣ, ಇಲ್ಲಿ ತೋಟ ನೋಡ್ಕೊಳ್ಳೋಕೆ ಇಟ್ಕಂಡಿರೋ ತಿಮ್ಮನ ಕುಟುಂಬಾನೂ ನಿನ್ನಂಗೇ ಹೆದರ್ಕಂಡವ್ರೆ. ಅವ್ರೂ ಬಿಟ್ಹೋದ್ರೆ ನಾನು ತೋಟ ಮಾರ್ಬೇಕಾಗಲ್ವ? ಎಷ್ಟು ಜನನ್ನಾ ಅಂತ ಹುಡುಕ್ತಾ ಇರೋದು? ಇದುವರೆಗೆ ತೋಟ ನೋಡ್ಕೊಳ್ತಿದ್ದವರಲ್ಲಿ ತಿಮ್ಮನೇ ಬೆಸ್ಟ್. ಅಂತವನ್ನ ಮತ್ತೆ ಹುಡ್ಕಿ ಹಿಡಿದು ನಾನು ತೋಟ ಮಾಡ್ಸೋದ್ಯಾವಾಗ? ಯಾರೋ ಹೊಸಬ ಎರಡ್ತಿಂಗಳಿಂದ ಈ ಊರಿಗೆ ಬಂದು ಹೀಗೆಲ್ಲ ಜನರ್ನ ಹೆದರ್ಸೋದು ಅಂದ್ರೇನು? ನೀನೇಳಿದ್ ಕಥೆ ಊರವ್ರನ್ನೆಲ್ಲ ಹೆದರ್ಸಿರೋ ಹಂಗಿದೆ. ಅದಕ್ಕೇ ರಾಜನ್ನ ಕರ್ಕೊಂಡು ಕೇಳ್ಕೊಂಡೋಗಾಣ ಅಂತ ಬಂದೆ. ಬಂದಾಗಿಂದ ಮಳೆ ಸುರೀತಿರೋ ಕಾರಣ, ನಂಗೂ ಊರು ತಿರ್ಗಾಡಕ್ಕೆ ಆಗಿಲ್ಲ. ನಾಳೆ ಮಳೇ ಬಿಟ್ರೆ ಒಂದ್ಸಾರಿ ನೀನೇಳಿದ್ ದಿಬ್ಬದ್ಕಡೆ ಹೋಗ್ಬರ್ತೀನಿ" ಅಂತ ಶಶಿ ಎದ್ದು ಹೊರಟ, ರಾಜ ಮಾತೇ ಇಲ್ಲದಂತೆ ಎಂಕಣ್ಣನ ಕಡೆ ತಿರುಗಿ 'ಬರ್ತೀನಿ' ಎನ್ನುವಂತೆ ತಲೆಯಲ್ಲಾಡಿಸಿ ಹೊರಬಂದ.

"ಏನಾರ ಮಾಡ್ಕೊಂಡು ಹಾಳಾಗೋಗಿ" ಎಂದು ಗೊಣಗುತ್ತ ಶುಭಕೋರಿದ ಎಂಕ ಟವೆಲ್ಲು ಕೊಡವಿ ಜಗಲಿಯಿಂದ ಮೇಲೆದ್ದು ಒಳಗೆ ಹೋದ.

2

ಶಶಿ ಈಗ ಸೀನನನ್ನು ಜೊತೆ ಮಾಡಿಕೊಂಡು ಹೊರಟಿದ್ದ. ಹಾಗೆ ಮಾಡುವುದು ಅಷ್ಟೇನು ಸುಲಭದ ಮಾತಾಗಿರಲಿಲ್ಲ. ಸೀನ ಎಂಕಣ್ಣನಿಗಿಂತ ಹೆದರಿದಂತೆ ಕಾಣುತ್ತಿದ್ದ. ಆದರೆ ಶಶಿಯೂ, ಬೆಕ್ಕಿನ ಕಣ್ಣಿನ ಸೀನನೂ ಒಂದೇ

ಶಾಲೆಯಲ್ಲಿ ಓದಿದ್ದರು. ಓದಿನಲ್ಲಿ ಮುಂದಿದ್ದ ಶಶಿ ಊರುಬಿಟ್ಟು ಪೇಟೆ ಸೇರಿದ್ದ. ಸೀನ ಊರಿನ ಮಂದಿಯ ಉಸಾಬರಿಯನ್ನೆಲ್ಲ ತಲೆಗಚ್ಚಿಕೊಂಡು ಇದ್ದ ಎರಡೆಕರೆ ತೋಟ ಮಾಡಿಸುತ್ತ ಊರಿಗೆ ಉಪಕಾರಿಯಾಗಿ ಓಡಾಡಿಕೊಂಡಿದ್ದ.

ಸೀನ ಆ ಹೊಸ ವ್ಯಕ್ತಿ ಆಗೀಗ ಕಾಡಿನಲ್ಲಿ ಕಂಡಿದ್ದ ಜಾಗಗಳಿಗೆ ಶಶಿಯನ್ನು ಕರೆದೊಯ್ದು ತೋರಿಸಲು ಒಪ್ಪಿಕೊಂಡ. ಆದರೆ, ಆ ಹೊಸಬ ಕಂಡರೆ ತಾನು ತಕ್ಷಣವೇ ಹಿಂತಿರುಗಿ ಬಿಡುತ್ತೇನೆ ಎಂದು ಶರತ್ತು ಹಾಕಿದ್ದ. ಅಣಬೆ ರೋಗ ಬಂದು ಸತ್ತಿದ್ದ ಜನರನ್ನು ನೋಡಿದ್ದ ಅವನು ಅಷ್ಟು ಒಪ್ಪಿಕೊಂಡಿದ್ದು, ಶಶಿ ಅವನಿಗೆ ಆಗೀಗ ನೀಡುತ್ತಿದ್ದ ಕೈಗಡದ ಕಾರಣಕ್ಕೆ ಮಾತ್ರವಾಗಿತ್ತು.

"ಶಶಿ, ಆ ಮಂತ್ರವಾದಿ ಸಿಕ್ರೆ, ಏನ್ಮಾಡ್ಬೇಕು ಅಂತಿದೀಯ?"

"ಗೊತ್ತಿಲ್ಲ ಸೀನ. ಮಾತಾಡ್ಸಿ ನೋಡೋಣ ಅಂತ, ಅಷ್ಟೆ" ಶಶಿ ಚುಟುಕಾಗಿ ಉತ್ತರಿಸಿದ. ಅಸಲಿಗೆ ಹೀಗೇ ಮಾಡಬಹುದು ಎನ್ನುವ ಯಾವ ವಿಚಾರದ ಬಗ್ಗೆಯೂ ಅವನು ನಿರ್ಧರಿಸಿರಲಿಲ್ಲ.

ಕೈಲೊಂದು ಮಚ್ಚನ್ನಿಡಿದು ಅವರಿಬ್ಬರೂ ಘಟ್ಟ ಇಳಿದರು. ಕೊರಕಲು, ಹಳ್ಳ ತೊರೆ ದಾಟಿದರು. ಇದೀಗ ಏರುದಿಬ್ಬ ಶುರುವಾಗಿತ್ತು. ಅದರ ತುಂಬ ಕಾಡು ಮರಗಳು, ಪೊದೆಗಳು ತುಂಬಿಕೊಂಡಿದ್ದವು. ಜುಯ್...ಎನ್ನುವ ಜೀರುಂಡೆಗಳು, ಹಕ್ಕಿಗಳ ಕೂಗು, ಆಗೀಗ ಸರ ಸರನೆಂದು ಪೊದೆಗಳಲ್ಲಾಗುವ ಸದ್ದನ್ನು ಬಿಟ್ಟರೆ ಅವರ ನಡುವೆಯೂ ಮಾತು ನಿಂತುಹೋಗಿತ್ತು.

ಅವರಷ್ಟು ದೂರ ಹತ್ತಿದರು. ಅರ್ಧ ಏರಿದ್ದರೋ ಇಲ್ಲವೋ, ಇದ್ದಕ್ಕಿದ್ದಂತೆ ನೆರಳು ಕಾಣಿಸಿತು. ಮೋಡ ಕವಿದು ಕ್ಷಣಾರ್ಧದಲ್ಲಿ ಜಿಟಿ, ಜಿಟಿ ಮಳೆ ಶುರುವಾಯಿತು. ಅದುವರೆಗೆ ಸುರಿದ ಮಳೆಯನ್ನು ಕುಡಿದಿದ್ದ ನೆಲ, ಹೆಚ್ಚಾಯ್ತು ಎನ್ನುವಂತೆ ದಿಬ್ಬದ ಮೇಲಿಂದ ಮುಕ್ಕಳಿಸಿ ಉಗುಳಿದ ನೀರು ಮೇಲಿಂದ ಕೆಳಕ್ಕೆ ಹರಿಯತೊಡಗಿತು. ಅವರ ಕಾಲುಗಳು ಜಾರತೊಡಗಿದವು. ಸೀನ ಅವನ ಚಪ್ಪಲಿಯನ್ನು ಕೈಲಿ ಹಿಡಿದು ನಡೆಯತೊಡಗಿದ್ದ. ಶಶಿಯ ಶೂಗಳು ನೆನೆದು, ಮಣ್ಣು ಮೆತ್ತಿಕೊಂಡು ಮಣಭಾರವಾಗತೊಡಗಿದವು.

ಆಗಲೇ...ಎಲ್ಲಿ ಅಡಗಿತ್ತೋ ಎನ್ನುವಂತೆ ನಡುಹಗಲಿನಲ್ಲಿ ಧುತ್ತನೆ ಕತ್ತಲೆ ಕಾಡನ್ನು ಆವರಿಸತೊಡಗಿತು. ಜೀರುಂಡೆಗಳು ತಟಾರನೆ ಮಾತು ನಿಲ್ಲಿಸಿದವು. ಆ ಮೌನಕ್ಕೂ ಮಬ್ಬು ಕವಿಯುವಂತೆ ದಟ್ಟ ಬಿಳಿ ಮಂಜು ಮುಸುಕು ಹಾಕಿತು. ಥರ, ಥರ ನಡುಗುವಂತೆ ಚಳಿಯಾಗತೊಡಗಿತು. ಶಶಿ, ತಿರುಗಿ ಸೀನನ ಕಡೆ ನೋಡಿದ. ಅವನು ತಟಸ್ಥವಾಗಿ ಎರಡು ಹೆಜ್ಜೆ ಹಿಂದೆಯೇ ನಿಂತುಬಿಟ್ಟಿದ್ದ. ಘಟ್ಟವನ್ನು ಚೆನ್ನಾಗಿ ಬಲ್ಲ ಸೀನ ಹೀಗೆ ಮಂಕು ಬಡಿದು ನಿಂತದ್ದನ್ನು ಕಂಡು ಶಶಿಗೆ ಸಿಟ್ಟು ಬಂದಿತು.

"ಏ... ಏನಾಯ್ತೋ ಸೀನ...ಬೇಗ್ಬಾ...ಇದೇನು ಇದ್ದಕ್ಕಿದ್ದಂಗೆ ಮಳೆ ಬರೋ ಹಂಗಾಯ್ತು?" ಎಂದ.

"ಶಶೀ... ಶಶೀ...ನೀನೋಗೋ... ನನ್ನ ಕೈಲಾಗಲ್ಲಪ್ಪ" ಎಂದ ಸೀನ ಮಚ್ಚು ಹಿಡಿದುಕೊಂಡೇ ಮರಳಿ ಓಡತೊಡಗಿದ.

"ಏಯ್ ನಿಂತ್ಕೊಳೋ...ಅವನ್ನೆಲ್ಲಿ ನೋಡ್ದೆ ಅಂತಾದ್ರೂ ಹೇಳೋಗೋ" ಎಂದು ಶಶಿ ಅಸಹಾಯಕನಾಗಿ ಕೂಗಿದ.

"ಅಲ್ಲೇ ಕಣೋ...ನೀನು ನಿಂತಿರೋ ಜಾಗ್ದಲ್ಲೇ...ಹತ್ತಡಿ ಮೇಲಕ್ಕೋಗು" ಎಂದು ಕೂಗಿದ ಸೀನ ಹಿಂತಿರುಗಿ ನೋಡದೆ ಓಡಿಹೋದ.

"ಥತ್ತೇರಿ... ಹತ್ತಡಿ ಮುಂದಕ್ಕೆ ಹತ್ತೋಕೆ ಈ ಷಂಡನನ್ಮಗನಿಗೆ ಭಯ ಆಗ್ಬಿಡ್ತಾ? ಬಾ ವಾಪಸ್ ಹೋಗಣ ಅಂತನೂ ಕರೀದಷ್ಟು ಅರ್ಜಂಟಾಗಿ ಓಡೋಗೋ ಅಂತದ್ದು ಇವನಿಗೇನಾಯ್ತು... ಬೋಸುಡಿ ನನ್ಮಗ" ಅಂತ ಕೋಪದಿಂದ ಶಶಿ ಹಲ್ಲು ಕಡಿದು, ಶೀನ ಓಡಿದ ದಿಕ್ಕಿನ ಕಡೆಗೇ ಒಂದು ನಿಮಿಷ ದಿಟ್ಟಿಸುತ್ತ ನಿಂತ. ಸೀನ ಅಪ್ಪಿ-ತಪ್ಪಿಯೂ ಶಶಿಯಿದ್ದ ದಿಕ್ಕಿನೆಡೆಗೆ ತಿರುಗಿ ನೋಡಲಿಲ್ಲ. ಅವನು ಓಡುತ್ತ ಮರೆಯಾಗುವವರೆಗೆ ನೋಡಿ ನಿಟ್ಟುಸುರಿಟ್ಟ ಶಶಿ, ಮುಂದಕ್ಕೇರಲು ಗುಡ್ಡದೆಡೆ ಮುಖ ತಿರುಗಿಸಿ, ನೋಡಿದ. ಹಾಗೆ ತಿರುಗಿದವನೇ ಕ್ಷಣಕಾಲ ಸ್ತಂಭೀಭೂತನಾಗಿ ಹೋದ.

ಇಡೀ ಗುಡ್ಡದಲ್ಲಿ ಚಳಿಯ ಚಾದರ ದಟ್ಟವಾಗತೊಡಗಿತ್ತು. ಅದನ್ನು ಹೊಕ್ಕರೆ ಅವನು ಇತ್ತ ಕಡೆಯ ಪ್ರಪಂಚದಿಂದ ಮಾಯವಾಗಿಬಿಡುತ್ತಿದ್ದ. ಮೂರಡಿ ಮುಂದಕ್ಕೆ ಅವನಿಗೆ ಏನೂ ಕಾಣದಾಯಿತು. ಶಶಿಗೆ ಮೊದಲ ಬಾರಿಗೆ ತಾನೂ ಹಿಂದಕ್ಕೆ ಹೋಗಿಬಿಡಲೇ ಎಂಬ ಯೋಚನೆ ಬಂದು ಬಿಟ್ಟಿತು. ಆದರೆ ಇಷ್ಟು ದೂರ ಬಂದಾದ ಮೇಲೆ ಹಿಂತಿರುಗಿದರೆ, ಮತ್ತೆ ಬರಲು ಸಮಯವಾಗಬೇಕಲ್ಲ ಎಂದು ಮತ್ತೂ ಮೇಲಕ್ಕೆ ಹತ್ತಿಹೋದ. ಅಲ್ಲಿ ಮಂಜು ಮತ್ತೂ ದಟ್ಟವಾಗಿ, ಮುಂದಿನ ದಾರಿ ಸಂಪೂರ್ಣವಾಗಿ ಕಣ್ಮರೆಯಾಗಿತ್ತು.

ಹಾಗೆ ತಡಕುತ್ತ ಎರಡು ಹೆಜ್ಜೆ ಮುಂದೆ ಇಟ್ಟವನು ಬೆಚ್ಚಿಬಿದ್ದು "ಹಾ..." ಎಂದು ಚೀರಿ ಹಿಂದಕ್ಕೆ ಜಾರಿದ. ಶಶಿಯ ಮುಂದೆ ಆ ಅಪರಿಚಿತ ಧುತ್ತನೆ ಪ್ರತ್ಯಕ್ಷವಾಗಿಬಿಟ್ಟಿದ್ದ. ಅವನು ಇಡೀ ಗುಡ್ಡವೇ ತನ್ನದೇನೋ ಎನ್ನುವ ಭಂಗಿಯಲ್ಲಿ ನಿಂತು ನೇರ ಶಶಿಯನ್ನೇ ನೋಡುತ್ತಿದ್ದ. ಆ ಕ್ಷಣದಲ್ಲಿ, ಅಪರಿಚಿತನೊಬ್ಬನ ಮನೆಗೆ ಅಕ್ರಮವಾಗಿ ಹೋಗಿ ನಿಂತಿದ್ದ ಕಳ್ಳನ ಭಾವನೆ ಆವರಿಸಿದಂತೆ ಶಶಿಯ ನಾಲಗೆ ಒಣಗಿತು. ಇದ್ದಕ್ಕಿದ್ದಂತೆ ಅವನು ಪ್ರತ್ಯಕ್ಷನಾದ ರೀತಿಗೆ ಬೆದರಿ ಆ ಚಳಿಯಲ್ಲೂ ಅವನ ಅಂಗೈಗಳು ಬೆವರಿ ಹೋದವು. ಶಶಿಯ ಕೈ ಅರಿವಿಲ್ಲದೆ ಅವನ ಜೇಬಿನಲ್ಲಿದ್ದ ಫೋನನ್ನು ಆತಿಡಿಯಿತು.

ಕ್ಷೀಣ ದನಿಯಲ್ಲಿ ಅರಿವಿಲ್ಲದಂತೆ 'ಹಲೋ' ಎಂದ. ಹಿಂದೆಯೇ ನಾಲಿಗೆ ಕಚ್ಚಿಕೊಂಡ. ಹೀಗೆ ಪರಿಚಯ ಬೆಳೆಸಿಕೊಳ್ಳಲು ಅವನು ಅಲ್ಲಿಗೆ ಬಂದಿರಲಿಲ್ಲ. ಒಂದೇ ಸಮನೆ ಶಶಿಯನ್ನು ನೋಡುತ್ತ ಮೌನವಾಗಿ ನಿಂತಿದ್ದ 'ಅವನು'

ಶಶಿಗಿಂತ ಅರ್ಧ ಅಡಿ ಎತ್ತರಕ್ಕೂ, ಅಗಲಕ್ಕೂ ಇದ್ದ. ಅವನ ಕಣ್ಣುಗಳು ಇರಿಯುವಂತೆ ನೋಡುತ್ತಿದ್ದವು. ಕನಿಷ್ಠ ಐವತ್ತಾದರೂ ಆಗಿರಬೇಕು ಎಂದು ಶಶಿಗೆ ಅನ್ನಿಸಿತು.

ಸಾವರಿಸಿಕೊಂಡ ಶಶಿ" ಯಾವೂರು ನಿಮ್ದು? ಈ ಗುಡ್ಡದಲ್ಲಿ ಏನ್ಮಾಡ್ತಿದ್ದೀರಿ?" ಎಂದು ಕೇಳಿದ. ಅವನು ಶಶಿಯೆಡೆಗೆ ದುರ ದುರನೆ ನೋಡಿದ. ತನ್ನ ಮುಖವನ್ನು ಶಶಿಯ ಮುಖದ ಹತ್ತಿರಕ್ಕೆ ತಂದ. ಅವನ ಕಣ್ಣ ಗುಡ್ಡೆಗಳ ತಟ್ಟನೆ ಬೆಳ್ಳಗಾದವು. ಆ ವಿಚಿತ್ರವನ್ನು ನೋಡಿದ ಶಶಿಯ ದೃಷ್ಟಿ, ನಿರ್ವಾಹವಿಲ್ಲದೆ ಅಪರಿಚಿತನ ಕಣ್ಣುಗಳಲ್ಲೆ ನಿಂತು ಬಿಟ್ಟವು. ಅಲ್ಲಿ ಕಂಡದ್ದನ್ನು ನೋಡಿ ಅವನ ಮುಖ ಗಂಟಿಕ್ಕಿತು.

ಶಶಿಯ ಹೆಂಡತಿ ಮೀರಾ ನಂದಿಬಟ್ಟಲು ಹೂಗಳನ್ನು ಚೆಲ್ಲಿಕೊಂಡು ಕಟ್ಟುತ್ತಾ ಕೂತಿದ್ದಳು. ನಿಚ್ಚಳವಾಗಿ ತನ್ನ ಹೆಂಡತಿಯನ್ನು ಈ ಅಪರಿಚಿತನ ಕಣ್ಣುಗಳಲ್ಲಿ ನೋಡಿದ ಶಶಿ ಗಾಬರಿಯಾದ. ಅರಿವಿಲ್ಲದೆ ಅವನ ಕಾಲುಗಳು ಒಂದು ಹೆಜ್ಜೆ ಹಿಂದಕ್ಕಿಟ್ಟವು. ತಕ್ಷಣವೇ ಆ ಅಜಾನುಬಾಹುವಿನ ಕಣ್ಣ ಗೋಲಿಗಳು ಮತ್ತೆ ಕಪ್ಪಾದವು. ಅವನು ಶಶಿಯಿಂದ ಪಕ್ಕಕ್ಕೆ ತಿರುಗಿ ಗುಡ್ಡವನ್ನು ಏರತೊಡಗಿದ.

ಶಶಿಯ ಗಾಬರಿ ಈಗ ಭಯಕ್ಕೆ ತಿರುಗಿತು. ಅವನು ರಪ್ಪನೆ ಕಿಸೆಯಿಂದ ತನ್ನ ಮೊಬೈಲು ಫೋನನ್ನು ತೆರೆದು ಆ ಅಪರಿಚಿತನ ಫೋಟೋ ತೆಗೆದುಕೊಳ್ಳಲು ಪ್ರಯತ್ನಿಸಿದ. ಆದರೆ ಫೋನಿನ ಚಾರ್ಜು ಪೂರ್ತಿಯಾಗಿ ಖಾಲಿಯಾಗಿತ್ತು. ಆದರೆ ಹಾಗಾಗಲು ಸಾಧ್ಯವೇ ಇರಲಿಲ್ಲ. ಅವತ್ತು ಬೆಳಿಗ್ಗೆಯಿನ್ನು ನೂರಕ್ಕೆ ನೂರು ಚಾರ್ಜ್ ಮಾಡಿಕೊಂಡೇ ಮನೆಯನ್ನು ಬಿಟ್ಟಿದ್ದ. ಅಬ್ಬಬ್ಬಾ ಎಂದರೆ, ಸೀನನಿಗೆ ಒಂದು ಕರೆ ಮಾಡಿದ್ದನ್ನು ಬಿಟ್ಟರೆ ಅವನು ಯಾರೊಡನೆಯೂ ಮಾತಾಡಿರಲಿಲ್ಲ. ಶಶಿಯ ನಾಲಗೆ ಒಣಗಿತು. ಕಾಲುಗಳು ಇದ್ದಕ್ಕಿದ್ದಂತೆ ಶಕ್ತಿ ಕಳೆದುಕೊಂಡು ಬಲಹೀನವಾದವು. ಅಳ್ಳಕವಾದ ಎದೆ ತಾಳ ತಪ್ಪಿ ಹೊಡೆದುಕೊಂಡಿತು. ಅಷ್ಟರಲ್ಲಿ ಆ ಅಪರಿಚಿತ ಸುತ್ತಲೂ ಕವಿದಿದ್ದ ಹೊಗೆಯಂತಹ ಮಬ್ಬಿನ ಚಾದರದ ಒಳಹೊಕ್ಕು ಮಾಯವಾಗಿ ಹೋಗಿದ್ದ.

ಶಶಿಗೆ ಅವನನ್ನು ಹಿಂಬಾಲಿಸುವ ಅದಮ್ಯ ಬಯಕೆಯಾಯಿತು. ಆದರೆ ಕಾಲುಗಳು ಮೇಲೇರಲಿಲ್ಲ. ಅವನ ಬುದ್ಧಿ ಮತ್ತು ದೇಹಗಳು ಬೇರೆ, ಬೇರೆಯಾಗಿ ಕೆಲಸ ಮಾಡಿದಂತಾಗಿ ಅವನು ಅಸಹಾಯಕನಾದ. ಆಗ ಇದ್ದಕ್ಕಿದ್ದಂತೆ ಬೆಳಕು ನುಗ್ಗಿಬಂದು ಕವಿದಿದ್ದ ಮಂಜು ತಿಳಿಯಾಯಿತು. ದಟ್ಟಯಿಸಿದ್ದ ಮೋಡಗಳು ಚದುರಿದವು. ಇದ್ದಕ್ಕಿದ್ದಂತೆ ಶಶಿಗೆ ಕನಸೊಂದರಿಂದ ಎಚ್ಚರವಾದಂತೆನಿಸಿತು. ಅವನು ಕಾಲುಗಳಲ್ಲಿ ಮತ್ತೆ ರಕ್ತ ಹರಿಯಿತು. ಅವನು ಹಿಂದಕ್ಕೆ ತಿರುಗಿ ನೋಡದೆ ಒಂದೇ ಸಮನೆ ಗುಡ್ಡವನ್ನಿಳಿದು ಓಡತೊಡಗಿದ.

3

ಅವನು ಸೀದ ಬಂದು ತಲುಪಿದ್ದು ಎಂಕಣ್ಣನ ಹೋಟೆಲಿಗೆ. ಅಲ್ಲಿಯೇ ಅವನ ಬೈಕನ್ನು ನಿಲ್ಲಿಸಿ ಸೀನ ಮತ್ತು ಶಶಿ ಘಟ್ಟವನ್ನು ಇಳಿದಿದ್ದರು. ಆದರೆ ಮೊದಲೇ ಮರಳಿದ್ದ ಸೀನ ಎಂಕಣ್ಣನ ಹೋಟೆಲಿನ ಹತ್ತಿರವೂ ಸುಳಿದಿರಲಿಲ್ಲ. ಶಶಿ ಹೆಚ್ಚು ಮಾತಾಡದೆ ಎಂಕಣ್ಣನ ಚಾರ್ಜರನ್ನು ಎರವಲು ಪಡೆದು ತನ್ನ ಫೋನಿಗೆ ಚಾರ್ಜ್ ಮಾಡುತ್ತ ಕೂತ. ಎಂಕಣ್ಣ ಮಾಡಿಕೊಟ್ಟ ಬಿಸಿ ಕಾಫಿಯನ್ನು, ಕಳೆದುಕೊಂಡ ಮತಿಯನ್ನು ಮತ್ತೆ ಪಡೆವ ಭರದಲ್ಲಿ ಹೀರತೊಡಗಿದ.

ಹದಿನೈದು ದೀರ್ಘ ನಿಮಿಷಗಳಾಗುತ್ತಲೆ ಅವನು ಅಸಹನೆಯಿಂದೆಂಬಂತೆ ಫೋನನ್ನು ಚಾರ್ಜರಿನಿಂದ ಕಿತ್ತ. ನೇರ ಮೀರಾಳಿಗೆ ಫೋನಾಯಿಸಿದ. ಅಸಲು ಅವನ ಗಂಟಲಲ್ಲಿ ಧ್ವನಿ ಉಳಿದಿತ್ತೋ ಇಲ್ಲವೋ ಎನ್ನುವಂತೆ ಅವನ ಧ್ವನಿ ಅವನಿಗೇ ವಿಚಿತ್ರವಾಗಿ ಕೇಳಿಸಿತು. ಮೀರಾ ಖುಷಿಯಿಂದ ಲೋಕಾಭಿರಾಮವಾಗಿ ಮಾತಿಗಿಳಿದಳು. "ಮೀರಾ ಒಂದು ಗಂಟೆ ಹಿಂದೆ ಏನ್ಮಾಡ್ತಿದ್ದೆ?" ಎಂದು ಕೇಳುವಾಗ ಅವನ ಧ್ವನಿ ಕ್ಷೀಣವಾಯಿತು. ಮುಷ್ಠಿ ಬಿಗಿದ ಗೆಣ್ಣುಗಳು ಬೆಳ್ಳಗಾಗಿದ್ದವು.

"ಹಾ...ಮನೆ ಕೆಲ್ಸ ಮುಗಿಸಿ, ಪೇಪರೋದಿ, ಗಂಧ ಬಟ್ಟಲು ಹೂಗಳನ್ನು ಬಿಡಿಸಿ ಹಾರ ಕಟ್ಟಿಟ್ಟೆ. ಎರಡು ಮಾರು ಉದ್ದದ ಹಾರ ಆಗಿದೆ. ಆ ಗಿಡ ಈ ವರ್ಷ ಎಷ್ಟೊಂದು ಹೂ ಬಿಡ್ತಿದೆ ನೋಡಿಲ್ವಾ?" ಎಂದ ಅವಳ ಧ್ವನಿಯಲ್ಲಿನ ನಿರಾಳ ಅವನ ಹುಬ್ಬುಗಳನ್ನು ಗಂಟು ಹಾಕಿದವು. "ಶಿಟ್ ಸಾರಿ...ಸರಿ... ಆಮೇಲೆ ಮತ್ತೆ ಮಾಡ್ತೀನಿ" ಎಂದು ಫೋನು ತುಂಡರಿಸಿದ. ಹಿಂದೆಯೇ "...ಛೆ ಅವನನ್ನು ಅಲ್ಲಿಂದ ಹೋಗಲು ಬಿಡಬಾರದಾಗಿತ್ತು" ಎಂದು ಮನಸ್ಸಿನಲ್ಲೆ ಯೋಚಿಸಿ ಪೇಚಾಡಿಕೊಂಡ. ತನ್ನ ಮನಸ್ಸಿನಲ್ಲಿರುವ ಕಸಿವಿಸಿಯನ್ನು ಎಂಕಣ್ಣನ ಬಳಿ ವ್ಯಕ್ತಪಡಿಸದೆ 'ಅರ್ಜೆಂಟಿದೆಯೆಂದು' ಬೈಕೇರಿ ತೋಟದ ಮನೆಗೆ ಬಂದು ತಲುಪಿದ.

4

ಕುಂಡೆ ಸುಟ್ಟ ಮಂಗನಂತಾಗಿದ್ದ ಅವನ ಮತಿಯೀಗ ಮಿತಿಮೀರಿ ನೆಗೆದಾಡುತ್ತಿತ್ತು. ಚಿಕ್ಕಂದಿನಿಂದ ಕೇಳಿ ಬೆಳೆದ ಮಂತ್ರ, ಮಾಟ, ತಂತ್ರ, ದೆಯ್ಯ ಭೂತಗಳು ಸುಪ್ತವಾಗಿ ಮಲಗಿದ್ದ ಗುಪ್ತ ಜಾಗದಿಂದ ಹೊರಗಿಣುಕಿ ಅವನನ್ನು ಒಂದೇ ಏಟಿಗೆ ಆಪೋಶನ ತೆಗೆದುಕೊಳ್ಳಲು ತಯಾರಾಗಿದ್ದವು. ಇನ್ನೊಂದೆಡೆ ಅವನಿಗೆ ಬುದ್ಧಿ ಬಂದಾಗಿನಿಂದ ಸರಿಯೆನಿಸಿದ, ಸೈನ್ಸ್ ಎನ್ನುವ

ವಿಚಾರ ಅವನಲ್ಲಿ ಪದವಿ, ಸ್ನಾತಕೋತ್ತರ ಪದವಿಗಳ ಕೋಡು ಮೂಡಿಸಿ ಕೋಣನಂತೆ ಬಲಿತುಕೊಂಡಿದ್ದವು. ಘಟ್ಟದ ನಿಗೂಢತೆಯ ಬಲೆಗೆ ಸಿಲುಕಿ ನಲುಗಬೇಡವೆಂದು ಗುಟುರುಹಾಕಿ ಕಾಲು ಕೆರೆದು ಅವನಿಗೆ ಸವಾಲೊಡ್ಡಿ ಬುಸ್ಕರಿದವು.

ಅವನಿಗೀಗ ಏಕಾಂತ ಬೇಕಿತ್ತು. 'ನಂಬಲಾರದ್ದೊಂದು ಘಟನೆ ಹೇಗೆ ನಡೆಯಿತು?' ಎಂಬ ಪ್ರಶ್ನೆ ಅವನ ಶಾಂತ ಆತ್ಮವಿಶ್ವಾಸಕ್ಕೊಂದು ಒದ್ದು ಅವನ ಅರಿವಿನ ಕೋಣೆಯಾಚೆಗೆ ನೆಗೆದು ಕೇಕೆಹಾಕಿತ್ತು. ಕಾಕತಾಳೀಯತೆ ಕಣ್ಕಟ್ಟು, ಟೆಲಿಪಥಿ, ಸೈಕಾಲಜಿ ಇತ್ಯಾದಿ ಪದಗಳು ಅವನ ಓದಿನ ತಪೋ ಹುತ್ತದಿಂದ ಹಲವು ಬಾರಿ ತಲೆ ಹೊರಹಾಕಿದರೂ ಅವನ ಸ್ವಂತ ಅನುಭವ, ಅವುಗಳ ತಲೆಗೆ ಮೊಟಕಿ-ಮೊಟಕಿ ಅವು ಮತ್ತೆ ಒಳ ಸೇರುವಂತೆ ಮಾಡುತ್ತಿತ್ತು.

ಸ್ವಂತ ಅನುಭವಿಸಿ ನಂಬಿಕೆ ಬದಲಾಯಿಸುವ ಸಂಘರ್ಷವನ್ನು ಎದುರಿಸುವುದು ಎಂದರೆ ಇದೇ ಇರಬಹುದೇನೋ? ಎನ್ನುವಂತೆ ಶಶಿ ವ್ಯಾಕುಲನಾದ.

5

ಬಿಸಿಲ ಕೋಲುಗಳು ಮನೆಯ ಮುಂದಿನ ಬಯಲ ಮನಸ್ಸನ್ನು ಮೀಟುವಂತೆ ಬಿದ್ದಿದ್ದವು. ಅಂತಹ ಹಾಡು ಹಗಲಿನಲ್ಲಿ ಬಂದಿದ್ದ ಬುಡ ಬುಡಿಕೆಯವನ ಮುಂದೆ, ನಂಜಪ್ಪ ಬಾಯಿ ತೆಗೆದು ಕುಳಿತಿದ್ದ.

ಬುಡ ಬುಡಿಕೆಯವನು ಮನೆಯ ಪಕ್ಕದಲ್ಲೇ ಒಲೆ ಹೂಡಿದ್ದ. ಅದರ ಮೇಲೆ ಬೋಗುಣಿಯಂತದ್ದೊಂದು ಪಾತ್ರೆ. ಅದರಲ್ಲಿ ಸುಡು-ಸುಡುವಂತೆ ನೀರು ಕಾಯಿಸಿದ್ದರು. ಗುಳಕಾಯಿ ಬೀಜಗಳನ್ನು ಪುಡಿಮಾಡಿ ಒಂದು ಊದುಗೊಳವೆಯೊಳಗೆ ತುಂಬಿ ಅದನ್ನು ತೆರೆದಿದ್ದ ನಂಜಪ್ಪನ ಬಾಯೊಳಗೆ ಅವನು ಮೆಲ್ಲಗೆ ಊದಿದ. ನೀರಿನಿಂದ ಎದ್ದ ಹಬೆ ಬಾಯನ್ನು ತುಂಬಿಕೊಂಡಿತು. ಓಂ...ಹ್ರಾಂ...ಹ್ರೀಂ...ಎನ್ನುವ ಮಂತ್ರಗಳೊಂದಿಗೆ ಬುಡ ಬುಡಿಕೆಯವನು ನಂಜಪ್ಪನ ತಲೆಯ ಸುತ್ತ ಮಂತ್ರ ಹಾಕಿದ. ತೆರೆದ ಬಾಯಿಂದ ಜೊಲ್ಲು ತೊಟ ತೊಟನೆ ಆ ಬೋಗುಣಿಗೆ ಬಿದ್ದಿತು. ಹಾಗೇ ಇರಬೇಕೆಂದು ತಾಕೀತು ಮಾಡಿದ ಬುಡ ಬುಡಿಕೆಯವರು ನಂಜಪ್ಪ 'ಬಾಯಿ ಮುಚ್ಚಬಹುದೆಂದು' ಅಪ್ಪಣೆ ಕೊಡುವ ವೇಳೆಗೆ ನೀರಿನಿಂದ ಎದ್ದ ಹಬೆಯೆಲ್ಲ ಕರಗಿತ್ತು.

ಆ ನಿಚ್ಚಳ ಬೆಳಕಿನಲ್ಲಿ, ಬೋಗುಣಿಯಲ್ಲಿದ್ದ ನೀರಿನಲ್ಲಿ ಬಿದ್ದು ತೇಲುತ್ತಿದ್ದ ಎಂಟೋ-ಹತ್ತೋ ಬಿಳಿ ಜೀವಿಗಳು ಕಂಡಿದ್ದವು. ಇಂದಿರಳಿಗೂ ಅವು ಕಂಡಿದ್ದವು. ಅಷ್ಟೇ ಏಕೆ ಆ ಜೀವಿಗಳಿಗೆ ಎರಡೆರಡು ತಲೆಗಳಿದ್ದವು. ತಲೆಯ

ಮೇಲಿದ್ದ ಕಪ್ಪು ಚುಕ್ಕಿಗಳು ನನಗಿನ್ನೂ ನೆನಪಿವೆ ಎಂದು ಶಶಿಯ ತಾಯಿ ಮೂವತ್ತು ವರ್ಷಗಳ ನಂತರ ಮಗನ ಮುಂದೆ ಹೇಳಿದಾಗ ಶಶಿ ಹೊಟ್ಟೆ ಹಿಡಿದುಕೊಂಡು ಉರುಳಾಡಿ ನಕ್ಕಿದ್ದ.

"ಅಲ್ಲಮ್ಮ, ಬಾಯಲ್ಲಿ ಬ್ಯಾಕ್ಟೀರಿಯಾಗಳಿರುವುದೇನೋ ನಿಜ, ಆದರೆ ಅವನ್ನು ನೋಡಲು ಮೈಕ್ರೋಸ್ಕೋಪು ಬೇಕು. ಇಡೀ ಪ್ರಪಂಚದ ಕಣ್ಣಿಗೆ ಕಾಣದ ಅಗೋಚರಗಳೆಲ್ಲ ಘಟ್ಟದ ಜನರಿಗೆ ಮಾತ್ರ ಎರಡೆರಡು ತಲೆಯ ಸಮೇತ ದರ್ಶನ ಕೊಡತ್ತವಲ್ಲ" ಅಂತ ಅವತ್ತಿಡೀ ಅವನಮ್ಮನನ್ನು ಚುಡಾಯಿಸಿ ನಗಿಸಿದ್ದ.

ಇಂದಿರೆ "ಅದೇನು ಕಣ್ಕಟ್ಟೋ ಮತ್ತೊಂದೋ, ಆದರೆ ಕಂಡಿದ್ದಂತೂ ನಿಜ" ಎಂದಾಗ ಶಶಿಗೆ ತನ್ನಮ್ಮ ಅತ್ಯಂತ ಮುಗ್ಧಜೀವಿ ಎಂದೆನಿಸಿಬಿಟ್ಟಿತ್ತು. ಶಶಿಯ ತಂದೆ ನಂಜಪ್ಪನಿಗಿದ್ದ ಇಂತಹ ಬಲಹೀನತೆಗಳ ಕಾರಣ ಇಂದಿರೆಗೆ ಇಂತಹ ಹಲವು ಅನೂಹ್ಯ ಅನುಭವಗಳಾಗಿದ್ದವು. ಸಂಸಾರದ ಜಂಜಡಗಳಲ್ಲಿ ಇಂತವಕ್ಕೆ ಹೆಚ್ಚಿನ ಅರ್ಥಗಳನ್ನು ಹುಡುಕುವುದಕ್ಕೆ ಸಮಯವಾಗದೆ ಅವಳು ಸುಮ್ಮನಾಗುತ್ತಿದ್ದಳು. ನೆನಪಾದಾಗ ಮಕ್ಕಳ ಬಳಿ ಹೇಳಲು ಹೋಗಿ ನಗೆ ಪಾಟಲಾಗಿದ್ದಳು.

ಇಷ್ಟು ವರ್ಷಗಳ ನಂತರ, ಘಟ್ಟದಲ್ಲಿ ಸಿಕ್ಕ ಅಪರಿಚಿತನ ಕಣ್ಣಲ್ಲಿ ಎಪ್ಪತ್ತು ಕಿ.ಮೀ. ದೂರದ ಊರಲ್ಲಿದ್ದ ತನ್ನ ಹೆಂಡತಿ ಹೂ ಕಟ್ಟುತ್ತ ಕೂತಿರುವುದು ಕಂಡಿತೆಂದು ಶಶಿ ಹೇಗೆ ತಾನೇ ಹೇಳಲು ಸಾಧ್ಯವಿತ್ತು? ಆ ಎರಡು ತಲೆಯ ಹುಳುಗಳಿಗಿಂತ ಹೆಚ್ಚಿನ ಕಟ್ಟುಕತೆಯಂತಿದ್ದ ಅನುಭವ ಅವನ ಯೋಚನೆಗಳನ್ನು ಕಲಸು-ಮೇಲೋಗರ ಮಾಡಿದ್ದವು. ನಾಲ್ಕನೇ ತರಗತಿ ಓದಿದ್ದ ತನ್ನ ತೋಟ ಕಾಯುವವನು ಅಣಬೆ ರೋಗವನ್ನು ನಂಬಿದ್ದಕ್ಕೆ ಅವನನ್ನು 'ಹೆಡ್ಡ' ಎಂದು ಕರೆದಿದ್ದ ಶಶಿಯ ಬುದ್ಧಿಮತ್ತೆಗೆ, ಅವನ ಈ ಸ್ವಂತ ಅನುಭವ ಕಪಾಳಕ್ಕೆ ಬಾರಿಸಿದಂತಿತ್ತು. ಯಾರಲ್ಲಿಯೂ ಹೇಳಿಕೊಳ್ಳಲಾಗದ ಈ ಅವಮಾನವನ್ನು ಅವನು ಸದ್ಯಕ್ಕೆ ನುಂಗಲೇ ಬೇಕಿತ್ತು. ಆದಕ್ಕೇ ಒದ್ದಾಡುತ್ತಿದ್ದ. ಇಲ್ಲವೇ 'ಆ ಕ್ಷಣ ಮಂಕು ಕವಿದಿತ್ತು', 'ಎಂಥದ್ದೋ ಮರುಳಿನ ಸ್ಥಿತಿಯಲ್ಲಿದ್ದೆ' ಎಂದುಕೊಳ್ಳಬೇಕಿತ್ತು. ಶಶಿ ತಕ್ಷಣಕ್ಕೆ ಮನಸ್ಸಿಗೆ ಸಮಾಧಾನ ಕೊಡುತ್ತಿದ್ದ ಎರಡನೇಯದ್ದನ್ನೇ ಹೇಳಿಕೊಂಡು ತನ್ನ ಮಿದುಳನ್ನು ನಂಬಿಸುವ ಪ್ರಯತ್ನ ಮಾಡತೊಡಗಿದ.

6

ಅವನೀಗ ತನ್ನ ಗೆಳೆಯ ಗೋಪಿಯನ್ನು ಹುಡುಕಿ ಹೊರಟಿದ್ದ. ಹತ್ತಿರದ ಪಟ್ಟಣದಲ್ಲಿ ಪೊಲೀಸು ಪ್ಯಾದೆಯಾಗಿದ್ದ ಅವನು ಶಶಿ ಮತ್ತು ಬೆಕ್ಕಿನ ಕಣ್ಣಿನ

ಸೀನರಿಗೆ ಶಾಲೆಯಲ್ಲಿ ಒಂದು ವರ್ಷ ಸೀನಿಯರ್ ಆಗಿದ್ದ. ತನಗಿಂತ ಚೆನ್ನಾಗಿ ಓದಿ ನಗರದಲ್ಲಿ ದೊಡ್ಡ ಆಫೀಸರನಾಗಿ, ಮನೆ ಕಡೆಯೂ ಶ್ರೀಮಂತನಾಗಿದ್ದ ಶಶಿಯ ಬಗ್ಗೆ ಗೋಪಿಗೆ ಬಹಳ ಅಭಿಮಾನವಿತ್ತು. ಆದರೆ, ಶಶಿಗೆ ಅವನ ಪೊಲೀಸು ಗೆಳೆಯನ ಸಹಾಯದ ಅಗತ್ಯ ಯಾವತ್ತೂ ಬಿದ್ದಿರಲಿಲ್ಲ.

ಹಾಗಾಗಿ ಶಶಿ ತನ್ನನ್ನು ಹುಡುಕಿಕೊಂಡು ಬಂದದ್ದು ಗೋಪಿಗೆ ಸ್ವಲ್ಪ ಆಶ್ಚರ್ಯವೂ ಜೊತೆಗೆ ಹೆಮ್ಮೆಯೂ ಅನಿಸಿತ್ತು. ಜೊತೆಗೆ ಊರಲ್ಲಿರುವವರಿಗೆಲ್ಲ ತಾನು ಒಂದಲ್ಲ ಒಂದು ಕಾರಣಕ್ಕೆ ಬೇಕಾಗುತ್ತೇನೆ ಎಂಬ ಹೆಮ್ಮೆಯೂ ಗೋಪಿಯಲ್ಲಿ ಮೂಡಿತು, ಅದನ್ನು ತೋರ್ಪಡಿಸದೆ ಶಶಿಯನ್ನು ಸ್ವಾಗತಿಸಿದ. ಇಬ್ಬರೂ ಕಾಫಿ ಹೀರುತ್ತ ಮಾತಾಡಿದರು.

"ಏ... ಆದ್ರೆ ಯಾರೂ ಈ ಅಪರಿಚಿತನ ಬಗ್ಗೆ ಕಂಪ್ಲೇಂಟ್ ಕೊಟ್ಟಿಲ್ವಲ್ಲಾ? ಒಂದ್ಕೆಲ್ಸ ಮಾಡು, ನೀನು ಯಾರೋ ಆಗುಂತಕ ಬಂದು ಕಾಡನ್ನು ನಾಶ ಮಾಡ್ತಾ ಅವ್ನೆ ಅಂತ ಒಂದು ದೂರಾಕು, ತ್ವಾಟ್ದಾಗಿದ್ದ ಮೊಲ ತಿಂದಾಕ್ದ ಅಂತ ಬರಿ, ಇನ್ನೂ ಬೇಕಂದ್ರೆ ದಿನಾ ಅಡಕೆ, ಮೆಣ್ಸು, ಏಲಕ್ಕಿ ಕದೀತಾವ್ನೆ ಅಂತ ಕಂಪ್ಲೇಂಟಾಕುದ್ರೆ ನೋಡ್ಬದಪ್ಪ..." ಅಂತ ಗೋಪಿ ಹಲ್ಕಿರಿದ.

"ಅದು ಸುಳ್ಳಲ್ವಾ?" ಅಂತ ಶಶಿಯ ಆತ್ಮ ಸಾಕ್ಷಿ ಹೇಳಿದ್ರೂ ಅವನಿಗೆ ಬೇರೆ ದಾರಿ ಇರ್ಲಿಲ್ಲ. "ಅಷ್ಟಕ್ಕು ಇದ್ರಿಂದ ಊರಿಗೆ ತಾನೇ ಲಾಭ? ಅವನು ಘಟ್ಟ ಬಿಟ್ಟು ತೊಲಗಿದ್ರೆ, ಊರಲ್ಲಿ ಜನ ನೆಮ್ಮದಿಯಾಗಿ ನಿಂತಾರು" ಅಂತ ಯೋಚಿಸಿದ ಶಶಿ ಮರುಮಾತಾಡದೆ ಹಾಗೇ ಬರೆದು ಕೊಟ್ಟ.

ಪೋಲಿಸರಿಗೆ ದೂರು ಹೋದದ್ದನ್ನು ಕೇಳಿದ ತೋಟ ನೋಡಿಕೊಳ್ಳುವ ತಿಮ್ಮನ ಸಂಸಾರ ಇನ್ನೊಂದು ತಿಂಗಳು ಕಾಯಲು ಒಪ್ಪಿತು. ಶಶಿಗೆ ಜೀವ ಬಂದಂತಾಯಿತು.

ಮರುದಿನ ಪೊಲೀಸು ಪ್ಯಾದೆ ಗೋಪಿ ತನ್ನ ಗೆಳೆಯ ಶಶಿಗೆ ಫೋನಾಯಿಸಿ, "ಆ ಅಪರಿಚಿತನ್ನು ಹುಡ್ಕಕ್ಕೆ ಹೊಗ್ತಾ ಇದ್ದೀನಿ ಬರ್ತೀಯ?" ಅಂತ ಕರೆದ. ಗೋಪಿಗೆ ಒಬ್ಬನೇ ಹೋಗಲು ಹೆದರಿಕೆಯೋ ಅಥವಾ ಸ್ನೇಹಿತ ಅಂತ ಕರೀತಿದ್ದಾನೋ ತಿಳಿಯದ ಶಶಿ ಸರಿಯೆಂದ.

ಶಶಿ ಈ ಬಾರಿ ಎರಡು ಫೋನು, ಪುಟ್ಟ ಕ್ಯಾಮರಾ, ಹಗ್ಗ, ಒಂದು ಚಾಕು ಎಲ್ಲವನ್ನೂ ಜೊತೆಯಲ್ಲಿ ಒಯ್ಯಲು ನಿರ್ಧರಿಸಿದ. ಮಳೆಗೆ ರೈನ್ ಕೋಟು, ಒಂದು ಛತ್ರಿ, ಹಸಿವಾದರೆ ತಿನ್ನಲು ಚಪಾತಿ, ಚಟ್ನಿಪುಡಿ, ಜಿಗಣೆಗಳಿಗಾಗಿ ಒಂದಿಷ್ಟು ನಶ್ಯ ಎಲ್ಲ ಬ್ಯಾಕ್ ಪ್ಯಾಕಿನಲ್ಲಿ ತುಂಬಿ ಹೊರಟ. ಗುಡ್ಡದ ಅಪರಿಚಿತ ಸಿಕ್ಕರೆ ಏನು ಮಾಡಬೇಕೆಂಬುದು ಈ ಬಾರಿಯೂ ಶಶಿಗೆ ಸ್ಪಷ್ಟವಿರಲಿಲ್ಲ. ಗೆಳೆಯ ಗೋಪಿಯ ಮೂಲಕ ಊರು ಬಿಟ್ಟು ಹೋಗುವಂತೆ ಧಮಕಿ ಹಾಕಿಸಬೇಕೆಂದು ಮನಸ್ಸಿನಲ್ಲೇ ಅಂದುಕೊಂಡ.

ಅದೃಷ್ಟಕ್ಕೆ ಅವತ್ತು ಮಳೆಯಿರಲಿಲ್ಲ. ಗುಡ್ಡ ಹತ್ತಿದಾಗಲೂ ಅದು ಶುರುವಾಗಲಿಲ್ಲ. ಆ ಅಪರಿಚಿತ ಸಿಕ್ಕ ಅನತಿದೂರದಲ್ಲಿ ಒಂದು ಜೋಪಡಿ ಕಂಡಿತು. ಅದರ ಸುತ್ತಕ್ಕೂ ಸ್ವಲ್ಪ ಬಯಲಿದ್ದು ಕೆಲವು ಕುರುಚಲು ಪೊದೆಗಳಿದ್ದವು. ಅವುಗಳ ಮೇಲೆ ಬೆಳ್ಳಗಿನ ಐದಾರು ಹಗ್ಗದಂತವೇನೋ ನೇತಾಡುತ್ತಿದ್ದವು. ಗಪ್ಪೆಂದು ಮೂಗಿಗೆ ಬಡಿದ ಕೊಳೆತ ಕೆಟ್ಟ ವಾಸನೆಗೆ ಅವರು ಮೂಗಿಗೆ ಕರ್ಚೀಫು ಹಿಡಿದರು. ಹತ್ತಿರ ಹೋದಾಗ ಅವು 'ಚರ್ಮ ಸುಲಿದ ಹಾವಿನ ದೇಹಗಳು' ಎಂದು ಗೋಪಿ ಹೇಳಿದ.

"ಯಾರೋ ಖದೀಮ, ಕಾಡಲ್ಲಿರೋ ಹಾವೆಲ್ಲ ಹಿಡ್ದು ಚರ್ಮ ಸುಲ್ದು ಅದನ್ನು ಮಾರ್ಕೋತಿದ್ದಾನೆ. ತಿನ್ನಕ್ಕಾಗಲ್ಲ ಅಂತ ಹಾವಿನ ದೇಹ ಇಲ್ಲೇ ಬಿಸಾಕೋಗವ್ನೆ..." ಅಂತ ಹೇಳಿದ. ಆ ವಾಸನೆಗೆ ಶಶಿಗೆ ವಾಂತಿ ಬರುವಂತಾಯಿತು.

"ನೋಡು... ಕಾಡೆಲ್ಲ ಹಾಳ್ಮಾಡ್ತಾವ್ನೆ ಅಂತ ನೀನು ಬರ್ಕೊಟ್ಟ ಕಂಪ್ಲೇಂಟು ನಿಜ ಆಯ್ತಲ್ವಾ? ಕಥೆ ಕೇಳೇ ಅಪರಾಧ ಏನಿರ್ಬೋದು ಅಂತ ಊಹಿಸ್ಬಿಟ್ಟೆ, ಹದಿನೈದು ವರ್ಷ ಆಯ್ತಲ್ವಾ ಡಿಪಾರ್ಮೆಂಟಿಗೆ ಸೇರಿ?" ಅಂತ ಗೋಪಿ ಹೆಮ್ಮೆಯಿಂದ ಹಲ್ಕಿರಿದ.

ಇಬ್ಬರೂ ಆ ಜೋಪಡಿಯ ಹತ್ತಿರ ಹೋದರು. ಸುತ್ತಲ ನೆಲದ ಮೇಲೆ ಅಣಬೆಗಳ ರಾಶಿ ರಾಶಿ ಗುಪ್ಪೆಗಳು ಬೆಳೆದಿದ್ದವು. ಪ್ಲಾಸ್ಟಿಕು ಶೀಟುಗಳು, ಬಟ್ಟೆ, ಕಡಿದ ಗಿಡ-ಮರಗಳ ಟೊಂಗೆ, ಸೊಪ್ಪು ಅಷ್ಟನ್ನೇ ಆ ಜೋಪಡಿಗೆ ಉಪಯೋಗಿಸಲಾಗಿತ್ತು. ಅದನ್ನು ಪ್ರವೇಶಿಸಲು ಇದ್ದ ಬಾಗಿಲಿನಂತಹ ಒಂದೇ ಒಂದು ಕಿಂಡಿಯ ಮೂಲಕ ಒಬ್ಬರಾದಮೇಲೆ ಒಬ್ಬರು ಒಳಗೆ ಇಣುಕಿ ನೋಡಿದರು. ಒಳಗಡೆ ಯಾರೂ ಇರಲಿಲ್ಲ.

ಮೂಲೆಯಲ್ಲಿ ಹಳೆಯ ನೀರಿನ ಬಾಟಲಿಯೊಂದು ಬಿದ್ದಿತ್ತು. ಬಟ್ಟೆಯ ಗಂಟೊಂದು ಕೂತಿತ್ತು. ಮಧ್ಯೆ ಬೆಂಕಿ ಹಾಕಿಕೊಳ್ಳಲು ನೆಲವನ್ನು ತಗ್ಗು ಮಾಡಲಾಗಿತ್ತು. ರಾತ್ರಿಯ ಚಳಿಗೆ, ದಿನವೂ ಬೆಂಕಿ ಉರಿಸುತ್ತಿದ್ದ ಕುರುಹುಗಳಿದ್ದವು. ಅಡಿಗೆ ಮಾಡಲು ಒಂದಷ್ಟು ಪಾತ್ರೆಗಳಿದ್ದವು. ಅಲ್ಲೊಂದು ಮೂಲೆಯಲ್ಲಿ ಕಲ್ಲುಗಳು ಬಿದ್ದಿದ್ದವು. ಅವುಗಳ ಸುತ್ತ ಕರೆಗಟ್ಟಿದ್ದ ನೆಲವಿತ್ತು. ಆ ನೆಲಕ್ಕೆ ತಂಡೋಪ ತಂಡವಾಗಿ ನೊಣಗಳು ಮುತ್ತಿಕೊಂಡಿದ್ದವು.

"ಹಲ್ಕಟ್ ನನ್ಮಗ, ಇಲ್ಲೇ ಮೊಲ, ಕಾಡ್ಕೋಳಿ ಎಲ್ಲ ಕುಯ್ಕಂಡ್, ಬೇಯಿಸ್ಕಂಡ್ ತಿಂತಾವ್ನೆ. ಸಿಗ್ಲಿ ದರ್ಬೇಸಿ ನನ್ಮಗ, ಕಾಲ್ಮುರ್ದ್ ಕೈಗೆ ಕೊಡ್ತೀನಿ" ಅಂತ ಗೋಪಿ ಅಂದಾಗಲೇ ನೆಲದಲ್ಲಿದ್ದ ಕಲೆ ರಕ್ತದ್ದು ಅಂತ ಶಶಿಗೆ ತಿಳಿದದ್ದು. ಗೋಪಿ ಮತ್ತೊಮ್ಮೆ ಶಶಿಗಿಂತ ಹೆಚ್ಚಿನ ನಾಲೆಜ್ಜನ್ನು ಪ್ರದರ್ಶಿಸಿದ್ದ.

"ಏನ್ಮಾಡೋಣ? ಕಾಯೋದಾ? ಇನ್ನೆಲ್ಲಾದ್ರೂ ಹುಡ್ಕೋದಾ?" ಅಂತ ಶಶಿ ಕೇಳಿದ.

ಸ್ವಲ್ಪ ಯೋಚಿಸಿದ ಗೋಪಿ "ಒಂದರ್ಧ ಗಂಟೆ ಕಾಯಣ ಬಿಡು, ಎಂಗೂ ಊಟ ಐತಲ್ಲ" ಅಂದ.

ಇಬ್ಬರೂ ಆ ವಾಸನೆ, ನೊಣಗಳಿಂದ ಸ್ವಲ್ಪ ದೂರ ನಡೆದು ಜೋಪಡಿಯ ಹಿಂಭಾಗದಲ್ಲಿ ಒಂದಿಷ್ಟು ದಿಬ್ಬ ಇಳಿದರು. ಅತ್ತಲಿಂದ ಕೆಳಗಿನ ದಟ್ಟ ಕಾಡು ಕಾಣುತ್ತಿತ್ತು. ಆ ಕಾಡು ಕಣಿವೆ-ದಿಬ್ಬಗಳನ್ನು ವ್ಯಾಪಿಸಿಕೊಂಡು ದೂರ ದೂರದವರೆಗೆ ಹಬ್ಬಿತ್ತು. ಜಿಗಣೆಗಳಿಲ್ಲದ ಒಣಗಿದ ಮಟ್ಟಸ ನೆಲವನ್ನು ನೋಡಿ ಕುಳಿತು ಚಪಾತಿ ತಿಂದು, ನೀರು ಕುಡಿದರು.

"ಅವ್ನು ಇವತ್ತು ಸಿಗ್ಲೇ ಇಲ್ಲ ಅಂದ್ರೆ?" ಶಶಿ ಕೇಳಿದ.

"ಇವತ್ತಲ್ದಿದ್ರೆ ನಾಳೆ ಯಾರ್ಗಾದ್ರು ಮತ್ತೆ ಸಿಕ್ಕೇ ಸಿಗ್ತಾನೆ. ಯಾರ್ಗೂ ಸಿಗ್ಲಿಲ್ಲ ಅಂದ್ರೆ ಪೀಡೆ ಕಾಡು ಬಿಟ್ಟಿದೆ ಅಂತಾಗುತ್ತಲ್ಲ" ಎಂದು ಗೋಪಿ ನಿರಾಯಾಸವಾಗಿ ಮಾತಾಡಿದ.

ಒಂದಷ್ಟೊತ್ತು ಕಳೆಯುತ್ತ ಮತ್ತೆ ಜೋಪಡಿಯ ಬಳಿ ಹೋಗೋಣ ಎಂದುಕೊಳ್ಳುತ್ತಿರುವಾಗಲೇ ಮೋಡ ಕವಿಯತೊಡಗಿತು. ಚಳಿ ಹೆಚ್ಚಾಯಿತು. "ಮಳೆ ಬರುವಂತಾಗ್ತಿದೆ, ಬಾ ಬೇಗ ಹೋಗೋಣ" ಅಂತ ಮೇಲೆದ್ದ ಗೋಪಿ, ಇದ್ದಕ್ಕಿದ್ದಂತೆ ಕಾಲು ಜಾರಿ ಗುಡ್ಡದ ಕೆಳಗೆ ಉರುಳತೊಡಗಿದ.

ಒಂದೆಡೆ ಅವನ ಕಾಲು ಕೆಳಗಿದ್ದ ಬಂಡೆಗೆ ರಭಸವಾಗಿ ಬಡಿದು ಅವನು ಉರುಳುವುದು ನಿಂತಿತು. ಗೋಪಿ ನೋವಿನಿಂದ ಚೀತ್ಕರಿಸಿದ. ಶಶಿಯೂ ಅವನ ಹಿಂದೆಯೇ ಓಡುತ್ತ ಹೋದವನು ಗೋಪಿಯ ಕೈ ಹಿಡಿದು ಎತ್ತಿ ನಿಲ್ಲಿಸಲು ಯತ್ನಿಸಿದ. ಗೋಪಿ ಬಲಗಾಲಿನ ಪ್ಯಾಂಟನ್ನು ಮೇಲೆತ್ತುತ್ತಲೇ ಅವನ ಮೊಣಕಾಲಿನ ಕೆಳಭಾಗ ಹಚ್ಚಗೆ ಹಸಿರಾಗಿ ಊದಿಕೊಳ್ಳಲು ಶುರುವಾಗಿದ್ದು ಕಾಣಿಸಿತು.

"ಅಯ್ಯಮ್ಮಾ... ಮೂಳೆ ಮುರ್ದೀರ್ಬೇಕು ಶಶಿ. ಅದ್ಕೇ ಈ ಪಾಟಿ ನೋವು. ಎದ್ನಿಂತಾಗ ಕಾಲೆಲ್ಲ ಜುಮ್ಮಿಡ್ದು ನೆಲದ ಮೇಲೆ ಕಾಲೂರಿದ್ದು ಗೊತ್ತಾಗ್ಲೇ ಇಲ್ಲ, ಜಾರ್ಬಿಟ್ಟೆ" ಅಂತ ಗೋಪಿ ನೋವಿನ ಉದ್ಗಾರ ತೆಗೆದ. ರಕ್ಷಿಸಬೇಕಾದ ಪೊಲೀಸನಾಗಿ ಈಗ ಗೆಳೆಯನ ಹೆಗಲನ್ನು ಬೇಡ್ತಾ ಇರೋದಕ್ಕೆ ಅವನಿಗೆ ಅಲ್ಪ ಮಟ್ಟಿಗೆ ಅಪಮಾನವಾಗಿತ್ತು. "ಥೋ... ನಿಂತರಾ ಟ್ರೈನರ್ಸ್ ಹಾಕ್ಕಂಬರ್ಬೇಕಿತ್ತು ನೋಡು... ಈ ಯೂನಿಫಾರಂ ಶೂಸು ತುಂಬಾ ಜಾರುತ್ತೆ" ಅಂತ ಅವನು ತನ್ನ ಶೂಗಳನ್ನು ಬಯ್ದುಕೊಂಡ.

ಈ ಅರಣ್ಯದಲ್ಲಿ ಎಷ್ಟು ರೋದಿಸಿದರೂ ಪ್ರಯೋಜನವಿಲ್ಲವಾದ ಕಾರಣ ಶಶಿ ಅವನಿಗೆ ಹೆಗಲು ಕೊಟ್ಟು ಮೇಲೇಳಿಸಿದ. ಗೋಪಿ ಒಂದು ಕಾಲಿನಲ್ಲಿ ಕುಂಟುತ್ತಲೇ ಶಶಿಯನ್ನು ಆತಿಡಿದು ಸ್ವಲ್ಪ ಮೇಲೇರಿದ. ನಂತರ ಹತ್ತಿಬಂದ ಕಡೆಯಿಂದ, ಇಬ್ಬರೂ ಇಳಿಯತೊಡಗಿದರು.

ಅದೇ ಕ್ಷಣದಲ್ಲಿ ಶಶಿಯ ಬೆನ್ನ ಹುರಿಯಲ್ಲಿ ಚಳಕ್ಕನೆ ಮಿಂಚಿನಂತಹ ನಡುಕವೊಂದು ಹಾದುಹೋಯಿತು. ಆ ಕ್ಷಣ ಕಿರ್ರೆನ್ನುತ್ತಿದ್ದ ಜೀರುಂಡೆಗಳು ತಟ್ಟನೆ

ನಿಶ್ಶಬ್ದವಾಗಿದ್ದವು. ಹಿಂದಿನಿಂದ ಯಾರೋ ತಮ್ಮನ್ನು ಗಮನಿಸುತ್ತಿದ್ದಾರೆಂಬ ಭಾವ ಬಂದಿತಾದರೂ, ಶಶಿ ಹಿಂತಿರುಗಿ ನೋಡಲಿಲ್ಲ. ತಾನೂ ಬಿದ್ದು ಕಾಲು ಮುರಿದುಕೊಂಡರೆ ಆ ಅಪರಿಚಿತ ಹಾವಿನ ಚರ್ಮ ಸುಲಿದಂತೆ ತಮ್ಮನ್ನೂ ಸುಲಿದು ರಕ್ತ ಹೀರಿ ಬಿಡುತ್ತಾನೆ ಎಂದು ಅವನಿಗೆ ಅನ್ನಿಸಿಬಿಟ್ಟಿತು. ಗೋಪಿಯ ಭಾರಕ್ಕೆ ಹೆಗಲು ಕೊಟ್ಟು ಗುಡ್ಡವನ್ನು ಹುಶಾರಾಗಿ ಇಳಿಯತೊಡಗಿದ. ಆದರೆ, ಆ ಅಪರಿಚಿತನ ಕಾಲ್ಮುರಿಯುತ್ತೇನೆಂದು ಹೇಳಿದ ಗೋಪಿಯ ಕಾಲೇ ಈಗ ಮುರಿದಿತ್ತು ಎನ್ನುವ ಅಂಶವನ್ನು ಶಶಿ ಕಡೆಗಣಿಸದಾದ!

7

ಮರುದಿನ ಶಶಿಯೇ ಗೋಪಿಯನ್ನು ನೋಡಲು ಆಸ್ಪತ್ರೆಗೆ ಹೋದ. ಗೋಪಿಯ ಕಾಲಿಗೆ ವೈದ್ಯರು ಪಟ್ಟು ಹಾಕಿ, ಸಣ್ಣಗೆ ಬಿರುಕು ಬಿಟ್ಟು ಮುರಿದ ಮೂಳೆಗೆ ಆರು ವಾರವಾದರೂ ರೆಸ್ಟು ಬೇಕೆಂದಿದ್ದರು. ತನ್ನ ಊರಿಗೆ ಹೋಗಿ ಎರಡುವಾರ ರೆಸ್ಟ್ ತಗೊಂಡು ಡೆಸ್ಕ್ ಕೆಲಸಕ್ಕೆ ಹಿಂತಿರುಗುತ್ತೇನೆಂದು ಹೇಳಿದ ಗೋಪಿ ಊರಿಗೆ ಹೊರಟುಹೋದ.

“ಛೆ...ತಾನೂ ಇದೆಲ್ಲ ಉಸಾಬರಿ ಬಿಟ್ಟು ಪೇಟೆಗೆ ಹಿಂತುರುಗಿ ಹೋಗಿ ಬಿಡಲೇ? ತಿಮ್ಮ ಬಿಟ್ಟರೆ ಬಿಟ್ಟ, ಈ ಅಣಬೆ ರೋಗದ ಬಗ್ಗೆ ತಿಳಿಯದ ಇನ್ಯಾರನ್ನಾದರೂ ಕೂಲಿಯನ್ನು ಕಷ್ಟಪಟ್ಟು ಹುಡುಕಿದರಾಯಿತು” ಎಂದು ಶಶಿ ಯೋಚಿಸಿದ. ಅದು ಅಷ್ಟು ಸುಲಭವಲ್ಲವೆಂಬುದು ಅವನಿಗೆ ಗೊತ್ತಿತ್ತು. ಘಟ್ಟದ ಕಥೆಗಳು ಗಾಳಿಯಲ್ಲಿ ಬೆರೆತು ಈಗಾಗಲೇ ಸುತ್ತಲ ಹಳ್ಳಿಗಳಲ್ಲೆಲ್ಲ ಹರಡಿರುತ್ತವೆ ಎಂಬ ಮುಂದಾಲೋಚನೆ ಕೂಡ ಸುಳಿಯಿತು.

ಮರುದಿನ, ತುರಿಸಲಾಗದ ಜಾಗದಲ್ಲಿ ಕೆರೆತವೊಂದು ಶುರುವಾಯಿತು. ಶಶಿ ಕೂತಲ್ಲಿ, ನಿಂತಲ್ಲಿ ಎಗರಾಡಿ ತನ್ನ ಬೆನ್ನನ್ನು ಕೆರೆದುಕೊಳ್ಳತೊಡಗಿದ. ಕೋಲು, ಕೈಗೆ ಸಿಕ್ಕ ಪುಸ್ತಕ, ಟವೆಲ್ಲು ಹೀಗೆ ಏನು ಬಳಸಿ ತುರಿಸಿಕೊಂಡರೂ ಹೋಗದ ನವೆ ಮತ್ತೆ, ಮತ್ತೆ ಬರುತ್ತಲೇ ಇತ್ತು. ಶಶಿ ತಿಮ್ಮನನ್ನು ಕರೆದು, ತನ್ನ ಮೊಬೈಲನ್ನು ಕೊಟ್ಟು ಕೆರೆತದ ಜಾಗದ ಫೋಟೋ ಹೊಡೆಯಲು ಹೇಳಿದ. ಅದರ ಚಿತ್ರ ಹೊಡೆಯಲು ಹೆಣಗಿದ ತಿಮ್ಮ ಫೋನಿನ ಕ್ಯಾಮರಾದಲ್ಲಿ ದೊಡ್ಡದಾಗಿ ಕಂಡ ಗುಳ್ಳೆಯಂತಿದ್ದ ಬೊಕ್ಕೆಯನ್ನು ನೋಡಿ ಹೌಹಾರಿದ.

ಅವನ ಮುಖವನ್ನು ಓದಿದ ಶಶಿ ಫೋನನ್ನು ಕಿತ್ತುಕೊಂಡು ಅಲ್ಲಿದ್ದ ಚಿತ್ರವನ್ನು ಝೂಮ್ ಮಾಡಿ ನೋಡಿದ. ಅದೊಂದು ಅಣಬೆಯ ಆಕಾರದ ಬೊಕ್ಕೆಯಾಗಿತ್ತು. ಚರ್ಮದಿಂದ ಮೇಲೆ ಹೊರಟು ಅಗಲ ಕೊಡೆಯಂತೆ ಹರಡಿತ್ತು. ಅಬ್ಬಬ್ಬಾ ಎಂದರೆ 3–4 ಮಿ.ಮೀ. ಗಾತ್ರದ್ದಿತ್ತು. ಕೆರೆದೂ ಕೆರೆದೂ ಕೆಂಪಗಾಗಿ ಕೋಪದಿಂದ ಅದು ಇವನನ್ನೇ ನೋಡಿದಂತೆನಿಸಿತು.

ಶಶಿಯ ಮುಖ ಬಿಸಿಯೇರಿತು. ಹಣೆಯಲ್ಲಿ ಬೆವರ ಹನಿಗಳು ಸಾಲುಗಟ್ಟಿದವು. ತಿಮ್ಮನ ಮುಖವನ್ನು ನೋಡಿದವನು ತಕ್ಷಣವೆ ನಗುವನ್ನು ಹೊತ್ತು, “ಏ... ಇವತ್ತು ಬೆಳಿಗ್ಗೆ ಆ ಬೇವಿನ ಮರದ ಟೊಂಗೆಗೆ ಬೆನ್ನು ತಾಗಿತು. ರೆಂಬೆ ಬಡಿದು ಚರ್ಮ ಮೇಲೆದ್ದಿರಬೇಕು. ಕೆರೆದು ಕೆರೆದು ಕೆಂಪಗಾಗಿದೆ. ಒಂದೆರಡು ದಿನಗಳಲ್ಲಿ ವಾಸಿಯಾಗುತ್ತೆ” ಎಂದು ನಗಾಡಿದ.

ಇಡೀ ಬೆನ್ನಿನಲ್ಲಿ ಅದೊಂದೇ ಬೊಕ್ಕೆಯಾದ ಕಾರಣ ತಿಮ್ಮ ಅದನ್ನು ನಂಬಿದಂತೆ ಕಂಡ. ತಿಮ್ಮ ತೋಟದ ಕಡೆ ಹೊರಟ ಕೂಡಲೆ, ಕೋಲಿಗೊಂದು ಕರ್ಚೀಫು ಕಟ್ಟಿ, ಅದನ್ನು ಮೆತ್ತಗೆ ಕೆರೆದುಕೊಳ್ಳಲು ಶಶಿ ವ್ಯವಸ್ಥೆ ಮಾಡಿಕೊಂಡ. ಆದರೆ ತುರಿಕೆ ತೀವ್ರವಾದಾಗ ಅದು ಶಶಿಯನ್ನು ನೆಗೆದಾಡುವಂತೆ ಮಾಡುತ್ತಿತ್ತು.

ಅವತ್ತು ಎಲ್ಲಿಗೋ ಹೋಗಬೇಕೆಂದು ಅಂದುಕೊಂಡಿದ್ದ ಶಶಿ ಅದನ್ನೆಲ್ಲ ಮರೆತು ಬೈಕೇರಿ ನಗರದ ಕಡೆ ಹೊರಟುಬಿಟ್ಟ. ಅಲ್ಲಿಯೇ ಇದ್ದು, ತಿಮ್ಮನನ್ನು ಹೆದರಿಸಿದರೆ ಅದು ಅವನಿಗೇ ಮುಳುವಾಗುತ್ತಿತ್ತು.

ನಗರದ ವೈದ್ಯರ ಬಳಿ ಹೋದಾಗ ಅವರು ಅದಕ್ಕೆಂತದ್ದೋ ಕ್ರೀಂ ಬಳಸಲು ಹೇಳಿದರು. ಅದು ತುರಿಕೆಯನ್ನೇನೋ ಕಡಿಮೆ ಮಾಡಿತು. ಆದರೆ, ವೈದ್ಯರಿಗೆ ಅದೇನೆಂದು ಹೇಳಲಾಗಲಿಲ್ಲ.

ಮೊದಲ ಬಾರಿ ‘ಅವನು’ ಶಶಿಯನ್ನು ಬರೇ ಹೆದರಿಸಿದ್ದ. ಎರಡನೆಯ ಬಾರಿ ಎಚ್ಚರಿಕೆ ನೀಡಿದ್ದ. ಮೂರನೆಯ ಬಾರಿ ಅವನು ತನ್ನನ್ನು ಮುಗಿಸಿಯೇ ಬಿಡುತ್ತಾನೆಂದು ಶಶಿಗೆ ಅನ್ನಿಸಿತು. ಶಶಿಯೀಗ ಹೆಡೆ ತುಳಿದ ಹಾವಾಗಿದ್ದ. ಮಳೆಗೆ ಸಿಲುಕಿದವನಿಗೆ ಈಗ ಚಳಿಯ ಭಯವಿರಲಿಲ್ಲ. ಅಲ್ಲಿಯವರೆಗೆ ಅವನನ್ನು ಮುತ್ತಿದ್ದ ಅವ್ಯಕ್ತ ಭಯ ಈಗ ಘಟ್ಟವನ್ನು ಬಿಟ್ಟೆದ್ದ ಮಂಜಿನಂತೆ ಕರಗಿ ಹೋಗಿತ್ತು.

8

ಮರಳಿ ಬಂದ ಅವನು ಸೀನ, ತಿಮ್ಮ, ಎಂಕಣ್ಣರೊಡನೆ ಸಮಾಲೋಚನೆ ನಡೆಸಿದ. ಗುಂಪಿನಲ್ಲಿ ಊರಿಗೆ ಊರೇ ನಿಂತು ಮಾಡುವ ಶಶಿಯ ಯೋಜನೆ ಅವರಿಗೂ ಒಪ್ಪಿಗೆಯಾಯಿತು. ಅವರೆಲ್ಲ ಸೇರಿ ಊರ ಪಂಚಾಯತಿ ಕಟ್ಟೆಯ ಬಳಿ ಜನರನ್ನು ಸೇರಿಸಿದರು. ಶಶಿ ಅವರನ್ನು ಕುರಿತು ಭಾಷಣ ಮಾಡಿದ.

“ಎಲ್ಲಿಂದಲೋ ವಕ್ಕರಿಸಿಕೊಂಡಿರುವ ಅವನು ಊರುಬಿಡಬೇಕೋ? ನೀವು ಊರು ಬಿಡಬೇಕೋ.’

“ಘಟ್ಟಕ್ಕೆ ಕೆಟ್ಟ ಹೆಸರು ಬಂದರೆ ಊರೇ ದಿವಾಳಿಯೆದ್ದು ಹೋದೀತು” ಎಂದು ಮನವರಿಕೆ ಮಾಡಿಸಿದ. ಅಣಬೆ ರೋಗದ ಬಗ್ಗೆ ಪ್ರಶ್ನೆ ಕೇಳಿದವರಿಗೆ “ಅವನನ್ನು ಎರಡು ಬಾರಿ ಭೇಟಿಯಾದರೂ ತಾನಿನ್ನೂ ಬದುಕಿಯೇ

ಇದ್ದೇನಲ್ಲವಾ?" ಎಂದು ಕೇಳುತ್ತ ಶಶಿ ಹುರಿದುಂಬಿಸಿದ. "ಎಲ್ಲರೂ ಒಟ್ಟಿಗೆ ಹೋದರೆ ಅವನು ಹೆದರಿ ಜಾಗ ಖಾಲಿ ಮಾಡೇ ಮಾಡುತ್ತಾನೆ" ಎಂದು ಉತ್ತೇಜಿಸಿದ. ಅವನು ಹಾವು, ಮೊಲ, ಕಾಡಂದಿ ಹಿಡಿದು ತಿಂದು ಬದುಕುವ ಸಾಮಾನ್ಯ ಅಲೆಮಾರಿ ಎಂದ. ಅವನನ್ನು ಯಾರೊಬ್ಬರೂ ನಂಬಲಿಲ್ಲ. ಆದರೆ ಶಶಿ ಹೇಳುತ್ತಿದ್ದ ವಿಚಾರ ಅವರ ಬುಡಕ್ಕೂ ಕೊಳ್ಳಿಯಿಟ್ಟಿತ್ತು.

ಆಗಾಗಲೇ ಕೂಲಿಗಳ ಅಭಾವ ಇದ್ದ ಕಾರಣ, ಆ ಊರಿನಲ್ಲಿ ಹೊಲ, ತೋಟ ಮಾಡಿಕೊಂಡಿದ್ದ ಕೃಷಿಕರಿಗೆ ನಿಜಕ್ಕೂ ಭಯವಾಗಿತ್ತು. "ಬೆಳೆದು ನಿಂತ ಬೆಳೆಯನ್ನು ಇಳಿಸಲು ಯಾರೊಬ್ಬರೂ ಕೆಲಸಕ್ಕೆ ಬರಲು ಒಪ್ಪದಿದ್ದರೆ? " ಎಂಬ ಲಾಭ-ನಷ್ಟಗಳ ಯೋಚನೆ ಶುರುವಾಗಿತ್ತು. ಅವರು ತಮ್ಮ ತೋಟದ ಆಳುಗಳನ್ನೂ ಜೊತೆಗೂಡಿಸಿದರು. ಭವಿಷ್ಯದ ಬಗ್ಗೆ ಸಣ್ಣ-ಪುಟ್ಟ ವ್ಯಾಪಾರಸ್ಥರೂ ಚಿಂತೆ ಮಾಡುವಂತಾಗಿತ್ತು. ಆಗಾಗ ಊರಲ್ಲೂ ಸುಳಿವ ಅವನು ಒಂಟಿಯಾಗಿದ್ದಾಗ ತಮಗೆ ಏನಾದರೂ ಮಾಡಿಬಿಟ್ಟರೆ ಎಂಬ ಭಯ ಕೆಲವರನ್ನು ಕಾಡುತ್ತಿತ್ತು. ಅಂಥವರು ಗುಂಪಲ್ಲಿ ಹೋಗಲು ಹೇಗೋ ಧೈರ್ಯ ಮಾಡಿದರು.

ಅಂತಹದ್ದೊಂದು ಅದ್ಭುತ ಒಗ್ಗಟ್ಟು, ಹಿಂದೆ ಆ ಘಟ್ಟದಲ್ಲಿ ವ್ಯಾಘ್ರವೊಂದು ಬಂದು ಸೇರಿದ್ದಾಗ ಮಾತ್ರ ಆಗಿತ್ತು ಎಂಬ ಬಗ್ಗೆ ಜನರು ಮಾತಾಡಿಕೊಂಡರು. ದೇವರು-ದೆಯ್ಯಗಳ ಭಯ ಕ್ರೂರ ಮೃಗಗಳಿಗಿಂತ ಬೆಚ್ಚು ಭಯಾನಕವಾದ ಕಾರಣ, ಜನರು ಈ ಬಾರಿ ಅದಕ್ಕಿಂತಲೂ ಬಿಗಿಯಾದ ಸೆಕ್ಯೂರಿಟಿ ವ್ಯವಸ್ಥೆ ಮಾಡಿಕೊಂಡರು. ದೆಯ್ಯವನ್ನು ಉಚ್ಚಾಟಿಸಲು ದೈವದ ಅಪ್ಪಣೆಗೆ ಕಾದರು. ಆಶೀರ್ವಾದ ಪಡೆದರು. ಮಚ್ಚು, ಕೊಡಲಿ, ದೊಣ್ಣೆ, ಹಗ್ಗ, ಚಾಕು ಇತ್ಯಾದಿ ಹಿಡಿದು ಐವತ್ತೊಂದು ಜನ ಗಂಡಸರು ಹೊರಟರು. ಅದಕ್ಕಿಂತ ಒಬ್ಬ ಹೆಚ್ಚಾಗಿ ಹೋದರೂ, ಕೆಲಸ ಕೆಡುವುದೆಂದು ಜ್ಯೋತಿಷ್ಯ ಹೊರಬಿದ್ದಿತ್ತು.

ಅವತ್ತು ಊರಿನ ದೇವಿ, ದೇವರಿಗೆಲ್ಲ ಆರತಿ, ಪೂಜೆಗಳು ನಡೆದವು. ಕುರಿ, ಕೋಳಿಗಳ ಬಲಿಯಾದವು. ತೋಳು, ಕುತ್ತಿಗೆಗಳಿಗೆ ತಾಯಿತಗಳು ಬಿಗಿಯಲ್ಪಟ್ಟವು. ಹಣೆಯಲ್ಲಿ ಕುಂಕುಮ, ಜೇಬಿನಲ್ಲಿ ನಿಂಬೆ ಹಣ್ಣುಗಳು ರಾರಾಜಿಸಿದವು. ಶಶಿ ಈ ಬಾರಿ ಯಾರ ನಂಬಿಕೆಗಳನ್ನೂ ಪ್ರಶ್ನಿಸಲಿಲ್ಲ. ಹತ್ತಾರು ಕೂಲಿಗಳಿಗೆ ಅವನೇ ಗುಂಡು ಮತ್ತು ತುಂಡಿಗೆ ವ್ಯವಸ್ಥೆ ಮಾಡಿದ. ಈ ಊರಿಗೆ ಊರೇ ಯುದ್ಧೋನ್ಮಾದದಲ್ಲಿ ಮುಳುಗಿತು. ಅವರ ಪಡೆಗೆ ಶಶಿಯೇ ನಾಯಕನಾದ.

ಮಧ್ಯಾಹ್ನದ ಬಿಸಿಲೇರಿದ ನಂತರ, ನಿರ್ಣಯಿಸಿದ ಮುಹೂರ್ತಕಾಲದ ವೇಳೆಗೆ, ಘಟ್ಟದ ಗಂಡಸರೆಲ್ಲ ಜಾಗಟೆ, ತಮಟೆಗಳನ್ನು ಬಡಿಯುತ್ತ ಗಲಾಟೆ ಮಾಡುತ್ತ ಕಣಿವೆಯ ಒಂದೆಡೆಯಿಂದ ಗುಡ್ಡದ ಆ ಕಡೆಯವರೆಗೆ

ಹೋಗುವುದು, ಅವನು ಕಂಡರೆ ಕೈ-ಕಾಲು ಕಟ್ಟಿ ಹಿಡಿದು ತರುವುದು ಇಲ್ಲವೇ ಘಟ್ಟ ಬಿಟ್ಟು ಬೇರೆಲ್ಲಾದರೂ ಹೋಗಲು ಕೇಳುವುದು ಎಂದಾಯ್ತು.

ಅವರು ಮಾಡುತ್ತಿದ್ದ ಗಲಾಟೆಗೆ, ಕಾಡಿನಲ್ಲಿದ್ದ ಹಕ್ಕಿಗಳು ಹಾರಿದವು, ಸಣ್ಣ ಪುಟ್ಟ ಪ್ರಾಣಿಗಳು ಬಿಲ ಸೇರಿದವು. ಕಡವೆಗಳು ಓಡಿಹೋದವು. ತಮ್ಮ ಪಾಡಿಗೆ ತಾವು ದಿನವಿಡೀ ಶಬ್ದಮಾಡುತ್ತಿದ್ದ ಎಲ್ಲ ಚರಾಚರಗಳ ಹಾಡು-ಕೂಗುಗಳು ಕೇಳದಾದವು. ಈ ಆರ್ಭಟ ತನ್ನನ್ನು ಕುರಿತೇ ಎಂದು ತಿಳಿದರೆ, ಇವರು ಗುಡ್ಡವೇರುವ ವೇಳೆಗೆ, ಅವನು ತಾನಾಗಿ ಪಲಾಯನ ಮಾಡಿಬಿಡುವನೆಂಬ ದೂರದ ಲೆಕ್ಕಾಚಾರಗಳು ಹಲವರಿಗಿದ್ದವು.

ಅವನ ಜೋಪಡಿಯನ್ನು ತಲುಪಿದಾಗ ಆಗಸ ನೀಲಿಯಾಗಿತ್ತು. ಆದರೆ, ಇವರನ್ನೇ ಕಾಯುತ್ತ ಕುಳಿತವನಂತೆ, ಅವನು ಜೋಪಡಿಯ ಮುಂದಿನ ಕಲ್ಲೊಂದರ ಮೇಲೆ ಪದ್ಮಾಸನ ಹಾಕಿ ಕುಳಿತಿದ್ದ. ಲಂಗೋಟಿಯನ್ನು ಬಿಟ್ಟರೆ ಅವನ ಮೈಮೇಲೆ ಇನ್ನೇನೂ ಇರಲಿಲ್ಲ. ಅವನು ಕುಳಿತಿದ್ದ ಆ ಕಲ್ಲ ಬಂಡೆಯ ಸುತ್ತ ಬೂದು, ಕಡು ನೀಲಿ ಬಣ್ಣ ಹೊತ್ತು, ರಕ್ತ ಕಾರುತ್ತಿವೆಯೇನೋ ಎನ್ನುವಂತೆ ರಸ ಜಿನುಗಿಸುತ್ತಿದ್ದ ಅಣಬೆಗಳು ಕಂಡವು. ಅವುಗಳಿಂದ ಎಂತದ್ದೋ ಪ್ರಭೆಯೊಂದು ಹರಡಿತ್ತು. ಅವನು ಕಣ್ಣುಗಳನ್ನು ಮುಚ್ಚಿದ್ದ. ಸೆಟೆತ ಎದೆ, ನೇರ ಬೆನ್ನು, ಅವನ ಅಜಾನು ಬಾಹು ಗಾತ್ರವನ್ನು ಕಂಡ ಊರ ಜನರು ತಂತಾನೆ ಸದ್ದು ಮಾಡುವುದನ್ನು ನಿಲ್ಲಿಸಿಬಿಟ್ಟರು. ಈ ಮಂತ್ರವಾದಿಯನ್ನು ದಿಟ್ಟಿಸಿ ನೋಡಲು ಹೆದರಿದವರಂತೆ ಮುಖ ಕೆಳಗೆ ಮಾಡಿ, ಕಣ್ಣುಗಳನ್ನಷ್ಟೆ ಅವನ ಮೇಲೆ ಕೀಲಿಸಿ ನಿಂತರು. ಕೆಲವರ ಕಣ್ಣುಗಳು ಅವನ ಪಾದಗಳು ನೆಟ್ಟಗಿವೆಯೇ, ತಿರುಚಿವೆಯೇ ಎಂದು ಪರೀಕ್ಷಿಸುತ್ತಿದ್ದವು.

ಜೋಪಡಿಯ ಸುತ್ತ ನೆಲದ ಮೇಲೆ ಬೆಳೆದಿದ್ದ ಅಣಬೆಗಳನ್ನು ತಾಕಿಸಿಕೊಳ್ಳದಂತೆ ಶಶಿ ಎಚ್ಚರಿಕೆ ನೀಡಿದ್ದ. ಹಾಗೆ ನಿಲ್ಲಲು ಜನರು ಚೆದುರಿ ನಿಂತಿದ್ದರು. ಅದು, ಜನರು ಅವನ ಸುತ್ತಕ್ಕೂ ಅಷ್ಟ ದಿಗ್ಭಂದನ ಹಾಕಿ ಸುತ್ತುಗಟ್ಟಿ ನಿಂತಂತೆ ತೋರುತ್ತಿತ್ತು. ಅವತ್ತು ಅವನು ತಪ್ಪಿಸಿಕೊಳ್ಳಲು ಸಾಧ್ಯವೇ ಇರಲಿಲ್ಲ.

ಆ ಆಗುಂತಕ ಇವರ ಬರುವಿಕೆಯಿಂದ ಇನಿತೂ ವಿಚಲಿತನಾದಂತೆ ಕಂಡುಬರಲಿಲ್ಲ. ಕುಳಿತ ಜಾಗದಿಂದ ಒಂದಿಂಚೂ ಅಲುಗಲಿಲ್ಲ. ಹತ್ತು ಕ್ಷಣಗಳ ಮೌನ ಅಷ್ಟು ದೀರ್ಘ ಕಾಲವೆಂದು ಶಶಿಗೆ ಅಂದೇ ಮನವರಿಕೆಯಾದದ್ದು. ಕತ್ತು ಹಿಚುಕುವಷ್ಟು ಕೆಟ್ಟದಾದ ಆ ಅನುಭವವನ್ನು ಅವನು ಸಹಿಸದಾದ. ಒಂದು ಹೆಜ್ಜೆ ಮುಂದಿಟ್ಟು ಬಾಯಿ ತೆರೆಯಲು ಹೋದ.

ಅದನ್ನು ತಡೆಯಲೋ ಎಂಬಂತೆ "ಹೂಂ..." ಎಂದು ಹೇಂಕರಿಸಿದ ಆ ಅಪರಿಚಿತನೇ ಎದ್ದು ನಿಂತ. ಅಷ್ಟರಲ್ಲಿ ಕೆಲವರ ಕೈಗಳಾಗಲೇ ಜೋಡಿಸಲ್ಪಟ್ಟಿದ್ದವು. ಮುಖಗಳು ಜೋತುಬಿದ್ದವು. ಅವರು ವಶೀಕರಣಕ್ಕೆ ಒಳಗಾದಂತೆ ಸಾಧುಗಳಾಗಿ

ಹೋಗಿದ್ದರು. 'ಹೊಡೆಯುತ್ತೇವೆ', 'ಸಿಕ್ಕರೆ ಕಡಿದುಬಿಡುತ್ತೇವೆ' ಎಂದಿದ್ದವರು ಒಂದಿಂಚೂ ಮುಂದೆ ಬರಲಿಲ್ಲ.

ಕಲ್ಲಿನ ಮೇಲೆ ಎದ್ದು ನಿಂತವನು ಕಣ್ಣುಗಳನ್ನು ಅರ್ಧನಿಮೀಲಿತಗೊಳಿಸಿ ಆಗಸದೆಡೆಗೆ ನೋಡಿದ. ಅವನ ಪಾದಗಳು ಅಲುಗತೊಡಗಿದವು. ಕಾಲು, ದೇಹ, ತಲೆ, ಕೂದಲು ತಕತಕನೆಂದು ಕುಣಿಯತೊಡಗಿದವು. ಅವನ ಹೊಕ್ಕಳ ಬಳ್ಳಿಯಿಂದ ಹೊರಟ ಮೊಳಕೆಯೊಂದು ಬೆಳೆಯತೊಡಗಿತು, ನೋಡ ನೋಡುತ್ತಿದ್ದಂತೆ ಅದು ನೀಲಿ ಅಣಬೆಯಾಗಿ ಕೊಡೆ ತೆರೆಯಿತು. ಅವನು ತನ್ನ ಕೈಗಳನ್ನು ಗಾಳಿಯಲ್ಲಿ ಮಾಯ ಮಾಡುವಂತೆ ಆಡಿಸಿ ತೆರೆದ. ಆ ನೀಲಿ ಬಣ್ಣದ ದೊಡ್ಡ ಅಣಬೆಯ ತಲೆಯನ್ನು ಒಮ್ಮೆ ಸವರಿ ನಕ್ಕ. ಸೇಬಿನ ಗಾತ್ರದ ಅದರ ತಲೆಯನ್ನು ತನ್ನ ಮುಷ್ಠಿಯಲ್ಲಿ ಕ್ರೂರವಾಗಿ ಹಿಡಿದು ಭದ್ರವಾಗಿ ಹಿಚುಕಿದ. ರಕ್ತವರ್ಣದ ದ್ರವ ಅವನ ಬೆರಳುಗಳಾಚೆಗೆ ಜಿನುಗತೊಡಗಿತು. ಆ ಮುಷ್ಟಿಯನ್ನು ಚಟ್ಟನೆ ಬಾಯಿಗೆ ತೆಗೆದುಕೊಂಡು ಹೋದವನು, ತಟ್ಟನೆ ರಸವನ್ನು ಗುಟುಕರಿಸತೊಡಗಿದ. ಅವನ ಕತ್ತು ನೀಲಿಗಟ್ಟತೊಡಗಿತು.

ಅದನ್ನು ನೋಡುತ್ತಿದ್ದ ಎಲ್ಲರ ಗಂಟಲುಗಳೂ ಒಣಗಿಹೋದವು. ನೋಡುತ್ತಿದ್ದಂತೆಯೇ ಅವನ ಮೈ ನೀಲಿಗಟ್ಟಿತು. ಅವನ ದೇಹದ ತುಂಬೆಲ್ಲ ಅಣಬೆಯಾಕಾರದ ಬೊಕ್ಕೆಗಳು ಮೊಳೆಯತೊಡಗಿದವು. ಒಂದು, ಎರಡು, ಹತ್ತು, ನೂರು, ಸಾವಿರಾರು ಬೊಕ್ಕೆಗಳು ಅವನ ಚರ್ಮದಿಂದ ಮೇಲೆದ್ದವು, ನಿಮಿಷಾರ್ಧದಲ್ಲಿ ಅವನ ದೇಹ ಅವುಗಳಲ್ಲಿ ಮುಚ್ಚಿಹೋಯಿತು. ಮುಖವೂ ಕಾಣದಾಯಿತು. ಯಾವುದೋ ಮಾಯದ ಜಗತ್ತಿನಲ್ಲಿ ನಿಂತು ಈ ಯಕ್ಷಿಣಿಯನ್ನು ವೀಕ್ಷಿಸುತ್ತಿದ್ದ ಜನರ ಎದುರೇ, ನೆಟ್ಟಗೆ ನಿಂತಿದ್ದ ಆ ದೊಡ್ಡ ಅಣಬೆಯ ಬೆಟ್ಟ ತಕತಕೆ ಕಂಪಿಸಿ, ದುಡಮ್ಮನೆಂದು ನೆಲಕ್ಕೆ ಉರುಳಿತು.

"ಹಾ..." ಎಂದು ಉದ್ಗಾರ ತೆಗೆದ ಜನರ ಮುಂದೆಯೇ ಆ ಗುಪ್ಪೆ ನೆಲದಲ್ಲಿ ಮಟ್ಟಸವಾಗತೊಡಗಿತು. ಇದರ ನಡುವೆ ಅವನು ಎಲ್ಲಿಯೂ ಕಾಣಲಿಲ್ಲ. ಮರು ನಿಮಿಷದಲ್ಲೇ ಅವನು ಕುಳಿತಿದ್ದ ಕಲ್ಲ ಸುತ್ತಲ ಅಣಬೆಗಳು ಬಾಡಿದವು. ನೆಲದ ಮೇಲಿದ್ದ ಅಣಬೆಗಳು ತಕತಕನೆಂದು ಕನಲಿ ಸತ್ತು ಒರಗಿದವು. ಜನರು ಹೆದರಿ ತಮ್ಮ ಕಾಲುಗಳನ್ನು ಒಗ್ಗೂಡಿಸಿ ನಿಂತರು. ಅರಿವೇ ಇಲ್ಲದೆ ಅವರ ಕಾಲುಗಳು ನಡುಗುತ್ತಿದ್ದವು. ಹೆದರಿಕೆಯಿಂದ ಅಳಲು ಅಥವಾ ಭೀತಿಯಿಂದ ಕೂಗಲು ಯಾರಿಗೂ ಸಾಧ್ಯವಾಗಲಿಲ್ಲ. ಅವರೆಲ್ಲರ ಧ್ವನಿಗಳು ಉಡುಗಿಹೋಗಿದ್ದವು. ಶಶಿಯ ಮೈಯೆಲ್ಲ ತಣ್ಣಗಾಗಿ ಅವನು ಸ್ತಂಭೀಭೂತನಾಗಿದ್ದ. ಅವನ ಬೆನ್ನಿ ಕೆರೆತ ಆ ಕ್ಷಣಕ್ಕೆ ಲವಲೇಶವೂ ಇಲ್ಲವಾಗಿದ್ದು ಅವನ ಅರಿವೆಗೆ ನಿಲುಕದಷ್ಟು ಅವನು ನಿಸ್ತೇಜನಾಗಿ ಹೋಗಿದ್ದ.

9

ಐವತ್ತೊಂದು ಜನ ಅವತ್ತು ಹಳ್ಳಿಗೆ ಹೇಗೆ ಹಿಂತಿರುಗಿದರೆಂದು ಯಾರೊಬ್ಬರ ನೆನಪಿನಲ್ಲಿಯೂ ದಾಖಲಾಗಲಿಲ್ಲ. ಆದರೆ ಮರಳಿದ ನಂತರ ಹಲವರು ಹೆದರಿಕೆಯಿಂದ ಹಾಸಿಗೆ ಹಿಡಿದರು. ಮತ್ತೆ ಕೆಲವರು ಮನೆಯಿಂದ ಹೊರಬರದಾದರು. ಹೆಂಡತಿ, ಮಕ್ಕಳ ಬಳಿಯೂ ಮಾತು ನಿಲ್ಲಿಸಿದರು. ದೇವರುಗಳಿಗೆ ಮುಪ್ಪಟ್ಟು ಹರಕೆ ಹೊತ್ತರು. ಯಾರೊಬ್ಬರೂ ಈ ವಿಚಾರವನ್ನು ಇತರ ಬಳಿ ಬಾಯ್ಬಿಡಲಿಲ್ಲ. ಬಿಟ್ಟರೆ ತಾವೂ ಅವನಂತೆಯೇ ಅಣಬೆಗಳ ಬೊಕ್ಕೆಗಳಲ್ಲಿ ಮುಳುಗಿ, ರಕ್ತಕಾರಿಕೊಂಡು ಸಾಯುತ್ತೇವೆಂದು ಅವರು ಬಲವಾಗಿ ನಂಬಿದ್ದರು. ಅವರ ಮೈಯಲ್ಲಿ ಹೊಕ್ಕಿದ್ದ ಭೂತ ಕಳೆ ಬಹುಕಾಲ ಇಡೀ ಹಳ್ಳಿಯನ್ನೇ ಹೆದರಿಸಿತು.

ಅಂದು ಘಟ್ಟಕ್ಕೆ ಹೋಗಿ ಬಂದ ಎಷ್ಟೋ ಜನರು ಅಣಬೆಯೆಂಬ ಶಬ್ದಕ್ಕೆ ಬೆಚ್ಚಿ ಬೀಳುತ್ತಿದ್ದರು. ವಿಚಿತ್ರ ಭಯದಿಂದ ಕನಸಿನಲ್ಲಿ ಅಣಬೆಯ ಬಗ್ಗೆ ಕನವರಿಸುತ್ತಿದ್ದರು. ಅವರ ಈ ಭಯ ಕ್ರಮೇಣ ಇಷ್ಟಿಷ್ಟೇ ಎಂದು ಕ್ಷೀಣಿಸಿ, ಅವರು ತಡೆದುಕೊಳ್ಳಲಾಗದೆ ಅಂದು ನಡೆದ ರಹಸ್ಯವನ್ನು ಇತರರ ಬಳಿ ಬಾಯಿ ಬಿಟ್ಟು, ಕಣ್ಣೀರಿಡುವ ವೇಳೆಗೆ, ಕೇಳಿಸಿಕೊಂಡವರು ಇದು ನಡೆಯಬಲ್ಲುದೆಂದು ನಂಬಲಿಲ್ಲ. ನಂಬಿದಂತೆ ನಟಿಸಿದರೂ ಘಟ್ಟದ ತಲಾಷಿಗೆ ಹೋದವರ ಮಂಡೆಗೆ ನಂಜಾಗಿದೆ ಎಂದು ನಗಾಡಿಕೊಂಡರು.

ಅಲ್ಲಿಗೆ ಹೋಗಿ ಬಂದ ಕೆಲವರು ಮಾತ್ರ ಧೈರ್ಯ ಮಾಡಿ ಆಗೀಗ ಒಂದೆಡೆ ಸೇರಿ ಆ ದಿನವನ್ನು ನೆನೆಯುವುದು ವಾಡಿಕೆಯಾಯಿತು. ಕಾಲಾಂತರದಲ್ಲಿ ಅದು ಎಂಕಣ್ಣನ ಅದ್ಭುತ ಕಥೆಯಾಗಿ ವರ್ಷದಲ್ಲಿ ನೂರು ರೀತಿಯಲ್ಲಿ ಹೇಳಲ್ಪಟ್ಟಿತು. ಅದರಲ್ಲಿನ ಮೂಲ ಕಥೆ ಬಹುತೇಕ ಕಳೆದುಹೋಯಿತು.

ಆದರೆ ಈ ಕಥೆಯನ್ನು ಹೇಳುವಾಗ ಎಂಕಣ್ಣ ಅದು ತನ್ನ ಕಣ್ಣ ಮುಂದೆಯೇ ನಡೆಯುತ್ತಿದೆಯೇನೋ ಎಂಬಂತೆ ತಲ್ಲೀನನಾಗುತ್ತಿದ್ದುದು, ಭಯ ಬೀಳುತ್ತಿದ್ದುದು, ಅವನ ಕಣ್ಣುಗಳು ಹನಿಗೂಡುತ್ತಿದ್ದುದನ್ನು ಕಂಡ ಊರ ಜನರು ಅವನಿಗೆ ಕಥೆ ಹೇಳಿ, ಹೇಳಿ ಮುಪ್ಪಾಯಿತೆಂದುಕೊಂಡರು. ಹೊರಗಿನಿಂದ ಬರುವ ಪ್ರವಾಸಿಗರು ಅದು ಯಾವ ಗುಡ್ಡವೆಂದು ಕೇಳಿಕೊಂಡು ಹೋಗಿ ನೋಡುತ್ತಿದ್ದರು. ಆಶ್ಚರ್ಯವೆಂಬತೆ ಇಡೀ ಗುಡ್ಡದಲ್ಲಿ ಒಂದೇ ಒಂದು ಅಣಬೆಯಿಲ್ಲದ್ದನ್ನು ಕಂಡು ನಿರಾಶರಾಗುತ್ತಿದ್ದರು. ಆದರೆ, ಆ ಎತ್ತರದಿಂದ ಕಾಣುತ್ತಿದ್ದ ಘಟ್ಟದ ಸೊಬಗಿಗೆ ಮಾರುಹೋಗಿ ಖುಷಿಯಿಂದ ಮರಳುತ್ತಿದ್ದರು.

ಆ ಆಗುಂತುಕ, ಜನರ ಕರೆಗೆ ಮರುಗಿದನೋ, ಹೆದರಿ ಮಾಯವಾದನೋ, ಅವನ ಕೆಲಸ ಅಲ್ಲಿ ಮುಗಿದಿತ್ತೋ ಯಾರಿಗೂ ತಿಳಿಯಲಿಲ್ಲ. ಆದರೆ, ಆ ಘಟನೆ

ನಡೆಯಿತೆಂದ ದಿನದಿಂದ ಮುಂದಕ್ಕೆ, ಅವನು ಆ ಸರಹದ್ದಿನಲ್ಲಿ ಮತ್ತೆ ಎಂದೂ ಕಾಣಿಸಿಕೊಳ್ಳಲಿಲ್ಲ.

10

ಸೂರ್ಯ ನೆಲದ ಮೇಲೆ ಬಿದ್ದು ಉರುಳುರಳಿ ನಗತೊಡಗಿದ. ಡಬ್ಬಲ್ ಡಿಗ್ರಿ ಮಾಡಿದ ತನ್ನ ಅಪ್ಪ ಇಂಜಿನಿಯರ್ ಪಥವೀದರನಾದ ತನ್ನ ಬಳಿ ಇಂತದ್ದೊಂದು ಕಥೆಯನ್ನು ಹೇಳಿದ್ದು ಕೇಳಿ ಅವನಿಗೆ 'ಸೂಪರ್ ಮಜಾ' ಎನಿಸಿತ್ತು.

ಮಹಾನಗರದ ತನ್ನ ಮನೆಯ ಬಾಲ್ಕನಿಯಲ್ಲಿ ಬಿಸಿಲು ಕಾಯಿಸುತ್ತ ಕುಳಿತ ಅಪ್ಪನ ಬೆನ್ನ ಮೇಲಿದ್ದ ಅಣಬೆಯ ಆಕೃತಿಯ ಬೊಕ್ಕೆಯನ್ನು ನೋಡಿ, "ಡ್ಯಾಡೀ ನಿಮ್ಮ ಬೆನ್ನ ಮೇಲೊಂದು ಮಶ್ರೂಮ್ ಬೆಳೀತಿದೆ" ಅಂದದ್ದೇ ತಡ, ಎಂದೂ ಇಲ್ಲದಷ್ಟು ತನ್ಮಯತೆಯಲ್ಲಿ ಶಶಿ ಕಥೆಯನ್ನು ಹೇಳಿ ಮುಗಿಸಿದ್ದ.

"ಡ್ಯಾಡೀ, ನಿಜ... ನಿಜ... ನಂಬಿಕೆಯೆನ್ನುವುದು, ಯಾವ ಮ್ಯಾಜಿಕ್ ಮಶ್ರೂಮಿನ ಉದ್ರೇಕಕ್ಕಿಂತಲೂ ಅದ್ಭುತವಾದ್ದು. ನಂಬಿಕೆಗಳ ಅಮಲಿನ ಮುಂದೆ, ಬೇರೆ ಯಾವ ಡ್ರಗ್ಸೂ ಬೇಕಿಲ್ಲ. ಆದರೆ, ನಿಮ್ಮ ಕಥೆಯ ಅದ್ಭುತ ಕ್ಲೈಮಾಕ್ಸ್ ಬಿಟ್ಟು ಮಿಕ್ಕೆಲ್ಲವನ್ನೂ ನಾನು ಸೈನ್ಸ್ ಮೂಲಕ ವಿವರಿಸಬಲ್ಲೆ" ಎಂದ. ಗೂಗಲ್ಲಿನಲ್ಲಿ ಹಲವು ಚಿತ್ರ ವಿಚಿತ್ರ ಅಣಬೆಗಳ ಚಿತ್ರಗಳನ್ನು ತೋರಿಸಿದ. ಅವುಗಳಿಂದ ಉಂಟಾಗುವ ಉಪದ್ರ ಮತ್ತು ಉಪಕಾರಗಳನ್ನು ವಿವರಿಸಿದ. ಸೂರ್ಯನಿಗೆ ಬರೇ ಇಪ್ಪತ್ತೈದು ವರ್ಷಗಳ ಹಿಂದೆ, ತಂದೆಯಂತೆ ಓದಿದ್ದವರ ಜಗತ್ತಿನಲ್ಲಿ ಕೂಡ ಇಷ್ಟೊಂದು ಮೌಢ್ಯವಿತ್ತೇ ಎಂದು ಆಶ್ಚರ್ಯವಾಗಿತ್ತು.

ಶಶಿ ಮತ್ತು ಮೀರಾ ಬಹು ವರ್ಷಗಳ ಹಿಂದೆಯೇ ತೋಟವನ್ನು ಮಾರಿ ನಗರಕ್ಕೆ ಬಂದು ಬಿಟ್ಟಿದ್ದರು. ಎಂದೂ ಘಟ್ಟದಲ್ಲಿ ಬೆಳೆಯದ ಸೂರ್ಯ ಇಂತಹ ಕಥೆಗಳನ್ನು ಟಿಕ್-ಟಾಕ್ ಶೈಲಿಯ ಕಾನ್ಸ್ಪಿರಸಿ ಥಿಯರಿಗಳನ್ನು ವಿವರಿಸುವ ರೀತಿಯಲ್ಲಿ ವಿಶ್ಲೇಷಿಸಿ ಹೇಳತೊಡಗಿದ. ಆ ಭಾಷೆ ಶಶಿಗೆ ಒಂದಿಷ್ಟೂ ಅರ್ಥವಾಗಲಿಲ್ಲ. ಅದವನಿಗೆ ಹಿಡಿಸಲೂ ಇಲ್ಲ.

ಇದೇ ಕಥೆಯನ್ನು ಶಶಿಯಿಂದ ಹಲವಾರು ಬಾರಿ ಕೇಳಿ ನಕ್ಕಿದ್ದ ಮೀರಾ ಮಗನ ಜೊತೆಗೆ ನಿಂತು ಗಂಡನ ಕಡೆಗೆ ರಂಜನಾತ್ಮಕವಾಗಿ ನೋಡಿ ಕಣ್ಣು ಹೊಡೆದಳು. ತಲೆಯ ಕೂದಲೆಲ್ಲ ಬೆಳ್ಳಗಾಗಿ ಹೋಗಿದ್ದ ಶಶಿ ಆಗಲೂ ನಗಲಿಲ್ಲ!

ನಂಬಿಕೆಯೆಂಬ ಗಾಳಿಕೊಡೆ

"ಏನಾಯ್ತು ಅಂತ ಪೂರ್ತಿ ಹೇಳು?"

"ಆಗ಼್ೇ ಎಲ್ಲ ಹೇಳಿದ್ದೀನಲ್ವಾ? ಎಷ್ಟು ಸಾರಿ ಹೇಳ್ಲಿ? ಮತ್ತೆ ಮತ್ತೆ ಹೇಳೋಕೆ ಅದೇನು ಖುಷಿ ವಿಚಾರಾನಾ?"

"ಅದಲ್ಲ ಲಕ್ಕಿ, ಏನು ಹೇಳಿಲ್ವೋ ಅದನ್ನು ಹೇಳು. ಪ್ರತಿ ಬಾರಿ ಹೇಳ್ದಾಗ್ಲು ನೀನೇನೋ ಮುಚ್ಚಿಡ್ತಿದ್ದೀಯ"

"ನನಗೆ ನೆನಪಿರೋದೆ ಅಷ್ಟು, ಅದರ ಮೇಲೆ ಏನೇಳ್ಲಿ?"

"ಅವನ ಹೆಸರೇಳು? ನಾನೇ ಹೋಗಿ ಮಾತಾಡ್ತೀನಿ. ಪೊಲೀಸರು ಅವನ್ನ ಮಾತಾಡ್ಸೋಕು, ನಾನು ಮಾತಾಡ್ಸೋಕು ವ್ಯತ್ಯಾಸ ಇರುತ್ತೆ."

"ನೋ... ಜಸ್ಟ್ ಬಿಲೀವ್ ಮಿ."

"ಐ ಯಾಮ್ ಬಿಲೀವಿಂಗ್ ಯು. ಫಿಲ್ ಇನ್ ದಿ ಗ್ಯಾಪ್ಸ್...ಪ್ಲೀಸ್."

"ಬೇಡ, ನೀನು ಹೋದ್ರೆ..."

"ಏನು, ನೀನು ನನ್ನ ರಕ್ಷಿಸ್ತಿದ್ದೀಯ?"

"ಹೌದು...ನೀನು ಎಲ್ಲಾದ್ರು ವಿಚಾರ್ಸಕ್ಕೆ ಹೋಗೋದು, ಅಲ್ಲಿ ಗಲಾಟೆ, ಹೊಡೆದಾಟ ಆಗೋದು... ಆಮೇಲೆ ಪೊಲೀಸ್ರು ನಿನ್ನ ಹಿಡಿಯೋದು... ಈ ಸ್ಥಿತೀಲಿ ನಂಗೆ ಬೇಕಾ? ಹೇಳು?"

"ನಂಗೆ ಡಿಸೈಡ್ ಮಾಡೋಕಾಗ್ತಿಲ್ಲ."

"ಏನನ್ನು?"

"ನೀನು ನನ್ನ ರಕ್ಷಿಸ್ತಿದ್ದಿಯೋ, ಅವನ್ನ ರಕ್ಷಿಸ್ತಿದ್ದಿಯೋ...?"

"ಅಂದ್ರೆ ನೀನು ನನ್ನ ನಂಬ್ತಿಲ್ಲ?"

"ನಂಬಿದ್ದೀನಿ ಅಂತ ಹೇಳಿದ್ನಲ್ಲಾ?"

"ಇಲ್ಲ, ನೀನು ನನ್ನ ನಂಬ್ತಿಲ್ಲ."

"ಎಲ್ಲ ಹೇಳಿದ್ರೆ... ನಾನಾದ್ರು ಡಿಸೈಡ್ ಮಾಡ್ತೀನಿ. ನೀನು ಈಗ್ಲೂ ಒಂಥರ ಶಾಕ್‌ನಲ್ಲಿದ್ದೀಯ. ನಿಂಗೆ ನಿರ್ಧಾರ ಮಾಡಕ್ಕೆ ಕಷ್ಟ ಆಗತ್ತೆ."

"ಸರಿ... ಪ್ರಶ್ನೆ ಥರ ಕೇಳು, ನೆನಪು ಬಂದಿದ್ದು ಹೇಳ್ತೀನಿ."

"ನೀನು ಮನೆಗೆ ಹೇಗೆ ಬಂದೆ?"

"ಟ್ಯಾಕ್ಸಿನಲ್ಲಿ."

"ಅಂದ್ರೆ...ಟ್ಯಾಕ್ಸಿ ಕಾಲ್ ಮಾಡೋಕೆ ನಂಬರ್ ನೆನಪಿತ್ತು, ವಿಳಾಸ ಹೇಳೋಷ್ಟು ಎಚ್ಚರ ಇದ್ದೆ?"

"ಅಂದ್ರೆ... ನೀನು ನನ್ನ ನಂಬ್ತಿಲ್ಲ" ಲಕ್ಕಿ ಅಳತೊಡಗಿದಳು.

"ನಿನ್ನ ನಂಬ್ತೀನಿ, ಆದ್ರೆ ನೀನು ಹೇಳ್ತಿರೋದನ್ನ ನಂಬಕ್ಕಾಗ್ತಿಲ್ಲ" ಅಭಿ ಅವಳ ಅಳುವನ್ನು ಕಡೆಗಣಿಸಿ ಹೇಳಿದ.

"ಆಗ್ಲಿ...ನಿಜ ಹೇಳ್ತೀನಿ... ಅವನೇ ಟ್ಯಾಕ್ಸಿ ಕರೆದಿದ್ದು."

"ಅಂದ್ರೆ ರೇಪ್ ಮಾಡಿ... ಆಮೇಲೆ ಸೇಫ್ ಆಗಿ ಮನೆ ಸೇರ್ಲಿ ಅಂತ ಅವನೇ ವಿಳಾಸ ಹೇಳಿ, ನಿನ್ನ ಟ್ಯಾಕ್ಸೀಲಿ ಕೂಡಿಸಿ ಮನೆಗೆ ಕಳಿಸಿದ್ನಾ?"

"ಹೂಂ."

"ಲಕ್ಕಿ...ಲಕ್ಕಿ... ಯೋಚ್ನೆ ಮಾಡು, ಇದನ್ನು ನೀನು ಪೋಲೀಸರಿಗೆ ಹೇಳಿದ್ರೆ ಅವ್ರು ನಂಬ್ತಾರಾ? ಅವಳೇ ಮಲಕ್ಕೊಂಡು ಈಗ ನಾಟ್ಕ ಆಡ್ತಿದ್ದಾಳೆ ಅನ್ನಲ್ವಾ?"

"ನೀನು ನಂಬ್ತೀಯ ಅಭಿ?"

"ನಾನು ನಂಬ್ತೀನಿ, ಆದ್ರೆ ನೀನು ಎಲ್ಲ ಹೇಳ್ಬೇಕು. ಏನೂ ಮುಚ್ಚಿಡಬಾರ್ದು..."

"ಥ್ಯಾಂಕ್ಸ್ ಅಭಿ."

"ಲಕ್ಕಿ, ನೀನು ನನ್ನ ಶೂನಲ್ಲಿದ್ದಿದ್ದರೆ ನಿನ್ನ ಕಥೇನ ನೀನು ನಂಬ್ತಿದ್ಯಾ ಹೇಳು?"

"ಗೊತ್ತಿಲ್ಲ ಅಭಿ...ಆದ್ರೆ ಹಿಂಸೆ ಮಾಡ್ಬೇಡ. ಮುಂದಿನ ಪ್ರಶ್ನೆ ಕೇಳು."

"ಅವನು ನಿನ್ನ ಪಾನೀಯದಲ್ಲಿ ಡ್ರಗ್ಸ್ ಹಾಕಿದ್ನಾ?"

"ಇರ್ಬೋದು... ಆದ್ರೆ ಗೊತ್ತಿಲ್ಲ. ಪಾರ್ಟಿ ಕೊನೇ ಆಗೋ ವೇಳೆಗೆ ಅಲ್ಲಿದ್ದಿದ್ದು ಆರು ಜನ. ಇಬ್ರು ಹುಡ್ಗೀರು, ನಾಕು ಹುಡುಗ್ರು."

"ಅವ್ರ ಹೆಸರೆಲ್ಲ ಗೊತ್ತಿದ್ಯಾ?"

"ಇಲ್ಲ... ಶಮಾ ಅವಳ ಹಬ್ಬೀ ಜೊತೆ ಹೋಗೋ ಹೊತ್ಗೆ, ನಂಗೆ ಪೂರ್ತಿ ಮಂಪರು. ಅಷ್ಟು ಕುಡಿದಿದ್ದಕ್ಕೆ ಪ್ರಜ್ಞೆ ತಪ್ಪೋಷ್ಟು ಮಂಪರು ಯಾವತ್ತೂ ಬಂದಿಲ್ಲ, ಏನಾದ್ರೂ ಬೆರೆತಿತ್ತೋ ಏನೋ?"

"ಲಕ್ಕಿ ಕುಡಿದಾಗ ನೀನು ವಿಚಿತ್ರವಾಗಿ ಆಡಿರೋ ಸಾಧ್ಯತೆ ಇದೆ ಅಲ್ವಾ? ನೀನೇ ಫ್ಲರ್ಟ್ ಮಾಡಿ..."

"ಅಂದ್ರೆ... ನಾನೇ ಅವನನ್ನ ಸೆಡ್ಯೂಸ್ ಮಾಡ್ದೆ ಅಂತಾನಾ?"

"ಯಾಕಿರ್ಬಾರ್ದು ಹೇಳು? ಆ ಗಿಲ್ಟ್ ಇದ್ರೆ ಹೇಳ್ಬಿಡು...ಈ ಕೇಸನ್ನು ಡ್ರಾಪ್ ಮಾಡು."

"ಪ್ರಮಾಣ ಮಾಡ್ತೀನಿ ಅಭಿ, ನಾನು ಕುಡಿದದ್ದೇ ಅತಿ ಕಡಿಮೆ, ಆದ್ರಲ್ಲೂ...ಸೆಕ್ಸುಯಲ್ ಆಗಿ...ಛೆ ಖಂಡಿತಾ ಇಲ್ಲ...ನಂಗೆ ಯಾವ ಗಂಡಸಿನ ಜೊತೆ ಹಾಗೆ ವರ್ತಿಸಿರೋ ನೆನಪಿಲ್ಲ, ಇದುವರೆಗೆ ಮಾಡೂ ಇಲ್ಲ."

"ಅವನ ಜೊತೆ... ಎಲ್ಲಿಗೆ ಹೋದೆ."

"ಹೋಗ್ಲಿಲ್ಲ...ಎಲ್ಲಿಗೆ ಕರಕೊಂಡ ಹೋದ ಅಂತ ನೆನಪಿಲ್ಲ."

"ರೇಪ್ ನಡೆದಿದ್ದು?"

"ನೆನಪಿಲ್ಲ ಅಭಿ... ಯಾವಾಗ಼್ೋ... ಏನೋ ಇಷ್ಟವಾಗದ್ದು ನಡೀತು ಅಂತ ಗೊತ್ತಾಯ್ತು."

"ಹಂಗಾರೆ ರೇಪ್ ನಡೀತು ಅಥವಾ ಇಲ್ಲ ಅಂತಾನೂ ಗೊತ್ತಿಲ್ವ?"

"ನನಗೆ ನಾನು ಕೆಲವು ಪರೀಕ್ಷೆ ಮಾಡ್ಕೊಂಡಿದ್ದೀನಿ. ರೇಪಾಗಿದೆ ಅಂತ ನಂಗೊತ್ತು"

"ಲಕ್ಕಿ... ಅಷ್ಟಾಗಿದೆ ಅಂತ ಗೊತ್ತಿದ್ದೋಳು, ನೇರ ಟ್ಯಾಕ್ಸೀಲಿ ಮನೆಗೆ ಬಂದೆ. ಪೊಲೀಸ್ ಸ್ಟೇಷನ್ನೂ ಹೋಗಿಲ್ಲ. ಈಗ ಪೊಲೀಸ್ರು ಇದನ್ನು ನಂಬಲ್ಲ. ಸುಮ್ನೆ ಕೈ ಬಿಟ್ಬಿಡು. ನಾನು ನಿನ್ನ ಗಂಡ. ಐ ಡೋಂಟ್ ಮೈಂಡ್, ಡ್ಯಾಮಿಟ್" ಅಭಿಷೇಕ್ ಕಾಲನ್ನು ನೆಲಕ್ಕೆ ಅಪ್ಪಳಿಸಿ ಹೇಳಿದ.

"ಅಭಿ... ಇದು ನನ್ನ ದೇಹ, ಐ ಮೈಂಡ್ ಇಟ್. ಅವನ್ನ ಹಿಡ್ಯೋಕೆ ನಾನು ಪೊಲೀಸ್ರಿಗೆ ಸಹಾಯ ಮಾಡ್ತೀನಿ. ನಾನು ಹೇಳ್ತಿರೋದು ನಿಜ ಅಂತ ಅವ್ರನ್ನು ನಂಬಿಸ್ತೀನಿ" ಲಕ್ಷ್ಮಿ ನಿಖರವಾಗಿ ಹೇಳಿದಳು.

"ವಾಟೆವರ್..." ಎಂದ ಅಭಿ ಅಸಹಾಯಕತೆಯಲ್ಲಿ ಮನೆಯಿಂದ ಹೊರನಡೆದ. ಅವನು ತನಗೆ ತಿಳಿದ ಎಲ್ಲ ವಿಧಾನಗಳನ್ನೂ ಬಳಸಿ ಇನ್ನೇನಾದರೂ ಸುಳಿವಿಗಾಗಿ ಪ್ರಯತ್ನ ಪಟ್ಟು ಸೋತಿದ್ದ. ಇನ್ನು ಮುಂದಿನದನ್ನು ಎದುರಿಸೋದು ಮಾತ್ರ ಬಾಕಿ ಇತ್ತು.

ಅಷ್ಟರಲ್ಲಿ ಲಕ್ಷ್ಮಿಗೆ ಅವಳ ಅಮ್ಮನಿಂದ ದೂರವಾಣಿ ಕರೆಬಂತು.

2

"ನಿಮ್ಗೇನನ್ನುತ್ತೆ ರೂಪ? ಆ ಹೆಂಗ್ಸು ಹೇಳ್ತಿದ್ದನ್ನು ನೀವು ನಂಬ್ತೀರ?"

"ನಂಬೋದು ಅನ್ನುತ್ತೆ ಸರ್."

"ಯಾಕೆ ಹಾಗನ್ನಿಸ್ತು?"

"ನಾನು ಪೊಲೀಸಿಸು ಇಲಾಖೆಗೆ ಸೇರಿ ಹದಿನೈದು ವರ್ಷ ಆಗಿದೆ. ನಾನು ನೋಡಿರೋ ಪ್ರಕಾರ, ರೇಪ್ ಆದ್ರೂ ಮುಚ್ಚಾಕ್ಕೊಳೊ ಹೆಂಗಸ್ರೇ ಜಾಸ್ತಿ. ಆದ್ರೆ, ಗೊತ್ತಿಲ್ದೇ ಇರೋ ರೇಪಿಸ್ಟ್ ಮೇಲೆ ಕಂಪ್ಲೇಂಟ್ ಮಾಡಿ, ಗಟ್ಟಿಯಾಗಿ ನಿಲ್ಲೋ ಹೆಂಗಸ್ರು...ತುಂಬಾ ಕಡಿಮೆ ಸರ್."

"ಎವಿಡೆನ್ಸ್ ಹೇಗಿವೆ?"

"ಬಲವಂತವಾಗಿ ಪೆನೆಟ್ರೇಟ್ ಆಗಿದೆ ಅಂತ ಮೆಡಿಕಲ್ ರಿಪೋರ್ಟ್ ಬಂದಿದೆ. ಆದ್ರೆ ಇಂಜುರಿಗಳು ಅಂತೇನೂ ಹೆಚ್ಚಿಲ್ಲ. ಅದಕ್ಕೇ ಇದು ಕಾಮೋದ್ರೇಕದ ಆಟನೋ ಅಥವಾ ಬಲವಂತನೋ ಡಿಸೈಡ್ ಮಾಡೋಕಾಗ್ತಿಲ್ಲ."

"ಆ ಲಕ್ಷ್ಮಿ ಅನ್ನೋ ಹೆಂಗಸಿನ ಜತೆ ನೀವು ಮಾತಾಡಿ ಅಡ್ವೈಸ್ ಮಾಡಿದ್ರಾ?"

"ಮೂರ್ಸಾರಿ ಮಾತಾಡ್ದೆ. ಆಫ್ ದಿ ರೆಕಾರ್ಡ್ ಇಂತ ಕೇಸ್ಗಳು ನಿಲ್ಲೋಲ್ಲ ಅಂತಾನೂ ಹೇಳ್ದೆ, ಬೇರೆ ಉದಾಹರಣೆಗಳ್ನೂ ಕೊಟ್ಟೆ. ಶಿ ಈಸ್ ಎಜುಕೇಟೆಡ್."

"ಅವಳ ಗಂಡ ಅಭಿಷೇಕ್ ಇದನ್ನೆಲ್ಲ ಹೆಂಗೆ ತಗೊಂಡಿದ್ದಾನೋ?" ತನ್ನ ಸೀನಿಯರ್ ಆಫೀಸರ್ ಅನಿರುದ್ಧ್ ಈ ಕೇಸನ್ನು ವೃತ್ತಿಪರವಾಗಿ ಅಲ್ಲದೆ ಗಂಡನ ಶೂನಲ್ಲಿ ನಿಂತು ನೋಡುತ್ತಿದ್ದಾರೆ ಅನ್ನಿಸಿದ ರೂಪ ಮುಂದೆ ಬಾಗಿ ಹೇಳಿದಳು. ಈಗವಳು ಸಬಿನ್ಸಪೆಕ್ಟರ್ ಆಗಿರದೆ ಲಕ್ಷ್ಮಿಯಾಗಿದ್ದಳೇ ಎಂದು ಅವಳಿಗೂ ತಿಳಿಯಲಿಲ್ಲ.

"ಕಾಲ ಬದಲಾಗಿದೆ ಸರ್. ಸ್ವಾತಂತ್ರ್ಯಕ್ಕೆ ಬೆಲೆ ಕೊಡೋ ಹುಡುಗೀನ ಅವನು ಲವ್ ಮಾಡಿ ಮದ್ವೆ ಆಗಿದ್ದಾನೆ. ಅವನು ಮತ್ತು ಅವಳಿಗೆ ಫ್ರೆಂಡ್ಸ್ ಜೊತೆ ಪಾರ್ಟಿ ಮಾಡುವ ಅಭ್ಯಾಸನೂ ಇದೆ. ಹತ್ತು ಸಲ ಏನೂ ಆಗ್ದೇ ಇದ್ದಾಗ ಅದೇ ನಂಬಿಕೇಲಿ ಹೋಗಿದ್ದಾಳೆ. ರೇಪ್ ನಡೆದಿರೋದು ಅವಳ ಮೇಲೆ. ಅಭಿಷೇಕ್ ಅನ್ನು ಮದುವೆಯಾದ ಮಾತ್ರಕ್ಕೆ ಅವಳ ದೇಹ–ಮನಸ್ಸು, ಅವುಗಳ ನೋವು ಇವೆಲ್ಲ ಪೂರ್ತಿಯಾಗಿ ಅವನದಾಗಲ್ವಲ್ಲ?" ಎಂದು ಕೇಳಿ "ಅಂದ್ರೆ... ಇದ್ರಲ್ಲಿ ಆಕೆ ಅವನಿಗೆ ಚಾನ್ಸ್ ಕೊಟ್ಟೇ ಇಲ್ಲಾನ್ಸುತ್ತೆ" ಅಂತ ಮುಗಿಸಿದಳು.

"ಆದ್ರೆ ಅವರ ನಡುವಿನ ಸಂಬಂಧ?"

"ಸದ್ಯಕ್ಕೆ ಅಭಿಷೇಕ್ ಕೂಡ ಅವಳ ಜೊತೆನೇ ನಿಂತಿದ್ದಾನೆ. ಅವಳ ಮೇಲೆ ತನಗೆ ನಂಬಿಕೆ ಇದೆ ಅಂದಿದಾನೆ."

"ರೆಸ್ಟಾರೆಂಟ್ ಓನರ್?"

"ಅವರು ಹನ್ನೆರಡಕ್ಕೆ ಮುಚ್ತಾರೆ. ಅಲ್ಲಿಂದ ಮುಂದಕ್ಕೆ ನಡ್ದಿರೋದು ನಮ್ಗೆ ಸಂಬಂಧ ಇಲ್ಲದ ವಿಚಾರ ಅಂತ ಹೇಳಿದ್ದಾರೆ. ಐ ಅಗ್ರೀ ವಿತ್ ದೆಮ್."

"ಸಿ.ಸಿ. ಟಿ.ವಿ. ರೆಕಾರ್ಡಿಂಗ್ಸ್?"

"ಪಾರ್ಟಿ ನಡೆದಿದ್ದು ರೂಫ್ ಟಾಪ್ ಗಾರ್ಡನ್‌ನಲ್ಲಿ. ಕ್ಯಾಶಿಯರ್ ಹತ್ರ ಬಿಟ್ಟರೆ ಇನ್ನೆಲ್ಲೂ ಕ್ಯಾಮರಾ ಇರ್ಲಿಲ್ಲ. ಪಾರ್ಟಿ ಅಂದ್ಮೇಲೆ ಯಾರೋ ಒಬ್ರು ಡೀಲ್ ಮಾಡಿದ್ದಾರೆ. ಮೆಜಾರಿಟಿ ಜನ ಫೋನಲ್ಲೇ ಪೇ ಮಾಡಿ ಪಾರ್ಟಿ ಬುಕ್ ಮಾಡೋದ್ರಿಂದ ಎಲ್ರೂ ಕ್ಯಾಶಿಯರ್ ಹತ್ರ ಹೋಗಿರೋ ಸಾಧ್ಯತೆ ಇಲ್ಲ. ಲಕ್ಷ್ಮಿ ಕೊಲೀಗ್ ಅವಿನಾಶ್ ಅನ್ನೋವ್ರು ಅಮೆರಿಕಾದ ಕೆಲ್ಸ ಹಿಡ್ದು ದೇಶ ಬಿಡ್ತಿದ್ದಿದ್ದಕ್ಕೆ ನಡೆದ ಫೇರ್ವೆಲ್ ಪಾರ್ಟಿಯಂತೆ. ಅವಿನಾಶನನ್ನು ಸಂಪರ್ಕಿಸಿದೆ. ಅಮೆರಿಕಾಗೆ ಹೋಗೋ ತರಾತುರಿಯಲ್ಲಿ ಇಲ್ಲಸಲ್ಲದ ತೊಂದ್ರೆ ಬೇಡ ಅಂತ ಅವನು ಪಾರ್ಟಿಗೆ ಬಂದವರ ಇಡೀ ಲಿಸ್ಟ್ ಕೊಟ್ಟ. ಲಕ್ಷ್ಮಿ ಅವರ್ಯಾರೂ ಅಲ್ಲ ಅಂದ್ಲು, ಅವಿನಾಶನ್ನೂ ಸೇರಿಸಿ ಬಹುತೇಕರು ಆಗಾಗ್ಲೇ ಮನೆಗೆ ಹೋಗಿದ್ರಂತೆ. ಹಾಗಾಗಿ ಉಳಕೊಂಡಿದ್ದವರು ಟ್ಯಾಕ್ಸಿಗೆ ಕಾಯ್ತಿದ್ದವರಂತೆ. ರೆಸ್ಟುರಾಂಟಿನಲ್ಲಿ ಬೇರೆ ಜನರೂ ಇರ್ತಾರಲ್ವ?"

"ಡಿ.ಎನ್.ಎ. ರಿಪೋರ್ಟ್‌ನಲ್ಲಿ ಏನಾದ್ರೂ ಸುಳಿವು?"

"ಕಾಂಡೊಮ್ ಬಳಸಿರಬಹುದು. ಅದೂ ಅಲ್ದೆ ಅವತ್ತು ರಾತ್ರಿ ಮನೆಗೆ ಹೋದ ಲಕ್ಷ್ಮಿ ಅಸಹ್ಯ ಅಂತ ಒಂದು ಗಂಟೆ ಸೋಪಲ್ಲಿ ಚೆನ್ನಾಗಿ ಉಜ್ಜಿಕೊಂಡು ಸ್ನಾನ ಮಾಡಿದ್ದಾರೆ. ಬೆಳಿಗ್ಗೆ ಎದ್ದು ಫುಲ್ ಕ್ಲೀನಾಗಿ ಬಂದ್ರೆ ಏನು ಹೇಳ್ಬೇಕು? ಕೈ ಬೆರಳ ಗುರುತು, ಉಗುರಲ್ಲಿ ಕೂದ್ಲು ಅಂತೇನು ಇರಲಿಲ್ಲ. ಕುಡಿತದ ಅಮಲಲ್ಲಿ ಅವಳಿಗೆ ರೆಸಿಸ್ಟ್ ಮಾಡೋಕೆ ಆಗ್ದೇ ಹೋಗಿರಬಹುದು. ಸಹಕರಿಸಿದ್ರೂ ಇರಬಹುದು. ಆದ್ರೆ ಅಮಲಿನಲ್ಲಿದ್ರೂ ಒಬ್ಬರು ಇನ್ನೊಬ್ರನ್ನು ಬಲವಂತ ಮಾಡೋದು ಅತ್ಯಾಚಾರನೇ ತಾನೆ? ಸಂವಿಧಾನ ಕಾನೂನು ಕೂಡ ಅದೇ ಹೇಳುತ್ತೆ."

"ರೇಪ್ ಅಂತ ಖಂಡಿತವಾಗಿ ಹೇಳೋಕೆ ಇದೊಂದು ವೀಕ್ ಕೇಸ್. ಆದ್ರೆ ಮೀಡಿಯಾ ಯಾಕೆ ಅಷ್ಟೊಂದು ದೊಡ್ಡ ಸುದ್ದಿ ಮಾಡ್ತಿದೆ?"

"ಮೀಡಿಯಾ ಔಟ್ ಆಫ್ ಕಂಟ್ರೋಲ್ ಆಗೋಗಿದೆ ಸರ್. ಈ ಲಕ್ಷ್ಮಿ ಅನ್ನೋ ಮಹಿಳೆ ತಾನಾಗಿ 'ನಾವು ರೇಪ್ ವಿಕ್ಟಿಮ್ಸ್, ಕೀಪ್ ವುಮನ್ ಸೇಫ್' ಅಂತ ಸೋಶಿಯಲ್ ಮೀಡಿಯಾದಲ್ಲಿ ತನ್ನ ಕಥೆ ಹೇಳ್ಕೊಂಡಾಗಿಂದ ಇಂತಹ ಸಾವಿರ ಹುಡ್ಗೀರು ತಾವೂ ತಮ್ಮ ಕಥೆ ಹೇಳ್ಕೊಂಡು ಕಣ್ಣೀರು ಹಾಕ್ತಿದ್ದಾರೆ. ಸಂತ್ರಸ್ತರನ್ನೇ ಸಂದೇಹದಿಂದ ನೋಡೋದು ಬದಲಾಗಬೇಕು ಅಂತ ಎಲ್ಲ

ಮೀಡಿಯಾಗಳಲ್ಲಿ ಈ ಬಗ್ಗೆ ಚರ್ಚೆ, ಸಂವಾದ, ವಿಮರ್ಶೆ ಎಲ್ಲ ನಡೀತಿವೆ. ಮಹಿಳಾ ಸಂಘಗಳು 'ಜಸ್ಟಿಸ್ ಫಾರ್ ಲಕ್ಷ್ಮೀಸ್' ಅಂತ ಗಲಾಟೆ ಮಾಡ್ತಿದ್ದಾರೆ."

"ಅಂದ್ರೆ... ಮಾಮೂಲಿ ನಮ್ಮನ್ನ ವಿಲನ್ ಮಾಡ್ತಿದ್ದಾರೆ ಅಂತಾಯ್ತು?" ಅನಿರುದ್ಧ್ ತಮ್ಮ ಕೈ ಕೆಳಗಿನ ಅಧಿಕಾರಿಯಿಂದ ಈ ಕೇಸ್ ಬಗ್ಗೆ ಪೂರ್ಣ ಮಾಹಿತಿಯ ಕಲೆ ಹಾಕುತ್ತಿದರು.

"ಜನ ನಾವೇ ರೇಪಿಸ್ಟ್‌ಗಳು ಅನ್ನೋ ಥರ ಬಾಯ್ಬಡ್ಕೋತಾ ಇದ್ದಾರೆ. ಎಲ್ಲಾ ಚರ್ಚೆ ಮುಗಿದ ನಂತರ ಪೊಲೀಸರಿಗೆ ಮರೀದೆ ಶಾಪ ಹಾಕ್ತಿದ್ದಾರೆ ಸರ್" ರೂಪ ಪೂರ್ಣ ಚಿತ್ರ ಕೊಟ್ಟಳು.

"ಅಂದ್ರೆ... ಇವ್ರು ಕುಡ್ದು ಕುಣ್ಯೋಕೆ, ಯಾರ ಜೊತೆ ಮಲಗಿದ್ರು, ಎದ್ರು ಅಂತೆಲ್ಲ ಲೆಕ್ಕ ಇಡೋಕೆ ನಾವು ಹಗಲಿರುಳು ಕೆಲಸ ಮಾಡ್ಬೇಕು ಅಂತಾನಾ? ಥತ್...ಪೊಲೀಸರು ಕಳ್ರನ್ನು ಮಾತ್ರ ಹಿಡೀಬೇಕಾಗಿದ್ದ ಕಾಲ ಮುಗೀತೇನೋ ಈ ಮೀಡಿಯಾದವ್ರಿಗಾದ್ರೂ ತಲೆ ಬೇಡ್ವೇನ್ರಿ" ಅನಿರುದ್ಧ್, ಕ್ರುದ್ಧರಾಗಿ ಕುರ್ಚಿಯಿಂದೆದ್ದರು.

"ಆಫ್ ದಿ ರೆಕಾರ್ಡ್ ನಾನೊಂದು ಹೇಳ್ಬಹುದಾ ಸರ್?"

"ಗೋ ಅಹೆಡ್."

"ಇದು ಅದಕ್ಕಿಂತ ಕಾಂಪ್ಲಿಕೇಟೆಡ್ ಸರ್..." ಅನ್ಯಾಯನಾ ರಿಪೋರ್ಟ್ ಮಾಡೋಕೆ ಹೆಂಗಸರು ಹೆದರಬಾರದು, ನೀವು ಮುಂದೆ ಬಂದ್ರೇನೆ ಪಾಪಿಗಳನ್ನು ಹಿಡ್ಯೋಕೆ ಸಾಧ್ಯ, ನಮ್ಮ ದೇಶ ರಾಮ ರಾಜ್ಯ ಆಗ್ಬೇಕು, ಹೆಂಗಸರು ಹಗಲಿರುಳು ಸುರಕ್ಷಿತವಾಗಿ ಇರ್ಬೇಕು, ಒಬ್ಬ ಮಹಿಳೆ ಓದಿ ಮುಂದೆ ಬಂದ್ರೆ, ದೇಶಕ್ಕೊಬ್ಬ ಹೊಸ ಟೀಚರ್ ಸಿಕ್ಕಂತೆ, ಇದು ಹೆಂಗಸು-ಗಂಡಸರಿಬ್ಬರಿಗೂ ಸಮಾನತೆ ಇರೋ ಕಾಲ. ಗಂಡಸರು ಸಮಾಜದಲ್ಲಿ ಮಾಡೋ ಎಲ್ಲ ಕೆಲಸಗಳನ್ನು ಹೆಂಗಸರೂ ಮಾಡೋ ಹಾಗಿರಬೇಕು... ಅದಕ್ಕಾಗಿ ಸರ್ಕಾರ ಇಂತಿಷ್ಟು ಅಂತ ಕಾನೂನುಗಳನ್ನು ತಂದಿದೆ, ಇಷ್ಟು ಮಹಿಳಾ ಪೇದೆಗಳು, ಆಫೀಸರುಗಳನ್ನು ಕೆಲಸಕ್ಕೆ ತಗೊಂಡಿದೆ, ಪೊಲೀಸರಲ್ಲಿ ಜನಕ್ಕೆ ನಂಬಿಕೆ ಇರಬೇಕು" ಅಂತ ನೀವು ಮೊನ್ನೆ ರಾಜ್ಯೋತ್ಸವದಲ್ಲಿ ಮಾಡಿದ ಭಾಷಣದ ವಿಡಿಯೋ ಸಿಕ್ಕಾಪಟ್ಟೆ ಟ್ರೋಲ್ ಆಗೋಗಿದೆ ಸರ್"...ರೂಪ ಉಗುಳು ನುಂಗುತ್ತ ಹೇಳಿ ಮುಗಿಸಿದಳು.

ಅನಿರುದ್ಧರ ಮುಖ ಕಿವಿಚಿತು. ಸಿಟ್ಟಿನಿಂದ "ಆಯಮ್ಮ ಅದ್ಯಾರು ರೇಪ್ ಮಾಡಿದ್ದು ಅಂತ ಹೇಳಿದ್ರೆ ನಾವೇನು ಹಿಡ್ಯಲ್ಲ ಅಂತೀವೇನ್ರಿ? ಒದ್ದು ಒಳಗಾಕಿದ್ರಾಯ್ತು" ಅಂದರು.

ರೂಪಾಳಿಗೆ ನಗು ಬಂತು. ಅವಳು ನಗಲಿಲ್ಲ. "ರೇಪಿಸ್ಟುಗಳು ಅವರ ಆಧಾರ್ ಕಾರ್ಡ್ ನಮ್ಮ ಬ್ಯಾಗಲ್ಲಿಟ್ಟು ರೇಪ್ ಮಾಡ್ತಾರಾ? ಕಳ್ರು ವಿಳಾಸ

ಬಿಟ್ಟು ಹೋಗ್ತಾರಾ?" "ಗಂಡಸರು ಮಾತ್ರ ಕುಡೀಬೇಕಾ?" "ಹೆಂಗಸರು ಗಾಣದೆತ್ತಿನಂತೆ ಒಳಗೂ-ಹೊರಗೂ ಸಂಸಾರಕ್ಕಾಗಿ ದುಡೀಬೇಕು ಆದ್ರೆ ಗಂಡಸರಂತೆ ಸಾರ್ವಜನಿಕವಾದ ಎಂದಾದರೂ ಒಂದು ದಿನ ಪಾರ್ಟಿ ಮಾಡೋದು ಮಾತ್ರ ತಪ್ಪಾ?" "ಕುಡಿದ ಗಂಡಸರನ್ನ ಕಳ್ಳ ದೋಚಿದ್ರೆ ತಪ್ಪು, ಜನ ಮಲಗಿದ್ದಾಗ ಕಳ್ತನ ಮಾಡಿದ್ದು ತಪ್ಪು ಅನ್ನೋದಾದ್ರೆ, ಹೆಂಗಸು ಕುಡಿದಿದ್ಲು ಅಂತ ರೇಪ್ ಮಾಡೋದನ್ನು ಪೊಲೀಸರೇಕೆ ಬೆಂಬಲಿಸಬೇಕು?" "ಹೆಂಗಸರ್ಯಾಕೆ ರಾತ್ರಿ ಓಡಾಡಬೇಕು ಅಂದ್ರೆ ಸರೀನಾ? ಹೊಟ್ಟೆಪಾಡಿಗೆ ರಾತ್ರಿ ದುಡಿತದ ಅದೆಷ್ಟು ಮಹಿಳೆಯರಿಲ್ಲ? ಅಂತಹ ಹೆಂಗಸರ ಮೇಲೆ ಅದೆಷ್ಟು ಅತ್ಯಾಚಾರ ನಡೆದಿಲ್ಲ. ಆ ಪಾಪಿಗಳೆಲ್ಲ ಈಗ ಲಾಕಪ್ಪಿನೊಳಗಿದಾರಾ? ಯಾವತ್ತಿದ್ರೂ ಇದು ಪಶು ಪ್ರಭುತ್ವ" ಅನ್ನೋ ಅದೆಷ್ಟೋ ವಾದಗಳನ್ನು ರೂಪ ಆಲಿಸುತ್ತಿದ್ದಳು.

'ಕಾಲ ಬದಲಾದಂತೆ, ಸಮಾಜ ಬದಲಾಗುತ್ತೆ. ಸಮಸ್ಯೆಗಳ ಸ್ವರೂಪಗಳೂ ಬದಲಾಗುತ್ತೆ, ಅದಕ್ಕೆ ತಕ್ಕಂತೆ ಕಾನೂನು ಬದಲಾಗಬೇಕು, ರಕ್ಷಣೆ ಹೆಚ್ಚಬೇಕು. ಅಂತಹ ಜವಾಬ್ದಾರಿ ಸರ್ಕಾರ ಮತ್ತು ಪೊಲೀಸ್ ಪಡೆಯ ಮೇಲಿದೆ ಅಂತ ರೂಪಳೂ ಆಗೀಗ ಭಾಷಣಗಳನ್ನು ಮಾಡುತ್ತಿದ್ದಳು. ಹಾಗಾಗಿ ಅವಳು ಮಾತಾಡಲಿಲ್ಲ. ಜನರಿಗೆ ಪೊಲೀಸು ವ್ಯವಸ್ಥೆಯಲ್ಲಿ ನಂಬಿಕೆ ಬೆಳೀಬೇಕು ಅಂದರೆ, ಅವರು ಜನರ ಈ ಹೊಸ ಸಮಸ್ಯೆಗಳನ್ನು ಮನಸಾ ಒಪ್ಪಿಕೊಂಡು ನಂಬಿಕೆ ಉಳಿಸಿಕೊಳ್ಳಬೇಕು, ಅದಕ್ಕೆ ದಾರಿ ಇರಲೇ ಬೇಕು' ಎಂದು ಮನಸ್ಸಿನಲ್ಲೇ ಅಂದುಕೊಂಡಳು. ಅವಳ ಯೋಚನೆಯನ್ನು ತುಂಡರಿಸುವಂತೆ,

"ನೋಡ್ರಿ, ಅದೇನು ಸಾಧ್ಯನೋ ಮಾಡಿ. ಇಲ್ಲಾಂದ್ರೆ ಒಂದಷ್ಟು ಕಾಲ ಡ್ರಾಗ್ ಮಾಡಿ. ಅಷ್ಟೊತ್ತಿಗೆ ಇನ್ನೊಂದೇನಾದ್ರೂ ಆದ್ರೆ ಜನ ಇದನ್ನು ಮರೀತಾರೆ. ಆಯಮ್ಮಂಗೂ ಬುದ್ಧಿ ಬರ್ಬೋದು" ಅನಿರುದ್ಧ್ ಇನ್ನು ನೀವು ಹೋಗಬಹುದು ಎಂಬಂತೆ ರೂಪಾಳಿಗೆ ಹೇಳಿದರು.

"ಎಸ್ ಸರ್" ಎಂದು ಸೆಟೆದು ನಿಂತು ಸಲ್ಯೂಟ್ ಹಾಕಿದ ರೂಪ ತನ್ನ ಕಛೇರಿಗೆ ಮರಳಿದಳು.

3

"ಲಕ್ಷ್ಮೀ... ಹೇಗಿದ್ದೀಯ ಮಗಳೇ?"

"ಹೂಂ... ಚೆನ್ನಾಗಿದ್ದೀನಿ. ಟಿ.ವಿ. ನೋಡ್ತಿದ್ದೀಯೇನಮ್ಮ?"

"ಹೂನಮ್ಮ, ಇದೆಲ್ಲ ಶುರುವಾದಾಗಿಂದ ಫೋನ್ ಸ್ವಿಚ್ ಆಫ್ ಮಾಡಿ ಇಟ್ಕೊಂಡಿದ್ದೀನಿ. ಹೊರಗೆಲ್ಲೂ ಹೋಗಿಲ್ಲ. ಜನ ಒಳ್ಳೇವ್ರಲ್ಲ ನೋಡು."

"ಸಾರಿನಮ್ಮ... ಒಬ್ಬೇ ಇರೋ ನಿಂಗೂ ತೊಂದ್ರೆ. ಆದ್ರೆ ನನ್ನ ಮಾತಲ್ಲಿ ನಂಬಿಕೆ ಇಟ್ಟಿದ್ದಕ್ಕೆ ಥ್ಯಾಂಕ್ಸ್ ಅಮ್ಮ."

"ನಾನು ಹುಟ್ಟಿಸಿ ಬೆಳೆಸಿದ ಮಗಳಲ್ಲಿ ನಂಬಿಕೆ ಇಡ್ದೇ ಇದ್ರೆ, ದೇವ್ರು ಮೆಚ್ತಾನಾ?"

"ರೇಪಾದವ್ರೆಲ್ಲ ಕೋರ್ಟು ಮತ್ತು ಸಮಾಜದಲ್ಲಿ ತಮ್ಮದೇ ತಪ್ಪು ಅಂತಾದ್ರೆ? ಅಂತ ಹೆದರಿರೋದ್ರಿಂದ್ಲೆ ರೇಪಿಸ್ಟ್‌ಗಳು ತಪ್ಪಿಸ್ಕೊಳ್ಳೋದು. ನಾವು ಯಾವ್ದೇ ಸ್ಥಿತಿಲಿದ್ರು ನಮ್ಮ ದೇಹಾನಾ ಅನುಮತಿಯಿಲ್ಲದೆ ಇನ್ನೊಬ್ರು ಮುಟ್ಟೋದು ಅಪರಾಧ, ಅಲ್ವೇನಮ್ಮ?"

"ಅರಣ್ಯ ನೀತಿ ಲಕ್ಷ್ಮಿ... ಹೆಂಗಸ್ರಿಗೆ ಆಕ್ಸಿಡೆಂಟ್ ಆಗಿ ಬಿದ್ದಿದ್ರೂ, ಹೆಂಗಸ್ರು ಹೆಳವರಾದ್ರೂ ಕರುಣೆ ಇಲ್ದೆ ಚಟ ತೀರಿಸ್ಕೊಂಡು ಓಡೋಗೋ ಜಾತಿ ಗಂಡಸರ್ದು. ಆದ್ರೆ ಕೊನೆಗೆ, ಅಂತಹ ಕೋತಿಗಳು ಮೊಸರನ್ನು ಮೇಕೆ ಮೂತಿಗೇ ಮೆತ್ತೋದು. ಇದೆಲ್ಲ ಯಾವ ಕಾಲದಿಂದ್ಲೂ ಒಂದಲ್ಲ ಒಂದು ರೂಪದಲ್ಲಿ ನಡೀತಾನೇ ಇದೆಯಲ್ಲ."

"ಆದ್ರೆ ಈ ಥರದ ಒಂದು ಚರ್ಚೆ ಮುಕ್ತವಾಗಿ ಇವತ್ತು ನಡೀತಿದೆ ಅಂತ ಸಮಾಧಾನ ಕಣಮ್ಮ. ಆದ್ರೆ ಪೋಲಿಸ್ರು ಎಷ್ಟು ಲಘುವಾಗಿ ಮಾತಾಡಿದ್ರು ಗೊತ್ತಾ? ಆ ಲೇಡಿ ಇನ್ಸ್‌ಪೆಕ್ಟರ್ ಕೂಡ. 'ನಿಂಗೆ ಎಂತ ಸಪೋರ್ಟಿವ್ ಫ್ಯಾಮಿಲಿ ಇದೆ, ಅಭಿಷೇಕ್ ಎಂತ ಒಳ್ಳೇ ಗಂಡ, ಇನ್ನೊಂದು ಸ್ವಲ್ಪ ದಿನಗಳಲ್ಲಿ ಸುಲಭವಾಗಿ ಮರೀಬಹುದು, ಮುಂದೆ ಹುಷಾರಾಗಿರಬಹುದು' ಅಂತೆಲ್ಲ ಹೇಳಿದ್ರೇ ಹೊರತಾಗಿ, 'ನಾವು ಆ ಪಾಪೀನ ಹಿಡೀಯೋಕೆ ಖಂಡಿತ ಪ್ರಯತ್ನ ಮಾಡ್ತೀವಿ' ಅಂತ ಒಂದೇ ಒಂದ್ಸಾರಿ ಭರವಸೆ ಕೂಡ ಕೊಡ್ಲಿಲ್ಲ. ಅವಳ್ಗೇ ಹಾಗಾಗಿದ್ರೆ ಮರ್ತು ಬಿಡೋಳಾ?"

"ಇರ್ಲಿ ಮಗಳೇ... ಈಗಾಗ್ಲೇ ವಿಷಯ ಹೊರಬಂದಿದೆ. ಇನ್ನು ಅದು ಆಡೋವ್ರ ನಾಲ್ಗೇಲಿ ಹೊಸ ಹೊಸ ಬಣ್ಣ ಪಡ್ಕೊಳ್ಳೋದು ಗ್ಯಾರಂಟಿ. ನನ್ನ ಕಾಲ ಮುಗೀತಿದೆ. ನೀನು ಹುಷಾರು. ಗಟ್ಟಿಯಾಗಿರು. ಅವನು ಅಕಸ್ಮಾತ್ ಸಿಕ್ಕಿದ್ರು ಕೋರ್ಟಿಗೆ ಹೋಗ್ತಾನೆ. ಲಾಯರುಗಳು ಚಿತ್ರ ಹಿಂಸೆ ಕೊಡ್ತಾರೆ. ಹಣ ತನ್ನಿ ಅಂತಾರೆ. ಸಾಕ್ಷಿ ಕೊಡಿ ಅಂತ ಕೇಳ್ತಾರೆ. ಸಾಕಷ್ಟು ಸಾಕ್ಷಿ ಇಲ್ಲ ಅಂತಾರೆ. ಕೇಸು ಮುಚ್ಚೋಗುತ್ತೆ. ಇದಕ್ಕೆಲ್ಲ ತಯಾರಾಗಿದ್ಯಾ?"

"ನಾನಂತೂ ಎಲ್ಲಕ್ಕೂ ತಯಾರಾಗಿದ್ದೀನಮ್ಮ. ನಮಗೆ ಅನ್ಯಾಯ ಆದ್ರೆ, ನಮ್ಮ ಬಗ್ಗೆ ಪಾಪ ಅನ್ನೋದು ಬಿಟ್ಟು, ಜನ ನಮ್ಮನ್ನೇ ಅಪರಾಧಿಗಳು ಅಂತ ನೋಡ್ತಾರೆ. ಇಡೀ ವ್ಯವಸ್ಥೆ ಒಂದಾಗಿ ಕೆಲ್ಸ ಮಾಡುತ್ತೆ. ಒಟ್ನಲ್ಲಿ ರೇಪ್ ಮಾಡಿಸ್ಕೊಂಡವಳು ಸುಮ್ನಾಗ್ಬೇಕು. ಮಾಡ್ದೋನು ಗೆಲ್ಬೇಕು. ಅದಕ್ಕೇ ಹೆಂಗಸರು ಸುಮ್ನಾಗೋದು. ಸಿನಿಮಾದಲ್ಲಿ, ಹೆಂಗಸ್ರು ತಾವೇ

ಸೇಡು ತೀರಿಸ್ಕೊಳ್ಳೋ ಕಥೆಗಳ್ನ ತೋರಿಸ್ತಾರಲ್ಲ? ಅದನ್ನ ಬಿಟ್ರೆ ಇನ್ನೇನು ಮಾಡ್ಬೇಕೊ ಗೊತ್ತಿಲ್ಲ."

"ಲಕ್ಷ್ಮಿ ಅದು ಸಿನಿಮಾ... ನಿಂಗೆ ಹೊಟ್ಟೆ ಉರೀತಿರೋವಾಗ ಅಂತ ಯೋಚ್ನೆಗಳು ಬರೋದು ಸಹಜ. ಆದ್ರೆ ಅದು ಪರದೆ ಮೇಲೆ ಮಾತ್ರ ಕಣಮ್ಮ. ಇಲ್ಲಾಂದ್ರೆ, ಶತ–ಶತಮಾನಗಳಿಂದ ಈ ವ್ಯವಸ್ಥೇನ ಯಾಕೆ ಬದಲಾಯಿಸಕ್ಕಾಗಿಲ್ಲ ಹೇಳು?"

"ಹೂನಮ್ಮ... ನೀನು ಹೇಳೋದು ನಿಜ, ನಿಂಗೆ ಮನೆಗೆ ಅಂತ ಏನಾದ್ರೂ ಬೇಕಾ? ಸಂಜೆಗೆ ನಾನೇ ಶಾಪ್ ಮಾಡಿ ತಂದ್ಕೊಡ್ತೀನಿ. ನನ್ನ ಮೇಲೆ ನಿಂಗಿರೋ ನಂಬಿಕೆಗೆ ತುಂಬಾ ಥ್ಯಾಂಕ್ಸ್ ಅಮ್ಮ... ಯಾರ ಸಪೋರ್ಟ್ ಇಲ್ಲದ ಜನರು ಸುಮ್ಮನಾಗಿಬಿಡೋದು ಆಶ್ಚರ್ಯನೇ ಅಲ್ಲ. ನಾನು ಮುಂದೇನು ಅಂತ ಯೋಚ್ನೆ ಮಾಡ್ತೀನಿ. ಆಮೇಲೆ ನಿರ್ಧಾರ ತಗೋತೀನಿ."

"ಆಯ್ತಮ್ಮ... ನಿಧಾನಕ್ಕೆ ನಿಂಗೆ ಇನ್ನೂ ಕೆಲವು ವಿಚಾರಗಳು ನೆನಪಿಗೆ ಬರ್ಬೋದು. ಅಥವಾ ಪೋಲೀಸರು ಸರ್‍ಯಾಗಿ ಕೆಲ್ಸ ಮಾಡಿದ್ರೆ ಅವನನ್ನ ಹಿಡೀಬೋದು. ಯಾವುದಕ್ಕೂ ದುಡುಕ್ಬೇಡ... ನಿನ್ನ ನಂಬಿಕೆ ಕಳ್ಕೋಬೇಡ. ಅಭಿಗೂ ಅದನ್ನೇ ಹೇಳು. ಸಂಜೆ ಸ್ವಲ್ಪ ಹಾಲು, ಹಣ್ಣು ತಗೊಂಡ್ಬಾ... ಕೂತು ಮಾತಾಡೋಣ.

"ಹೂನಮ್ಮಾ" ಲಕ್ಕಿ ಕರೆ ಕತ್ತರಿಸಿದಳು.

4

"ನಿಮ್ಮ ಹೆಂಡ್ತಿ ಬಗ್ಗೆ ನಿಮಗೆ ನಂಬಿಕೆ ಇದೆಯಾ?" ರೂಪ ಕೇಳಿದಳು.

"ಪೂರ್ತಿ ಇದೆ. ಯಾಕೆ ಕೇಳ್ತಿದ್ದೀರ?"

"ಹಿಂದೆ ಯಾವಾಗ್ಲಾದ್ರೂ, ಸಿಂಪಥಿಗೆ ಅಂತ ಏನಾದ್ರೂ ನಾಟಕ... ಇತ್ಯಾದಿ."

"ನಾನ್ಸೆನ್ಸ್. ಇದರಿಂದ ಲಕ್ಷ್ಮಿಗೆ ಯಾವ ಲಾಭ ಇದೆ? ಅವಳ ಹೆಸರು ಪೇಪರಲ್ಲಿ, ಟಿ.ವಿ.ಲಿ ಬಂದಿದೆ. ಊರೆಲ್ಲ ಮಾತಾಡ್ತಿದೆ. ಇಂಥ ಸಾವಿರಾರು ರೇಪ್ ಕೇಸ್‌ಗಳಿಗೆ ನ್ಯಾಯನೇ ಸಿಕ್ಕಿಲ್ಲ ಅಂತಲೂ ಅವಳಿಗೆ ಗೊತ್ತಿದೆ. ನೀವೇ ವೈದ್ಯರತ್ರ ಚೆಕ್ ಮಾಡ್ಸಿದ್ದೀರಿ. ಇನ್ನೂ ನಂಬಿಕೆ ಇಲ್ವಾ? ಮತ್ಯಾಕೆ ಸಂದೇಹ?"

"ಏನಿಲ್ಲ ಮಿಸ್ಟರ್ ಅಭಿಷೇಕ್. ನಿನ್ನೆ ಬೆಂಗಳೂರಿನ ಎಲ್ಲ ಟ್ಯಾಕ್ಸಿ ಕಂಪನಿಗಳಿಗೆ ನಿಮ್ಮ ಹೆಂಡತಿ ಫೋಟೋ ಕಳಿಸಿ ಯಾರಾದ್ರೂ ಈ ಹೆಂಗಸನ್ನು ಮೊನ್ನೆ ರಾತ್ರಿ ಡ್ರಾಪ್ ಮಾಡಿದ್ರಾ ಅಂತ ಕೇಳಿಸಿದ್ವಿ. ಆದ್ರೆ ಯಾರೂ ಲಕ್ಷ್ಮಿಯವರನ್ನು ಗುರುತಿಸಲಿಲ್ಲ."

"ಅಂದ್ರೆ ಲಕ್ಷ್ಮಿ ಸುಳ್ಳು ಹೇಳ್ತಿದ್ದಾಳೆ ಅಂತನಾ? ಆದ್ರೆ ಒಂದು ನಿಮಿಷ ಇರಿ. ಲಕ್ಷ್ಮಿ ಯಾರನ್ನೂ ಹೆಸರಿಸಿಲ್ಲ. ಅವಳಿಗೆ ಅವನು ಯಾರಂತನೂ ಗೊತ್ತಿಲ್ಲ. ಇದು ಬ್ಲ್ಯಾಕ್‌ಮೇಲ್ ಕೇಸಲ್ಲ. ಹನಿ ಟ್ರ್ಯಾಪ್ ಕೇಸಲ್ಲ. ಯಾರ ಮಾನ ಹಾನಿ ಮಾಡ್ತಾನೂ ಇಲ್ಲ. ಹಾಗಿರೋವಾಗ ಅವಳು ಸುಳ್ಯಾಕೆ ಹೇಳ್ತಿದ್ದಾಳೆ?" ಅಭಿ ಆಶ್ಚರ್ಯದಿಂದ ರೂಪಳ ಮುಖ ನೋಡಿದ.

"ನಿಮ್ಮ ಸೆಕ್ಶುಯಲ್ ರಿಲೇಷನ್ ಹೇಗಿದೆ?" ರೂಪ ಅಭಿಯನ್ನೇ ದಿಟ್ಟಿಸಿ ನೋಡಿ ನೇರವಾಗಿ ಕೇಳಿದಳು. ಅಭಿ ಲಕ್ಷಣವಾಗಿ, ಆಕರ್ಷಕವಾಗಿದ್ದ. ತೆಳ್ಳಗಿನ ಎತ್ತರದ ದೇಹದ ಅವನು ಸಾಧು ಸ್ವಭಾವದವನಂತೆ ಕಾಣುತ್ತಿದ್ದ.

"ನಾರ್ಮಲ್... ಯಾಕೆ ಕೇಳ್ತಿದ್ದೀರ?"

"ಮದುವೆಯಾಗಿ ಎಷ್ಟು ವರ್ಷಗಳಾದ್ವು?"

"ನಾಕು."

"ಈಗ್ಲೂ ಮಕ್ಕಳು ಬೇಡ ಅಂತಾನಾ ಅಥವಾ ಪ್ರಯತ್ನ ಪಡ್ತಿದ್ದೀರ?"

"ಎರಡು ವರ್ಷ ಬೇಡ ಅಂತಿದ್ವಿ, ಈಗ ಆದ್ರೆ ಪರವಾಗಿಲ್ಲ ಅಂದ್ಕೊಂಡಿದ್ದೀವಿ."

"ಲಕ್ಷ್ಮಿಗೆ ಮಕ್ಕಳನ್ನು ಕಂಡ್ರೆ ಇಷ್ಟಾನಾ?"

"ಯಾವತ್ತೂ ಇಷ್ಟ ಇಲ್ಲ ಅಂತ ಹೇಳಿಲ್ಲ... ಮೇಡಂ ಇದು ರೇಪ್ ಕೇಸ್. ಆ ವಿಚಾರ ಬಿಟ್ಟು ಮಾತು ಬೇರೆ ಕಡೆ ಹೋಗ್ತಿದೆ" ಅಭಿ ನೆನಪಿಸಿದ.

"ಸಾರಿ ಅಭಿಷೇಕ್. ತಮಗೆ ರೇಪಾಗಿದೆ ಅಂತ ಲಕ್ಷ್ಮಿ ಹೇಳ್ತಿದ್ದಾರೆ. ಅವರು ರೆಸ್ಟಾರೆಂಟಿಗೆ ಹೋಗಿದ್ದು ನಿಜ. ಅದಕ್ಕೆ ಸಾಕ್ಷಿಗಳಿದ್ದಾರೆ. ಕುಡಿದದ್ದು ಕೂಡ ನಿಜ, ಸರ್ವರ್ ಅವರನ್ನು ನೋಡಿದ್ದೀನಿ ಅಂತ ಒಪ್ಕೊಂಡಿದ್ದಾರೆ. ಅದ್ರೆ ಅಲ್ಲಿಂದ ಮುಂದಕ್ಕೆ ಸಾಕ್ಷಿ ಸಿಗ್ತಿಲ್ಲ. ಆದ್ರಿಂದ ನಾವು ವಿಕ್ಟಿಂ ಮತ್ತು ಅವರ ಸುತ್ತಲಿಂದನೇ ಮತ್ತೆ ಇನವೆಸ್ಟಿಗೇಶನ್ ಶುರು ಮಾಡ್ಬೇಕಾಗುತ್ತೆ. ದಯವಿಟ್ಟು ಮೈಂಡ್ ಮಾಡ್ಕೋಬೇಡಿ. ಬೇಕಾದ್ರೆ ಮತ್ತೆ ಮತ್ತೆ ಕರೆಸ್ಕೋಬೇಕಾಗುತ್ತೆ. ಫೋನ್ ಮಾಡಿ ಮಾತಾಡಬೇಕಾಗುತ್ತೆ. ಓಕೆನಾ?"

"ಸರಿ ಮೇಡಂ" ಎಂದ ಅಭಿ ಪೊಲೀಸ್ ಠಾಣೆಯಿಂದ ಹೊರಬಂದ.

5

"ರೇಪ್ ಮಾಡೋ ಮನಸ್ಸಿರೋ ನಾನಾ ಥರದ ಜನ ಇರ್ತಾರೆ. ಕೆಟ್ಟವರು, ಹೊಂಚು ಹಾಕೋ ಅಪರಿಚಿತರು, ಅವಕಾಶ ಸಿಕ್ಕಾಗ ತೀಟೆ ತೀರಿಸ್ಕೊಳ್ಳೋವ್ರು, ಬುದ್ಧಿ ಕಡಿಮೆ ಇರೋವ್ರು ಇತ್ಯಾದಿ. ಆದ್ರೆ ಅರ್ಧಕ್ಕರ್ಧ ಜನ ಕುಡಿತ ಅಥವಾ ಡ್ರಗ್ಸ್ ನಶೇಲಿರ್ತಾರೆ. ಇನ್ನರ್ಧ ಜನ ಗೊತ್ತಿರೋ ಜನರೇ

ಆಗಿರ್ತಾರೆ. ಗುರುತಿರೋ ವ್ಯಕ್ತಿಯಾಗಿದ್ರೆ ನಿಮಗೆ ಕ್ರಮೇಣ ನೆನಪು ಬರೋ ಸಾಧ್ಯತೆ ಜಾಸ್ತಿ ಇದೆ. ಪಾರ್ಟೀಲಿ ಸಿಕ್ಕ ಇನ್ಯಾರೋ ಅಪರಿಚಿತ ಆಗಿದ್ರೆ ಕಷ್ಟ."

"..." ಲಕ್ಷ್ಮಿಯಿಂದ ಉತ್ತರ ಬರಲಿಲ್ಲ.

"ಹೆಂಗಸ್ರು ಕಂಪ್ಲೇಂಟ್ ಕೊಡಲ್ಲ" ಅನ್ನೊ ಧೈರ್ಯದ ಮೇಲೆ ಇಂತವರು ಅತ್ಯಾಚಾರ ಮಾಡ್ತಾರೆ, 'ಹುಡುಗೀರ್ಗೆ ಸೆಕ್ಸ್ ಅಂದ್ರೆ ಇಷ್ಟ ಆದ್ರೆ ಸುಮ್ನೆ ಹಂಗಾಡ್ತಾರೆ', 'ಅವಳೇ ಬಂದ್ಲು' ಅಂತ ನಂಬಿರೋ ಜನರು ಕೂಡ ಇರ್ತಾರೆ. 'ಹೆಂಗಸರ ಇಷ್ಟಾನಿಷ್ಟ ಎಲ್ಲ ಕೇಳ್ಬಾರ್ದು, ಅವರ ಮೇಲೆ ವಿಜೃಂಭಿಸದಿದ್ದರೆ ನಾವು ಗಂಡಸರಲ್ಲ' ಅಂತ ನಂಬಿರೋ ಹಳೇನಂಬಿಕೆಯ ಜನ ಕೂಡ ಇಂತ ಕೃತ್ಯ ಮಾಡ್ತಾರೆ. ಇನ್ನೂ ಬೇಕಾದಷ್ಟು ಥರ-ಥರದ ಜನ ಇರಬಹುದು. ನಿಮ್ಮ ಕೇಸಲ್ಲಿ ನೀವು ಮತ್ತು ಅಪರಾಧಿ ಇಬ್ರೂ ನಶೇಲಿದ್ರಿ. ಅವ್ನಿಗೆ ನಿಮ್ಮನೆ ವಿಳಾಸನೂ ಗೊತ್ತಿದೆ. ರೇಪ್ ಮಾಡಿದ ಮೇಲೆ ನಿಮ್ಮನ್ನು ಮನೆಗೆ ಕಳಿಸೋಷ್ಟು ಕಾಳಜಿನೂ ಅವನಿಗೆ ಇದೆ. ಇದು ನಶೇಲಿ ನಡ್ದಿರೋ ಆ್ಯಕ್ಸಿಡೆಂಟ್. ಅಂದ್ರೆ ಅವನು ನಿಮಗೆ ಗೊತ್ತಿರೋನೇ ಅಂತಾಯ್ತು?"

"ಖಂಡಿತ ಗೊತ್ತಿಲ್ಲ."

"ಒಕೇ. ನಿಮ್ಮ ಮೈಮೇಲೆ ಯಾವುದೇ ರೀತಿ ಇಂಜುರಿಗಳು ಕೂಡ ಇಲ್ದೇ ಇರೋದು ನೋಡಿದ್ರೆ ನೀವು ನಶೇಲಿದ್ರಿ ಹಾಗಾಗಿ ಸಹಕಾರ ತೋರ್ಸಿದ್ರಿ ಇತ್ಯಾದಿ ಕೂಡ ಸರಿಯನ್ನಿಸುತ್ತೆ. ಜೊತೇಲಿ ರೆಸ್ಟಾರೆಂಟ್ ಬಿಟ್ಮೇಲೆ ನಿಮ್ಮಿಬ್ರನ್ನೂ ಜೊತೇಲಿ ನೋಡ್ದವ್ರು ಯಾರೂ ಸಿಕ್ಕಿಲ್ಲ. ಟ್ಯಾಕ್ಸಿ ಡ್ರೈವರ್‌ಗಳು ಯಾರೂ ನಿಮ್ಮನ್ನ ಗುರುತಿಸಿಲ್ಲ. ಅವನ್ದೇ ಕಾರಲ್ಲಿ ಕರಕೊಂಡು ಹೋದ್ನಾ ಗೊತ್ತಿಲ್ಲ. ಅರ್ಥಾತ್ ನಿಮ್ಮ ಕಥೆ ಸದ್ಯಕ್ಕೆ ಟ್ಯಾಲಿ ಆಗ್ತಿಲ್ಲ."

"..." ಲಕ್ಷ್ಮಿಯಿಂದ ಏನೂ ಉತ್ತರ ಬರಲಿಲ್ಲ.

"ಇನ್ನೊಂದು ಗೊತ್ತಾ ಲಕ್ಷ್ಮಿ, ಶೇಕಡಾ ಅರ್ಧಕ್ಕಿಂತ ಹೆಚ್ಚು ಜನ ಅಂದ್ರೆ 62% ಜನ ಹೆಂಗಸ್ರು ಒಂದಲ್ಲ ಒಂದ್ಸಾರಿ ರೇಪ್ ಅನ್ನೋ ಫ್ಯಾಂಟಸಿನ, ಕಾಲ್ಪನಿಕ ಐಡಿಯಾನ ಇಷ್ಟ ಪಡ್ತಾರೆ ಅನ್ನೋದು. ಅದರಲ್ಲೂ ಅರ್ಧಕ್ಕರ್ಧ ಜನ ಅದನ್ನು ಜರೀತಾರೆ ಆದ್ರೆ ಐದು ನಿಮಿಷಗಳ ಕಾಲನಾದ್ರು ಬೇಕು ಅಂತ ಕಲ್ಪನೆ ಮಾಡ್ಕೋತಾರೆ. ನಶೇಲಿ, ನೀವೇನಾದ್ರೂ ಕಲ್ಪಿಸಿಕೊಂಡು... ಮುಂದಿನದೆಲ್ಲ ನಿಮ್ಮ ಮನಸ್ಸು ಕಟ್ಟಿದ ಕಥೆ ಯಾಕಾಗಿರಬಾರ್ದು?"

"..." ಲಕ್ಷ್ಮಿ ಅದಕ್ಕೂ ಮಾತಾಡಲಿಲ್ಲ.

"ಘಟನೆ ನಡೀತು ಅಂತ ಹೇಳಿ ಒಂದು ವರ್ಷ ಆಯ್ತು. ನಮಗೆ ಇನ್ನೊಂದು ಹೆಜ್ಜೆ ಮುಂದಕ್ಕೋಗೋಕೆ ಸಾಧ್ಯ ಆಗಿಲ್ಲ... ನಾನು ತುಂಬ ನಿಯತ್ತಿಂದ ಎಲ್ಲ ಮೂಲಗಳನ್ನು ಶೋಧಿಸಿದ್ದೀನಿ. ಈಗ ಮೀಡಿಯಾಗಳು ಎಲ್ಲ ಮರೆತು ಇನ್ನೇನೋ ವರದಿ ಮಾಡ್ತಿದ್ದಾರೆ. ನೀವು ತುಂಬಾ ಗಟ್ಟಿಯಾಗಿ

ನಿಂತಿದ್ದಕ್ಕೆ ಥ್ಯಾಂಕ್ಸ್... ಈ ಕೇಸಿಂದ ನಾವು ಕಲಿತದ್ದೂ ಸಾಕಷ್ಟಿದೆ. ಬೇರೆ ಹೆಂಗಸರ ಸೇಫ್ಟಿಗೆ ತುಂಬಾ ಕೆಲಸ ಮಾಡಿದ್ದೀವಿ. ಹಂಗಾದ್ರೂ ಒಳ್ಳೇದಾಯ್ತು. ನಿಮ್ಗೇನಿಷ್ಟ ಹೇಳಿ. ಕೇಸ್ ಓಪನ್ ಇಡ್ಲಾ ಅಥವಾ ಕಂಪ್ಲೇಂಟ್ ವಾಪಸ್ ಪಡೀತೀರ?" ರೂಪ ಕೇಳಿದಳು.

"ಅಂದ್ರೆ... ಇದು ಮುಂದುವರೆಯೋದೆ ಇಲ್ಲ ಅಂತೀರ?"–ಲಕ್ಷ್ಮಿ ನಿರಾಸೆಯಿಂದ ಕೇಳಿದಳು. ಅವಳಿಗೂ ವರ್ಷದಿಂದ ಇದರ ಬೆಂಬತ್ತಿ ಸಾಕಾಗಿತ್ತು.

"ನಿಯತ್ತಾಗಿ ಹೇಳ್ತಿದ್ದೀನಿ, ಈ ಕೇಸ್ ನಿಲ್ಲಲ್ಲ ಲಕ್ಷ್ಮಿ. ನಾವು ಕೇಸನ್ನು ಓಪನ್ ಇಟ್ರೂ ಹತ್ತಾರು ವರ್ಷ ಕೊಳೆಯುತ್ತೇ ಹೊರ್ತು ಸಾಲ್ವ್ ಆಗೋ ನಂಬಿಕೆ ನನಗಿಲ್ಲ. ಸುಮ್ನೆ ನಿಮ್ಗೂ ತೊಂದ್ರೆ. ಹಣ, ಓಡಾಟ ಎಲ್ಲ ವ್ಯರ್ಥ... ಆದ್ರೆ ಫಾರ್ ದಿ ರೆಕಾರ್ಡ್ಸ್ ಯಾವ ಕೇಸು ಯಾವಾಗ ಸಾಲ್ವ್ ಆಗುತ್ತೆ ಅಂತ ನಮಗೂ ಗೊತ್ತಿರಲ್ಲ."

"ಥ್ಯಾಂಕ್ಸ್ ರೂಪ ಮೇಡಂ, ನೀವು ಹೇಳ್ತಿರೋದು ನಂಗೆ ಪೂರ್ತಿ ಅರ್ಥ ಆಗುತ್ತೆ...ಆದ್ರೆ ಸಾಲ್ವ್ ಆಗಬಹುದು ಅನ್ನೋ ನನ್ನ ನಂಬಿಕೆನಾ ನಾನು ಬದಲಾಯ್ಸಲ್ಲ. ಪ್ಲೀಸ್ ಕೀಪ್ ದಿ ಕೇಸ್ ಓಪನ್" ರೂಪ ಹತಾಶೆಯಿಂದ ಹೇಳಿದಳು. ಅವಳ ನಿಟ್ಟುಸಿರು ರೂಪಾಳ ಕರುಳನ್ನು ಹಿಚುಕಿತು.

"ಫೈನ್ ವಿತ್ ಮಿ. ಮುಂದೆ ಏನಾದ್ರೂ ನಡದ್ರೆ ತಿಳಿಸ್ತೀವಿ. ಸದ್ಯಕ್ಕೆ ಶಾಂತಿ ಕಾಪಾಡ್ಕೊಳ್ಳಿ...ಆಲ್ ದಿ ಬೆಸ್ಟ್" ಎಂದಳು.

ಲಕ್ಷ್ಮಿ ಮರು ಮಾತಾಡದೆ ಫೋನಿಟ್ಟಳು. ಅವಳು ಮತ್ತೆ ಪೊಲೀಸ್ ಠಾಣೆಗೆ ಫೋನ್ ಮಾಡಿ ತನ್ನ ಕೇಸಿನ ಬಗ್ಗೆ ವಿಚಾರಿಸಲಿಲ್ಲ. ಪೊಲೀಸರಿಂದ ಲಕ್ಷ್ಮಿಗೆ ಯಾವ ಕರೆಯೂ ಹೋಗಲಿಲ್ಲ.

6

ಮುಂಬೈನ ಕಾಮಾಟಿ ಪುರದ ರೇಡ್‌ನಲ್ಲಿ ಪೊಲೀಸರು ಸತ್ಯನನ್ನು ಹಿಡಿದಾಗ ಅವನ ಫೋನನ್ನೂ ವಶ ಪಡಿಸಿಕೊಂಡಿದ್ದರು. ಅವನ ಫೋನಲ್ಲಿದ್ದ ಪೋರ್ನ್ ಕಂಟೆಂಟ್ ನೋಡಿ ಅವನ ಮನೆಗೆ ತೆರಳಿ ಕಂಪ್ಯೂಟರನ್ನು ಕೂಡ ವಶಕ್ಕೆ ತಗೊಂಡಿದ್ದರು.

ಅದರಲ್ಲಿದ್ದ ಐವತ್ತೊಂದು ವಿಡಿಯೋಗಳಲ್ಲಿ "ನೀನಲ್ಲ ಲಕ್ಕಿ... ಇವತ್ತು ನಾನು ಲಕ್ಕಿ...ಪ್ಲೀಸ್...ಏನೂ ಆಗ್ತಿಲ್ಲ ಸುಮ್ನಿರು" ಎಂದು ಮತ್ತಿನಲ್ಲಿದ್ದ ಮಹಿಳೆಯೊಬ್ಬಳನ್ನು ಅವನು ಬಲವಂತವಾಗಿ ಕೂಡಿದ್ದ ದೃಶ್ಯವೂ ಇತ್ತು. ಅದು ಯಾರು, ಅವಳು ಯಾವೂರಿನವಳು ಇತ್ಯಾದಿ ವಿವರ ಕೇಳಿದ್ದಕ್ಕೆ

ಅದು ತುಂಬಾ ಹಳೆಯದೆಂತಲೂ, ಬೆಂಗಳೂರಿನ ಗೆಳೆಯನ ಬೀಳ್ಕೊಡುಗೆ ಪಾರ್ಟಿಯೊಂದರಲ್ಲಿ ಸಿಕ್ಕ ಮಹಿಳೆಯೆಂತಲೂ ಅವನು ಹೇಳಿದ. "ನಿನ್ನ ಆಫೀಸಿನ ಹೆಂಗಸಿನ ಜೊತೆ ಮಲಗಿದ್ದೇನೆ ಗೊತ್ತಾ?" ಅಂತ ಸತ್ಯ ಸಂದೇಶವೊಂದನ್ನು ಕಳಿಸಿ, ಕೊಚ್ಚಿಕೊಂಡ ಕೂಡಲೇ ಅವನ ಗೆಳೆಯ ಅವಿನಾಶ ಹೌಹಾರಿದ್ದ. ಗೆಳೆಯನಿಗೆ ಚೆನ್ನಾಗಿ ಬಯ್ದು, ಸತ್ಯನಿದ್ದ ಹೋಟೆಲಿಗೆ ಟ್ಯಾಕ್ಸಿಯೊಂದಕ್ಕೆ ಕಳಿಸಿಕೊಟ್ಟಿದ್ದ. ಅವಳ ಮನೆಯ ವಿಳಾಸವನ್ನು ಟ್ಯಾಕ್ಸಿಯವನಿಗೆ ಅವಿನಾಶನೇ ಹೇಳಿ ಕಳಿಸಿದ್ದ. ಮದುವೆಯಾಗಿದ್ದ ಆ ಹೆಂಗಸನ್ನ ಸೇಫಾಗಿ ಮನೆಗೆ ಕಳಿಸಿಕೊಡಲು ತಾಕೀತು ಮಾಡಿದ್ದನೆಂತಲೂ, ಅವಳ ವಿಳಾಸ ತನಗೆ ಗೊತ್ತಿಲ್ಲವೆಂದೂ ಬಡಬಡಿಸಿದ. ಆದರೆ ಅಂದಿನಿಂದಲೇ ಆ ಗೆಳೆಯ ಸತ್ಯನೊಂದಿಗಿನ ಎಲ್ಲ ಸಂಪರ್ಕಗಳನ್ನು ಕಡಿದುಕೊಂಡಿದ್ದನೆಂತಲೂ. ಈಗವನು ಅಮೆರಿಕಾದಲ್ಲಿದ್ದಾನೆಂದೂ ಹೇಳಿದ.

ಎಷ್ಟೇ ಬಡಿದರೂ ಸತ್ಯನಿಗೆ ನಿಜಕ್ಕೂ ಅವಿನಾಶನ ಅಮೆರಿಕಾದ ವಿಳಾಸ ಗೊತ್ತಿರಲಿಲ್ಲ.

ಅದರ ಜೊತೆ, ಇನ್ನೂ ಐವತ್ತು ಕತೆಗಳನ್ನು ಕೇಳಿದ ಪೊಲೀಸರು ದೊಡ್ಡ ಫೈಲೊಂದನ್ನು ತಯಾರಿಸಿದರು. ಸತ್ಯನ ಮೇಲೆ ಬೆಂಗಳೂರಲ್ಲಿ ಯಾವುದಾದರೂ ಕೇಸಿದೆಯೇ ಎಂದು ವಿಚಾರಿಸಿ ಅವನ ಹೆಸರು ಮತ್ತು ಫೋಟೋ ಕಳಿಸಿಕೊಟ್ಟರು. ಅದನ್ನು ಪರಿಶೀಲಿಸಿದ ಪೊಲೀಸರು ಆ ಹೆಸರಿನ ಮತ್ತು ಫೋಟೋದಲ್ಲಿದ್ದ ವ್ಯಕ್ತಿಯ ಮೇಲೆ ತಮ್ಮ ಬಳಿ ಯಾವ ದೂರೂ ದಾಖಲಾಗಿಲ್ಲ ಎಂದು ತಿಳಿಸಿದರು.

ಸಿಕ್ಕ ಇನ್ನಿತರ ಐವತ್ತು ವಿಡಿಯೋಗಳಲ್ಲಿನ ವಿಷಯಗಳನ್ನು ಜಾಲಾಡಿ, ಒಂದಷ್ಟನ್ನು ಶೋಧಿಸಿ ಮಿಕ್ಕವನ್ನು ಮುಂಬೈ ಪೊಲೀಸರು ಕೈಬಿಟ್ಟರು. ಕಂಪ್ಯೂಟರ್ ಮತ್ತು ಫೋನನ್ನು ಕೋರ್ಟಿಗೆ ಒಪ್ಪಿಸಿ ಕೈತೊಳೆದುಕೊಂಡರು. ಅವೆರಡೂ ರೆಕಾರ್ಡು ರೂಮಿನಲ್ಲಿ ಧೂಳು ಹಿಡಿಯುತ್ತ ಕೂತವು.

ಪೋರ್ನ್ ಆ್ಯಕ್ಟ್ ಮತ್ತು ವೇಶ್ಯಾವಾಟಿಕೆಯ ಭೇಟಿ ಮತ್ತು ಚಟುವಟಿಕೆಗಳಿಗಾಗಿ ಎಷ್ಟು ಗರಿಷ್ಠ ಶಿಕ್ಷೆ ಸಿಗಬೇಕೋ ಅಷ್ಟನ್ನು ಸತ್ಯನಿಗೆ ವಿಧಿಸಲಾಯಿತು.

7

"ರಾತ್ರಿ ಪಾಳಿ ಮುಗ್ಸಿ, ಟ್ಯಾಕ್ಸಿ ಕೀ ಕೊಟ್ಟು ಬಸ್ಸತ್ತಿ ಊರಿಗೆ ಬಂದು ಇವತ್ತಿಗೆ ಸರೀಗೆ ಮೂರು ವರ್ಷ ಆಯ್ತು ಕಣ್ಲಾ... ನೆಮ್ಮದಿಯಾಗಿದೀನಿ ನೋಡು. ಬೆಂಗ್ಳೂರಿನ ಆ ಧೂಳು, ಟ್ರಾಫಿಕ್ಕು ಎಲ್ಲ ಸೇರಿ ಉಬ್ಬಸ ಬರೋಕತ್ತಿತ್ತು,

ಈಗ ನೋಡು ದಮ್ಮೊಡೊದ್ರು ಹೆಂಗೆ ಕುದ್ರೆ ಥರ ಕೆನ್ಕೊಂಡಿದ್ದೀನಿ" ಅಂತ ಸುಬ್ಬು, ವಿಜಯನ ಹತ್ರ ಹೇಳ್ತಾ ಕೂತಿದ್ದ.

"ಒಳ್ಳೇದಾಯ್ತು ಬಿಡ್ಲಾ... ಅಲ್ಲಿ ಡ್ರಗ್ಸು, ಹೆಂಗ್ಸು ಅಂತೆಲ್ಲ ಕೆಟ್ಟೋಗೋಕೆ ಮುಂಚೇನೆ ಬಂದು ಊರು ಸೇರ್ಕೊಂಡಲ್ಲ."

"ಅದಿರ್ಲಪ್ಪಾ, ಅದ್ಯಾವ್ದೋ ಲಕ್ಷ್ಮಿ ಅಂತ ರೇಪಾಯ್ತು ಅಂತ ಗಲಾಟೆ ಆಯ್ತಲ್ಲ, ಆಯಮ್ಮನ್ನು ಅವತ್ತು ರಾತ್ರಿ ನಾನೇ ಮನೆಗೆ ಬಿಟ್ಟಿದ್ದು. ಒನ್ನೊಂದಿನ ಏನಾರ ಕೆಲ್ಸಕ್ಕೋಗಿದ್ರೆ ನಾನೇ ರೇಪ್ ಮಾಡ್ದೆ ಅಂತಾನೂ ಆಗಿರ್ತಿತ್ತೋ ಏನೋ. ಮಾರ್ನೇ ದಿನ ಪೊಲೀಸ್ರು ವಿಚಾರಿಸ್ಕೊಂಡು ಬಂದಿದ್ರಂತೆ. ಹಂಗಂತ ಶೀನ ಹೇಳಿದ್ದ, ಪ್ರತಿ ವರ್ಷನೂ ಅದೇ ನೆಪ್ಪು ಬತ್ತತೆ ಕಣ್ಲಾ."

"ಯಬ್ಬಾ... ಹೌದೇನ್ಲಾ? ಮನೆಕಡೇ ಎರಡೆಕೆರೆ ತೋಟ ಐತಲ್ಲೋ... ಒಂದೊತ್ತಿನ ಊಟಕ್ಕೇನು ಕೊರ್ತೆ ಇಲ್ಲ ತಕಾ... ನಂಬ್ಕೆ ಇಟ್ಕೊಂಡು ಬೇಸಾಯ ಮಾಡು. ಇನ್ನೊಂದ್ಸಾರಿ ನಮ್ಗೆಲ್ಲ ಕೈ ಕೊಟ್ ಪ್ಯಾಟೆ ಕಡೆ ಹೋದ್ಗೀದ್ದೀಯ" ಅಂತ ವಿಜಣ್ಣ ಸುಬ್ಬುನ ತಿವಿದ.

"ಏ ಬಿಡ್ಲಾ... ಒಂದೊಂದ್ಸಾರಿ ಅವಕಾಸಕ್ಕೆ ಅಂತ ಹಂಗೇ ಕೂತು ಕಾಯ್ತಾ ಇರ್ಬೇಕು, ಪೂರ್ತಿ ಬಾಗ್ಲು ಮುಚ್ಕೊಂಡು ಕೂತ್ರೆ... ಏನೂ ಆಗಾಕಿಲ್ಲ. ನಂಗೇನೋ ಅದ್ರಾಗೆ ನಂಬ್ಕೆ ಇರೋದು" ಅಂತ ಸುಬ್ಬು ಹುಬ್ಬು ಹಾರಿಸಿ ನಕ್ಕ.

ನಂಬಿಕೆಗಳ ಅನವರತ ಬಾಗಿಲುಗಳು ಒಳಬರುವವರನ್ನು ಕರೆಯುತ್ತಲೇ ಇದ್ದವು.

ವ್ಯಥೆಯೊಂದು ಭ್ರಮೆಯಾಗಿ

ಹಣೆಯಲ್ಲಿದ್ದ ಹಸಿರು ಹಚ್ಚೆಯನ್ನು ಮುಚ್ಚಲು ಅದರ ಮೇಲೆಯೇ ಸರಿಯಾಗಿ ಕುಂಕುಮ ಇಡುತ್ತಿದ್ದ ಅಮ್ಮನದು ಗುಂಡುಮುಖ. ಬದುಕಿದ್ದಾಗ ಇದ್ದಂತೆಯೇ ಈಗಲೂ ಇದ್ದಳು.

ಅವಳದು ಪುಟ್ಟ ಮೊಂಡು ಮೂಗು. ಅಮ್ಮನ ಮನೆಯವರಿಗೆ ಯಾರಿಗೂ ಹುಬ್ಬುಗಳಿರಲಿಲ್ಲ. ಆದರೆ ಅಮ್ಮನಿಗೆ ಹುಬ್ಬಿಲ್ಲ ಎನ್ನುವುದು ಗಮನಕ್ಕೆ ಬಂದಾಗ ನನ್ನ ವಯಸ್ಸೇನಾಗಿತ್ತು ಎಂಬ ನೆನಪಿಲ್ಲ. ಅಮ್ಮನನ್ನು ಒಬ್ಬ ವ್ಯಕ್ತಿಯಾಗಿ ನಾನು ಗುರುತಿಸಿದಾಗ ನನಗಾಗಲೇ ಮೂವತ್ತೈದಾಗಿತ್ತು. ಅಲ್ಲಿಯವರೆಗೆ ಅಮ್ಮ, 'ಅಮ್ಮ' ಮಾತ್ರವೇ ಆಗಿದ್ದಳು. ಅವಳೆಂದರೆ ಸುಲಭ. ಅವಳೆಂದರೆ ರುಚಿಕಟ್ಟಾದ ಊಟ. ಅವಳೆಂದರೆ ಕಷ್ಟದಲ್ಲಾಗುತ್ತಿದ್ದವಳು. ಅವಳೆಂದರೆ ಮನೆ. ಮನೆಯೆಂದರೆ ಅದು ಅಮ್ಮನ ಮನೆ. ತವರೆಂದರೆ ಅಮ್ಮ ಇಷ್ಟು ಮಾತ್ರವೇ ಆಗಿತ್ತು.

ಅವಳು ಪ್ರತಿ ಸೋಮವಾರ ಒಪ್ಪೊತ್ತು ಊಟಮಾಡುತ್ತೇನೆಂದು ಯಾವಾಗಲೋ ಹರಕೆ ಹೊತ್ತಿದ್ದಳು. ಬೆಳಗಿನಿಂದ ಉಪವಾಸವಿದ್ದು ದೇವರಿಗೆ ಪೂಜೆಮಾಡಿ ನಮಗೆಲ್ಲ ತಿಂಡಿ–ಅಡುಗೆ ಮಾಡಿ ಬಡಿಸುವಾಗ ಅವಳಿಗೆ ಹಸಿವಾಗುವುದಿಲ್ಲ ಎಂದು ಬಹುಕಾಲ ನಂಬಿಕೊಂಡಿದ್ದೆವು.

ನನಗೆ ಮಾತ್ರವಲ್ಲ. ಪ್ರತಿದಿನ ಅವಳ ಸುತ್ತಲೂ ಕುಳಿತು ಮೊದಲ ರೊಟ್ಟಿ, ಚಪಾತಿ, ದೋಸೆಗಳು ತಮಗೇ ಬೇಕೆಂದು ಜಗಳವಾಡುತ್ತಿದ್ದ ಉಳಿದ ಇನ್ನಿಬ್ಬರು ಮಕ್ಕಳಲ್ಲಿ ಯಾರಿಗೂ ಅವಳಿಗೆ ಹಸಿವಾಗುತ್ತಿರಬಹುದೆಂಬ ಕಲ್ಪನೆಯೇ ಇರಲಿಲ್ಲ. ಅವಳ ಅಗತ್ಯಗಳ ಬಗ್ಗೆ ಯೋಚಿಸುವುದು ಮಕ್ಕಳ

ಕರ್ತವ್ಯವಲ್ಲ ಎಂದುಕೊಂಡಿದ್ದೆವು. ಅಪ್ಪನಾದರೂ ಅಮ್ಮನ ಅಗತ್ಯಗಳ ಬಗ್ಗೆ ಯೋಚಿಸುತ್ತಿದ್ದರೇ ಎಂಬ ಬಗ್ಗೆ ತಿಳಿದಿರಲಿಲ್ಲ.

ಅದೆಷ್ಟು ವರ್ಷಗಳ ಕಾಲ ನಾವೆಲ್ಲ ಮಕ್ಕಳು ಒಬ್ಬೊಬ್ಬರಾಗಿ ಬೆಳೆಯುತ್ತಲೇ ಇದ್ದೆವು. ಹಾಗಾಗಿ ಬಹು ದೀರ್ಘ ಕಾಲ, ಅಮ್ಮ ಅಮ್ಮನಾಗಿಯೇ ಉಳಿಯಬೇಕಾಯಿತು. ಅಮ್ಮ ಎಂದರೆ ಸರ್ವಶಕ್ತಳು ಎಂದು ನಾವು ನಿರ್ಧರಿಸಿದ್ದಿರಬೇಕು.

ನಾವು ಮೂವರೂ ಅವಳ ಗಮನಕ್ಕಾಗಿ ಜಗಳವಾಡುತ್ತಿದ್ದೆವು. ಅವಳಿಂದ ಭೇಷ್ ಎನ್ನಿಸಿಕೊಳ್ಳಲು ಗುದ್ದಾಡುತ್ತಿದ್ದೆವು. ನನಗಿಂತ ಬೇರೆಯವರ ಮೇಲೇ ಅವಳಿಗೆ ಹೆಚ್ಚು ಪ್ರೀತಿ ಎಂದು ಅವಳನ್ನು ಸತಾಯಿಸುತ್ತಿದ್ದೆವು. ಆದರೆ, ಕೊನೆಯವಳಾದ ನನ್ನ ಮೇಲೇ ಅವಳಿಗೆ ಜಾಸ್ತಿ ಪ್ರೀತಿ ಎಂದು ನಾನು ಬಹುಕಾಲ ನಂಬಿದ್ದೆ. ಅವಳು ಮೂವರು ಮಕ್ಕಳಿಗೆ ಅಮ್ಮನಾಗಿದ್ದಳು. ಈಗಲೂ ಆಗಿದ್ದಾಳೆ. ಆದರೆ ಹಾಗೆ ಯೋಚಿಸುವಾಗ ಮನಸ್ಸಿನಲ್ಲಿ ಅದೇನೋ ಒಂದು ಬಗೆಯ ನಿಯಂತ್ರಿಸಲಾಗದ ಹಿಂಜರಿಕೆ ಮೂಡುತ್ತದೆ. ಗಂಡನ ವಿಚಾರಕ್ಕೆ ಅವಳಿಗೆ ಆಯ್ಕೆಗಳಿರಲಿಲ್ಲ. ಆದರೆ ಮೂವರು ಮಕ್ಕಳಲ್ಲಿ ಒಬ್ಬರನ್ನು ಹೆಚ್ಚು ಪ್ರೀತಿಸುವ ಅಧಿಕಾರ ಅಮ್ಮನಾದವಳಿಗೆ ಇರಬಹುದಲ್ಲವೇ? ಹಾಗೆಲ್ಲ ಇರಲೇ ಬಾರದು, ಇದ್ದರೆ ಅವಳು ಒಳ್ಳೆಯ ಅಮ್ಮನಲ್ಲ ಎಂದು ನಾವೇಕೆ ಅಂದುಕೊಳ್ಳಬೇಕು?

ಅವಳನ್ನು ಅಪ್ಪನ ಹೆಂಡತಿಯನ್ನಾಗಿ ನಾನು ಗುರುತಿಸಿದ್ದೇ ನನಗೆ ಮದುವೆಯಾದ ಎಷ್ಟೋ ವರ್ಷಗಳ ಮೇಲೆ. ನನಗೂ ಸಂಸಾರದ ಕಹಿ ರುಚಿಗಳು ದೊರಕಿದ ನಂತರ. ಇಂದು ಅವಳ ಕಣ್ಣುಗಳು ಏನನ್ನು ಹೇಳುತ್ತಿವೆಯೆಂದು ನಿರುಕಿಸಿದೆ.

ಅವಳ ಮುಖದ ಸುತ್ತಲೂ ಊದುಬತ್ತಿಯ ಹೊಗೆ. ಹೂಗಳ ಪರಿಮಳ. ಶಾಂತವಾಗಿ ಉರಿಯುವ ಎರಡು ನಂದಾದೀಪಗಳು ಜಗಮಗಿಸುತ್ತಿದ್ದವು.

ಈಗಿನಂತೆಯೇ ಇವೆಲ್ಲದರ ನಡುವೆ ಅಮ್ಮ ದೇವರ ಪೂಜೆಗೆ ಕೂರುತ್ತಿದ್ದಳು. ಅವಳು ಒಳ್ಳೆಯ ಹಾಡುಗಾರಳೋ ಗೊತ್ತಿರಲಿಲ್ಲ. ಆದರೆ ಪ್ರತಿ ಸೋಮವಾರ ಮತ್ತು ಶುಕ್ರವಾರದಂದು ಅವಳು ದೇವರ ಹಾಡುಗಳನ್ನು ಹಾಡುತ್ತಿದ್ದಳು. ವರ್ಷಾನುಗಟ್ಟಲೆ ಅಭ್ಯಾಸದ ಕಾರಣ ಆ ಹಾಡುಗಳನ್ನು ಅವಳು ಸುಶ್ರಾವ್ಯವಾಗಿ ಹಾಡುತ್ತಿದ್ದಳು. ಅದನ್ನು ಕೇಳಿ, ಕೇಳಿ ನಮಗೂ ಆ ಸಾಲುಗಳು ಬಾಯಿಪಾಠವಾಗಿದ್ದವು. ಆದರೆ ತನ್ನ ಈ ಪರಿಪಾಠದಲ್ಲಿ ನಮ್ಮನ್ನು ಭಾಗಿಗಳಾಗಿ ಎಂದು ಅವಳೆಂದೂ ಒತ್ತಾಯಿಸಿರಲಿಲ್ಲ. ಆ ಮಟ್ಟಿಗೆ ಪೂಜೆಯ ಕಾರ್ಯವನ್ನು ಅವಳು ಪರಿಶುದ್ಧವಾಗಿಟ್ಟುಕೊಂಡಿದ್ದಳು. ಮೌನವಾಗಿ ಅವಳ ಪ್ರಾರ್ಥನೆಯನ್ನು ಕೇಳಿಸಿಕೊಳ್ಳುತ್ತಿದ್ದ ದೇವರ ನಡುವಿನ ಬಾಂಧವ್ಯದಲ್ಲಿ ಮನಸ್ಸಿಗೆ ಶಾಂತಿ

ದೊರಕಿರುತಿತ್ತೇನೋ ಎನ್ನುವಂತೆ, ಅಮ್ಮ ಪೂಜೆ ಮುಗಿಸಿ ಹೊರಬಂದಾಗ ಅವಳ ಮುಖ ಪ್ರಶಾಂತವಾಗಿರುತ್ತಿತ್ತು. ಆ ಎರಡು ಘಳಿಗೆಯ ಶಾಂತಿಯ ನಂತರ ಅವಳು ಮನೆಯ ಜಂಜಡಗಳಿಗೆ ಮತ್ತೆ ತೆರೆದುಕೊಳ್ಳುತ್ತಿದ್ದಳು.

ಬಹುಕಾಲ ಅಮ್ಮನೇ ನನಗಿಂತ ಎತ್ತರಕ್ಕಿದ್ದಳು. ಆದರೆ ಕೊನೆಗೊಂದು ದಿನ ನಾನು ಅವಳಿಗಿಂತ ಎತ್ತರಕ್ಕೆ ಬೆಳೆದೆ. ಅಪ್ಪನೊಬ್ಬನೆ ದುಡಿಯುತ್ತಿದ್ದ ಕಾರಣ ಅಪ್ಪನ ಹಂಗಿನಲ್ಲಿ, ಅವರ ದರ್ಪವನ್ನೆಲ್ಲ ಸಹಿಸಿ ನಮಗೆ ಅಮ್ಮನಾಗಿದ್ದ ಅಮ್ಮನಿಗಿಂತ ಉತ್ತಮವಾದ ರೀತಿಯಲ್ಲಿ, ಗಂಡನಿಗೆ ಸಮಾನವಾಗಿ ಬದುಕಬೇಕೆಂದು ಕನಸು ಕಂಡೆ.

ನನ್ನನ್ನು ನಾನು ಒಬ್ಬ ವ್ಯಕ್ತಿಯಾಗಿ ಗುರುತಿಸಿಕೊಳ್ಳುತ್ತಿದ್ದ ಕಾಲವದು. ಏನೇನೋ ಓದಿಕೊಂಡೆ. ಲಿಂಗ ಸಮಾನತೆಯ ಬಗ್ಗೆ ಭಾಷಣ ಬಿಗಿದೆ. ಲೇಖನಗಳನ್ನು ಬರೆದೆ. ಪ್ರೇಮಿಸಿದವನ ಜೊತೆ ಮದುವೆಯಾದೆ.

ಬೇಕಾದ್ದನ್ನು ಸಾಧಿಸಿದೆ ಎಂದುಕೊಂಡ ಮೇಲೆ ಅಮ್ಮ ನನಗೆ ಮತ್ತೂ ಅಮಾಯಕಳಂತೆ ಕಂಡಿದ್ದಳು. ಅದಕ್ಕೇ ಇರಬೇಕು ಅವಳು ನನಗೆ ಗೌರವ ಕೊಡಲು ಶುರು ಮಾಡಿದಳು. ಆದರೆ, ನನಗದು ಬೇಕಿರಲಿಲ್ಲ. ಅಷ್ಟಕ್ಕೂ, ಹೆಚ್ಚೇನು ಓದಿರದ ಅಮ್ಮನಿಗಿಂತ ನನ್ನಂತೆಯೇ ಓದಿದವರ ಅಥವಾ ನನಗಿಂತ ಹೆಚ್ಚಿನದನ್ನು ಓದಿಕೊಂಡವರು ನೀಡುವ ಗೌರವ ನನಗೆ ಬಹಳ ಹೆಚ್ಚಿನದಾಗಿ ಕಂಡಿತ್ತು.

ಎಣ್ಣೆ ಹಚ್ಚಿ, ಒಪ್ಪವಾಗಿ ತಲೆ ಬಾಚಿ, ಹೇರ್ಪಿನ್ನುಗಳನ್ನು ಚುಚ್ಚಿ ಪ್ರತಿದಿನ ಜಡೆಯಲ್ಲಿ ಹೂ ಮುಡಿಯುತ್ತಿದ್ದ ಅಮ್ಮನ ನೆನಪಿದೆ. ಆದರೆ ಹೂ ಹಾರ ಹೊತ್ತವಳ ಈ ಮುಖ ಅಪರಿಚಿತ ಅನ್ನಿಸಿದ್ದು ಅವಳು ಸತ್ತ ಮೇಲೆಯೇ.

ನಾವು ಮೂವರೂ ಮಕ್ಕಳು ಓದಿ ಮದುವೆಯಾಗಿ ಬೇರೆ, ಬೇರೆ ಮನೆ ಮಾಡಿಕೊಂಡೆವು. ಆಗವಳು ತನ್ನ ಮನೆಯವರೆಲ್ಲ ಚೆನ್ನಾಗಿದ್ದಾರೆಂದು ಖುಷಿಪಟ್ಟಿದ್ದಳು. ಆದರೆ, ಅಪ್ಪ ಸತ್ತ ನಂತರ ಅಮ್ಮನಲ್ಲಿ ಅದೆಷ್ಟು ಬದಲಾವಣೆಗಳಾಗಿದ್ದವು. ಅಪ್ಪ ಬದುಕಿದ್ದಾಗ ಅವನ ಕೋಪ, ದರ್ಪ, ದಬ್ಬಾಳಿಕೆಗಳಿಂದ ರೋಸಿಹೋಗಿ ದೂರುತ್ತಿದ್ದವಳು ಈಗ ಇದ್ದಕ್ಕಿದ್ದಂತೆ ಅವನ ಗುಣಗಾನ ಮಾಡಹತ್ತಿದ್ದಳು. ಕಾಲ ಕಳೆದಂತೆ. ಅವಳ ಇನ್ನೂ ಹಲವಾರು ಅಪರಿಚಿತ ಮುಖಗಳ ಪರಿಚಯ ಆಗುತ್ತ ಹೋಯಿತು.

ಅದು ಕಾಲಕ್ಕೆ ತಕ್ಕಂತೆ ಆದ ಬದಲಾವಣೆಯೋ, ಪರಿಸ್ಥಿತಿಯ ಕೈ ಗೊಂಬೆಯಾಗಿ ಹೊತ್ತ ಹುಸಿ ಮುಖವಾಗಿತ್ತೋ ಅಥವಾ ಅವಳೊಬ್ಬ ವ್ಯಕ್ತಿಯಾಗಿ ಭ್ರಮನಿರಸನಕ್ಕೆ ಸಿಕ್ಕ ನಂತರ ಸುಪ್ತ ಒಳಗುದಿಗಳು ಅವಳನ್ನು ತಮ್ಮ ಕೈವಶವಾಗಿಸಿಕೊಂಡಿದ್ದವೋ, ವಯಸ್ಸಾಗುತ್ತಿದ್ದ ಪರಿಣಾಮವೋ ತಿಳಿಯದಾಗಿತ್ತು. ಏನಾದರೂ ಒಂದು ಆಗಿರಲೇಬೇಕು ಅಥವಾ

ಎಲ್ಲವೂ ಇರಬಹುದು ಎಂದೇ ನಂಬಿದೆ. ಆದರೆ, ಅವಳು ಬದುಕಿದ್ದಾಗ ಅಮ್ಮನಾಗಿರುವುದನ್ನು ನಿಲ್ಲಿಸಿ ಒಬ್ಬ ವ್ಯಕ್ತಿಯಾದದ್ದನ್ನು ನಾವು ಒಪ್ಪಲು ಸಿದ್ಧವಿರಲಿಲ್ಲ. ಅಂತೆಯೇ ನಾವು ಮಕ್ಕಳಾಗಿರದೆ ವ್ಯಕ್ತಿಗಳಾಗಿದ್ದನ್ನು ಪೂರ್ಣವಾಗಿ ಒಪ್ಪಲು ಅವಳು ಕೂಡ ಸಿದ್ಧಳಿರಲಿಲ್ಲ ಅನ್ನಿಸುತ್ತದೆ.

ಗೌರವ ಕೊಡುವ ಔಪಚಾರಿಕತೆಯೆಲ್ಲ ಮುಗಿಯಿತು ಎನ್ನುವಂತೆ ಅವಳು ಬದಲಾದಳು. ಯಾಕೋ ಕೋಪಿಸಿಕೊಂಡಿದ್ದಳು. "ನಿನ್ನ ಕೆಲ್ಸ ಬಿಟ್ಟರೆ ನಿನಗೇನು ಗೊತ್ತಾಗುತ್ತದೆ? ಯಾತದ್ದೂ ಬರಲ್ಲ" ಎಂದು ಆವತ್ತು ರೇಗಿದ್ದಳು

"ನಿಂಗಿದೆಲ್ಲ ಹೇಗೆ ಗೊತ್ತಾಗುತ್ತದೆ? ನನ್ನಂತೆ ನೀನೂ ಕೆಲಸಕ್ಕೆ ಹೋಗಿ ಬರೋ ಹಾಗೆ ಇದ್ದಿದ್ದರೆ, ನಂಗಿರೋ ಟೆನ್ಶನ್‌ಗಳು ಅರ್ಥವಾಗ್ತಾ ಇದ್ದವು" ಅಂತ ನಾನು ಜೋರು ಮಾಡಿದ್ದೆ. ಅಡಿಗೆ, ಕಸ ಮುಸುರೆ ಇಷ್ಟು ಬಿಟ್ಟರೆ ಅವಳಿಗೇನೂ ಗೊತ್ತಾಗುವುದಿಲ್ಲ ಎಂದಲ್ಲವೇ ನಾನು ಹೇಳಿದ್ದು?

"ನನ್ನೂ ನಿಮ್ಮಂಗೆ ಯಾರಾದರೂ ಓದ್ಸಿದ್ದರೆ ಎಲ್ಲಾನೂ ನಿಂಗಿಂತ ಚೆನ್ನಾಗಿ ಕಲ್ತಿರುತ್ತಿದ್ದೆ. ಮೂರ್ಕಾಸು ದುಡಿತಿರೋದಕ್ಕೆ, ಮೂರು ಮಕ್ಕಳ ತಾಯಾದ ನಂಗೇ ಹೇಳಕ್ ಬರ್ತೀಯಾ?" ಅಂತ ಅವಳು ಅಬ್ಬರಿಸಿದ್ದಳು. ಆ ಮೂವರು ಮಕ್ಕಳಲ್ಲಿ ಒಬ್ಬಳಾಗಿದ್ದ ನಾನು, ಅವಳನ್ನು ಮಿಕಿ ಮಿಕಿ ನೋಡಿದ್ದೆ.

ನಂತರ ಅವಳು ಮುಸಿ, ಮುಸಿ ಅತ್ತಿದ್ದಳು. ನನಗೆ ನೆನಪಿದ್ದಾಗಿಂದಲೂ ಅವಳು ಅಳುಬುರುಕಿಯೇ. ಅಪ್ಪ ಬದುಕಿರುವವರೆಗೂ ಅಮ್ಮನನ್ನು ಅಳಿಸಿಯೇ ಬದುಕಿದ್ದ. ಈಗವಳು ಅತ್ತಿದ್ದು ನಾನು ಹಂಗಿಸಿ ಅವಳನ್ನು ಬೇಸರ ಪಡಿಸಿದ್ದರಿಂದಲೋ ಅಥವಾ ಅವಳು ತಲುಪಿದ ಸ್ಥಿತಿಗೋ ಅಥವಾ ಅಂತರ ಪಿಶಾಚಿಯಂತೆ ಅಲೀತಾ ಇರೋ ಅವಳ ಆತ್ಮ ಈಗಲೂ ಮಗನ ನೆನಪಲ್ಲೇ ಕೊರಗ್ತಾ ಇದೆಯೋ ಗೊತ್ತಾಗಿರಲಿಲ್ಲ.

ಆದರೆ ಅವಳು ಕನಸಲ್ಲಿ ಬಂದಾಗೆಲ್ಲ ನನ್ನ ಮನಸ್ಸು ಕಹಿಯಾಗುತ್ತಿತ್ತು. ಇಡೀ ಬೆಳಗು ನೋಯುತ್ತಿದ್ದೆ.

2

"ಅಮ್ಮನಿಗೆ ಎಪ್ಪತ್ತೆಂಟಾಯ್ತು..."

"ಏನಾಯ್ತೀಗ, ಹುಷಾರಾಗಿದ್ದಾರೆ ತಾನೆ?"

"ಆರಾಮಾಗಿದ್ದಾರೆ, ಇನ್ನೊಂದ್ಸಾರ್ತಿ ಕರೆಸ್ಕೋಬೇಕು. ಮಕ್ಕಳಿಗೆ ಅಜ್ಜಿ ಅನ್ನೋ ನೆನಪೇ ಇಲ್ಲ. ನಾನಾ ಕಾರಣಗಳಿಂದ ಹಾಸನಕ್ಕೆ ಹೋಗಿ ನಾಲ್ಕು ವರ್ಷ ಆಯ್ತು."

"ಈ ವರ್ಷ ಹೋಗ್ತಿದೀವಲ್ಲ?"

"ಹಾಗಲ್ಲ, ನಮ್ಮನೇಗೆ ಬಂದು ಅಮ್ಮ ಸ್ವಲ್ಪ ದಿನ ಇದ್ರೆ, ಮಕ್ಕಳಿಗೂ ಅವರ ನೆನಪು ಉಳಿಯುತ್ತೆ. ಅವರಿಗೂ ಬದಲಾವಣೆ ಸಿಗುತ್ತೆ. ಮಗ ಅವರನ್ನು ಮನೆಯಿಂದ ಹೊರಗೆ ಹಾಕಿದ್ಮೇಲೆ ಅವರು ಇಳಿದೋಗಿದ್ದಾರಂತೆ. ಅವರು ಆ ಬಗ್ಗೆ ನನ್ನ ಹತ್ತಿರ ಅದೆಲ್ಲ ಹೇಳ್ಕೊಳಲ್ಲ. ಏನೋ ಬಿಗುಮಾನ ಮಾಡ್ತಾರೆ. ನಾನು ಚಿಕ್ಕವಳು, ನಂಗೇನು ಗೊತ್ತಾಗುತ್ತೆ ಅನ್ನೋ ಧೋರಣೆನೂ ಇರಬಹುದು. ಈಗ್ಲೇ ಕರೆಸ್ಕೊಂಡ್ರೆ ನಾವು ಊರಿಗೆ ಹೋಗೋವಾಗ ಜೊತೇಲಿ ಕರ್ಕೊಂಡೋಗಿ ವಾಪಸ್ ಬಿಟ್ಟು ಬಂದ್ರಾಯ್ತು. ಇನ್ನೆಷ್ಟು ದಿನ ಇರ್ತಾರೋ ಗೊತ್ತಿಲ್ಲ. ಇನ್ನೂ ವಯಸ್ಸಾದಾಗ ಅವರಿಗೆ ದೂರದ ಪ್ರಯಾಣ ಮಾಡಕ್ಕೆ ಆಗ್ಬೇಕಲ್ಲ? ನಾವು ಬೇಸಿಗೆ ರಜಕ್ಕೆ ಅಂತ ಊರಿಗೆ ಹೋದಾಗ ಅವರ ಜೊತೆ ನಾಲ್ಕು ದಿನಾನೂ ಇರಕ್ಕಾಗಲ್ಲ, ಬರೇ ಓಡಾಟದಲ್ಲೇ ದಿನ ಕಳೆದುಹೋಗುತ್ತೆ."

"ಬರ್ತಾರಾ ಕೇಳಿ ನೋಡು."

ಪ್ರಕಾಶ ಅಷ್ಟು ಅಂದ ಕೂಡಲೇ ನನ್ನ ಮುಖ ಮೊರದಗಲವಾಗಿತ್ತು. ಅವತ್ತೇ ಅಮ್ಮನಿಗೆ ಫೋನಾಯಿಸಿದ್ದೆ. ಆಶ್ಚರ್ಯ ಎನ್ನುವ ಹಾಗೆ ಅಮ್ಮ ಬರಲು ಒಪ್ಪಿಯೇ ಬಿಟ್ಟಿದ್ದರು.

ಅವತ್ತಿನಿಂದಲೇ ಅಮ್ಮನ ಪ್ರಯಾಣದ ಎಲ್ಲ ತಯಾರಿ ಶುರುಮಾಡಿದೆ. ನಾವು ಇಂಗ್ಲೆಂಡಿಗೆ ಬಂದು ಹದಿನೈದು ವರ್ಷಗಳಾಗಿದ್ದವು. ನಡುವೆಯೇ ಅಪ್ಪ ಸತ್ತಿದ್ದರು. ಆಗ, ಜೊತೆಗಿರಲು ಮುಂದಾಗಿ ಬಂದ ಅಣ್ಣ ಮತ್ತು ಅತ್ತಿಗೆ ಅವಳನ್ನು ಪುಸಲಾಯಿಸಿ ಅವಳ ಹೆಸರಲ್ಲಿದ್ದ ಮನೆಯನ್ನು ಒಡೆಸಿದ್ದರು. ತಮಗೆ ಬೇಕೆನ್ನುವಂತ ಆಧುನಿಕ ಮನೆ ಕಟ್ಟಿಕೊಂಡಿದ್ದರು. ಆ ನಂತರ ಅದು ಪೂರ್ಣವಾಗಿ ಅಣ್ಣನ ಮನೆಯಾಗಿ ಹೋಗಿತ್ತು.

ಮೊದ ಮೊದಲಿಗೆ ಮಗ-ಸೊಸೆಯ ಆ ವ್ಯೂಹದಲ್ಲಿ ಸಿಲುಕಿದ ಅಮ್ಮನಿಗೆ ಮತಿ ಭ್ರಮಣೆಯಾಗಿತ್ತು ಎನ್ನಬಹುದು. ಎಂದೂ ಹಣದ ಹಮ್ಮಿರದ ಅಮ್ಮ ಸಿರಿಯಗರಕ್ಕೆ ಸಿಲುಕಿದಂತೆ ಮಾತಾಡತೊಡಗಿದಳು. ಮಗನ ಸಿರಿ, ಸಂಪತ್ತು, ಆಧುನಿಕ ಮನೆ ಎಲ್ಲವೂ ತನ್ನದೇ ಎನ್ನುವ ವಿಚಿತ್ರ ವ್ಯಾಮೋಹ ಅಮ್ಮನನ್ನು ಆವರಿಸಿತ್ತು. ಪದೇ ಪದೇ ಅದರ ಗುಣಗಾನ ಮಾಡುತ್ತ ತಾನೇ ಹೆತ್ತ ಹೆಣ್ಣು ಮಕ್ಕಳನ್ನು ಅಮ್ಮ ಹಂಗಿಸಲು ಶುರುಮಾಡಿದ್ದನ್ನು ಅರಗಿಸಿಕೊಳ್ಳುವುದು ಕಷ್ಟವಾಗಿಹೋಗಿತ್ತು.

ನನಗೆ ಅಮ್ಮನ ಹತ್ತಿರದ ಊರಿನಲ್ಲಿಯೇ ಇದ್ದ ಅಕ್ಕ ಹೇಳಿದ್ದು ಮಾತ್ರವೇ ತಿಳಿಯುತ್ತಿತ್ತು. ಫೋನಾಯಿಸಿದಾಗ ಅಮ್ಮನ ಈ ಹೊಸ ಅವತಾರದ ಬಗ್ಗೆ ಕೆಲವು ಸುಳಿವು ಸಿಕ್ಕರೂ ಅದು ಹೆಚ್ಚೇನು ತಪ್ಪೆನಿಸಿರಲಿಲ್ಲ. "ಅಷ್ಟಕ್ಕೂ ಅಮ್ಮನಿಗೆ ಮಗನ ಮೇಲೆ ಮತ್ತು ಅವನ ಹಣದ ಮೇಲೆ ವ್ಯಾಮೋಹ ಯಾಕಾಗಬಾರದು?" ಎಂದೇ ಯೋಚಿಸಿದ್ದೆ. ಅಪ್ಪನಿಂದ ಸಿಗದ ಪ್ರೀತಿ,

ಅಕ್ಕರೆಯನ್ನು ಮಗನಿಂದ ಬಯಸಿ ಹೀಗಾಡುತ್ತಿರಬಹುದು ಅನ್ನಿಸಿತು. ಆದರೆ ಕ್ರಮೇಣ ಎಲ್ಲವೂ ಬದಲಾಗುತ್ತ ಹೋಗಿತ್ತು.

ವಾಸ್ತವ ಸಂಗತಿಗಳು ಹೊರಬಿದ್ದಾಗ ಆ ಕಹಿಗಳನ್ನು ನಂಬಲು ನನಗೆ ಸಾಧ್ಯವಾಗಿರಲಿಲ್ಲ.

ಅಸಲಿಗೆ, ಅವಳಿದ್ದ ಮನೆಯನ್ನಿಡೀ ಒಡೆದು ಅದೇ ಜಾಗದಲ್ಲಿ ಮನೆ ಕಟ್ಟಲು ಬಿಟ್ಟಿದ್ದಕ್ಕೆ ಅಮ್ಮನಿಗೆ ದೊರೆತಿದ್ದುದು ಒಂದು ಕೋಣೆ ಮಾತ್ರ. ಅವಳೀಗ ಆ ಒಂದು ಕೋಣೆಗೆ ಮಾತ್ರ ಸೀಮಿತವಾಗಿದ್ದಳು. ಅವರ ನಡುವೆ ದಿನನಿತ್ಯದ ಜಗಳಗಳಾಗುತ್ತಿದ್ದವು. ಈ ವಿಚಾರವನ್ನು ಇತ್ಯರ್ಥ ಮಾಡಲು ಹೋಗಿದ್ದ ಅಕ್ಕನನ್ನು ಅಣ್ಣ ದೂರಮಾಡಿಕೊಂಡಿದ್ದ. ಅಮ್ಮ ಸ್ವಂತ ಮಗನ ಮನೆಯಲ್ಲಿ ಕಷ್ಟದ ದಿನಗಳನ್ನು ಅನುಭವಿಸಲು ಶುರುಮಾಡಿದ್ದರು. ಆಗ ಹೊಸದಾಗಿ ಗಮನಿಸಿದವರಂತೆ "ಹೆಣ್ಮಕ್ಕಳಿಗೆ ತವರಿಲ್ಲದಂತೆ ಮಾಡಿದೆಯಲ್ಲೋ" ಎಂದು ಶಪಿಸಿದ್ದರು. ನಾವು ಅಮ್ಮನ ಪರ ವಹಿಸಿ ನಿಂತಿದ್ದೆವು. ಆಗಿನಿಂದ, ಅಣ್ಣ ಕರೆಯದೆ ಅಲ್ಲಿಗೆ ಹೋದರೆ ಅಮ್ಮನಿಗೆ ಕಷ್ಟವಾದೀತೆಂದು ನಾವಿಬ್ಬರೂ ಹೆಣ್ಣು ಮಕ್ಕಳು ದೂರವೇ ಉಳಿಯಬೇಕಾಯಿತು. ಕ್ರಮೇಣ ಅಮ್ಮನ ಎಲ್ಲ ಸಂಬಂಧಿಗಳೂ ಆ ಮನೆಗೆ ಕಾಲಿಡದಂತಾಯಿತು. ಮಗ, ಸೊಸೆ ಮತ್ತು ಮೊಮ್ಮಕ್ಕಳು ಯಾರೊಬ್ಬರೂ ಅವಳನ್ನು ಮಾತಾಡಿಸುತ್ತಿರಲಿಲ್ಲ. ಮಗನ ಸಂಸಾರ ಊಟ ಮಾಡಿ ಅಡುಗೆಮನೆಯಿಂದ ಹೊರಬಂದ ನಂತರ, ಅಮ್ಮ ತನ್ನ ಅಡಿಗೆಯನ್ನು ತಾನೇ ಮಾಡಿಕೊಂಡು ಊಟ ಮಾಡುತ್ತಿದ್ದಳು. ನಂತರ ಕೋಣೆ ಸೇರಿದರೆ ಹೊರಬರುತ್ತಿದುದೇ ಕಡಿಮೆಯಾಯಿತು. ಉಸಿರುಗಟ್ಟಿಸುವ ಆ ವಾತಾವರಣದಲ್ಲಿ ಅಮ್ಮನ ಬದುಕು ನರಕವಾಗುತ್ತ ಹೋಗಿತ್ತು.

ದೈಹಿಕವಾಗಿ ಗಟ್ಟಿ ಮುಟ್ಟಾಗಿಯೇ ಇದ್ದ ಅಮ್ಮನನ್ನು "ನಮ್ಮ ಮನೆಗೇ ಬಂದಿರು" ಎಂದು ನಾವೆಲ್ಲ ಎಷ್ಟೇ ಕರೆದರೂ ಆ ಮಾತುಗಳನ್ನೆಲ್ಲ ಧಿಕ್ಕರಿಸಿ "ನನ್ನ ಗಂಡ ಕೊಂಡ ನೆಲ", "ಮಗನ ಮನೆ" ಎಂದು ಅಮ್ಮ, ಮಗನ ಮನೆಯಲ್ಲೇ ಉಳಿದಿದ್ದರು. ಅದು ವ್ಯಕ್ತಿಯಾಗಿ ಅವಳು ಮಾಡಿಕೊಂಡ ಆಯ್ಕೆಯಾಗಿತ್ತು. 'ಎಷ್ಟು ಹೇಳಿದರೂ, ಅವಳು ಮಾತು ಕೇಳುವುದಿಲ್ಲ' ಎಂದು ನಾವು ಬೈಯುತ್ತೀವೆಂದು ಆ ಮನೆಯಲ್ಲಿ ಅವಳಿಗಾಗುತ್ತಿದ್ದ ಕಷ್ಟಗಳನ್ನು ಅವಳು ಮರೆಮಾಚಹತ್ತಿದಳು.

ಆದರೆ, ತನ್ನ ಈ ವೇದನೆಗಳನ್ನು ಮುಚ್ಚಿಡಲೋ ಎಂಬಂತೆ ಅಮ್ಮ ಮತ್ತೂ ಹೆಚ್ಚು, ಹೆಚ್ಚು ಮಗನ ಹಣದ ಬಗ್ಗೆಯೇ ಮಾತಾಡಿ, ಜಗತ್ತು ಅವಳ ಬೆನ್ನ ಹಿಂದೆ ನಗುವಂತೆ ಮಾಡಿಕೊಂಡಿದ್ದಳು. ಎಷ್ಟೇ ಆದರೂ ಹಳೆಯ ಕಾಲದ ಸಂಪ್ರದಾಯಗಳಿಗೆ ಕಟ್ಟು ಬಿದ್ದಿದ್ದ ಅಮ್ಮ 'ಮಗನ ಪರ' ಎಂದು ಮಿಕ್ಕ ನಾವಿಬ್ಬರು ಹೆಣ್ಮಕ್ಕಳು ಅವಳ ಮೇಲೆ ಕೋಪಿಸಿಕೊಂಡೆವು. ಸ್ವಂತ ಹೆಣ್ಣು ಮಕ್ಕಳು

ಸಮಾನವಾಗಿ ದುಡಿಯುತ್ತಿದ್ದರೂ ಅಳಿಯನ ಹಂಗಿಗೆ ಬೀಳಬಾರದೆಂದು, ಸೊಸೆಯಿಂದ ಹೀನಾಯವಾಗಿ ಅನ್ನಿಸಿಕೊಂಡು ಬದುಕುತಿದ್ದ ಅವಳ ನಂಬಿಕೆಗೆ ನಗಬೇಕೋ–ಅಳಬೇಕೋ ತಿಳಿಯದೆ ಸುಮ್ಮನಾಗಿದ್ದೆವು.

ಆದರೆ ಅಮ್ಮ ಹೇಳುವುದರಲ್ಲೂ ಸತ್ಯವಿತ್ತು. ಅವಳ ಹೆಸರಿನಲ್ಲೇ ಇದ್ದ ನೆಲದ ಮೇಲೆ ಕಟ್ಟಿದ್ದ ಆ ಮನೆಯ ಮೇಲೆ ಕಾನೂನು ರೀತ್ಯ ಅಮ್ಮನಿಗೆ ಹೆಚ್ಚಿನ ಅಧಿಕಾರವಿತ್ತು. ಜೊತೆಗೆ ನಾವಿಬ್ಬರು ಹೆಣ್ಮಕ್ಕಳು ಬೇರೆ, ಬೇರೆ ಊರು ಮತ್ತು ದೇಶಗಳಲ್ಲಿದ್ದ ಕಾರಣ, ಅವಳಿಗೆ ಪರಿಚಯ ಮತ್ತು ಸಂಬಂಧಿಗಳಿದ್ದ ಜಾಗದಲ್ಲಿರಲು ಅವಳು ನಿಶ್ಚಯಿಸಿಕೊಂಡಿದ್ದಳು. ಈ ಕಾರಣ ನಾವು ಅಸಹಾಯಕರಾಗಿ ಎರಡೆರಡು ರೀತಿ ಸೋಲೊಪ್ಪಿಕೊಂಡು ನಿಟ್ಟುಸಿರಿಟ್ಟಿದ್ದೆವು.

"ಎಷ್ಟೇ ಹಣ ಬೇಕಾದರೂ ಕೇಳು", "ಯಾವಾಗ ಬೇಕಾದರೂ ನಮ್ಮ ಮನೆಗೆ ಬಂದಿರು" ಎಂದು ಹೇಳಿ ಅವಳಿಗೆ ವಾರಕ್ಕೆರಡು ಬಾರಿ ಫೋನು ಹಚ್ಚಿ ಕಷ್ಟ ಸುಖವನ್ನು ಮಾತಾಡುತ್ತಿದ್ದೆವು. ಆದರೆ, ಅಪ್ಪನ ಪೆನ್ಶನ್ ಹಣದಲ್ಲಿ ಬದುಕುತಿದ್ದ ಅಮ್ಮ ಗುಡಿ–ಸಮಾರಂಭಗಳಿಗೆ ಆಟೋದಲ್ಲಿ ಹೋಗುತ್ತಿದ್ದರು. ಮಗ ಕಾರಿನಲ್ಲಿ ಅದೇ ಜಾಗಕ್ಕೆ ತನ್ನ ಸಂಸಾರದ ಜೊತೆ ಬಂದುಹೋಗುತ್ತಿದ್ದ. ಎಲ್ಲರೂ ಕಾಣುವಂತಾಗಿದ್ದ ಈ ಘಟನೆಗಳು ನಡೆಯುತ್ತಿದ್ದರೂ, ಸಮಾಜದ ಎಲ್ಲ ಕಟುಕಿಗಳನ್ನು ಮೀರಿ ಆ ಮನೆಯಲ್ಲಿ ಅಮ್ಮ ಹೇಗಿದ್ದರೋ ತಿಳಿದಿರಲಿಲ್ಲ.

ಕೊನೆಗೆ ಅದೂ ಬದಲಾಯಿತು, ಒಂದು ದಿನ ಮಗ ತನ್ನದೇ ನೆಲದಲ್ಲಿ ಬೇರೆ ಮನೆ ಕಟ್ಟಿಸಿಕೊಂಡು ವಯಸ್ಸಾದ ಅಮ್ಮನನ್ನು ಒಂಟಿಯಾಗಿ ಬಿಟ್ಟು ಹೊರಟುಹೋದ. ಆಗ ಅಮ್ಮನಿಗೆ ಎಪ್ಪತ್ತೈದಾಗಿತ್ತು.

ಅಮ್ಮ ಆಗಲೂ ತನ್ನ ಕೈಲಾಗುವವರೆಗೆ ಒಬ್ಬಳೇ ಇರುತ್ತೇನೆಂದು ಹಠ ಮಾಡಿ ಆ ಮನೆಯಲ್ಲಿಯೇ ಉಳಿದಳು. ಯಾವ ಹೆಣ್ಮಕ್ಕಳ ಹಂಗೂ ತನಗೆ ಬೇಡವೆಂಬ ಮಾತಾಡಿ ಹೆಣ್ಣಾದ ನಾವು ಮಕ್ಕಳೇ ಅಲ್ಲವೆನ್ನುವಂತೆ ನಡೆದುಕೊಂಡು ನಮ್ಮ ಮನಸ್ಸುಗಳನ್ನು ನೋಯಿಸಿದಳು.

ಅವಳ ಮನಸ್ಸಿನಲ್ಲಿ ಇಂತಹ ತಾರತಮ್ಯ ಇತ್ತೇ ಎನ್ನುವ ವಿಚಾರ ನನ್ನನ್ನು ದಂಗು ಬಡಿಸಿತ್ತು. ಅಥವಾ ಅವಳು ನಮ್ಮನ್ನು 'ಬೇರೆ' ವ್ಯಕ್ತಿಗಳನ್ನಾಗಿ ನೋಡುತ್ತ ನಮ್ಮ ಮುಂದೆ ಅನಗತ್ಯ ಸ್ವಾಭಿಮಾನದ ಸೋಗು ಹಾಕುತ್ತಿದ್ದಳು. ಅದನ್ನು ನಾವೆಲ್ಲ ಹೊಟ್ಟೆಗೆ ಹಾಕಿಕೊಂಡಿದ್ದೆವು. ಅವಳನ್ನು ಸದಾ ಮನೆಗೆ ಕರೆಯುತ್ತ ಅವಳಲ್ಲಿ ಒಂಟಿಯಾದ ಭಾವನೆ ಬೆಳೆಯಬಾರದೆಂದು ಶ್ರಮಪಡುತ್ತಿದ್ದೆವು. ನಾವು ಹಾಗೆ ಮಾಡಿದಷ್ಟೂ, ಮಗನ ಮೇಲಿನ ಅವಳ ಪ್ರೀತಿ ಹೆಚ್ಚಾಗುತ್ತಿತ್ತು. ಮಗನ ಜೊತೆಗಿನ ವ್ಯಾಜ್ಯದ ಮಾತೆತ್ತಿದರೆ ಅವಳು ಕೆಂಡಾಮಂಡಲವಾಗುತ್ತಿದ್ದಳು.

ನೋವು ಕೊಡುವ ವಿಚಾರಗಳನ್ನು ದೂರವೇ ಇಡಲು ಅವಳು ಕಂಡುಕೊಂಡಿದ್ದ ಹೊಸ ತಂತ್ರ ಇದಾಗಿದ್ದ ಕಾರಣ ನಾವು ಆ ವಿಚಾರದ ಬಗ್ಗೆ

ಮಾತಾಡದೆ ನಿಯಂತ್ರಿಸಿಕೊಳ್ಳುತ್ತಿದ್ದೆವು. ಆದರೆ, ಮಗನ ಜೊತೆ ತನ್ನ ಬಾಂಧವ್ಯ ಉತ್ತಮವಾಗಿಯೇ ಇದೆ ಎಂದು ಹೇಳುತ್ತ ಮಗನ ಕೋಟಿ, ಕೋಟಿ ಹಣದ ಬಗ್ಗೆ ಅವಳು ಊರೆಲ್ಲ ಹೇಳಿಕೊಂಡು ತಿರುಗುತ್ತಿದ್ದ ಕಾರಣ, ಸಮಾಜದಿಂದ ಕಟಕಿಗಳು ಹರಿದು ಬರುತ್ತಲೇ ಇದ್ದವು.

3

ಕೊನೆಯ ಬಾರಿಗೆ, ಕೊನೆಯ ಮಗಳಾದ ನನ್ನ ಮನೆಗೆ ಬಂದಾಗ ಅಮ್ಮ ಬಹಳ ಮೆತ್ತಗಾಗಿ ಹೋಗಿದ್ದಳು. ಅವಳ ಬಾಯಲ್ಲಿನ ಹಲ್ಲು ಸೆಟ್ಟುಗಳನ್ನು ಕಳಚಿಟ್ಟಾಗ, ಅವಳನ್ನು ನನ್ನ ಮನಸ್ಸಿನಲ್ಲಿನ ಅಮ್ಮನೆಂದು ಗುರುತಿಸುವುದು ಕಷ್ಟವಾಗಿತ್ತು.

ಅಮ್ಮ ಈ ಬಾರಿ ಮಗುವಿನಂತೆಯೇ ಆಡುತ್ತಿದ್ದಳು. ದಿನವೂ ಬಗೆ ಬಗೆಯ ತಿಂಡಿಗಳನ್ನು ಮಾಡಿಕೊಡೆಂದು ಕೇಳುತ್ತಿದ್ದಳು. "ಮಾಡೇ, ಅಮ್ಮ ಅಂತ ಅಷ್ಟೂ ಮಾಡಕ್ಕಾಗದವಳು ಮನೇಗೆ ಯಾಕೆ ಕರೆದೆ?" ಅಂತ ಬೈಯುತ್ತಿದ್ದಳು.

ಪ್ರಕಾಶನ ಬಳಿ "ಯಾಕೇಂತ ಇವಳನ್ನು ಕಟ್ಟಿಕೊಂಡೆ? ನೋಡು ನಿನ್ನ ಮೇಲೇ ಹೇಗೆ ಜೋರು ಮಾಡ್ತಾಳೆ?" ಅಂತ ನನ್ನ ಮೇಲೆ ಕಿಡಿ ಕಾರುತ್ತಿದ್ದಳು. ಪ್ರಕಾಶ ಕಣ್ಣು ಹೊಡೆದು "ಅತ್ತೆ ಅಂದ್ರೆ ಹೀಗಿರ್ಬೇಕು" ಎಂದು ನಗುತ್ತಿದ್ದ.

"ಮಗನ ಹಣದ ಬಗ್ಗೆ ಮಾತಾಡೋದು ಈಗಲಾದರೂ ನಿಲ್ಲಿಸು, ಇಲ್ಲದಿದ್ದರೆ ಸಮಾಜ ನಗುತ್ತೆ" ಎಂದರೆ ಅವಳಿಗೆ ಕೋಪ ಬರುತ್ತಿತ್ತು. ಅಣ್ಣನ ವಿಚಾರ ಬಂದರೆ ಅವಳು ತಕ್ಷಣ ಕ್ರುದ್ಧಳಾಗುತ್ತಿದ್ದಳು.

"ಏನೇ ಆದ್ರು ಅವನು ನನ್ನ ಮಗ ಕಣೆ. ಅವನು ಶ್ರೀಮಂತ ಆಗಿರೋದಕ್ಕೆ ನಿಮಗೆ ಅವನ ಮೇಲೆ ಈರ್ಷ್ಯೆ. ಅವನತ್ರ ದುಡ್ಡಿದೆ, ಹೇಳ್ಕೋತೀನಿ. ನಿಮ್ಗೇನು? ನೀವೇನು ದುಡಿದ ದುಡ್ಡನ್ನೆಲ್ಲ ನನ್ನ ಕೈಗೆ ಹಾಕ್ತೀರಾ? ಅವನೂ ಅಷ್ಟೆ, ಅದಕ್ಯಾಕೆ ಅವನನ್ನು ಅನ್ನಬೇಕು?" ಅಂತ ಕೂಗಾಡ್ತಿದ್ದಳು.

ಮರುದಿನ "ಕೈಲಾಗೋವರೆಗೂ ನನ್ಕೈಲೇ ಬೇಯಿಸಿಕೊಳ್ಳೋರು, ಅವರಿಬ್ರೂ ಕೆಲ್ಸಕ್ಕೋದಾಗ ನಾನೇ ಅವರ ಮಕ್ಕಳ್ನ ಬೆಳ್ಸಿಕೊಟ್ಟೆ, ಎಲ್ಲ ಮುಗಿದ್ಮೇಲೆ ನಾನು ಅವ್ರಿಗೆ ಬೇಡ್ವಾದೆ" ಅಂತ ಗಳ ಗಳ ಅಳುತ್ತಿದ್ದಳು.

ಇನ್ನೊಂದು ದಿನ ನನ್ನ ಪ್ರತಿಯೊಂದು ನಡಾವಳಿಯನ್ನು ಹಂಗಿಸಿ ಸೊಸೆಯನ್ನು ಹೊಗಳುತ್ತಿದ್ದಳು. "ಹಾಗಾದ್ರೆ ಅಂತಹ ಸೊಸೆ ನಿನ್ನನ್ನು ಬಿಟ್ಟು ಬೇರೆ ಮನೆ ಮಾಡಿಕೊಂಡು ಹೋದದ್ಯಾಕೆ?" ಎಂದು ನಾನೂ ಕಿಚಾಯಿಸುತ್ತಿದ್ದೆ.

"ನಿನ್ನಕ್ಕ, ನೀನು ಎಲ್ಲ ಅವನು ಮನೆ ಒಡೆದಾಗ ತಡೆದಿದ್ದಕ್ಕೆ ಇದೆಲ್ಲ ಆಗಿದ್ದು, ಇಲ್ಲಾಂದ್ರೆ ಅವನು ನನ್ನ ಜೊತೆ ಚೆನ್ನಾಗೇ ಇರ್ತಿದ್ದ" ಅಂತ ಮಿಕ್ಕೆಲ್ಲರನ್ನೂ ಸೇರಿಸಿ ಬಯ್ದಿದ್ದಳು. ಆದರೆ, ಸೊಸೆ ಮನೆಗೆ ಬರುವ ಮುನ್ನವೇ ನಾವೆಲ್ಲರೂ ಮದುವೆಯಾಗಿ ಬೇರೆ ಊರುಗಳಲ್ಲಿ ವಾಸ್ತವ್ಯ ಹೂಡಿಯಾಗಿತ್ತು. ಅಮ್ಮನ ಪರ ನಿಂತದ್ದೇ ನಮ್ಮ ತಪ್ಪಾಗಿತ್ತು. ಒಟ್ಟಿನಲ್ಲಿ ಅಮ್ಮನ ಬಳಿ ಮಾತಾಡಿ ಗೆಲ್ಲುವುದು ಸಾಧ್ಯವಿರಲಿಲ್ಲ. ಅಷ್ಟೆಲ್ಲ ಮಾಡಿದ ಅಮ್ಮ ಕೊನೆಗಾಲದಲ್ಲಿ ಹೇಗೋ ನೆಮ್ಮದಿಯಾಗಿರಲಿ ಎಂದು ಸುಮ್ಮನಾಗಿದ್ದೆವು.

ಒಂದು ದಿನ, ಎಂದೂ ಚಾಕೊಲೇಟನ್ನು ತಿನ್ನದ ಅಮ್ಮ ನನ್ನ ಮಗಳು ತಂದಿಟ್ಟುಕೊಂಡ ಚಾಕೊಲೇಟ್ ಬಾರೊಂದನ್ನು ಕದ್ದು ಬಚ್ಚಿಟ್ಟುಕೊಂಡಳು. 'ಅಕಸ್ಮಾತ್ ಎಲ್ಲಿಯಾದರೂ ನೋಡಿದೆಯಾ?' ಎಂದು ಕೇಳಿದ್ದಕ್ಕೆ "ಚಾಕ್ಲೇಟ್ ನೋಡಿದ್ಯಾ ಅಂತ ನನ್ಯಾಕೆ ಕೇಳ್ತೀಯ? ಅಷ್ಟೊಂದು ತಂದಿಟ್ಕೊಂಡು ದಿನಾ ಹೆಗ್ಗಣಗಳ ಥರಾ ತಿಂದಾಕ್ತೀರ. ಮನೇಲಿ ಸ್ವಂತ ತಾಯಿದಾಳೆ ಅವಳ್ಗೂ ಒಂದ್ಸಾರಿ 'ತಿಂತೀಯೇನಮ್ಮಾ?' ಅಂತ ಯಾವಾತ್ತಾದ್ರೂ ಕೇಳ್ತೀರಾ?" ಅಂತ ಜೋರು ಮಾಡಿದ್ದಳು. ಒಂದೆರಡೇ ದಿನಗಳಲ್ಲಿ ಅವಳ ಅಲಮಾರಿನಲ್ಲಿ ಅದೇ ಚಾಕೊಲೇಟ್ ಬಾರ್ ಸಿಕ್ಕಿತ್ತು.

"ಇಳಾ ಸಿಕ್ಕರೆ ಕೊಡೋಣವೆಂದು ತೆಗೆದಿಟ್ಟುಕೊಂಡಿದ್ದೆ, ನಿಂಗೇ ಗೊತ್ತಲ್ಲ ನಾನು ಚಾಕ್ಲೇಟ್ ತಿನ್ನಲ್ಲ ಅಂತ" ಎಂದು ಅಣ್ಣನ ಮಗಳ ಹೆಸರೇಳಿದ ಅಮ್ಮ ಪೆಚ್ಚು ಪೆಚ್ಚಾಗಿ ನಕ್ಕಿದ್ದರು. ಹಿಂದೆಯೇ ತಾನೇ ಬೆಳೆಸಿದ ಮೊಮ್ಮಕ್ಕಳ್ಯಾರೂ ತನ್ನನ್ನು ಮಾತಾಡಿಸದ ಹಾಗೆ ಮಗ-ಸೊಸೆ ಮಕ್ಕಳಿಗೆ ತಾಕೀತು ಮಾಡಿ ಅವರನ್ನು ತನ್ನಿಂದ ದೂರವಿಟ್ಟಿದ್ದಾರೆಂದು ಹೇಳಿ ಅತ್ತಿದ್ದಳು.

ನನ್ನ ಮಗಳ ಬಳಿ ಅಜ್ಜಿಗೆ ಮರೆಗುಳಿತನ ಶುರುವಾಗಿರಬೇಕೆಂದು ಹೇಳಿ ನಂಬಿಸಿದೆ. ಮನೆಯ ಎಲ್ಲ ಮಕ್ಕಳನ್ನು, ಕೈ ತೋಟವನ್ನು, ಬೀದಿ ಬದಿಯ ನಾಯಿಗಳನ್ನೂ, ತಾಯ ವಾತ್ಸಲ್ಯದಿಂದಲೇ ಅಮ್ಮ ನೋಡುತ್ತಿದ್ದಳಲ್ಲವೇ? ನಮ್ಮೆಲ್ಲರನ್ನೂ ಬೆಳೆಸುವಾಗ ಕೂಡ ಅಮ್ಮ ಯಾವತ್ತೂ ಗಂಡು-ಹೆಣ್ಣು ಮಕ್ಕಳೆಂದು ತಾರತಮ್ಯ ಮಾಡಿದ ನೆನಪಿರಲಿಲ್ಲ.

ಆದರೆ ಈಗ ಮೊಮ್ಮಕ್ಕಳಲ್ಲಿಯೂ ತಾರತಮ್ಯವೇ? ಅದೂ ಒಬ್ಬ ಮೊಮ್ಮಗಳ ಚಾಕೊಲೇಟನ್ನು ಕದ್ದು, ಮಗನ ಮಗಳಿಗೆ ಎಂದು ಬಚ್ಚಿಟ್ಟುಕೊಳ್ಳುವಷ್ಟು? ಅದೂ ಅಷ್ಟು ಶ್ರೀಮಂತ ಮೊಮ್ಮಗಳಿಗೆ? ಅಮ್ಮನ ಮುಂದೆ ನನ್ನ ಲಿಂಗ ಸಮಾನತೆ ಇತ್ಯಾದಿ ವೈಚಾರಿಕತೆಗಳು ಗದರಿಸಿದ ಮಗುವಿನಂತೆ ಪೆಚ್ಚಾಗುತ್ತಿದ್ದವು. ವ್ಯಥೆಯೊಂದು ಭ್ರಮೆಯಾಗುವಷ್ಟು ಅಮ್ಮ ಅಣ್ಣನಿಂದ ನೊಂದು ಹೋಗಿದ್ದರು ಎಂದು ಮಾತ್ರ ಅರ್ಥಮಾಡಿಕೊಂಡಿದ್ದೆ.

ಅಮ್ಮ ಮನೆಯಲ್ಲದ್ದಷ್ಟೂ ಕಾಲ ಸೊಸೆಯ ಮುಂದೆ ಆಡಲಾರದ್ದನ್ನೆಲ್ಲ ನನಗೆ ಅನ್ನುತ್ತಿದ್ದಳು. ಸೊಸೆಯ ವಾರಿಗೆಯವಳಾದ ನನ್ನನ್ನು ಬೈದು, ಸೊಸೆಯ ಮೇಲಿನ ಅವಳ ಅಸಮಾಧಾನಗಳನ್ನೆಲ್ಲ ನೀಗಿಕೊಳ್ಳುತ್ತಿದ್ದಳು. ಪ್ರಕಾಶನಲ್ಲಿ ಮಗನನ್ನು ಕಾಣಲು ಪ್ರಯತ್ನಿಸುತ್ತಿದ್ದಳು.

ನಮ್ಮ ಮನೆಯಲ್ಲಿದ್ದ ಅಷ್ಟೂ ತಿಂಗಳು ಅವಳು ಒಮ್ಮೆಯೂ ನನ್ನ ಕಷ್ಟದ ದಿನಚರಿಯನ್ನು ಗಮನಿಸಿ ಕನಿಕರಿಸಲಿಲ್ಲ "ದೇಶಾಂತರ ಮಾಡಿ ನೀನೇನ್ ದುಡೀತಿರೋದು? ಕೆಲ್ಸ ಬಿಟ್ಟು ನಿಮ್ಮಣ್ಣನ ಥರಾ ಏನಾದ್ರೂ ಬಿಸಿನೆಸ್ ಮಾಡು, ಅವನೆಷ್ಟು ದುಡೀತಾನೆ ಗೊತ್ತಾ? ಮೊನ್ನೆ ಇನ್‌ಕಮ್ ಟ್ಯಾಕ್ಸ್ ನೋರು ರೇಡ್ ಮಾಡ್ದಾಗ ನನ್ಮಗ ನಾಲ್ಕು ಕೋಟಿ ಕೊಟ್ಟು ಸರಿ ಮಾಡ್ಕೊಂಡ್‌ನಂತೆ" ಅಂತ ಹೆಮ್ಮೆಯಿಂದ ಹೇಳಿದಳು. ಅವಳಿಗೆ ಅತ್ಯಂತ ಸುಲಭವಾಗಿ ಕೋಟಿ, ಕೋಟಿ ಮಾತಾಡುವ ಚಾಳಿ ಅಂಟಿಕೊಂಡಿತ್ತು.

ಪ್ರತಿನಿತ್ಯ ನನ್ನನ್ನು ಕಡೆಗಣಿಸಿ ಪ್ರಕಾಶನನ್ನು ಕೂಡಿಸಿ ಉಪಚರಿಸಲು ತವಕಿಸಿದಳು. ಪ್ರಕಾಶ ಗಂಡಸೆನ್ನುವ ಕಾರಣಕ್ಕೆ ಹಾಗೆ ಆಡುತ್ತಿದ್ದುದನ್ನು ಗಮನಿಸಿ ನಿಟ್ಟುಸಿರಿಟ್ಟಿದ್ದೆ. ಇದೆಲ್ಲ ಯಾವಾಗ ಆಯಿತು?

ನನ್ನ ಇಬ್ಬರು ಮಕ್ಕಳು ನನಗೆ ತ್ರಾಸು ಕೊಟ್ಟಾಗಲೆಲ್ಲ, ನಾವು ಅಮ್ಮನಿಗೆ ಕೊಟ್ಟ ಅಪಾರ ಕೋಟಲೆಗಳನ್ನು ನೆನೆಯುತ್ತಿದ್ದೆ. ನನಗೆ ಕಡು ಹಸಿವಾದಾಗ ಕೂಡ ಗಂಡ ಮತ್ತು ಮಕ್ಕಳಿಗೆ ಮೊದಲು ನೀಡಿ ನಾನು ನಂತರ ತಿನ್ನುವಾಗ, ಅಮ್ಮನ ಆದರ್ಶಗಳನ್ನೇ ನೆನೆಯುತ್ತಿದ್ದೆ. ಅಮ್ಮನನ್ನು ವಾರಕ್ಕೆರಡು ಬಾರಿ ಮಾತಾಡಿಸುವುದು ಅಕಸ್ಮಾತ್ ತಪ್ಪಿಹೋದರೆ ನನ್ನ ಬಗ್ಗೆ ನನ್ನಲ್ಲಿ ಅಪರಾಧಿ ಮನೋಭಾವ ಬಂದು ಬಿಡುತ್ತಿತ್ತು. ಅಮ್ಮನೇನಾದರೂ ತನ್ನ ಇತರೆ ಮಕ್ಕಳನ್ನು ಹೊಗಳಿದರೆ ಚಿಕ್ಕಂದಿನ ಅದೇ ಸಿಬ್ಲಿಂಗ್ ರೈವಲ್ರಿಯ ಭಾವ ನುಸುಳಿ ಮನಸ್ಸು ಕಹಿಯಾಗುತ್ತಿತ್ತು. ಅಂದರೆ ನಾವಿನ್ನೂ ಮಕ್ಕಳಂತಾಡುತ್ತಿದ್ದೆವೇ? ಎಂದು ನನಗೆ ಕಸಿವಿಸಿಯಾಗತೊಡಗಿತು. ನಂತರ ನನ್ನನ್ನು ನಾನೇ ತಿದ್ದಿಕೊಳ್ಳುತ್ತಿದ್ದೆ.

ನನ್ನ ಮಕ್ಕಳು ಕಿತ್ತಾಡುವಾಗ ಯಾರದೊಬ್ಬರ ಪರ ವಹಿಸಿದರೂ ಇನ್ನೊಬ್ಬರಿಗೆ 'ಹೀಗೇ ಆಗುತ್ತಿರಬಹುದೇ?' ಎಂದು ನೆನೆಸಿಕೊಂಡು ನಗು ಬರುತ್ತಿತ್ತು. ನಾನು ನನ್ನ ಕೆಲಸದಲ್ಲಿ ಏನೇ ಸಾಧಿಸಿದ್ದರೂ, ದೇಶ-ವಿದೇಶಗಳನ್ನು ಸುತ್ತಿದ್ದರೂ ನಾಲ್ಕನೇ ತರಗತಿ ಓದಿದ್ದ ಅಮ್ಮನಿಂದ 'ನಿಂಗೇನು ಗೊತ್ತಾಗುತ್ತೆ?' ಎಂದು ಕನಸಿನಲ್ಲಿ ಬಯ್ಸಿಕೊಳ್ಳುವುದು ಈಗಲೂ ಇತ್ತು. ಆ ಮಟ್ಟಿಗೆ ನಾನು ಅಮ್ಮನಿಗೆ ಚಿಕ್ಕ ಮಗುವಾಗಿಯೇ ಉಳಿದು ಬಿಟ್ಟಿದ್ದೆ. ಅಮ್ಮನ ಪ್ರೀತಿ ದೊರಕದಂತಾದಾಗ ಎಷ್ಟೇ ದೊಡ್ಡವಳಾಗಿದ್ದರೂ ಮಗುವಿನಂತೆ ದುಃಖಪಟ್ಟೆ. ಅವಳು ಹೊರಡುವಾಗ ಸೂಟುಕೇಸು ತುಂಬ ಚಾಕೊಲೇಟು

ಬಾಕ್ಸುಗಳನ್ನು ತುಂಬಿ ಕಳಿಸಿದೆ. ಅವಳು ಹೋಗುವಾಗ ಮನೆಯನ್ನೂ, ಮನಸ್ಸನ್ನೂ ಭಣಗುಡಿಸಿದ್ದಳು.

ಅಂತವಳು ಇಹವನ್ನೇ ತ್ಯಜಿಸಿ ಹೋದಾಗ, ಮಗ ದರ್ಶನಕ್ಕೂ ಬಂದಿರಲಿಲ್ಲ. 'ನಮ್ಮಮ್ಮ ಹೆಣ್ಮಕ್ಕಳ ಪರ, ನಾನ್ಯಾಕೆ ಹೋಗಲಿ?' ಅಂತ ಅವನು ಅವರಿವರಲ್ಲಿ ದೂರಿದ್ದ ಸುದ್ದಿ ತಲುಪಿತ್ತು.

ಸಂಧ್ಯಾಕಾಲದಲ್ಲಿ ಮಗನ ಜೊತೆಗಿರಲಾಗದ ಅವಳ ಕೊರತೆಯನ್ನು ನೀಗುವಲ್ಲಿ ಎಷ್ಟೇ ಪ್ರಯತ್ನ ಪಟ್ಟರೂ ಅವಳನ್ನು ಪೂರ್ಣ ಸಂತೋಷ ಪಡಿಸಲಾಗಲಿಲ್ಲವೆಂಬ ಕೊರಗು ನಮ್ಮಲ್ಲಿ ಉಳಿದುಹೋಗಿತ್ತು. ಈಗವಳು ಕನಸಿನಲ್ಲಿ ಬಂದರೆ ಹಲವಾರು ವೇದನೆಗಳು ಕಾಡುತ್ತಿದ್ದವು.

ಒಬ್ಬ ಅಮ್ಮನಾಗಿ ಅವಳು ನನಗೆ ಈಗಲೂ ಅಪ್ಯಾಯಮಾನವೇ. ಅವಳನ್ನು ಒಬ್ಬ ವ್ಯಕ್ತಿಯಾಗಿ ನೋಡುವುದನ್ನು ಕಲಿತಿರದಿದ್ದುದು ನಮ್ಮ ತಪ್ಪೆಂದೇ ನನಗೆ ಈಗಲೂ ಅನಿಸುತ್ತದೆ. "ನಿನಗೇನು ಗೊತ್ತಾಗುತ್ತದೆ?" ಎಂದು ಅವಳು ಹೇಳಿದ್ದು ಅದಕ್ಕೇ ಇರಬೇಕು. ಅಮ್ಮನನ್ನು ನೆನೆದು ಭಾವುಕಳಾದಾಗೆಲ್ಲ ನನ್ನ ಮಕ್ಕಳ ಕಡೆ ನೋಡುತ್ತೇನೆ. "ಮಾಮ್, ನಿಂಗಿದೆಲ್ಲ ಗೊತ್ತಾಗಲ್ಲ" ಎಂದು ಮಕ್ಕಳಿಬ್ಬರೂ ನನಗೆ ಅದೆಷ್ಟೋ ಬಾರಿ ಹೇಳುತ್ತಿರುತ್ತಾರೆ.

ತೆರವು

ರಾತ್ರೋ ರಾತ್ರಿ ಸೈಟಿನಲ್ಲಿ ಶೆಡ್ಡು ಎಬ್ಬಿಸಿದ್ದಾರೆಂದು ಕೇಳಿದ ಮೂರ್ತಿಗೆ ಅವತ್ತು ನಿದ್ದೆ ಬರಲಿಲ್ಲ.

ಊರಿಗೆ ಹೋಗಿಬರಬೇಕೆಂದರೆ ಕೆಲಸಕ್ಕೆ ರಜಾ ಹಾಕಬೇಕಿತ್ತು. ಹೋದ ಕೂಡಲೆ ಕೆಲಸ ಆಗುತ್ತದೆ ಎನ್ನುವುದು ಖಾತ್ರಿಯಿರಲಿಲ್ಲ. ಮೂರು ದಿನಗಳಾದರೂ ಬೇಕು ಎನ್ನುವುದು ಒಂದು ಅಂದಾಜಷ್ಟೆ ಆಗಿತ್ತು.

"ಆದಷ್ಟು ದಿನಗಳಾಗಲಿ, ಈ ಬಾರಿ ಸೈಟಿನ ಸುತ್ತ ತಂತಿ-ಬೇಲಿಯನ್ನಾದರೂ ಕಟ್ಟಿಸಬೇಕು. ಬೇರೆ ಊರಿನಲ್ಲಿ ಖಾಲಿ ಸೈಟು ಇಟ್ಟುಕೊಂಡು ಇನ್ನೊಂದು ಊರಿನಲ್ಲಿ ನೆಮ್ಮದಿಯಾಗಿ ಬದುಕುವ ಕಾಲ ಮುಗಿದುಹೋಯಿತೇನೋ? ದಿನ ಬೆಳಗಾಗುವುದರಲ್ಲಿ ಜನ ಮನೆಕಟ್ಟಿಕೊಂಡು ಬಿಡುತ್ತಾರೆ. ಮನೆ ಕಟ್ಟಿಸಿ ಬಾಡಿಗೆ ಕೊಟ್ಟರೆ, ತಮ್ಮದೇ ಮನೆ ಎನ್ನುವವರಿಗೂ ಈ ಕಾಲದಲ್ಲಿ ಕಡಿಮೆಯಿಲ್ಲ. ಇಂತಹ ಅದೆಷ್ಟು ವ್ಯಾಜ್ಯಗಳು ಕೋರ್ಟು ಕಟ್ಟೆ ಹತ್ತಿಲ್ಲ? ಇಂತಹ ವಿಚಾರಗಳನ್ನು ಪೇಪರುಗಳಲ್ಲಿ ಓದುತ್ತಿದ್ದರೂ, ಅವರಿವರು ಹೇಳುತ್ತಿದ್ದರೂ, ತನಗೆ ಮಾತ್ರ ಹಾಗಾಗುವುದಿಲ್ಲ ಎನ್ನುವ ಯಾವುದೋ ಹುಂಬ ಧೈರ್ಯದಿಂದ ಇಪ್ಪತ್ತು ವರ್ಷಗಳಿಂದ ಹಾಗೇ ಬಿಟ್ಟುಕೊಂಡು ಬಂದಿದ್ದಾಗಿದೆ. ಆದರೆ, ಈಗಲಾದರೂ ತಾನು ಎಚ್ಚೆತ್ತುಕೊಳ್ಳಬೇಕು", ಎಂದು ಮೂರ್ತಿಯ ಎದೆ ಆತಂಕದಿಂದ ಕುಣಿಯಿತು.

ಕ್ಯಾಲೆಂಡರಿನ ಮುಂದೆ ಹೋಗಿ ನಿಂತ. ಸ್ವಾತಂತ್ರ್ಯ ದಿನದ ಅಮೃತ ಮಹೋತ್ಸವ ಸೋಮವಾರ ಇರುವುದು ಕಂಡಿತು. ಶುಕ್ರವಾರ ಕೆಲಸ ಮುಗಿಸಿ

ಹೋದರೆ ಸೋಮವಾರದವರೆಗೆ ರಜಾ. ಅಕ್ಕನ ಮನೆಯಲ್ಲಿ ಒಂದೆರಡು ದಿನ ಇದ್ದು ಬಂದಂತೆಯೂ ಆಗುತ್ತದೆ ಅಂದುಕೊಂಡ. ಗೀತಳನ್ನೂ ಜೊತೆಗೆ ಕರೆದೊಯ್ಯಬೇಕು. ಇಂತಹ ಆತಂಕದ ಸಮಯದಲ್ಲಿ ಅವಳು ಬಂಡೆಯ ತರಹ ತಣ್ಣಗಿದ್ದು ತನ್ನ ಬೆಂಬಲಕ್ಕೆ ನಿಲ್ಲುತ್ತಾಳೆ ಎಂದು ಅವನಿಗನ್ನಿಸಿತು. ಟಿ.ವಿ.ಯ ಯಾವುದೋ ಧಾರಾವಾಹಿಯನ್ನು ನೋಡುತ್ತ ಕುಳಿತಿದ್ದ ಹೆಂಡತಿಯ ಕಡೆಗೆ ನೋಡಿದ. ಅವಳ ನಿರುಮ್ಮಳ ಮುಖ ನೋಡಿ ಧಡ–ಧಡಕ್ಕೆನ್ನುತ್ತಿದ್ದ ಅವನ ಹೃದಯ ಸ್ವಲ್ಪ ತಹಬದಿಗೆ ಬಂತು.

"ಗೀತ, ಯಾರೋ ಬಂದು ನಮ್ಮ ಸೈಟಿನಲ್ಲಿ ಶೆಡ್ ಹಾಕ್ಬಿಟ್ಟಿದ್ದಾರಂತೆ" ಎಂದು ಮೂರ್ತಿ ತನ್ನ ಆತಂಕವನ್ನು ಹಂಚಿಕೊಂಡ.

ಟಿ.ವಿ.ಯಿಂದ ಮುಖ ತಿರುಗಿಸದ ಗೀತ "ಸುತ್ತಮುತ್ತ ಮನೆ ಕಟ್ಟಿದ್ದಾರೇನೋ?" ಎಂದ ತಣ್ಣಗೆ ಕೇಳಿದಳು.

"ಹೌದಂತೆ... ಹಿಂದಿನ ಸೈಟಿನೋರು. ನಿನ್ನೇನೇ ಭಾವ ಹೋಗಿ 'ಯಾರ್ನ ಕೇಳಿ ಕಟ್ಕೊಂಡ್ರಿ?' ಅಂತ ಕೇಳಿದ್ದಕ್ಕೆ 'ಏನಾಯ್ತೀಗ? ಕೇಳಕ್ ನೀವೇನ್ ಓನರ್ರಾ?' ಅಂತ ಅವರಿಗೇ ದಬಾಯಿಸಿದ್ರಂತೆ. ಸೈಟಿನ ಓನರ್ರನ್ನು ಹುಡುಕಿ ಒಂದ್ಮಾತು ಕೇಳೋದು ಧರ್ಮ ಅಲ್ವಾ? ಎಂಥ ಕೆಟ್ಟ ಜನರಿರಬೇಕು. ಕೇಳೋ ಅಗತ್ಯವೇ ಇಲ್ಲ ಅನ್ನೋ ರೀತಿ ನೋಡಿದ್ರೆ ಅವರ ಉದ್ದೇಶಗಳ ಬಗ್ಗೆ ಸಂದೇಹ ಆಗ್ತಿದೆ. ಸುತ್ತಮುತ್ತಲ ಎಲ್ಲ ಮನೆಯವರ ಹತ್ರ ಈಗಾಗ್ಲೆ ಜಗಳಾಡಿಕೊಂಡಿದಾರಂತೆ. ಸಿಕ್ಕಾಪಟ್ಟೆ ಅಹಂಕಾರ ಮತ್ತು ಜೋರು ಅಂದ್ರು ಅಕ್ಕ. ನಮ್ಮ ಸೈಟಿನ ಸುತ್ತ ಒಂದು ಕಾಂಪೌಂಡ್ ಅಂತ ಹಾಕ್ಸಿದ್ರೆ ಒಳ್ಳೇದಲ್ವಾ? ಬೇಕಾದ್ರೆ ಒಂದ್ವಾರ ರಜಾ ತಗೋತೀನಿ" ಅಂದ ಮೂರ್ತಿ.

ಗೀತ ಧಾರಾವಾಹಿಯ ಕಡೆ ನೋಡ್ಕೊಂಡೆ, "ಹಾಕ್ಕೊಳಿ" ಅಂತ ಕೇಳಿದಳು. ತನ್ನ ಹೆಂಡತಿಯ ಮುಖದಲ್ಲಿ ಆಶ್ಚರ್ಯ ಅಥವಾ ದುಗುಡ ಎರಡೂ ಇಲ್ಲದ್ದನ್ನು ನೋಡಿ ಅವನಿಗೆ ಕಸಿವಿಸಿಯಾಯ್ತು. ಆದರೆ, ಅವನ ಸಮಸ್ಯೆಗಳು ಗೀತಳಿಗೆ ಸಮಸ್ಯೆಗಳು ಅಂತಲೇ ಅನ್ನಿಸುತ್ತಿರಲಿಲ್ಲ ಎನ್ನುವುದು ಕೂಡ ಮೂರ್ತಿಗೆ ಗೊತ್ತಿತ್ತು.

2

"ಹುಡುಗಿ ಜೋರು ಕಣೋ" ಎಂದು ಗೆಳೆಯ ರಮೇಶ ಮದುವೆಗೂ ಮುನ್ನ ಎಚ್ಚರಿಸಿದ್ದ. ಅದು ಮೂರ್ತಿಗೆ ಧನಾತ್ಮಕವಾಗಿಯೇ ಕೇಳಿಸಿತ್ತು. ಚಿಕ್ಕಂದಿನಿಂದ ಯಾರಾದರೂ ಜೋರಾಗಿ ಮಾತಾಡಿದರೆ ಮೂರ್ತಿಯ ಕೈ ಕಾಲುಗಳು ನಡುಗುತ್ತಿದ್ದವು. ಬಾಯಿ ಒಣಗುತ್ತಿತ್ತು. ಪದಗಳು ಮರೆತುಹೋಗಿ

ತೊದಲುತಿದ್ದ. ಅವರಿವರ ಮೇಲೆ ಜೋರು ಮಾಡಬೇಕೆಂಬ ಆಸೆ ಬಂದರೂ ಅವನಿಗದು ಸಾಧ್ಯವಾಗುತ್ತಿರಲಿಲ್ಲ. ತನ್ನ ಗೆಳೆಯರಲ್ಲಿ ಯಾರಾದರೂ ಜೋರಿನ ಸ್ವಭಾವದವರಿದ್ದರೆ ಅವರ ಸೈಡ್ ಕಿಕ್ಕಿನಂತೆ ಓಡಾಡಿಕೊಂಡಿದ್ದ ಮೂರ್ತಿಗೆ ತನ್ನ ದೌರ್ಬಲ್ಯದ ಮೇಲೆ ಬಹಳ ಅಸಮಾಧಾನವಿತ್ತು.

ಅದಕ್ಕೆ ಸರಿಯಾಗಿ ವಾರಗೆಯ ಹುಡುಗರ ಧ್ವನಿ ಒಡೆದು ಅವರಿಗೆ ತೆಳ್ಳಗೆ ಗಡ್ಡಮೀಸೆ ಬಂದು, ಕರ್ರಗೆ ಬಲಿಯುತ್ತಿದ್ದರೂ ಮೂರ್ತಿಯ ಧ್ವನಿ ಒಡೆದಿರಲಿಲ್ಲ. ವರ್ಷಗಳಾದರೂ ಗದ್ದದಲ್ಲಿ ಒಂದೆರಡು ಕೂದಲ ಹೊರತು ಏನೂ ಬೆಳೆದಿರಲಿಲ್ಲ. ಹೌಹಾರಿ ಹೋಗಿದ್ದ ಮೂರ್ತಿ ಸ್ಪೀಚ್ ಆ್ಯಂಡ್ ಲ್ಯಾಂಗ್ವೇಜ್ ಥೆರಪಿಸ್ಟನ್ನು ಹುಡುಕಿಕೊಂಡು ಹೋಗಿದ್ದ. ಅವನನ್ನು ಪರೀಕ್ಷಿಸಿದ್ದ ಅವರು ಆತಂಕ ಪಡದಿರುವಂತೆ ಹೇಳಿ ಅದೆಲ್ಲ ಹಾರ್ಮೋನುಗಳ ಪ್ರಭಾವವೋ–ಅಭಾವವೋ ಅಂತ ಹೇಳಿದಾಗ ಅವನು ತತ್ತರಿಸಿದ್ದ. “ಒಂದು ಮದುವೆ ಅಂತಾದರೆ ನಂತರ ಎಲ್ಲ ಸರಿಹೋಗುತ್ತದೆ” ಎಂದು ಹೇಳಿ ಅವರು ನಕ್ಕಿದ್ದರು. ಮೂರ್ತಿಗೆ ಕಸಿವಿಸಿಯಾಗಿತ್ತು. ಒಳಗೊಳಗೇ ತನಗೆ ‘ಮಕ್ಕಳನ್ನು ಹುಟ್ಟಿಸುವ ಶಕ್ತಿ ಇಲ್ಲವೇನೋ’ ಎಂದು ಅವನು ಹೆದರಿಕೊಂಡಿದ್ದ ದಿನಗಳೂ ಇದ್ದವು.

ನಿಧಾನವಾಗಿ ಮೂರ್ತಿಯ ಧ್ವನಿ ಅರೆಬರೆ ಒಡೆಯಿತಾದರೂ ಮಾತಾಡುವಾಗ ನಡುವೆ ಕಿರ್ರನೆ... ಕೀರಲು ಧ್ವನಿ ಬಂದುಬಿಡುತ್ತಿತ್ತು. ಅಪಾರ ಸಿಟ್ಟು ಬಂದರೂ ಅದನ್ನು ಹೊರಹಾಕಲಾಗದ ಮೂರ್ತಿ ಅದನ್ನು ಮುಚ್ಚಲೋ ಎಂಬಂತೆ ದುರ್ಬಲವಾದ ಜೋಕುಗಳನ್ನು ಹೇಳಿಕೊಂಡು ಹೆ...ಹೆ...ಹೆ... ಎಂದು ಲಘುವಾಗಿ ಓಡಾಡಿಕೊಂಡಿದ್ದ. ಮೈ ಕಡ್ಡಿಯಂತಿದ್ದರೂ ನಿಗರಾಡುತ್ತಿದ್ದ ಅವನ ಸ್ನೇಹಿತರೆಲ್ಲ ಅವನಿಗೆ ಹೀರೋಗಳಂತೆ ಕಂಡಿದ್ದರು.

“ಹಿಂದೆ ಹೈಸ್ಕೂಲಿನಲ್ಲಿ ನನ್ನ ಕ್ಲಾಸ್‌ಮೇಟ್ ಆಗಿದ್ದಳು ಕಣೋ... ಮುಖ ಮೂತಿ ನೋಡದೆ ಜಾಡಿಸಿಬಿಡೋಳು” ಅಂತ ರಮೇಶ ಹೇಳಿದಾಗ ಮೂರ್ತಿಗೆ ಏನೋ ಖುಷಿಯಾಗಿತ್ತು. ಗುಂಡಗೆ ಮುದ್ದಾಗಿದ್ದ ಗೀತಳನ್ನು ಕೆಣಕಿ ತನ್ನ ಗೆಳೆಯ ರಮೇಶ ಉಗಿಸಿಕೊಂಡಿರಬೇಕು ಅನ್ನಿಸಿ ಆ ಹುಡುಗಿಯ ಬಗ್ಗೆ ಹೆಮ್ಮೆಯೆನಿಸಿತ್ತು. ಅವರಿವರ ಮೇಲೆ ಧ್ವನಿ ಏರಿಸಲಾಗದೆ ಪೇಚಾಡುತ್ತಿದ್ದ ಮೂರ್ತಿಗೆ ಜೋರು ಸ್ವಭಾವದ ಹುಡುಗಿ ಎಂದ ಕೂಡಲೆ ಅವಳೇ ತನಗೆ ಸರಿಯಾದ ಜೋಡಿಯೆನಿಸಿಬಿಟ್ಟಿತ್ತು.

ಅವರ ಮದುವೆಯಾಗಿ ಇಪ್ಪತ್ತು ಮೂರು ವರ್ಷಗಳು ಕಳೆದಿದ್ದವು. ಆರಕ್ಕೇರದ ಮೂರಕ್ಕಿಳಿಯದ ಬದುಕಿನಲ್ಲಿ ಅವರಿಬ್ಬರ ನಡುವೆ ಅಂತದ್ದೇನೂ ಜಗಳಗಳು ನಡೆದಿರಲಿಲ್ಲ. ಗೀತ ಇದ್ದದ್ದೆ ಹಾಗೆ, ಆಳವಾದ ಶಾಂತ ಕಡಲಿನಂತೆ ಆದರೆ ಉಕ್ಕಿದರೆ ಮಾತ್ರ ಸೊಕ್ಕಿದ ಸುನಾಮಿಯಂತೆ ಅಂತ ಅವನಿಗೆ ನಿಧಾನವಾಗಿ ಅರ್ಥವಾಗಿತ್ತು.

ಇದ್ದ ಒಬ್ಬಳೆ ಮಗಳನ್ನು ಬೆಂಗಳೂರಿನ ಪಿ.ಜಿ.ಯೊಂದರಲ್ಲಿ ಬಿಟ್ಟು ಓದಿಸುತ್ತಿದ್ದರು. ಮದುವೆ-ಸಂಸಾರ-ಮಗಳು ಎಂದಾದ ನಂತರ ಮೂರ್ತಿಯೂ ಸಮಾಜದಲ್ಲಿ ಒಬ್ಬ ಸಂಸಾರಸ್ಥನಾಗಿ ಸಮಾಧಾನಕ್ಕೆ ಬಂದಿದ್ದ. ಅದಕ್ಕೆಲ್ಲ ತನ್ನ ಹೆಂಡತಿ ಗೀತಾಳೆ ಕಾರಣ ಎಂದು ಒಳಗೆಲ್ಲೋ ಒಂದು ಭದ್ರ ನಂಬಿಕೆ ಅವನಲ್ಲಿ ಮನೆಮಾಡಿಕೊಂಡಿತ್ತು. ಹಾಗೆಂದೇ ಅವನಿಗೆ ಗೀತಳ ಮೇಲೆ ಪ್ರೀತಿ ಮತ್ತು ಜೊತೆ ಜೊತೆಗೆ ಯಾವುದೋ ಒಂದು ರೀತಿಯ ಗೌರವವೂ ಸೇರಿಕೊಂಡಿತ್ತು. ದುಡಿದು ತಂದು ಸಂಬಳವನ್ನು ಅವಳ ಕೈಗೆ ಹಾಕಿ ನೆಮ್ಮದಿಯಾಗಿ ಇರುವುದನ್ನು ಕಲಿತುಬಿಟ್ಟಿದ್ದ.

ಮನೆ-ಮಡದಿಯಾದರೂ ಗೀತ ಪೇಪರುಗಳನ್ನು ಓದಿ, ನ್ಯೂಸ್‌ಗಳನ್ನು ನೋಡಿ ಕೊಡುತ್ತಿದ ವಿಶ್ಲೇಷಣೆಗಳು ಕೆಲವೊಮ್ಮೆ ಮೂರ್ತಿಯನ್ನು ದಂಗು ಬಡಿಸುತ್ತಿದವು. ಅವಳು ಯಾವುದನ್ನೂ ಮುಖಬೆಲೆಯ ಲೆಕ್ಕಕ್ಕೆ ನೋಡುತ್ತಿರಲಿಲ್ಲ. ಕೆಲವೊಮ್ಮೆ ವಿತಂಡವಾದಕ್ಕೆ ಇಳಿಯುತ್ತಿದ್ದ ಹೆಂಡತಿಯ ವರಸೆಗೆ ಮೂರ್ತಿ ದಂಗಾಗುತ್ತಿದ್ದ. ಬೇರೆ ಇನ್ನೆಲ್ಲೋ ಇತರೆ ಜಾಣರು ಅದನ್ನೇ ಹೇಳುವುದನ್ನು ಕೇಳಿದಾಗ ಹೆಂಡತಿಯ ಬಗ್ಗೆ ಅವನಿಗೆ ಪರಮಾಶ್ಚರ್ಯವಾಗುತ್ತಿತ್ತು.

ಮೂರ್ತಿಗೆ ಕೋಪ ಬಂದಾಗ ಹೆಂಡತಿಯ ಎದುರು ಗೊಣಗಾಡಿ, ರೇಗಾಡಿ, ಪೇಚಾಡಿಕೊಂಡರೂ ಅದಕ್ಕಿಂತ ಹೆಚ್ಚಾಗಿ ಇನ್ನೇನೂ ಮಾಡಲಾಗುತ್ತಿರಲಿಲ್ಲ. ಗಂಡನೆನ್ನುವ ಕಾರಣಕ್ಕೆ ಜೊಳ್ಳು ಜೊಳ್ಳಾಗಿ ಆಗೀಗ ಜೋರು ಹೊಡೆಯುತ್ತ ಏನೇನೋ ಅಸಂಬದ್ಧ ಕೂಗಾಡುತ್ತಿದ್ದ. ಅದನ್ನೆಲ್ಲ ಗೀತ ಸುಮ್ಮನೆ ಕೇಳಿಸಿಕೊಳ್ಳುತ್ತಿದ್ದಳು. ಅವನು ಸುಮ್ಮನಾದ ಮೇಲೆ ಗೀತ ತರಾಟೆಗೆ ತೆಗೆದುಕೊಳ್ಳುತ್ತಿದ್ದಳು. ಆಗ ಮೂರ್ತಿಗೇ ತಾನು ಹೇಳಿದ್ದು, ಯೋಚಿಸುತ್ತಿದ್ದುದು ಸರಿಯಿಲ್ಲ ಎನಿಸಿಬಿಡುತ್ತಿತ್ತು, ಹೆಂಡತಿಗೆ ತನ್ನ ಅಧೈರ್ಯ ವೇದ್ಯವಾಗಬಾರದು ಎಂದು ಏನೇನೋ ಮಾಡಲು ಹೋಗುತ್ತಿದ್ದ. ಅದಕ್ಕೆಲ್ಲ ಗೀತ ತಣ್ಣಗಿನ ಪ್ರತಿರೋಧ ತೋರಿಸಿ ಸುಮ್ಮನಿರುವುದನ್ನು ಕಲಿತಿದ್ದಳು. ಯಾರಾದರೂ ಬಡವರು ಅಥವಾ ದುರ್ಬಲರನ್ನು ಕಂಡರೆ ಮೂರ್ತಿಯ ದರ್ಪಗಳು ಹೆಚ್ಚಾಗುತ್ತಿದ್ದವು. ಆಗೆಲ್ಲ ಗೀತ ತನ್ನೆಡೆಗೆ ಕೆಕ್ಕರಿಸಿ ನೋಡಿ ಸಂತಾಪ ವ್ಯಕ್ತಪಡಿಸುವ ಮುಖ ಮಾಡಿದರೆ ಅವನ ಮರ್ಮಕ್ಕೆ ಚುರುಕ್ಕೆನಿಸಿ ಸರಿಯಾಗಿ ಬಿಡುತ್ತಿದ್ದ.

ಆದರೆ ಅಪರೂಪಕ್ಕೆ ಯಾರ ಮೇಲಾದರೂ ರೇಗಿದಾಗ ಮಾತ್ರ ಗೀತ ರೌದ್ರಾವತಾರವನ್ನು ತಾಳುತ್ತಿದ್ದಳು. ಆಗ ಮೂರ್ತಿ ಮಾತು ಮರೆತು, ಕಣ್ಣುಬಾಯಿ ಬಿಟ್ಟುಕೊಂಡು ಹೆಂಡತಿಯನ್ನೇ ನೋಡುತ್ತಿರುತ್ತಿದ್ದ. ಅವಳು ಕನಲಿದಂತೆಲ್ಲ ಸಿನಿಮಾದಲ್ಲಿ ಹೀರೋಗಳು ರೌಡಿಗಳನ್ನು ಚಚ್ಚುವಾಗ 'ಹೊಡಿ... ಬಾರ್ಸು... ಬಿಡಬೇಡ' ಎಂದು ಸೀಟಲ್ಲೆ ಕೂತು ಮಿಸುಕಿ, ಸಿಳ್ಳೆ ಹೊಡೆವ ಪ್ರೇಕ್ಷಕನಂತಾಗುತ್ತಿದ್ದ.

3

ನಿಜ ದೃಶ್ಯವನ್ನು ನೋಡಿದಾಗ ಮೂರ್ತಿಯ ಎದೆ ದಸ್ಸಕ್ಕೆಂದಿತು.

ಮದುವೆಗೆ ಬಂದಿದ್ದ ಹಣದ ಮುಯ್ಯಿಗಳು, ಮೂರ್ತಿ ಅವನ ಅಣ್ಣನೊಂದಿಗೆ ಪಾಲಾದಾಗ ಸಿಕ್ಕ ಸ್ವಲ್ಪ ಹಣ, ಬ್ಯಾಂಕಿನ ಸಾಲ ಎಲ್ಲ ಸೇರಿಸಿ ಕೊಂಡಿದ್ದ ಅವರ ಮೊಟ್ಟ ಮೊದಲ ಮತ್ತು ಕೊನೆಯ ಆಸ್ತಿ ಆ ಸೈಟಾಗಿತ್ತು. ಅದರಲ್ಲೂ ಅದು ದಕ್ಷಿಣಕ್ಕೆ ಮುಖಮಾಡಿದ್ದ ಜಾಗ. ಅದರಿಂದ ಮುಂದಕ್ಕೆ ಸ್ಮಶಾನ. ಅದಕ್ಕೆಂದೇ ಅವರಿಗೆ ಅದು ಅಗ್ಗವಾಗಿ ದೊರಕಿತ್ತು. ವಾಸ್ತುವಿನಲ್ಲಿ ತನಗೆ ನಂಬಿಕೆಯಿಲ್ಲ ಎಂದಿದ್ದಳು ಗೀತ, ಸ್ಮಶಾನ ನಮಗೆ ಒಳ್ಳೆಯ ನಿಶಾನೆ ಎಂದಿದ್ದಳು. ಮೂರು ಲಕ್ಷಕ್ಕೆ ಕೊಂಡದ್ದು ಈಗ ಕೋಟಿಗೆ ಹೋಗುತ್ತದೆ ಎಂದು ನಂಬಿದ್ದರು. ಮಗಳ ಮದುವೆಗೆ ಮತ್ತು ಭವಿಷ್ಯಕ್ಕೆ ಎಂದು ಜತನವಾಗಿ ಕಾಯ್ದುಕೊಂಡು ಬಂದಿದ್ದ ಆಸ್ತಿಯದು. ಬೇರೆ ಊರಿನಲ್ಲಿ ಮೂರ್ತಿಯ ಕೆಲಸವಿದ್ದುದರಿಂದ ಮಗಳ ಮದುವೆಯ ನಂತರ ಇಲ್ಲಿಯೇ ಮನೆ ಕಟ್ಟಿಸಬೇಕೆಂದುಕೊಂಡಿದ್ದರು.

ಆದರೆ ಯಾರೋ ಬಂದು ಅದರ ಮಧ್ಯದಲ್ಲಿ ಇಟ್ಟಿಗೆಯ ಶೆಡ್ ಹಾಕಿದ್ದರು. ಜಲ್ಲಿ, ಕಲ್ಲು, ಮರಳು ಕಲ್ಲುಗಳು ಎಲ್ಲವೂ ರಾಶಿ, ರಾಶಿಯಾಗಿ ಬಂದು ಬಿದ್ದಿದ್ದವು. ಅದನ್ನು ನೋಡಿದ ಮೂರ್ತಿಗೆ ಯಾರೋ ತಮ್ಮ ಮೇಲೆ ಅತ್ಯಾಚಾರ ಎಸಗಿದಂತೆ ತೋರಿತು. ಹಿಂದಿನ ಸೈಟಿನಲ್ಲಿ ಏಳುತ್ತಿದ್ದ ಹತ್ತು ಮನೆಗಳ, ನಾಲ್ಕಂತಸ್ತಿನ ದೊಡ್ಡ ಕಟ್ಟಡ ಅವರಿಗೆ ಸವಾಲಾಗಿ ತಲೆಯೆತ್ತಿ ನಿಂತಿತ್ತು. ಅವರು ಮನೆಕೆಲಸ ಮಾಡಿಸುತ್ತಿದ್ದ ಮೇಸ್ತ್ರಿಯನ್ನು ಮಾತಾಡಿಸಲು ಹೋದರು.

ಅವನು ಪಕ್ಕಾ ಹಿಂದಿಯಲ್ಲಿ ಮಾತಾಡುತ್ತಿದ್ದ. ಕೆಲಸಗಾರರೂ ಉತ್ತರ ಭಾರತದವರೇ ಆಗಿದ್ದರು. ಕೇಸು ಈಗ ಗೀತಾಳದಾಯಿತು. ಹಿಂದಿಯಲ್ಲಿ ನಿರರ್ಗಳವಾಗಿ ಮಾತಾಡಬಲ್ಲ ಗೀತ ಅವನಿಗೆ ತಾವೇ ಮುಂದಿನ ಸೈಟಿನ ಓನರ್ರುಗಳೆಂದು ಪರಿಚಯಿಸಿಕೊಂಡಳು, ಹೇಳದೆ, ಕೇಳದೆ ಅದರಲ್ಲಿ ನೆಲದಲ್ಲಿ ನೈಟ್ ಶೆಡ್ಡು ಕಟ್ಟಿಸಿ, ಕಟ್ಟಡ ಎಬ್ಬಿಸಿರುವುದು ಸರಿಯಲ್ಲವೆಂದೂ, ಕೂಡಲೇ ತೆರವು ಮಾಡಬೇಕೆಂದೂ ಮನವಿ ಮಾಡಿದಳು. ಅವಳ ಗತ್ತಿಗೆ ಮೇಸ್ತ್ರಿ ವಿಧೇಯನಾದ.

'ಅಯ್ಯೋ... ನಮ್ಮ ಧಣಿ, ಸ್ಮಾರ್ಟ್ ಸಿಟಿ ಇಂಜಿನಿಯರ್ ಮೇಡಂ, ಯಾರ ಮಾತನ್ನೂ ಕೇಳಲ್ಲ. ನಾವಂತೂ ಬಾಯ್ಬಿಡಂಗೇ ಇಲ್ಲ. ಒಟ್ಟು ಹತ್ತು ಫ್ಲಾಟ್ ಕಟ್ತಿದ್ದಾರೆ. ಎಲ್ಲ ಬಾಡಿಗೆಗಂತೆ. ಆದ್ರೂ ಸುತ್ತ ಮುತ್ತಲಿನವರತ್ರ ಆವಯ್ಯಂದು ಸಿಕ್ಕಾಪಟ್ಟೆ ಗಲಾಟೆ. ನಂಗಂತೂ ಸಾಕಾಗಿ ಹೋಗಿದೆ. ನೀವ್ ಬಂದು ಕೇಳ್ತಿರೋದು ಒಳ್ಳೇದೇ ಆಯ್ತು. ಯಾವುದಕ್ಕೂ ಒಂದ್ಸಾರಿ ಸೆಟ್

ಬ್ಯಾಕು ಎಷ್ಟು ಬಿಟ್ಟಿದ್ದಾರೆ ಅಂತಲೂ ಅಳ್ಕೊಂಬಿಡಿ. ಬರೀ ನೆಲ ನೋಡ್ಬೇಡಿ, ಮೇಲೆದ್ದಿರೋ ನಾಲ್ಕೂ ಅಂತಸ್ತುಗಳು ನಿಧಾನವಾಗಿ ನಿಮ್ಕಡೇಗೇ ವಾಲಿವೆ ನೋಡಿ' ಅಂದ.

ತಲೆಯೆತ್ತಿದರೆ, ಅವರ ಸೈಟಿನ ಮೇಲೇ ಬೀಳುವಂತೆ ಕಟ್ಟಡ ಮೇಲೇಳುತ್ತಿತ್ತು. ಅದನ್ನು ನೋಡಿ ಅವರಿಬ್ಬರ ಕರುಳುಗಳು ಚುರುಕ್ ಎಂದವು. ಮೇಸ್ತ್ರಿಯ ಬಳಿ ಆ ಓನರ್ರಿನ ನಂಬರನ್ನು ಪಡೆದರು. ಲೋಕಾರೂಢಿಯನ್ನು ಅರಿತಿದ್ದ ಗೀತ, "ಗಂಡಸರೇ ಮಾತಾಡಿಕೊಂಡರೆ ಚೆಂದ, ನೀವೇ ಒಮ್ಮೆ ಮಾತಾಡಿ" ಎಂದು ಮೂರ್ತಿಗೆ ಹೇಳಿದಳು.

ಮೂರ್ತಿ ಇಲ್ಲವೆನಲಾಗದೆ ಕರೆ ಹಚ್ಚಿದ. "ಯಾರ್ರೀ ಇದು? ಏನಾಗ್ಬೇಕು?" ಅನ್ನೋ ಜೋರು ಧ್ವನಿಯನ್ನು ಅತ್ತಕಡೆಯಿಂದ ಕೇಳಿದ ಕೂಡಲೇ ಅವನ ಜಂಘಾಬಲ ಅಳ್ಳಕವಾಗಿ ಹೋಯ್ತು. "ಸಾರ್ ದಯವಿಟ್ಟು ಇದನ್ನೆಲ್ಲ ನಮ್ಮ ಸೈಟಿಂದ ತೆಗೆಸಿಬಿಡಿ" ಎಂದು ಅಂಗಲಾಚುವ ಧ್ವನಿಯಲ್ಲಿ ಮೂರ್ತಿ ಕೇಳಿಕೊಂಡ.

"ಓ ಅಷ್ಟೇನಾ?... ಇರ್ಲಿಬಿಡಿ, ತೆಗ್ಸಿದ್ರಾಯ್ತು..." ಅಂತ ಅತ್ತ ಕಡೆಯಿಂದ ಫೋನ್ ಕಟ್ಟಾಯಿತು. ಮೂರ್ತಿ ಆ ವೇಳೆಗೆ ಅಪರಾಧ ಮಾಡಿದಂತೆ ಬೆವರುತ್ತಿದ್ದ.

"ನಾವು ನಮ್ಮ ಸೈಟಿನ ಸುತ್ತಕ್ಕು ಕಾಂಪೌಂಡ್ ಹಾಕ್ಸಬೇಕಂತ ಇದ್ದೀವಿ, ಅರ್ಜೆಂಟಾಗಿ ತೆರವು ಮಾಡಿ ಅಂತ ಹೇಳಲೇ ಇಲ್ಲವಲ್ಲ?" ಅಂತ ಗೀತ ನೆನಪಿಸಿದಳು.

"ಏ...ಇಲ್ಲ ಬಿಡು ತೆಗೆಸ್ತಾರಂತೆ...ಕೆಲ್ಸದಲ್ಲಿರ್ಬೇಕು...ಹೆ...ಹೆ" ಎಂದ ಮೂರ್ತಿ "ಎಂಥಾ ಸೆಕೆ" ಎಂದು ಕರ್ಚೀಫಿನಿಂದ ಬೆವರೊರೆಸಿಕೊಂಡ.

"ಹಾಗಾದ್ರೆ, ಸಾಯಂಕಾಲ ಆಫೀಸಿನ ಸಮಯ ಮುಗಿದ ಮೇಲೆ ಮತ್ತೊಮ್ಮೆ ಫೋನು ಮಾಡಿ" ಎಂದ ಗೀತ ತಣ್ಣಗೆ ಪ್ರತಿಕ್ರಿಯಿಸಿದ್ದನ್ನು ನೋಡಿ "ಇನ್ನಿವಳು ನನ್ನನ್ನು ಬಿಡುವವಳಲ್ಲ" ಅಂದುಕೊಂಡ ಮೂರ್ತಿ ಸಂಜೆಯವರೆಗೂ ಟೆನ್ಶನ್ ಇಲ್ಲ ಎಂದು ನಿಟ್ಟುಸಿರುಬಿಟ್ಟ. ತನ್ನ ಅಕ್ಕನ ಮನೆ ಸೇರಿ ಉಂಡು, ನೆಮ್ಮದಿಯಾಗಿ ಮಲಗಿಬಿಟ್ಟ.

ಸಾಯಂಕಾಲ ಏಳಕ್ಕೆ ಮತ್ತೆ ಫೋನು ಹಚ್ಚಲು ಗೀತ ನೆನಪಿಸಿದಳು.

ಮೂರ್ತಿ ಫೋನಾಯಿಸಿದ. ಮತ್ತೆ "ಸರ್...ಬ್ಬೆ...ಬ್ಬೆ...ಬ್ಬೆ" ಎನ್ನುತ್ತಿದ್ದವನಿಗೆ ಅತ್ತ ಕಡೆಯ ಧ್ವನಿ.

"ತೆಗ್ಸಿದ್ರಾಯ್ತು ಅಂತ ಹೇಳ್ಳಿಲ್ವೇನ್ರಿ...ಹೊತ್ತು ಗೊತ್ತು ಇಲ್ದಂಗೆ ಫೋನ್ ಮಾಡ್ತೀರ...ಇಡ್ರಿ ಕೆಳಗೆ" ಅಂತ ಬೈಯಿತು, ಫೋನ್ ಕಟ್ಟಾಯಿತು. ಅದನ್ನು ಶಿರಸಾವಹಿಸಿ ವಹಿಸಿ ಪಾಲಿಸಿದ ಮೂರ್ತಿ ಹೆಂಡತಿಯೆಡೆ ನೋಡಿದ. "ಹೂಂ..."

ಎಂದ ಗೀತ ಗಂಡನಿಂದ ಫೋನ್ ತಗೊಂಡಳು. ಮತ್ತೆ ರಿಂಗಾಯಿಸಿದಳು. ಅತ್ತ ಕಡೆಯಿಂದ ದಿವ್ಯ ನಿರ್ಲಕ್ಷ್ಯ ಮಾತ್ರವೇ ಉತ್ತರವಾಯಿತು.

ಗೀತ ಕುದ್ದು ಹೋದಳು. ಮೆತ್ತಗೆ ಮಾತಾಡಿದ ಎನ್ನುವ ಒಂದೇ ಕಾರಣಕ್ಕೆ 'ಬಡಪಾಯಿಗಳು' ಎಂದು ನಿರ್ಲಕ್ಷ್ಯ ತೋರಿದ ಇಂಜಿನಿಯರನ ಬಗ್ಗೆ ಅವಳಿಗೆ ಅಸಮಾಧಾನವಾಗಿತ್ತು.

ಒಂದಿಷ್ಟೂ ಶಿಷ್ಟಾಚಾರ ತೋರಿಸದೆ ತಮ್ಮ ಮನೆಯಂಗಳಕ್ಕೆ ಬಂದು ಕೂತು ತಮ್ಮ ಮೇಲೇ ಜೋರು ಮಾಡುತ್ತಿರುವ, ಇಂಜಿನಿಯರನ ನಡವಳಿಕೆ ನೈತಿಕವಾಗಿ ಸರಿಯಿಲ್ಲದ ಮೇಲೆ ಅವನನ್ನು ತಮ್ಮ ಜಾಗದಲ್ಲಿ ಹೆಚ್ಚು ದಿನ ಕೂರಿಸಿಕೊಳ್ಳುವುದು ಅಪಾಯ ಅನ್ನಿಸಿತು. 'ಸರ್ಕಾರ್' ಎಂದಿದ್ದ ಅವನ ನಂಬರನ್ನು ತನ್ನ ಫೋನಿಗೆ ಹಾಕಿಕೊಂಡು ರಿಂಗಾಯಿಸಿದಳು.

ಹೊಸ ನಂಬರಿನಿಂದ ಬಂದ ಕರೆಗೆ ಉತ್ತರಿಸಿದ ಸರ್ಕಾರ್ ಅತ್ತ ಕಡೆಯಿಂದ "ಹಲ್ಲೋ" ಎಂದ.

"ಏ ಸರ್ಕಾರ್ ಬೋಳೀಮಗನೆ...ಫೋನ್ ಮಾಡಿದ್ರೆ ಕಾಲ್ ಕಟ್ಮಾಡ್ತೀಯ? ನಮ್ಮ ಸೈಟಲ್ಲಿ ಶೆಡ್ ಕಟ್ಸಿ, ಜನ ಮಲಗಿಸ್ಕೊಂಡು, ಮಟೀರಿಯಲ್ಸ್ ಮಡಕ್ಕೊಂಡು ನಮ್ಮೇಲೇ ಜೋರ್ ಮಾಡ್ತೀಯ? ಇನ್ನು ಇಪ್ಪತ್ನಾಲಕ್ ಗಂಟೇ ಒಳಗೆ ಅದನ್ನೆಲ್ಲ ಎತ್ಸಿದ್ರೆ ಸರಿ, ಇಲ್ಲಾಂದ್ರೆ ನಿಮ್ಮೆಲ್ಲ ಮಟೀರಿಯಲ್ಸ್ ನೆಲ ಸಮ, ಓಕೇ" ಎಂದ ಗೀತ ಉತ್ತರಕ್ಕೆ ಕಾಯದೆ, ಕರೆಯನ್ನು ತುಂಡರಿಸಿದಳು.

ಮೂರ್ತಿ ಬೆಚ್ಚಿ ಬಿದ್ದ. ಅತ್ತ ಕಡೆ ಸರ್ಕಾರ್ ಕೂಡ ಮೂರ್ಛೆ ಹೋಗಿರಬೇಕು. ಸಾವರಿಸಿಕೊಳ್ಳಲು ಎರಡು ನಿಮಿಷಗಳೇ ಹಿಡಿದವೇನೋ ಎಂಬಂತೆ ಪೂರ್ತಿ ಮೌನ ಆವರಿಸಿತು. ನಂತರ ಗೀತಳ ಫೋನ್ ರಿಂಗಣಿಸಿತು. ಸರ್ಕಾರ್ ಈಗ ಅನುನಯಿಸುತ್ತಿದ್ದ.

"ನಮಸ್ಕಾರ ಮೇಡಂ...ಕೋಪ ಮಾಡ್ಕೋಬೇಡಿ. ಹೀಗೆ ಸಡನ್ನಾಗೆ ಹೇಳಿದ್ರೆ ಹೇಗೆ ಮೇಡಂ...ನಾಕು ದಿನ ಟೈಂ ಕೊಡಿ. ನಾನೇ ಎಲ್ಲ ಖಾಲಿ ಮಾಡ್ಸಿಕೊಡ್ತೀನಿ... ಆಗ್ಬಹುದಾ?"

"ಮೊದಲೇ ನಮ್ಮನ್ನು ಒಂದು ಮಾತ ಕೇಳ್ಕೋ ಕರ್ಟಸಿ ತೋರ್ಸಿದ್ರೆ ಇದ್ರ ಅಗತ್ಯ ಇರ್ಲಿಲ್ಲ ಸರ್. ನಾಲ್ಕನೇ ದಿನ, ಅಂದ್ರೆ ಶುಕ್ರವಾರ ನಾನೇ ಖುದ್ದಾಗಿ ನೋಡೋಕೆ ಬರ್ತೀನಿ, ಮಾತು ಉಳಿಸ್ಕೊಳಿ" ಎಂದು ಗೀತ ಮುಗುಮ್ಮಾಗಿ ಹೇಳಿದಳು.

"ಸರಿ ಬಿಡಿ, ಮೇಡಂ."

ಎನ್ನುವಲ್ಲಿಗೆ ಮಾತು ಮುಗಿಯಿತು, ಮೂರ್ತಿಗೆ ಜೀವ ಮರಳಿತು. ಐದಡಿಯ ಹೆಂಡತಿಯಲ್ಲಿರೋ ಗುಂಡಿಗೆ ಆರಡಿಯ ತನಗಿಲ್ಲವಲ್ಲ ಅಂತ ಅವನಿಗೆ ಪೆಚ್ಚಾಯ್ತು. ಆದರೆ ಅದವನಿಗೆ ತಿಳಿದ ವಿಚಾರವೇ ಆಗಿದ್ದ ಕಾರಣ

"ಸರ್ಯಾಗ್ ಮಾತಾಡ್ದೆ ನೋಡು...ಲೋಫರ್ ನನ್ಮಗ. ಬೇರೆಯವ್ರಿಗೆ ಒಂದು ಚೂರೂ ರೆಸ್ಪೆಕ್ಟ್ ಕೊಡೋದ್ ಕಲ್ತಿಲ್ಲ" ಅಂದ.

"ಸರಿ, ಈಗ ನಿಮ್ ಬಾಯಿಂದ ಕೆಟ್ಮಾತ್ ಬರೋದು ಬೇಡ" ಎಂದು ಸಿಡುಕಿ ಮೇಲೆದ್ದ ಗೀತಳನ್ನು ಮೂರ್ತಿ ಬಾಯ್ತೆರೆದುಕೊಂಡು ನೋಡುತ್ತಲೆ, ಉಗುಳು ನುಂಗಿದ.

ತಮ್ಮ ಸೈಟಿನಿಂದ ಜನರನ್ನು ಖಾಲಿ ಮಾಡಿಸಲು ಎಷ್ಟು ಕಷ್ಟವಾಗುತ್ತದೋ ಎಂದು ಹೆದರಿ ಬಂದಿದ್ದ ಮೂರ್ತಿಗೆ ಕೆಲಸ ಇಷ್ಟು ಸಲೀಸಾಗಿ ಒಂದು ಫೋನ್ ಕರೆಯಲ್ಲಿ ಇತ್ಯರ್ಥವಾದ್ದು ಹಾಯೆನಿಸಿ ಸುಖವಾಗಿ ನಿದ್ರೆ ಬಂದಿತು. ಆದರೆ, ರಾತ್ರಿ ಗೀತ ಸರಿಯಾಗಿ ನಿದ್ದೆ ಬರದೆ ಒದ್ದಾಡಿದ್ದನ್ನು ಗಮನಿಸಿದ.

4

ಮುಂದಿನ ಮೂರು ದಿನಗಳಲ್ಲಿ ಅವರು ಸಿಮೆಂಟ್ ಸ್ಲ್ಯಾಬಿನಲ್ಲಿ ಕಾಂಪೌಂಡ್ ಹಾಕುವ ಗೌಸ್ ಎಂಬುವನನ್ನು ಹಿಡಿದು ಸೈಟನು ತೋರಿಸಿ ಪರಿಸ್ಥಿತಿಯನ್ನು ವಿವರಿಸಿದರು. ಹಳೇ ಕಬ್ಬಿಣ ಮಾರುವ ಗುಜರಿಗೆ ಹೋಗಿ ಸೆಕೆಂಡ್ ಹ್ಯಾಂಡ್ ಗೇಟೊಂದನ್ನು ಹುಡುಕಿ ತಂದರು. ಅದಕ್ಕೊಂದಿಷ್ಟು ಏಷಿಯಾ ಪೇಂಟ್ ತಂದು ಹಚ್ಚಿ ಒಣಗಿಸಿದರು. ಶುಕ್ರವಾರ ಸರ್ಕಾರ್‌ನ ಕಡೆಯವರು ಸಾಮಗ್ರಿಗಳನ್ನು ತೆರವು ಗೊಳಿಸಿದಂತೆಲ್ಲ ಇತ್ತಕಡೆ ತಮ್ಮ ಕೆಲಸ ಶುರುಮಾಡುವಂತೆ ಕೆಲಸಗಾರರನ್ನು ಒಪ್ಪಿಸಿದರು. ಮೂರು ದಿನಗಳಲ್ಲಿ ಕೆಲಸ ಮುಗಿಸಿಕೊಡಬೇಕೆಂದು ತಾಕೀತು ಮಾಡಿದರು. ಹಾಗಿದ್ದಲ್ಲಿ ಅವರು ಭಾನುವಾರ ರಾತ್ರಿ ಊರಿಗೆ ಮರಳಬಹುದಿತ್ತು.

ನಡು ನಡುವೆ ಗೀತ ಏನೇನೋ ಗೂಗಲಿಸುತ್ತಿದ್ದಳು. ಅವಳಿಗೆ ತಿಳಿದಿರುವ ಇಂಜಿನಿಯರು, ಮನೆ ಕಟ್ಟಿಸಿರುವ ಗೆಳತಿಯರಿಗೆ ಫೋನು ಹಚ್ಚಿದ್ದಳು. ಸೈಟಿಗೆ ಬೇಲಿ ಹಾಕಿಸುವ ಮುಂದಿನ ಕೆಲಸ ಸುಸೂತ್ರವಾಗಿ ಆಗುತ್ತದೆ ಎಂದುಕೊಂಡವನು ಮೂರ್ತಿ ಮಾತ್ರ.

5

ಗುರುವಾರ ರಾತ್ರಿಯೂ ಸೈಟಿನಲ್ಲಿ ಯಾವ ಬದಲಾವಣೆ ಆಗಿರಲಿಲ್ಲ. ಇರುವುದಕ್ಕಿಂತ ಹೆಚ್ಚು ಸಾಮಾನು ಬಂದು ಬಿದ್ದಿತ್ತು. ಹೆಣ್ಣು ಹೆಂಗಸೊಬ್ಬಳ ಬೈಗುಳಕ್ಕೆ ಹೆದರಿ, ಬಲವಾದ ಸ್ಥಾನದಲ್ಲಿದ್ದ ಅಧಿಕಾರಿಯೊಬ್ಬ ಬುದ್ಧಿ ಕಲಿಯುವುದಿಲ್ಲ ಎಂದು ಅರಿತಿದ್ದ ಗೀತಳಿಗೆ ಆಶ್ಚರ್ಯವೇನೂ ಆಗಲಿಲ್ಲ.

ಶುಕ್ರವಾರ ಬೆಳಿಗ್ಗೆ ಗೀತ ಸೈಟಿನೆಡೆಗೆ ಹೊರಟಳು. ಮೂರ್ತಿಗೆ ಹೋಗಲು ಹೆದರಿಕೆಯಾದರೂ, ಹೋಗದೆ ಇರಲು ಹೆಂಡತಿಯ ಭಯವಿದ್ದ ಕಾರಣ ತಾನೂ ಹೊರಟ. ಅಲ್ಲಿದ್ದ ಎಲ್ಲ ಸಾಮಾನುಗಳೂ ಹಾಗೇ ಬಿದ್ದಿದ್ದವು. ಶೆಡ್ ಕೂಡ ಹಾಗೇ ಇತ್ತು. ಸುಮ್ಮನೆ ನಾಕು ದಿನ ಕಾಯಿಸಿ "ಏನ್ಮಾಡ್ತೀರ?" ಎನ್ನುವಂತೆ ಸರ್ಕಾರ್ ಬೇಕಂತಲೇ ಸೆಡ್ಡು ಹೊಡೆದು ನಿಂತು ಅವರನ್ನು ಅವಮಾನಿಸಿದ್ದ.

ಮೇಸ್ತ್ರಿ ಎಂದಿನಂತೆ ಅಸಹಾಯಕನಾಗಿ ನಿಂತಿದ್ದ. ಇವರಿಬ್ಬರನ್ನೂ ನೋಡಿದ ಕೂಡಲೆ,

"ಮೇಡಂ ಸರ್ಕಾರ್ ಮಗ ಜೂನಿಯರ್ ಸರ್ಕಾರ್ ಈಗ ಬರ್ತೀನಿ ಅಂದಿದ್ದರು, ಆದ್ರೆ ಇನ್ನೂ ಬಂದಿಲ್ಲ" ಅಂದ. ಅವನ ಫೋನ್ ನಂಬರ್ ಕೂಡ ನೀಡಿದ. ಮೂರ್ತಿ ನಿರ್ವಾಹವಿಲ್ಲದೆ ತಾನೇ ಕಾಲ್ ಮಾಡಿದ. ಅವನಿಗೆ ಆಶ್ಚರ್ಯ ಕಾದಿತ್ತು. ಅತ್ತ ಕಡೆಯಿಂದ ಜೂನಿಯರ್ ಸರ್ಕಾರ್ ಬಹಳ ಮೃದುವಾಗಿ ಮಾತಾಡಿದ.

"ಸಾರ್ ನಿಮಗೆ ತುಂಬಾ ತೊಂದರೆ ಕೊಟ್ಟಿದ್ದೀವಿ. ಇವತ್ತು ಮುಂಬೈಗೆ ಅರ್ಜೆಂಟ್ ಬರಬೇಕಾಯ್ತು. ಸಾಮಾನು ತೆಗೆದು ಹಾಕಲು ಬೆಳಿಗ್ಗೆನೇ ಬರ್ತೀನಿ ಅಂದಿದ್ದ ಜೆ.ಸಿ.ಬಿ. ಡ್ರೈವರ್‌ನ ಅಮ್ಮ ತೀರೋಗಿ ಅವನಿಗೆ ಬರೋಕೆ ಆಗ್ತಿಲ್ವಂತೆ. ಸೋಮವಾರ ಮಾಡಿಸಿಕೊಡ್ತೀವಿ ಸರ್" ಅಂತ ಹೇಳಿದ.

"ಹೌದಾ? ಅಯ್ಯೋ ಪಾಪ. ಇಂತದ್ದೆಲ್ಲ ಆದಾಗ ಏನೂ ಮಾಡಕ್ಕಾಗಲ್ಲ. ನಾವೂ ವೀಕೆಂಡ್‌ಗೆ ಬೆಂಗ್ಳೂರಿಗೆ ಹೋಗ್ಬೇಕು ಸರ್, ಮಗಳು ಅಲ್ಲೇ ರಾಜಾಜಿನಗರದಲ್ಲೆ ಇದ್ದಾಳೆ" ಅಂತ ಮೂರ್ತಿ ತಣ್ಣಗಾಗಿ ಲೋಕಾಭಿರಾಮ ಮಾತಾಡಲು ಶುರುಮಾಡಿದ. ಗೀತಳಿಗೆ ಮೂರ್ತಿಯ ಈ ಪರಿ ಹೊಸದೇನಾಗಿರಲಿಲ್ಲ. ಅವಳು ಫೋನನ್ನು ತನಗೆ ನೀಡುವಂತೆ ಕೇಳಿದಳು. ತಗೊಂಡು, ಗತ್ತಿನ ಇಂಗ್ಲಿಷಿನಲ್ಲಿ ಸಂತಾಪ ಸೂಚಿಸಿದಳು. ಅಷ್ಟೇ ಮೆಲ್ಲಗೆ "ಹೋಗ್ಲಿ ಬಿಡಿ ಸರ್...ಯಾರ ಜೆಸಿಬಿ ಆದ್ರೆ ಏನಂತೆ? ನಮ್ದೇ ಕರೆಸ್ತೀವಿ. ನೀವು ಗಂಟೆಗೆ ಇಷ್ಟು ಅಂತ ಕೊಟ್ಬಿಡಿ, ಅಬ್ಬಬ್ಬಾ ಅಂದ್ರೆ ಮೂರು ಗಂಟೇಲಿ ನಿಮ್ಮ ಸಾಮಾನೆಲ್ಲ ನಿಮ್ಮ ಜಾಗಕ್ಕೇ ಹಾಕಿಸ್ತೀವಿ" ಅಂತ ಹೇಳಿದಳು.

"ಅಯ್ಯೋ ಹಾಗೆಲ್ಲ ಏನು ಬೇಡ ಮೇಡಂ. ನಿಮ್ಮ ಸೈಟ್ನೂ ನಮಗೇ ಮಾರ್ಬಿಡಿ, ನಾವೇ ತಗೋತೀವಿ. ಏನಂತೀರ?" ಅಂತ ಗಹಗಹಿಸಿ ನಕ್ಕ ಜೂನಿಯರ್, ನಿಮ್ಮ ಸೈಟು ನಮ್ಮ ಹಣದೆದುರು ಜುಜುಬಿಯದು ಎಂಬಂತೆ ಗೀತಳನ್ನು ಕಿಚಾಯಿಸಿದ.

"ಅದಕ್ಕೇನಂತೆ ಸರ್ ಇಪ್ಪತ್ತು ಕೋಟಿ...ಅಷ್ಟೆ. ಸೌತ್ ಫೇಸಿಂಗ್. ಜೊತೆಗೆ ಈ ಕಡೆ ತಲೆ ಹಾಕಿ ಮಲಗಿದವ್ರಿಗೆ ವಾಸ್ತು ಸರಿ ಬರಲ್ಲವಂತೆ, ಹತ್ತಿರ ಸ್ಮಶಾನ

ಬೇರೆ ಇದೆಯಲ್ಲ? ಇರ್ಲಿ ಮಾತುಕತೆಗೆ ಇವತ್ತೇ ಕೂರೋಣ್ವ?" ಎಂದಳು. ಅಂತಹ ತಣ್ಣನೆ ಪ್ರತಿಕ್ರಿಯೆಯನ್ನು ಜೂನಿಯರ್ ನಿರೀಕ್ಷಿಸಿರಲಿಲ್ಲ.

"ಏ ಮೇಡಂ... ಇಪ್ಪತ್ತು ಕೋಟೀನಾ...? ಜೋಕ್ ಮಾಡ್ತೀರ...ಹೆ...ಹೆ.. ಹೆ..." ಎಂದವನಿಗೆ "ಏ ಜೋಕೇನಿಲ್ಲ ಸರ್, ನಮ್ಮ ವಸ್ತು ನಿಮ್ಗೆ ಹೇಗೆ ಬೇಡ್ವೋ, ನಿಮ್ದೂ ಹಾಗೇನೇ. ಅಷ್ಟಕ್ಕೂ ನಿಮ್ಮ ವಸ್ತು ನೀವು ತಗೊಳ್ಳಿ ಅಂತ ನಾವ್ಯಾಕೆ ನಿಮ್ಮನ್ನು ದಮ್ಮಯ್ಯ ಗುಡ್ಡೆ ಹಾಕ್ಬೇಕು? ಬೇಕಾದ್ರೆ ತಗೊಳ್ಳಿ, ಇಲ್ಲಾಂದ್ರೆ ನಮ್ಮ ಸೈಟೇ ಸ್ವಲ್ಪ ಎತ್ತರ ಆಗುತ್ತೆ ಅಷ್ಟೆ" ಅಂದವಳು ಜೊತೆಗೆ "ಅಳೀತಾ ಇದ್ದೀವಿ ಸರ್... ನಮ್ಕಡೇ ಏನಾದ್ರೂ ನಿಮ್ಮ ಮನೆ ಬಂದಿದೆ ಅಂದ್ರೆ ಅದನ್ನೂ ಜೆಸಿಬಿ ಬೀಳಿಸುತ್ತೆ ಈಗ. ಅರ್ಧ ಗಂಟೇಲಿ ಕರೆಸ್ತೀನಿ... ವೀಕೆಂಡಲ್ವಾ? ಆರಾಮಾಗಿರಿ... ಸರ್" ಎಂದವಳೇ ಫೋನ್ ಕರೆಯನ್ನು ಕತ್ತರಿಸಿದಳು.

ಅದಾದ ಹತ್ತು ನಿಮಿಷಗಳಲ್ಲಿ ಸಮವಸ್ತ್ರದಲ್ಲಿದ್ದ ಪೊಲೀಸನೊಬ್ಬ ಅಲ್ಲಿಗೆ ಬಂದ. ಮೂರ್ತಿಯ ಕಾಲುಗಳು ಗಡಗಡನೆ ನಡುಗ ಹತ್ತಿದವು. ಅವನು ಬಂದವನೇ "ಏನು ಮೇಡಂ ಗಲಾಟೆ? ಏನ್ಸಮಾಚಾರ?" ಎಂದು ಕೆಳಗಿಳಿದ.

ಇದೀಗ ಗೀತ ಕೆಂಡಾಮಂಡಲವಾದಳು.

"ಯಾರ್ರೀ ನೀವು? ಯಾರು ನಿಮ್ಮನ್ನು ಬರಕ್ಕೆ ಹೇಳಿದ್ದು?" ಅಂತ ಕೇಳಿದ ಜೋರಿಗೆ ಪೊಲೀಸನೂ ತಡವರಿಸಿದ. ಅಂತಹ ಧಾಟಿಯಲ್ಲಿ ಅವನನ್ನು ಮಾತಾಡಿಸ್ತಿದ್ದವರು ಬಹಳ ಕಡಿಮೆಯಿದ್ದ ಕಾರಣ ಜೋರುಮಾಡಲು ಬಂದಿದ್ದ ಅವನು ಸ್ವಲ್ಪ ನಿಧಾನಿಸಿದ.

"ಏನಿಲ್ಲ, ಮಿನಿಷ್ಟ್ರು ಬಂದಿದ್ರು...ಡ್ಯೂಟಿಯಲ್ಲಿದ್ದೆ. ಒಂಚೂರು ಸೈಟಿನತ್ರ ಹೋಗ್ಬಾ ಅಂತ ಬಾಸು ಹೇಳಿದ್ರು, ನಂಬಾಸು ಮತ್ತು ಸರ್ಕಾರ್ ಇಬ್ರೂ ಸ್ನೇಹಿತ್ರು" ಅಂತ ನಿಧಾನಕ್ಕೆ ಹೇಳಿದ.

"ಓ ಹೌದಾ? ನಿಮ್ಮ ವಿಳಾಸ ಕೊಟ್ಟಿರಿ. ನಮ್ಮ ಸೈಟ್ನಲ್ಲಿ ಅಕ್ರಮ ಕಟ್ಟಡ ಕಟ್ತಿದ್ದಾರೆ ಅಂತ ಲಾಯರ್ ನೋಟೀಸ್ ಕಳಿಸ್ಬೇಕು. ಅವರಿಗೆ ನಿಮ್ಮ ರಕ್ಷಣೆ ಇರೋ ಕಾರಣ ನೀವೇ ಅದನ್ನು ಸರ್ಕಾರ್‌ಗೆ ಕೊಡೀವ್ರಂತೆ" ಅಂತ ಗೀತ ಕಣ್ಣು ಕೆಕ್ಕರಿಸಿ ಸೊಂಟದ ಮೇಲೆ ಕೈಯಿಟ್ಟು ನಿಂತಳು.

ಖಾಕಿ ಯೂನಿಫಾರ್ಮ್, ಕೂಗುತ್ತಿರೋ ಹೆಂಗಸನ್ನು ಕಂಡು ಜನ ಸೇರತೊಡಗಿದರು. ಒಂದಿಬ್ಬರು ಫೋನ್ ತೆಗೆದು ವಿಡಿಯೋ ಮಾಡತೊಡಗಿದರು.

ಗೀತ ಖುದ್ದಾಗಿ ಫೋನ್ ತೆಗೆದು ಆ ಪೊಲೀಸನ ಫೋಟೋ, ಹೆಸರಿನ ಬ್ಯಾಜ್ ಇತ್ಯಾದಿ ಚಿತ್ರ ತೆಗೆಯತೊಡಗಿದಳು. ಬಂದಿದ್ದವರಿಗೆ "ನೋಡಿ ಸರ್, ನಮ್ ಸೈಟ್ನಿಂದ ಸಾಮಾನ್ ತಗೀರಪ್ಪಾ, ಅಂದ್ರೆ ಬೇರೆ ಕಡೇ ಡ್ಯೂಟಿನಲ್ಲಿದ್ದ ಪೊಲೀಸರ್ನ ಕಳ್ಸಿದ್ದಾರೆ. ಪಾಪ ಈ ಪೊಲೀಸಪ್ಪನ ಫೋಟೋ, ಹೆಸ್ರು

ನಾಳೆ ಪೇಪರಲ್ಲಿ ಬಂದ್ರೆ ಇವ್ರ ಕೆಲ್ಸನೂ ಹೋಯ್ತು ಅಂತಾನೆ, ಯಾರ್ಸಾರ್ ನಿಮ್ಮ ಬಾಸು? ಹೆಸ್ರೇಳಿ, ಅವರ್ನೇ ಬರೋಕ್ ಹೇಳಿ, ಬಂದು ಬಗೆ ಹರಿಸ್ಲಿ. ನಮ್ಮನ್ ಪ್ರಾಪರ್ಟಿಲಿ ನಾವು ಕೆಲ್ಸ ಮಾಡೋಕ್ ಈ ಸರ್ಕಾರ್ ಅಪ್ಪಣೆ ಬೇಕಂತೆ, ಸ್ಮಾರ್ಟ್ ಸಿಟಿ ಮಾಡಿ ಅಂದ್ರೆ ಇಡೀ ಊರೇ ನಮ್ದು ಅಂತಾನಲ್ಲ!" ಅಂತ ಗಟ್ಟಿಯಾಗಿ ಕೂಗಿದಳು.

ಜನ ತಲೆಗೊಂದೊಂದು ಮಾತಾಡಹತ್ತಿದರು. ಬೈಕು, ಕಾರು, ಸೈಕಲ್ಲಿನಲ್ಲಿ ಸಾಗುತ್ತಿದ್ದವರು ವಾಹನಗಳನ್ನು ನಿಲ್ಲಿಸಿ ಕೆಳಗಿಳಿದರು. ನಡೆಯುತ್ತಿರುವ ತಮಾಷೆ ನೋಡಲು ಜನ ಜಮಾಯಿಸತೊಡಗಿದಂತೆ ಬಂದಿದ್ದ ಪೊಲೀಸು ಪ್ಯಾದೆ ಮುಜುಗರಕ್ಕೆ ಸಿಲುಕಿದ.

"ನಾನು ಸ್ಪಾಟ್ನಲ್ಲಿದ್ದೀನಿ ಸರ್... ಅವ್ರ ಕೆಲ್ಸದೋರು ಬಂದು ನಿಂತಿದ್ದಾರೆ ಸರ್. ಊನ್ಸಾರ್... ಈಯಮ್ಮ ಬಾಳನೇ ಕೂಗಾಡ್ತಾ ಅವ್ಳೆ. ಅದೇನೋ ನೀವ್ನೀವೆ ಬಂದು ಬಗೆ ಹರಿಸ್ಕಳಿ. ಸರ್... ಏನೋ ಒಂದಿಷ್ಟ್ ರಾಜಿ ಮಾಡ್ಕಳಿ...ಬರ್ಲಾ" ಅಂತ ಫೋನಾಯಿಸಿದ ಪೊಲೀಸು ಕ್ಯಾಮರಗಳಿಂದ ಮುಖ ಮರೆಸಿಕೊಂಡು ಬೈಕೇರಿ ಕಣ್ಮರೆಯಾಗಿಹೋದ.

ಅದುವರೆಗೆ ಮುಂಬೈನಲ್ಲಿದ್ದೇನೆ ಎಂದಿದ್ದ ಜೂನಿಯರ್ ಅದಾದ ಮೂರೇ ನಿಮಿಷದಲ್ಲಿ ಅಲ್ಲಿ ಪ್ರತ್ಯಕ್ಷನಾದ. ಮೂರ್ತಿಯ ಮುಖ ಬಿಳಚಿಕೊಂಡಿತು. ಸರ್ಕಾರ್ ಮುಂಬೈಗೆ ಹೋಗಿಲ್ಲ ಅಂತ ಹೆಂಡತಿಗೆ ಹೇಗೆ ತಿಳೀತು? ಅಂತ ಆಶ್ಚರ್ಯಪಟ್ಟ. ತನ್ನನ್ನು ಹೆಂಡತಿಯ ಮುಂದೆ ತನ್ನನ್ನು ಬಕರಾ ಮಾಡಲು ಪ್ರಯತ್ನಿಸಿ ಮಾನ ಕಳೆದನಲ್ಲ ಅಂತ ಹಲ್ಲು ಕಡಿದ.

ಗೀತ ಅವನೆದುರೇ ಜೆಸಿಬಿಯವನಿಗೆ ಫೋನ್ ಮಾಡಿ ಮಾತಾಡತೊಡಗಿದಳು.

ಗಾಬರಿ ಬಿದ್ದ ಜೂನಿಯರ್ "ಮೇಡಂ ಇರಿ, ನಾವೇ ಕರೆಸ್ತೀವಿ" ಎಂದು ಅಂಗಲಾಚಿ ಅರ್ಧ ಗಂಟೆಯಲ್ಲಿ ಜೆ.ಸಿ.ಬಿ.ಯೊಂದನ್ನು ಕರೆಸಿದ. ಅನ್ಯಾಯವಾಗಿ ಜೆಸಿಬಿ ಡ್ರೈವರಿನ ಅಮ್ಮನನ್ನು ತನ್ನ ಮಾತಲ್ಲೇ ಸಾಯಿಸಿದ್ದ ಜೂನಿಯರ್ ಅಪ್ಪನಂತೆಯೇ, ಎನ್ನುವ ವಿಚಾರ ಆಗಷ್ಟೆ ಮೂರ್ತಿಯ ಅರಿವಿಗೆ ನಿಲುಕಿತು.

"ನಮ್ಮ ಸೈಟು ಹೇಗಿತ್ತೋ ಹಾಗೆ ಆಗ್ಬೇಕು. ನಿಮ್ಮ ಗಾರೆ, ಜಲ್ಲಿ ಕಲ್ಲು, ಎಂ. ಸ್ಯಾಂಡು, ಕಲ್ಲು ಚಪ್ಪಡಿಗಳು, ಶೆಡ್ಡು ಎಲ್ಲ ಖಾಲಿಯಾಗ್ಬೇಕು" ಎಂದ ಗೀತ ಸರ್ಕಾರ್ ತನ್ನ ಕಟ್ಟಡದ ಕಾಮಗಾರಿ ವೀಕ್ಷಿಸಲು ಹಾಕಿಸಿಕೊಂಡಿದ್ದ ಚೇರಿನಲ್ಲೇ ಕುಳಿತು ದಬಾಯಿಸಿದಳು. ಜೂನಿಯರ್ ಅವಳ ಪಕ್ಕ ನಿಂತೇ ಮಾತಾಡಿದ.

"ಏ...ನಿಮ್ಮನ್ನು ನೋಡಿದ ಕೂಡ್ಲೇ ಈಯಮ್ಮ ಬಿಡೋವ್ಳಲ್ಲ ಅಂತ ಗೊತ್ತಾಗೋಯ್ತು ಬಿಡಿ ಮೇಡಂ...ಅದಕ್ಯಾಕೆ ಟೆನ್ಷನ್ ತಗೋತೀರ" ಅಂತ

ನಿರಾಯಾಸವಾಗಿ ನಕ್ಕ ಜೂನಿಯರ್ ಹಿಂದೆಯೇ ತನ್ನ ಹಣೆಯ ಮೇಲಿದ್ದ ಬೆವರು ಮಣಿಗಳನ್ನು ಒರೆಸಿಕೊಂಡ.

ಈ ನಡುವೆ ತಮ್ಮ ಕೆಲಸ ಶುರುಮಾಡಲು ಸಮಯ ಸಾಲದ ಗೀತಳ ಕಾಂಪೌಂಡಿನ ಕೆಲಸಗಾರರು "ನಾಳೆ ಬರುತ್ತೇವೆ" ಎಂದು ಹಿಂತಿರುಗಿದ್ದರು. ಸ್ವಲ್ಪ ಸಮಯದವರೆಗೆ ಉರಿಬಿಸಿಲಿನಲ್ಲಿ ಜೆಸಿಬಿಯ ಕೆಲಸ ನೋಡಿದ ಗಂಡಹೆಂಡಿರು ಇನ್ನಾದರೂ ಕೆಲಸ ನಡೆಯುತ್ತದೆ ಎಂದು ನಂಬಿ ಹಿಂತಿರುಗಿದರು.

"ಅಲ್ಲ ಗೀತ, ಅವರ ವಸ್ತುನ ಹೊರಗೆ ಹಾಕೋಕೆ ಜೆಸಿಬಿ ಯವರನ್ನು ಕರೆಸಿ ನಾವ್ಯಾಕೆ ದುಡ್ಡು ಕೊಡಬೇಕು? ನೀನು ಫೋನ್ ಮಾಡೋಕೆ ಹೋದಾಗ ನಂಗೆ ಜೀವಾನೇ ಕೈಗೆ ಬಂದಿತ್ತು ಗೊತ್ತಾ?" ಅಂತ ಮೂರ್ತಿ ಕೇಳಿದ ಪ್ರಶ್ನೆಗೆ ಗೀತ ಕೇವಲ ಮುಗುಳ್ನಕ್ಕಳು. ಮೂರ್ತಿಗೆ ಅದು ಅರ್ಥವಾಗಲಿಲ್ಲ.

6

ಮೂರ್ತಿ ನೇಮಿಸಿದ್ದ ಕೆಲಸಗಾರರು ಮರುದಿನ ಬೆಳಿಗ್ಗೆಯೇ ಬಂದರು. ಆದರೆ ಗೀತಳಿಗೂ ಆಶ್ಚರ್ಯವಾಗುವಂತೆ ಎಲ್ಲ ಸಾಮಾನುಗಳು ಇನ್ನೂ ಸೈಟಿನಲ್ಲೇ ಇದ್ದವು.

ಇತ್ತ ಗಂಡ-ಹೆಂಡಿರು ಜಾಗ ಬಿಡುತ್ತಿದ್ದಂತೆ, ಸಾಮಾನುಗಳನ್ನು ಅತ್ತಿಂದಿತ್ತ ಮಾಡಿದ್ದ ಜೆ. ಸಿ. ಬಿ. ಯನ್ನು ಜೂನಿಯರ್ ಸರ್ಕಾರ್ ಹಿಂತಿರುಗಿ ಕಳಿಸಿಬಿಟ್ಟಿದ್ದ. 'ಇಲಿಗೆ ಪ್ರಾಣ ಸಂಕಟ, ಬೆಕ್ಕಿಗೆ ಚೆಲ್ಲಾಟ' ಎನ್ನುವಂತೆ ಅವರನ್ನು ಸರ್ಕಾರ್ ಆಟವಾಡಿಸುತ್ತಿದ್ದ ವಿಚಾರ ಈಗ ನಿಚ್ಚಳವಾಗಿತ್ತು.

ಅಲ್ಲಿ ಸರ್ಕಾರ್‌ನ ಕಡೆಯವರು ಯಾರೂ ಇಲ್ಲದ ಕಾರಣ, ಮೂರ್ತಿ ಧೈರ್ಯವಾಗಿ ಒಂದಷ್ಟು ಕೂಗಾಡಿದ. ಮನೆ ಕಟ್ಟುವ ಕೆಲಸದಲ್ಲಿ ತೊಡಗಿದ್ದ ಉತ್ತರ ಪ್ರದೇಶದ ಕೆಲಸಗಾರರಿಗೆ ಅವನ ಅರಚಾಟ ಯಾಕೆಂದು ಗೊತ್ತಾಗಲಿಲ್ಲ. ಅವರು ತಮ್ಮ ಪಾಡಿಗೆ ತಾವು ಕೆಲಸ ಮುಂದುವರೆಸಿದರು. ಆದರೆ, ಮೂರ್ತಿಯ ಕಿರುಚಾಟ ಕೇಳಿದ ಅಕ್ಕಪಕ್ಕದ ಮನೆಯವರು, ಆ ಬೀದಿಯ ಬಹುತೇಕರು 'ಇವತ್ತಿನ ಎಪಿಸೋಡಿನಲ್ಲಿ ಏನಾಗುತ್ತಿದೆ?' ಎಂದು ನೋಡಲು ಹೊರಬಂದರು. ಅವತ್ತಿನ ಸೀನಿನಲ್ಲಿ ತಾನಿದ್ದ ಕಾರಣ ಮೂರ್ತಿ ಬಂದವರಿಗೆಲ್ಲ ಖುಷಿಯಾಗಿ ವಿವರಿಸಿ ಹೇಳತೊಡಗಿದ.

ಕೆಲವರು "ಅವನ್ಯಾಕೆ ಹೆದರ್ತಾನೆ ಸರ್? ಇಲ್ಲಿರೋ ಮಟೀರಿಯಲ್ಸ್‌ಗೆ ಅವನು ದುಡ್ಡು ಕೊಟ್ಟಿದ್ರೆ ತಾನೇ? ರಸ್ತೆ, ಫುಟ್ಪಾತು ಅಂತ ಕಟ್ಟಿಸೋಕೆ ಸರ್ಕಾರ ಕೊಟ್ಟಿದ್ದನ್ನೆ ಇಲ್ಲಿಗೆ ಹೊಡೆಸ್ಕೊಂಡಿದ್ದಾನೆ. ನೋಡಿ, ಆ ಕಲ್ಚಪ್ಪಡಿ ರಾಶೀ ಬಿದ್ದಿದೆಯಲ್ಲ? ಅದು ಹೊಸ ಫುಟ್ಪಾತ್ ಮಾಡ್ತೀನಿ ಅಂತ ಹಳೆದನ್ನು

ಕಿತ್ತಾಗ ಸಿಕ್ಕಿರೋದು. ಒಂದೇ ಕೂಗಿಗೆ ಹತ್ತು ಜೆ.ಸಿ.ಬಿ. ತರಿಸಿ ಅರ್ಧ ಗಂಟೇಲಿ ನಿಮ್ಮ ಸೈಟ್ ಕ್ಲಿಯರ್ ಮಾಡಿಸೋ ತಾಕತ್ತಿದೆ ಅವ್ನಿಗೆ... ಸುಮ್ಮನೆ ಆಟ ಆಡಿಸ್ತಿದ್ದಾನೆ. ಇನ್ನು ನೀವು ಕೋರ್ಟು ಅಂತ ಹೋದ್ರೆ ಅದೆಷ್ಟು ವರ್ಷಗಳ ಕಾಲ ಹಿಡಿಯುತ್ತೋ" ಅಂದರು.

ಅವರು ಹೇಳಿದಂತೆ ಕೋರ್ಟಿನ ಮೊದಲ ಹಂತಕ್ಕೆ ತಲುಪಲು ಇಪ್ಪತ್ತು ಸಾವಿರಕ್ಕೂ ಹೆಚ್ಚು ಹಣ ಬೇಕಿತ್ತು ಎಂಬುದು ಆಗಾಗಲೇ ಗಂಡಹೆಂಡತಿಯರು ತಿಳಿದುಕೊಂಡಿದ್ದರು.

ಇನ್ನು ಕೆಲವರು "ಅಯ್ಯೋ... ಬಾಡಿಗೆ ಕೊಡೋಕೆ ಕಟ್ಟಿಸ್ತಾ ಇದ್ರೂ, ಇರೋ ಬರೋವ್ರ ಹತ್ರೆಲ್ಲ ಜಗಳ ಆಡ್ಕೊಂಡಿದ್ದಾನೆ. ಮುಂದೆ ಅಕ್ಕಪಕ್ಕ ಇರೋರು ಅನ್ನೋದು ಕೂಡ ಯೋಚಿಸ್ತಿಲ್ಲ. ಮಳೇ ಸುರಿದ್ರೆ ಇವನ ಕಟ್ಟಡದ ಮೇಲಿಂದ, ನೀರೆಲ್ಲ ಅಕ್ಕ ಪಕ್ಕದ ಮನೇ ಕಾಂಪೌಂಡ್ ಒಳಗೇ ಸುರಿಯೋ ಹಾಗೆ ಕಟ್ಸಿದಾನೆ ನೋಡಿ. ಸೆಟ್ ಬ್ಯಾಕ್ ಅಂತ ಜಾಗನೇ ಬಿಟ್ಟಿಲ್ಲ. ಮೊದಲ್ನೇ ಮಹಡಿ, ಕಟ್ಟಡದ ತಳಪಾಯಕ್ಕಿಂತ ಎರಡಡಿ ಹೊರಕ್ಕೆ ಬಂದಿದೆ ನೋಡಿ, ಯಾವ್ ಸೀಮೆ ಇಂಜಿನಿಯರ್ರೋ ಏನೋ... ಗಾಳಿಲೂ ಜಾಗ ಲಪಟಾಯಿಸ್ತಾವ್ನೆ, ನಿಮ್ ಸೈಟಿಂದೂ" ಅಂತ ತೋರಿಸಿ ಹೋದರು.

ಅದು ನಿಜವಾಗಿತ್ತು. ಅದನ್ನೆಲ್ಲ ಗೀತ ವಿಡಿಯೋ ಮಾಡಿಕೊಂಡಳು ಫೋಟೋ ಕ್ಲಿಕ್ಕಿಸಿಕೊಂಡಳು.

ಸರ್ಕಾರ್‌ಗೆ ಊರ ತುಂಬಾ ಸೈಟುಗಳು, ಮನೆಗಳು ಇದ್ದವು. ಅದರ ಮೇಲೆ ಇವಿನ್ನೊಂದು ಹತ್ತು ಮನೆಗಳ ಕಟ್ಟಡ ಏಳುತ್ತಿತ್ತು. ಇವನು ಸುಲಭಕ್ಕೆ ಮಣಿಯುವ ಮಾಣಿಯಲ್ಲ ಎಂಬುದು ಸಾಬೀತಾಗಿತ್ತು. ಪ್ರತಿದಿನವೂ ಆಟವಾಡಿಸಿ ಇವರನ್ನು ಗೋಳುಹೊಯ್ಕೊಂಡು ಅವನು ಮಜಾ ತೆಗೆದುಕೊಳ್ಳುತ್ತಿದ್ದ. ಅವನ ಮುಂದಿನ ಉದ್ದೇಶ ಏನಿತ್ತೋ? ಎಂಬ ಆತಂಕ ಗೀತಳಿಗೂ ತಟ್ಟತೊಡಗಿತು.

ಈ ಬಗ್ಗೆ ಮಾತಾಡಲು ಅವತ್ತು ಅಪ್ಪಮಗ ಇಬ್ಬರೂ ಸಿಗಲಿಲ್ಲ. ಫೋನು ಮಾಡಿದಾಗ ಅಪ್ಪಮಗ ಯಾರೊಬ್ಬರೂ ಉತ್ತರಿಸಲಿಲ್ಲ. ವಿಧಿಯಿಲ್ಲದೆ ಅವತ್ತೂ ಗೀತ ಮತ್ತು ಮೂರ್ತಿ ಕೆಲಸಗಾರರನ್ನು ಹಿಂದಕ್ಕೆ ಕಳಿಸಿದರು. ಸುಮ್ಮನೆ ಧ್ವಂಸಕ್ಕಿಳಿದರೆ, ಅದು ಜಿದ್ದಾಗಿ ಪರಿಣಮಿಸಿ ಇನ್ನೂ ಹಲವು ತೊಂದರೆಗಳಿಗೆ ನಾಂದಿ ಹಾಡಿದಂತಾಗುತ್ತಿತ್ತು. ಆದಷ್ಟು ನಯವಾಗಿಯೇ ಅವರು ಸಮಸ್ಯೆಯನ್ನು ಬಗೆ ಹರಿಸಿಕೊಳ್ಳಬೇಕಿತ್ತು.

ಇದು ತನ್ನದೇ ಸೈಟು ಅಂತ ಸರ್ಕಾರ್ ಅಂದುಕೊಂಡಿದ್ದಾನೆಯೇ? ಈಗ ಬಿಟ್ಟರೆ ಇನ್ಯಾವತ್ತೂ ಅವರು ತೆರವು ಮಾಡದೇ ಹೋದರೆ? ದಿನೇ ದಿನೇ ಉಲ್ಬಣವಾಗುತ್ತಿದ್ದ ಸಮಸ್ಯೆಯನ್ನು ನಿವಾರಿಸಿಕೊಳ್ಳಲು ಹಣ ಖರ್ಚು ಮಾಡಿ

ಲಾಯರನ್ನು ಹಿಡಿಯಲೇ? ಪೊಲೀಸರಿಗೆ ದೂರು ಕೊಡಬೇಕೇ? ಆದದ್ದಾಗಲಿ ಅಂತ ಸುಮ್ಮನೆ ವಾಪಸ್ಸು ಹೋಗಿಬಿಡಲೇ? ಎನ್ನುವ ಯೋಚನೆಗಳಲ್ಲಿ ಮೂರ್ತಿಗೆ ಆ ರಾತ್ರಿ ನಿದ್ದೆ ಬರಲಿಲ್ಲ.

ಗೀತ ಮಾತ್ರ ಮೊದಲೇ ಬರೆದಿಟ್ಟುಕೊಂಡ ಹಲವು ನಂಬರುಗಳಿಗೆ ಫೋನಾಯಿಸತೊಡಗಿದಳು. ಮರುದಿನ ಏನು ಮಾಡಬೇಕೆಂದು ಮೂರ್ತಿಗೆ ಹೇಳಿದಳು. ರಾತ್ರಿಯೆಲ್ಲ ಎದ್ದಿದ್ದುಕೊಂಡು ಫೋನಿನಲ್ಲಿ ಕೈಯಾಡಿಸಿಕೊಂಡು ಕೂತಿದ್ದಳು. ಏನೇನೋ ಮಾತಾಡುತ್ತಿದ್ದಳು. ಆ ನಡುವೆ ಮೂರ್ತಿ ನಿದ್ದೆ ಹೋಗಿದ್ದ.

7

ಬೆಳಿಗ್ಗೆ ಎದ್ದ ಸರ್ಕಾರ್ ಮತ್ತು ಜೂ. ಸರ್ಕಾರ್ ರ ಫೋನಿಗೆ ಗೀತಳಿಂದ ಹಲವು ವಿಡಿಯೋಗಳು ಹೋಗಿದ್ದವು.

"ಕಟ್ಟಡ ನಿಯಮಗಳನ್ನು ಪಾಲಿಸದ ಸ್ಮಾರ್ಟ್ ಸಿಟಿ ಇಂಜಿನಿಯರ್ ಸರ್ಕಾರ್", "ಅಕ್ರಮವಾಗಿ ಅಕ್ಕ ಪಕ್ಕದವರ ನಿವೇಶನಗಳಿಗೆ ಒತ್ತುವರಿ ಮಾಡಿರುವ ಸ್ಮಾರ್ಟ್ ಲಫಂಗ ಸರ್ಕಾರ್", "ಅಕ್ರಮ ಕಟ್ಟಡ ನಿರ್ಮಾಣ, ಪೊಲೀಸರನ್ನು ಕಳಿಸಿ ಬೆದರಿಸಿದ ಸರ್ಕಾರ್", "ನಗರದ ಎಲ್ಲೆಲ್ಲಿ ಸರ್ಕಾರ್‌ನ ಆಸ್ತಿ?", "ಪಕ್ಕದವರ ಸೈಟಿನಲ್ಲಿ ಸರ್ಕಾರೀ ಕಲ್ಲುಗಳ ಅಕ್ರಮ ದಾಸ್ತಾನು" ಎನ್ನುವ ಶೀರ್ಷಿಕೆಗಳ ಅಡಿ ಸರ್ಕಾರ್‌ನ ಕಟ್ಟಡದ ಚಿತ್ರಗಳು, ಒತ್ತುವರಿ ಜಾಗಗಳು ಎಲ್ಲವೂ ದಾಖಲಾಗಿದ್ದವು. ಅವರ ಮತ್ತು ಮಗನ ಫೋಟೋಗಳು ರಾರಾಜಿಸುತ್ತಿದ್ದವು.

ಕನ್ನಡ, ಹಿಂದಿ ಮತ್ತು ಇಂಗ್ಲಿಷ್ ಭಾಷೆಗಳ ಸಣ್ಣ ವಿಡಿಯೋ ತುಣುಕುಗಳವು. ಸೀನಿಯರ್ ಮತ್ತು ಜೂನಿಯರ್ ಸರ್ಕಾರ್‌ಗಳು ಈಗ ಉಗುಳು ನುಂಗಿಕೊಂಡರು. ಅವು ಎಲ್ಲಾದರೂ ಪ್ರಸಾರವಾಗುತ್ತಿವೆಯೇ? ಎಂದು ಹುಡುಕಿದರು.

ಅವನ್ನು ಯಾವ ಪತ್ರಿಕೆ ಅಥವಾ ಟಿ.ವಿ.ಯವರೂ ಹಾಕಿರಲಿಲ್ಲ. ಬದಲು ಗೀತಳ ನಂಬರಿನಿಂದ "ಖಾಲಿಮಾಡು ಇಲ್ಲವೇ ಕಳಿಸುವೆ" ಎಂಬ ಸಂದೇಶದ ಜೊತೆಗೆ ಬಂದಿದ್ದವು. ಸರ್ಕಾರ್ ಹೌಹಾರಿದರು.

ಅವರಾಗಲೇ ಬೆಂಗಳೂರಿಗೆ ವರ್ಗಾವಣೆ ಕೋರಿ ಮಂತ್ರಿಗಳಿಗೆ ಲಂಚ ತಿನ್ನಿಸಿದ್ದರು. ಇತ್ತ ಕಡೆ "ನಗರದ ರಸ್ತೆ ಕೆಲಸಗಳು ಭೇಷ್ ಎಂಬಂತೆ ಮುಗಿದಿವೆ" ಎಂದು ವರದಿ ಸಲ್ಲಿಸಿದ್ದರು. ಫುಟ್ಪಾತುಗಳ ಕಲ್ಲುಗಳ ಮರು ಮಾರಾಟದ ಲೆಕ್ಕ ಕೊಟ್ಟಿದ್ದರು. ಯಾರೋ ಕರೆದು ಸನ್ಮಾನಿಸಿದ್ದರು. ಅವರೇ ನಿಯಮ ಮೀರಿ

ಅಕ್ರಮ ವ್ಯವಹಾರದಲ್ಲಿ ತೊಡಗಿದ್ದಾರೆ ಎಂದು ಮಾಧ್ಯಮಗಳಲ್ಲಿ ಬಿಂಬಿತವಾದರೆ ಯಾವ ಮಂತ್ರಿಯೂ ಅವರಿಗೆ ಬೆಂಬಲ ನೀಡುತ್ತಿರಲಿಲ್ಲ. ಅವರಷ್ಟೇ ಲಂಚ ಕೊಡುವ ಹಗರಣಗಳಿಲ್ಲದ ಬೇರೆ ಇಂಜಿನಿಯರುಗಳು ಇರುವಾಗ ಅವರ್‍ಯಾಕೆ ತಲೆ ಕೆಡಿಸಿಕೊಂಡಾರು? ಹಾಗೂ ಮಾಡಬೇಕೆಂದಿದ್ದರೆ ದುಪ್ಪಟ್ಟು ಲಂಚ ಕೇಳಲು ಇಷ್ಟು ಹಗರಣವನ್ನೇ ಬಳಸಿಕೊಳ್ಳಬಹುದಿತ್ತು. ಮಂತ್ರಿಗಳಿಗೆ ತಿನ್ನಿಸೀ, ತಿನ್ನಿಸೀ ಅವರಿಗೂ ಸಾಕಾಗಿತ್ತು.

ಅಷ್ಟರಲ್ಲೇ ಮೇಸ್ತ್ರಿಯಿಂದ ಫೋನ್ ಬಂತು.

"ಸರ್ ಆಯಮ್ಮ ಮತ್ತವಳ ಗಂಡ ಜೆ.ಸಿ.ಬಿ. ತಂದು ಸಮಾ ಮಾಡ್ತಾ ಅವ್ರೆ ಬೇಗ ಬರ್ರಿ ಸರ್"–ಅಂದ ಅವನ ಧ್ವನಿಯಲ್ಲಿ ಗಾಬರಿಯಿತ್ತು.

ಮಂಚದಿಂದ ಜಿಗಿದೆದ್ದ ಸರ್ಕಾರ್ ಗೀತಳ ನಂಬರಿಗೆ ಫೋನಾಯಿಸಿದರು. ಕಾಲ್ ರಿಸೀವ್ ಮಾಡಿದಾಗ ಕೇಳಿಸಿದ್ದು ಬರೀ ಜೆ.ಸಿ.ಬಿ.ಯ ಸಪ್ಪಳ. ಮರು ಕ್ಷಣ ಫೋನ್ ಸ್ವಿಚ್ ಆಫ್ ಆಯಿತು.

ಸರ್ಕಾರ್ ಲಗುಬಗೆಯಿಂದ "ಬರುತ್ತಿದ್ದೇನೆ" ಎನ್ನುವ ಸಂದೇಶ ಕಳಿಸಿದರು.

"ಏ ಮಗನೇ, ಜೆ.ಸಿ.ಬಿ.ಯವರಿಗೆ ಹೇಳೋ... ಬೇಗ..." ಎಂದವರೇ ಪ್ಯಾಂಟೇರಿಸಿಕೊಂಡು, ಕಾಫಿ ಕೊಡಲು ಬಂದ ಹೆಂಡತಿಯನ್ನು ಪಕ್ಕಕ್ಕೆ ದೂಕಿ, ಕಾರನ್ನೇರಿ ಹೊರಟರು.

ತಕ್ಷಣ ಬಂದ ಕಾರಣ, ಹೆಚ್ಚೇನೂ ಅನಾಹುತ ನಡೆದಿರಲಿಲ್ಲ.

"ಇರ್ರೀ, ನಾನೇ ಜೆ.ಸಿ.ಬಿ. ತರ್ತಿದ್ದೀನಿ" ಅಂತ ಕೂಗಿದರು.

"ಲೇಟಾಯ್ತು ಸರ್... ನಮ್ಮುಡಗ್ರು ಕಾಂಪೌಂಡ್ ಹಾಕೋಕೆ ಅಂತ ಎರಡು ದಿನ ಬಂದು ವಾಪಸ್ ಹೋಗಿದ್ದಾರೆ. ಅದಕ್ಕೆ ಐದು ಸಾವಿರ ಚಾರ್ಜ್ ಮಾಡಿದ್ದಾರೆ. ಜೆ.ಸಿ.ಬಿ.ಯವರು ಮೂರು ಗಂಟೆ ಕೆಲಸ ಅಂದಿದಾರೆ. ಮೂರು ಸಾವಿರವಂತೆ. ನಾವು ಕಮ್ಮಿಟ್ಟಾದ ಮೇಲೆ ನಿಲ್ಸೋ ಮಾತೇ ಇಲ್ಲ" ಅಂತ ಗೀತ ಖಡಕ್ಕಾಗಿ ಹೇಳಿದಳು.

"ಅಯ್ಯೋ ಮಾತಾಡೋಣ ಇರಿ. ಅವನಿಗೆ ಇಂಜಿನ್ ಆಫ್ ಮಾಡೋಕೇಳಿ" ಅಂತ ಸರ್ಕಾರ್ ಗೋಗರೆದರು.

"ನಮಗೆ ಒಂದ್ವಾರ ತೊಂದರೆ ಕೊಟ್ಟಿದ್ದೀರ, ಪೊಲೀಸ್ ಕರ್ಸಿ ಹೆದರ್ಸೋಕೆ ಪ್ರಯತ್ನಿಸಿದ್ದೀರ. ನಮ್ಗೂ ಖರ್ಚಾಗಿದೆ. ಅದೆಷ್ಟು ಪತ್ರಿಕೆ, ಚಾನೆಲ್ನವರ ಬಾಯಿ ಮುಚ್ಚಿಸ್ತೀರ ನೋಡಾಣ. ನಿಮ್ಗೆ ಯಾವ್ದು ಸುಲಭಾನೋ ಆಯ್ಕೊಳಿ."

"ಆಯ್ತು ತಾಯಿ... ನಮ್ದೇ ತಪ್ಪಾಯ್ತು... ಕೊಡ್ತೀನಿ ಬಿಡಿ" ಅಂತ ಸರ್ಕಾರ್ ಅಂದಾಗಲೇ ಇಂಜಿನ್ ಆಫ್ ಮಾಡಲು ಗೀತ ಡ್ರೈವರ್‌ಗೆ

ಸನ್ನೆ ಮಾಡಿದ್ದು. ಸರ್ಕಾರ್ ಬೆವರೊರೆಸಿಕೊಂಡು ಹಾಗೆ ಪಕ್ಕಕ್ಕೆ ತಿರುಗಿದಾಗ ಮೂರ್ತಿ ತನ್ನ ಫೋನ್‌ನಲ್ಲಿ ಇದನ್ನೆಲ್ಲ ವಿಡಿಯೋ ಮಾಡುತ್ತ ನಿಂತಿದ್ದ.

ಫೋಟೋ ತುಣುಕುಗಳನ್ನೆಲ್ಲ ಜೋಡಿಸಿ, ಅದಕ್ಕೆ ಧ್ವನಿ ಸೇರಿಸಿ, ಶೀರ್ಷಿಕೆ ನೀಡಿ ವಿಡಿಯೋ ಮಾಡಬಲ್ಲ ಹೆಂಡತಿಯ ಕೌಶಲ ನೋಡಿ ಅವನಿಗೆ ಅವತ್ತು ಬೆಳಗ್ಗೆ ಹೊಸದೊಂದು ಪುಳಕವಾಗಿತ್ತು. ಅದೇ ಹುರುಪಿನಲ್ಲಿ ಅವಳು ಹೇಳಿದಂತೆ ವಿಡಿಯೋ ಮಾಡಲು ನಿಂತಿದ್ದ.

ಸರ್ಕಾರ್, ಮುಖ ಮುಚ್ಚಿ, ಕೈ ಅಡ್ಡ ಹಿಡಿದರು. ಮೂರ್ತಿ ಫೋನ್ ಕೆಳಗಿಳಿಸಿದ.

ಸರ್ಕಾರ್ ಜೇಬಿಂದ ಎಂಟು ಸಾವಿರ ತೆಗೆದು ಕೊಟ್ಟರು. ಅಷ್ಟರಲ್ಲಿ ಜೂನಿಯರ್ ಜೆ.ಸಿ.ಬಿ. ತಗೊಂಡು ಬಂದ. ಮುಂದಿನ ಐದು ಗಂಟೆಗಳಲ್ಲಿ ಸೈಟು ಖಾಲಿಯಾಯಿತು. ಮೂರ್ತಿಯ ಸೈಟಿನೆಡೆ ಚಾಚಿಕೊಂಡಿದ್ದ ಸಜ್ಜಾಗಳು ಹಿಂದಕ್ಕೆ ಸರಿದವು. ಇತ್ತ ಕಾಂಪೌಂಡಿನ ಗೋಡೆಯ ಕೆಲಸವೂ ಶುರುವಾಯಿತು. ಅಷ್ಟೂ ಹೊತ್ತು ಕರೆಸಿದ ಜೆ.ಸಿ.ಬಿ.ಯನ್ನು ಗೀತ ಹಿಂದಕ್ಕೆ ಕಳಿಸದೆ ಕಾಯಿಸಿದಳು. ಶ್ರಮವಿಲ್ಲದೆ ಸುಮ್ಮನೆ ನಿಂತು ಹೋದದ್ದಕ್ಕೆ ದುಡ್ಡು ಬರುತ್ತಿದ್ದ ಕಾರಣ ಗೀತ ಕರೆಸಿದ ಜೆ.ಸಿ.ಬಿ.ಯವನು ಖುಷಿಯಾಗಿ ಕಾದು ಹಣಪಡೆದು ಹೋದ. ಸರ್ಕಾರ್ ತನ್ನ ಜೆ.ಸಿ.ಬಿ.ಯವನ ಕಡೆಯಿಂದಲೇ ಪೂರ್ತಿ ಕೆಲಸ ಮಾಡಿಸಿಕೊಂಡರು.

ತಾನು ಮಗನಿಗಿಂತಲೂ ಹೆಚ್ಚು ಪ್ರೀತಿಸುತ್ತಿದ್ದ ಎಂ. ಸ್ಯಾಂಡಿನ ರಾಶಿಯನ್ನು ಅವರದೇ ಜಾಗಕ್ಕೆ ಹಾಕಿಸಿಕೊಂಡ ಮೇಲಷ್ಟೆ ಸರ್ಕಾರ್‌ಗೆ ಹೊಟ್ಟೆ ಹಸಿವಾಗಿ ಚುರಕ್ಕೆಂದಿದ್ದು. ಅಸಲು ಅದೊಂದಕ್ಕೆ ಮಾತ್ರವೇ ಅವರು ಹಣ ಕೊಟ್ಟಿದ್ದುದು! ಬಡಪಾಯಿ ಗಂಡಸು, ಜೊತೆಗೊಂದು ಹೆಣ್ಣು ಹೆಂಗಸು ಎಂದು ಎಣಿಸಿ ಅವನು ಆಡಲು ಹೋದ ಆಟ ಅವನಿಗೇ ಎದಿರೇಟು ನೀಡಿತ್ತು. ಆದರೆ, ಜೂನಿಯರ್ ಸರ್ಕಾರ್‌ಗೆ ತನ್ನ ಕುಹಕ ಮಣ್ಣು ಮುಕ್ಕಿದ್ದು ಸುತಾರಾಂ ಇಷ್ಟವಾಗಲಿಲ್ಲ.

"ಸೊಕ್ಕು ಆಯಮ್ಮಂಗೆ... ಬ್ಲ್ಯಾಕ್‌ಮೇಲ್ ಮಾಡ್ತಿದ್ದಾಳೆ" ಎಂದು ಅವನು ಬುಸುಗುಟ್ಟಿದ.

"ಯಾರೋ ನೀನು ಹಂಗನ್ನಕ್ಕೆ? ನೀನೇನು ಈ ಸೈಟು ಓನರ್ರಾ?" ಅಂದ ಸರ್ಕಾರ್ ತನ್ನ ಉರಿಯನ್ನೆಲ್ಲ ಮಗನ ಮೇಲೆ ಕಕ್ಕಿದ್ದರು. ತಮ್ಮ ಮಗ ಇತರರ ಮಕ್ಕಳಂತೆ ಚೆನ್ನಾಗಿ ಓದದೆ ಬರೇ ಕಾಂಟ್ರ್ಯಾಕ್ಟರ್ ತರಹ ಅಪ್ಪನ ನೆರಳಿನಲ್ಲಿ ಉಂಡಾಡಿ ಗುಂಡನಂತೆ ಓಡಾಡಿಕೊಂಡಿದ್ದುದಕ್ಕೆ ಅವರಿಗೆ ಮಗನ ಮೇಲೆ ಒಳಗೇ ಬೇಸರವಿತ್ತು.

ಅಪ್ಪನ ಅವ್ಯವಹಾರದಲ್ಲಿ ಬೆಂಬಲಕ್ಕೆ ಬಂದು ಅವನಿಂದ ಭೇಷ್ ಗಿರಿ ಪಡೆಯಬಯಸಿದ್ದ ಜೂನಿಯರ್‌ಗೆ ಅಪ್ಪನ ಕಮೆಂಟಿನಿಂದ ಬಹಳ ಉರಿಯಿತು. ತಾನು ಅಪ್ಪನಂತೆ ಓದಿಲ್ಲ ಎಂಬ ಗಿಲ್ಟ್ ಇದ್ದದ್ದರಿಂದ, ಅದೇ ಉರಿಯಲ್ಲಿ "ಮಾಡ್ಕೋ ಹಂಗಾರೆ, ನನ್ನಿನ್ಯಾವತ್ತಾದ್ರೂ ಈ ಸೈಟಿನವರ ವಿಚಾರದಲ್ಲಿ ಮಾತಾಡು ಅಂದ್ರೆ ನೋಡು" ಅಂತ ರೇಗಿ ಸರಕ್ಕನೆ ಅಲ್ಲಿಂದ ಕಾಲ್ಕಿತ್ತು ಬಿಟ್ಟ.

"ತಥ್... ಈ ಹಿಂದಲ ಸೈಟಿನವರ ವಾಸ್ತುನೇ ಸರಿಯಾಗಿಲ್ಲ" ಎಂದು ಗೊಣಗಿಕೊಂಡ ಸರ್ಕಾರ್ ಹುಳಿ ಮನಸ್ಸಿನಲ್ಲೇ ಸಮಾಧಾನಪಟ್ಟುಕೊಂಡರು.

ನಿರ್ವಾತ

ತುಟಿಗೆ ರಕ್ತ ಕೆಂಪು ಬಣ್ಣದ ರಂಗನ್ನು ತುಸು ಹೆಚ್ಚೇ ಸವರಿಕೊಂಡಳು. ನಾಡಿಗಳಲ್ಲಿ ಹರಿವ ರಕ್ತದ ಮಾತು ತುಟಿಗಳಿಂದ ಆಚೆ ತುಳುಕದಂತೆ ಅವಳು ಸಂಭಾಳಿಸಬೇಕಿತ್ತು. ಗುಲಾಬಿ ಬಣ್ಣದ ಮೇಲೆ ಪುಟ್ಟ ಕೆಂಪು ಹೂಗಳಿದ್ದ ದುಬಾರಿ ಡ್ರೆಸ್ಸನ್ನು ಆರಿಸಿ ಧರಿಸಿದ್ದಳು. ಆರೋಗ್ಯವಂತ ತ್ವಚೆ, ಒಪ್ಪವಾಗಿ ಕತ್ತರಿದ ಕೂದಲು, ಜಿಮ್‌ನಲ್ಲಿ ಮಣಿದು ಪಡೆದ ಕಾಲಗೋಲದಂತ ಮೈ ಮಾಟ, ಹೈ ಹೀಲ್ಡ್ ಶೂ, ಬಂಗಾರದ ಹಿಡಿಯಿರುವ ಡಿಸೈನರ್ ಬ್ಯಾಗ್ ಹಿಡಿದು ಹೊರಟ ಮೀತುಳನ್ನು ನೋಡಿದರೆ ಅವಳು ಶ್ರೀಮಂತ ಕುಟುಂಬದವಳು ಎಂದು ಸುಲಭವಾಗಿ ಹೇಳಬಹುದಿತ್ತು. ಅವಳ ಮುಖದಲ್ಲಿ ತುಂಬಿದ್ದ ಆತ್ಮವಿಶ್ವಾಸದ ಕಳೆ ಅವಳು ಓದಿಕೊಂಡವಳು ಎಂದು ಸಾರುತ್ತಿತ್ತು.

ಅದುಮಿಡಲಾಗದೆ ಉಕ್ಕುತ್ತಿದ್ದ ಹೆಸರಿಲ್ಲದ ಒಂದು ಭಾವವನ್ನು ಮುಚ್ಚಿಡಲೋ ಎಂಬಂತೆ ಅವಳು ಬೆಳಗಿನ ಹೊತ್ತಿಗೆ 'ಸ್ವಲ್ಪ ಜಾಸ್ತಿ' ಎನಿಸುವಂತೆ ಮೇಕಪ್ ಮಾಡಿಕೊಂಡಿದ್ದಳು. ಪ್ರಯತ್ನ ಪಟ್ಟು, ಒಂದು ಬಗೆಯ ವ್ಯಾಪಾರ ಸಂಬಂಧೀ ನಿರುಮ್ಮಳತೆಯನ್ನು ಮೇಕಪ್ಪಿನ ಜೊತೆ ಬೆರೆಸಿ ಮುಖದ ತುಂಬ ಸವರಿಕೊಂಡಿದ್ದಳು. ಅವಳನ್ನು ನೋಡಿದರೆ ಯಾವುದೋ ಅಪರೂಪದ ಖಾಸಗಿ ಪಾರ್ಟಿಗೆ ಹೋಗಲು ಸಿದ್ಧಳಾಗಿದ್ದಾಳೆ ಅನಿಸುತ್ತಿತ್ತು. ಕಾರ್ಪೊರೇಟ್ ಕೆಲಸದಲ್ಲಿ ಹೊಸಬರನ್ನು ಭೇಟಿ ಮಾಡುವುದು ಮೀತುಗೆ ಸರ್ವೇ ಸಾಮಾನ್ಯವಾಗಿತ್ತು. ಆದರೆ, ಅಂದಿನ ಭೇಟಿ ಅದೆಲ್ಲವನ್ನೂ ಮೀರಿದ ವಿಚಾರವಾಗಿತ್ತು.

ವಾಸ್ತವದಲ್ಲಿ ಅವಳು ಗಲಿಬಿಲಿಗೊಂಡಿದ್ದಳು. ಇದು ಅವಳ ಬುದ್ಧಿಮತ್ತೆಗೆ ಮೀರಿದ ವಿಚಾರವಾಗಿತ್ತು. ಓದಿನ ಅಳತೆಗೂ ಸಿಗದಂತಹ ತಳಮಳ, ಉದ್ವೇಗ ಗೊಂದಲದಲ್ಲಿ ಅವಳು ಹೆಚ್ಚು ಯೋಚಿಸದಾಗಿದ್ದಳು. ಕುಲೀನ ಮನೆತನದ ರೀತಿರಿವಾಜುಗಳನ್ನು ಮೈ ಗೂಡಿಸಿಕೊಂಡು ಬೆಳೆದಿದ್ದ ಅವಳು ಸೋಲನ್ನು ಒಪ್ಪಲು ಸಿದ್ಧಳಿರಲಿಲ್ಲ. ಹಾಗೆಂದು ಏನನ್ನಾದರೂ ಗೆಲ್ಲುವ ವಿಚಾರವೂ ಇದಾಗಿರಲಿಲ್ಲ. ಸೋಲು ಮತ್ತು ಗೆಲುವು ಎರಡೂ ಒಂದೇ ಬಾರಿಗೆ ಎದುರುಗೊಂಡಿದ್ದವೇನೋ ಎನ್ನುವಂತಹ ಆ ಭಾವೋದ್ವೇಗದ ಅನುಭವ ಅವಳಿಗೆ ಇಷ್ಟವಾಗಿರಲಿಲ್ಲ. "ನೋಡು, ನಾನು ಎಲ್ಲರಿಗಿಂತ ಚೆನ್ನಾಗಿಯೇ ಇದ್ದೇನೆ" ಎಂದು ಮೀತು ಅವಳಿಗೆ ಋಜುವಾತು ಪಡಿಸಬೇಕಿತ್ತು.

ತನಗೆ ನೀಡಿದ್ದ ಅಪಾಯಿಂಟ್‌ಮೆಂಟಿನ ಸಮಯವನ್ನು ನೋಡಿಕೊಂಡಳು. ಕಾರನ್ನೇರಿ ಯುನೈಟ್ ಸೆಂಟರನ್ನು ತಲುಪಿದಾಗ ಅವಳು ಬೇಕೆಂದೇ ಅರ್ಧ ಗಂಟೆ ಮುಂಚೆ ಬಂದಿದ್ದಳು. ಕಾರಲ್ಲೇ ಕುಳಿತು ಅಲ್ಲಿಗೆ ಬಂದು ಹೋಗುವವರನ್ನೆಲ್ಲ ನೋಡತೊಡಗಿದಳು.

"ಸರಿಯಾದ ಸಮಯಕ್ಕೆ ಬಂದರೆ ಸಾಕು, ಮುಂಚೆಯೇ ಬರುವ ಅಗತ್ಯವಿಲ್ಲ, ಹೆಚ್ಚಿನ ಸಂಖ್ಯೆಯ ವಾಹನಗಳನ್ನು ನಿಲ್ಲಿಸಲು ಪಾರ್ಕಿಂಗ್ ಇಲ್ಲ" ಎಂದು ಅವರು ಹೇಳಿದ್ದರು. ಆದರೂ, ಮುಂಚೆ ಬಂದದ್ದು 'ಕೇವಲ ಕುತೂಹಲಕ್ಕೆ ಮಾತ್ರ' ಎಂದು ಅವಳು ತನಗೆ ತಾನೇ ಸಮಜಾಯಿಸಿ ಕೊಟ್ಟುಕೊಂಡಿದ್ದಳು. 'ಕಷ್ಟವಾದರೂ ಸರಿ ಅಳಬಾರದು, ಏನೇ ಆದರೂ ಅವಳ ಮುಂದೆ ತನ್ನ ಭಾವನೆಗಳನ್ನು ತೋರಿಸಿಕೊಳ್ಳಬಾರದು' ಎಂದು ಗಟ್ಟಿ ಮನಸ್ಸು ಮಾಡಿಕೊಂಡು ಬಂದಿದ್ದಳು. ಜೊತೆಗೆ "ಯಾಕೆ ಹೀಗೆ ಮಾಡಿದೆ?" ಎಂದು ಮರೆಯದೆ ಅವಳನ್ನು ಗಟ್ಟಿಸಿ ಕೇಳಬೇಕಿತ್ತು!

ಕಾರ್ ಪಾರ್ಕಿನ ಬಳಿಯಿದ್ದ ಮರಗಳು ಹೊಸ ಚಿಗುರನ್ನು ಧರಿಸಿದ್ದವು. ಮುಂಬರುವ ವಸಂತಮಾಸಕ್ಕೆ ರಂಗುರಂಗಾದ ಪುಟ್ಟ ಎಲೆಗಳ ಉಡುಗೆ ತೊಟ್ಟು ತಾಯಿ ಬೇರು ನೀಡುವ ಸಿಗ್ನಲ್ಲಿಗೆ ಒಮ್ಮೆಲೆ ಅರಳಿ ಹೂವ ತೊಡಲು ವಿಹ್ವಲವಾಗಿ ಕಾಯುತ್ತಿದ್ದವು.

ಕಾಲು ಗಂಟೆಯಲ್ಲಿ ಆ ಕಟ್ಟಡದಿಂದ ಕೆಲವರು ಹೊರಗೆ ಹೋದರು. ಆದರೆ ಯಾರೂ ಒಳಗೆ ಹೋಗಲಿಲ್ಲ. ಹೊರಗೆ ಹೋದವರಲ್ಲಿ ಒಬ್ಬಳು ಹೆಂಗಸೂ ಇದ್ದಳು. ಮೀತೂಗೆ ಗಾಬರಿಯಾಯ್ತು. ಅವಳು ಧಡಕ್ಕನೆ ಕಾರಿನಿಂದ ಇಳಿದಳು. ಅವಳನ್ನು ಮೀತು ಇವತ್ತು ಭೇಟಿ ಮಾಡಲೇ ಬೇಕಿತ್ತು. ದಾಪುಗಾಲಿಡುತ್ತ ಕಟ್ಟಡ ಪ್ರವೇಶಿಸಿ ಸ್ವಾಗತಕಾರಿಣಿಯ ಕೌಂಟರಿಗೆ ಹೋಗಿ ನಿಂತಳು.

'ಯೂ ಆರ್ ಅರ್ಲಿ, ದಯವಿಟ್ಟು ಆ ಕೋಣೇಲಿ ಕೂತು ಕಾಯಿರಿ ಮೇಡಂ' ಎಂದ ಸ್ವಾಗತಕಾರಿಣಿ ಇವಳನ್ನು ಒಂದು ಕೋಣೆಗೆ ಕರೆದೊಯ್ದಳು. 'ಅಂದರೆ, ಅವಳಿನ್ನೂ ಬಂದಿಲ್ಲವೇ? ಅಥವಾ ಬರದೇ ಹೋದರೆ?' ಎಂಬ ಆತಂಕ ಮೀತುಳನ್ನು ಹೊಕ್ಕು ನಿಟ್ಟುಸಿರಾಗಿ ಹೊರಬಂತು. 'ಶಿಟ್... ಅವಳಿಗಾಗಿ ನಾನ್ಯಾಕೆ ಇಷ್ಟು ಕಷ್ಟಪಡುತ್ತಿದ್ದೇನೆ' ಎಂದು ತನ್ನನ್ನು ತಾನು ಬಯ್ದುಕೊಂಡಳು. ಹಿಂದೆಯೇ ಅವಳನ್ನು ಹೇಗೆ ಸಂಬೋಧಿಸಬೇಕು ಎಂಬ ಸಮಸ್ಯೆ ಕಾಡಿತು. 'ಅವಳು' ಎಂಬ ಸಂಬೋಧನೆಯಲ್ಲೇ ಇಷ್ಟು ದಿನ ಯೋಚಿಸುತ್ತಿದ್ದುದರಿಂದ, ಎದುರಿಗೆ ಸಿಕ್ಕಾಗ 'ನೀವು–ತಾವು' ಎಂದು ನಾಟಕ ಮಾಡುವ ಅವಶ್ಯಕತೆಯೂ ಇಲ್ಲವೆಂದುಕೊಂಡಳು.

ಈ ದಿನಕ್ಕಾಗಿ ಅದೆಷ್ಟು ವರ್ಷ ಕಾದಿದ್ದಳು. "ಗುಡ್ ನ್ಯೂಸ್ ಮೇಡಂ, ಅವರು ಸಿಕ್ಕಿದ್ದಾರೆ" ಅಂತ ಯುನೈಟ್ ನವರು ಎರಡು ದಿನಗಳ ಹಿಂದೆ ಫೋನಾಯಿಸಿದ್ದರು. ಆ ಕ್ಷಣದಿಂದ ಮೀತು ಎಂದೂ ಇಲ್ಲದ ಅಶಾಂತಿಯ ಕೂಪಕ್ಕೆ ತಳ್ಳಲ್ಪಟ್ಟಿದ್ದಳು.

ಯುನೈಟ್ ಸಂಸ್ಥೆಗೆ ತಾನಾಗಿ ಫೈಲ್‌ಗಳನ್ನು ನೀಡಿ, 'ಹುಡುಕಿ ಕೊಡಿ' ಎಂದು ಹಣ ತುಂಬಿ, ಪ್ರತಿ ವಾರ, ತಿಂಗಳು, ವರ್ಷಗಳ ಕಾಲ ಕಾತುರದಿಂದ ಕಾಯುತ್ತಿದ್ದವಳು ಇತ್ತೀಚೆಗೆ 'ಇಂಪಾಸಿಬಲ್' ಎಂದು ಸುಮ್ಮನಾಗಿಬಿಟ್ಟಿದ್ದಳು. ಆಗಲೇ ಅವರು ಕರೆ ಮಾಡಿ ಎಂದು ಸಕ್ಕರೆಯ ಧ್ವನಿಯಲ್ಲಿ ಆ ಸಿಹಿ ಸುದ್ದಿಯನ್ನು ಹೇಳಿದ್ದರು. ಅವತ್ತಿನಿಂದ ಮೀತುಳ ಮನಸ್ಸು ಕಹಿಯಾಗಿಹೋಗಿತ್ತು. ನೀರಿನಿಂದ ಹೊರಬಿದ್ದ ಮೀನಿನಂತೆ. ಚಡಪಡಿಸಿತ್ತು. ಆ ಕೆಟ್ಟ ಅನುಭದಿಂದ ಅವಳ ಬಗ್ಗೆ ಮೀತು ಅರಿವಿಲ್ಲದೆಯೆ ತಣ್ಣಗಾಗತೊಡಗಿದ್ದಳು.

ನಿಗದಿತ ಸಮಯಕ್ಕೆ ಸರಿಯಾಗಿ ಬಂದು "ಮೇಡಂ... ಅವರು ಕಾಯ್ತಾ ಇದ್ದಾರೆ, ಬನ್ನಿ" ಎಂದು ಸ್ವಾಗತ ಕಾರಿಣಿ, ಕರೆದಾಗ, ಮೀತುಗೆ ನಿರಾಸೆಯಾಯ್ತು. ತನ್ನನ್ನು ನೋಡಲು ಅವಕಾಶ ಸಿಕ್ಕ ಕೂಡಲೇ ಓಡೋಡಿ ಬಂದು ತನಗಿಂತ ಮೊದಲೇ 'ಕಾಯುತ್ತಿರಬೇಕಿತ್ತು' ಎನ್ನುವ ನಿರೀಕ್ಷೆ ಅವಳಲ್ಲಿ ಹುಟ್ಟಿದ್ದು ಅಕಸ್ಮಿಕವೇನಾಗಿರಲಿಲ್ಲ. ಅವಳನ್ನು ಬೆಳೆಸಿದ್ದ ಸಾಕು ತಾಯಿ ಅಂತಹ ಪ್ರೀತಿಯ ಜೇನಿನಲ್ಲಿ ಅದ್ದಿಯೇ ಮೀತುಳನ್ನು ಬೆಳೆಸಿದ್ದರು. ಆದರೆ ಅವಳೀಗ ಭೇಟಿಯಾಗಲು ಬಂದಿದ್ದುದು ತನ್ನ ಹೆತ್ತ ತಾಯಿಯನ್ನು.

2

ಕೋಣೆಯ ಒಂದೆಡೆ ನಾಲ್ಕು ಚೇರುಗಳು ಒಂದು ಟೇಬಲ್ಲನ್ನು ಹಾಕಲಾಗಿತ್ತು. ಅಲ್ಲೇ ಒಂದು ಕುರ್ಚಿಯಲ್ಲಿ ಒಬ್ಬಳು ಹೆಂಗಸು ಕೂತಿದ್ದಳು.

ಸಾಧಾರಣ ನೂಲಿನ ಸೀರೆ ಉಟ್ಟು ಕುಳಿತ ಅವಳು ಸ್ಥಿತಿವಂತೆಯಲ್ಲ ಎಂದು ಗೊತ್ತಾಗುತ್ತಿತ್ತು. ಮೇಜಿನ ಮೇಲೆ ಇಟ್ಟುಕೊಂಡಿದ್ದ ಕೈಗಳಲ್ಲಿ ಹಸಿರು ಗಾಜಿನ ಬಳೆಗಳಿದ್ದವು. ಬಗ್ಗಿಸಿದ ಮುಖದಲ್ಲಿ ಕಂಡ ಹುಬ್ಬುಗಳ ನಡುವೆ ಕೆಂಪು ಕುಂಕುಮವಿತ್ತು. ತಲೆಯಲ್ಲಿ ಬೆಳ್ಳಿ ಕೂದಲುಗಳು ಕಾಣುತ್ತಿದ್ದವು. ಅವನ್ನು ಮುಚ್ಚಿಡುವ ಯಾವ ಪ್ರಯತ್ನವನ್ನೂ ಅವಳು ಮಾಡಿರಲಿಲ್ಲ.

ಮೀತು ಹತ್ತಿರ ಹೋಗಿ ನಿಂತಳು. ನೀರಜಾ ಎದ್ದು ನಿಲ್ಲಲಿಲ್ಲ. ಬಗ್ಗಿಸಿದ ತಲೆಯನ್ನು ಸ್ವಲ್ಪವೇ ಎತ್ತಿದ ಅವಳು 'ಕೂತುಕೋ' ಎನ್ನುವಂತೆ ಸನ್ನೆ ಮಾಡಿದಳು. 'ನೀನು ಬಿಸಾಕಿ ಹೋದರೂ, ಹುಟ್ಟಿಸಿದ ದೇವರು ಚೆನ್ನಾಗಿಯೇ ಕೊಟ್ಟಿದ್ದಾನೆ ನೋಡು' ಎಂದು ತೋರಿಸಲು ಮಾಡಿಕೊಂಡು ಹೋಗಿದ್ದ ಮೀತೂಳ ಅಲಂಕಾರ ವ್ಯರ್ಥವಾದಂತಿತ್ತು.

ಹಾಕಿದ ಮೊದಲ ಪಟ್ಟೇ ಜಾರಿದ ಕಾರಣ ಮೀತು ಸ್ವಲ್ಪ ಅಧೀರಳಾದಳು. ತಾನು ಹತ್ತಿರ ಹೋದ ಕೂಡಲೇ ಅವಳು ಎದ್ದುನಿಂತು ತನ್ನನ್ನು ತಬ್ಬಲು ಬರಬಹುದು. ಆಗ, "ಕಾರಣ ಹೇಳುವವರೆಗೆ ನನ್ನನ್ನು ಮುಟ್ಟಬೇಡ-ಎನ್ನಬೇಕು" ಎಂದು ಮನಸ್ಸಿನಲ್ಲೆ ಮಾಡಿಕೊಂಡು ಬಂದಿದ್ದ ಸಿನಿಮೀಯ ರಿಹರ್ಸಲ್ ಕೂಡ ಪ್ರಯೋಜನಕ್ಕೆ ಬಾರದಾಗಿತ್ತು.

ಮೀತು ಕುರ್ಚಿಯಲ್ಲಿ ಕುಳಿತಳು. ನೀರಜ ಪೂರ್ತಿಯಾಗಿ ತಲೆ ಎತ್ತಿದಳು. ಆ ಕ್ಷಣ ಮೀತುಗೆ ಇನ್ಯಾವ ಅನುಮಾನಗಳೂ ಉಳಿಯಲಿಲ್ಲ. ಅವಳೊಂದು ಕನ್ನಡಿಯ ಮುಂದೆ ನಿಂತಿದ್ದಳು. ಅದು ಇಪ್ಪತ್ತೈದರ ಮೀತುಗೆ ನಲವತ್ತು ವರ್ಷಗಳಾದರೆ ಹೇಗೆ ಕಾಣುತ್ತಾಳೆ ಎನ್ನುವುದನ್ನು ತೋರಿಸಿತ್ತು. ನೀರಜ ಅವಳಮ್ಮ ಮಾತ್ರವೇ ಆಗಿರಲು ಸಾಧ್ಯವಿತ್ತು. ಮೀತುಗೆ ಅರೆಕ್ಷಣ ಖುಷಿಯಾಯಿತು. ಆದರೆ, ಅವಳ ಬಾಯಿಂದ ಒಂದು ಮಾತೂ ಹೊರಡಲಿಲ್ಲ.

ನೀರಜಾ ಈಗ ಮಗಳ ಮುಖವನ್ನು ಕಣ್ಣುಗಳಲ್ಲೇ ತಡವುತ್ತಿದ್ದಳು. ಅವಳಿಗೂ ತದ್ರೂಪಿ ಮೀತುವನ್ನು ನೋಡಿ ಆಶ್ಚರ್ಯವಾದಂತಿತ್ತು. ಅವಳ ಕೈಗಳು ಅಲುಗಿದವು. ತನ್ನ ಎಳೆಯ ಕಂದಮ್ಮನನ್ನು ಸ್ಪರ್ಶಿಸುತ್ತಿರುವಂತೆ, ಆ ಕೈಗಳು ಬರಿದಾಗಿರುವಂತೆ 'ಮತ್ತೆ ತನ್ನ ತೆಕ್ಕೆಗೆ ಮರಳಿಬಿಡು ಕಂದಾ' ಎಂದು ಕರೆವಂತೆ ಮಿಡುಕುತ್ತಿದ್ದವು. ನೀರಜಾಳ ಪೇಲವ ಮುಖದಲ್ಲಿ ಒತ್ತರಿಸಿಕೊಂಡು ಬಂದ ರಕ್ತ ಅವಳ ಕೆನ್ನೆಗಳನ್ನು ಬಿಸಿಮಾಡಿ, ಅವಳ ತುಟಿಗಳು ಪದಗಳಿಗಾಗಿ ಹಂಬಲಿಸಿ ಅಲುಗಿದವು. ಅವಳು ಏನನ್ನೋ ಹೇಳಲು ಪ್ರಯತ್ನಿಸುತ್ತಿದ್ದಳು. ನೀರಜಾಳ ಕಣ್ಣಿನಲ್ಲಿ ತುಂಬಿನಿಂತ ಹನಿಗಳು ತುಳುಕಿ ಕೆಳಬೀಳುವ ಅದೇ ಕ್ಷಣದಲ್ಲಿ, ಕಟ್ಟಿಟ್ಟುಕೊಂಡ ದಂಡೆಯನ್ನು ಸೀಳಿ ನುಗ್ಗಿಹರಿವ ಪ್ರವಾಹದ ರಭಸದಲ್ಲಿ "ಹೇಳು, ಹದಿನೈದಕ್ಕೇ ನನ್ನನ್ನು ಹೆತ್ತು, ಅನಾಥಾಶ್ರಮಕ್ಕೆ ಯಾಕೆ

ಬಿಸಾಕಿ ಹೋದೆ ಅಂತ ಮೊದಲು ಹೇಳು" ಎಂದು ಮೀತು ತಡೆಯಲಾಗದೆ ಕಿರುಚಿಬಿಟ್ಟಳು.

ಯಾವುದೋ ನೆನಪುಗಳ ಭಾವಸಮಾಧಿಗೆ ಮರಳಿ ಜೀವ ಬರುತ್ತಿರುವ ಅನುಭವದಿಂದ ವಿಹ್ವಲವಾಗಿದ್ದ ನೀರಜಾ ಇದನ್ನು ನಿರೀಕ್ಷಿಸಿರದಂತೆ ದಂಗಾಗಿ ಬಾಯಿ ತೆರೆದಳು. ಅವಳ ಮುಖದಲ್ಲಿ ನುಗ್ಗಿಬರುತ್ತಿದ್ದ ರಕ್ತ, ಭಯ ಮತ್ತು ಹತಾಶೆಗಳಿಂದ ಹಾಗೆಯೇ ಕಮರಿ ಹೋಯಿತು. ಕಣ್ಣಲ್ಲಿ ತುಂಬಿದ್ದ ನೀರನ್ನು ಕೆಳತುಟಿಯನ್ನು ಕಚ್ಚಿಹಿಡಿದು ತಡೆವ ವ್ಯರ್ಥ ಪ್ರಯತ್ನ ಮಾಡುತ್ತ, 'ಅಲ್ಲೇ ನಿಂತರೆ ಮಗಳ ಈ ಕೋಪದ ಜ್ವಾಲೆಗಳಲ್ಲಿ ತಾನು ಉರಿದು ಹೋಗುತ್ತೇನೆ' ಎನ್ನುವಂತೆ ನೀರಜ ಧಡಕ್ಕನೆ ಎದ್ದುನಿಂತು ಆ ಕೋಣೆಯಿಂದ ಹೊರಕ್ಕೆ ಓಡಿಬಿಟ್ಟಳು.

ತನ್ನದೇ ಅರಚಾಟ ಮತ್ತು ಅದರಿಂದ ನಡೆದ ಘಟನೆಯಿಂದ ಮೀತು ದಿಗ್ಭ್ರಾಂತಳಾಗಿ ತಟಸ್ಥಳಾಗಿಹೋದಳು.

ನೀರಜಾ ಓಡಿಹೋದ ಕಡೆಗೆ ಮೀತು ತಿರುಗಿ ನೋಡುವ ವೇಳೆಗೆ, ನೀರಜ ಯಾವುದೋ ಗಂಡಸಿನ ಭುಜಕ್ಕೆ ಒರಗಿ, ಅವರಿಬ್ಬರೂ ಹೊರಹೋಗುತ್ತಿದ್ದರು. ಆ ಗಂಡಸು ಮೀತುವಿನೆಡೆ ತಿರುಗಿ ಒಂದು ಅಸಹಾಯಕ ನೋಟವನ್ನೆಸೆದ.

ಅವನ ಮುಖವನ್ನು ವೀಕ್ಷಿಸಿದ ಮೀತು ಮರಗಟ್ಟಿ ಹೋದಳು.

3

ಶಾಕ್‌ನಲ್ಲಿರುವಂತೆ ಇನ್ನೂ ಅಲ್ಲಿಯೇ ಕೂತಿದ್ದ ಮೀತುಳನ್ನು ಯುನೈಟಿನವರೇ ಮಾತಾಡಿ ಸಮಾಧಾನಿಸಿದ್ದರು. ಅವರು ಹುಡುಕಾಡಿ ಕಲೆಹಾಕಿದ್ದ ಫೈಲನ್ನು ಸಮಾಧಾನವಾಗಿ ಕೂತು ಓದುವಂತೆ ಹೇಳಿ ಒಂದು ಫೈಲನ್ನು ಕೈಗಿತ್ತಿದ್ದರು. ಯಾವುದೇ ಕಾರಣಕ್ಕೂ ವಿಚಲಿತಳಾಗದಿರುವಂತೆ ಎಚ್ಚರಿಕೆ ಕೊಟ್ಟು, ಬೇಕಾದಲ್ಲಿ ತಮ್ಮನ್ನು ಕರೆಯುವಂತೆ ಹೇಳಿ ಕೋಣೆಯಿಂದ ಹೊರಗೆ ಹೋದರು.

ಇಪ್ಪತ್ತು ವರ್ಷಗಳಾದ ನಂತರ ಅವಳ ಸಾಕು ತಾಯಿ–ತಂದೆಯರೇ ಒಮ್ಮೆ ಕೂರಿಸಿಕೊಂಡು ಹೇಳುವವರೆಗೆ ತಾನು ದತ್ತು ಮಗಳೆಂಬುದು ಮೀತುಗೆ ತಿಳಿದಿರಲಿಲ್ಲ. ಹುಟ್ಟಿದ ಕೂಡಲೇ ಅನಾಥಾಶ್ರಮಕ್ಕೆ ಕೊಟ್ಟು ಹೋದ ಅಬಲೆಯೊಬ್ಬಳ ಕೂಸನ್ನು ಮಕ್ಕಳಿಲ್ಲದ ದೇಶಪಾಂಡೆ ದಂಪತಿಗಳು ದತ್ತು ಪಡೆದುಕೊಂಡಿದ್ದರು. ರಾಕೇಶ್ ದೇಶಪಾಂಡೆ ಉನ್ನತ ಸರ್ಕಾರೀ ಹುದ್ದೆಯಲ್ಲಿ ವ್ಯಕ್ತಿ. ಮೀತು ಅದೇ ಲೆಕ್ಕಕ್ಕೆ ಬೆಳೆದಳು. ಕಾರು, ಆಳುಗಳು, ಕಾನ್ವೆಂಟ್, ಅತಿ ಮುದ್ದು ಮಾಡುವ ತಂದೆತಾಯಿಯರ ನಡುವೆ ಅವಳಿಗೆ ಕೊರತೆಯೇ

ಇರಲಿಲ್ಲ. ರಾಕೇಶರ ಕೆಲಸದಿಂದಾಗಿ ಅವರದೆಷ್ಟೋ ಊರುಗಳನ್ನು ಬದಲಿಸಿದ್ದರು.

ಮೂವತ್ತು ವರ್ಷದಿಂದ ಅವರ ಮನೆಯಲ್ಲಿ ಕೆಲಸಕ್ಕಿದ್ದ ಮುನಿಯಪ್ಪ ಮೀತು ಚಿಕ್ಕವಳಿರುವಾಗ 'ಪಾಪದ ಕೂಸು' ಎಂದೆಲ್ಲ ಮುದ್ದಿಸುವಾಗ ಅವಳು ಜಗಳವಾಡಿದ್ದಳು. ಆಗೀಗ ಅವನು ನೋಡುವ ನೋಟದಲ್ಲಿ ಕನಿಕರದಂತದ್ದೇನೋ ಇರುತ್ತಿತ್ತು. 'ತಾನು ವಯಸ್ಸಿನಲ್ಲಿ ಚಿಕ್ಕವಳೆಂದು' ಹೀಗೆಲ್ಲ ಮಾಡ್ತಾರೆ ಎಂದು ಮೀತು ಮುಖ ದುಬ್ಬಿಸಿಕೊಳ್ಳುತ್ತಿದ್ದಳು. ಆದರೆ ವಯಸ್ಸಾಯಿತೆಂದು ಮುನಿಯಪ್ಪ ಈಗ ಊರಿಗೆ ಹೋಗಿಬಿಟ್ಟಿದ್ದ.

ವಿಷಯ ತಿಳಿದ ಮೊದಲಲ್ಲಿ ಮೀತು ನಿರ್ವಿಕಾರವಾಗಿದ್ದಳು. ಆದರೆ, ಕಾಲ ಕ್ರಮೇಣ ಇದೊಂದೇ ವಿಷಯ ಪೆಡಂಭೂತವಾಗಿ ಬೆಳೆದಿತ್ತು. ಅವಳು ಸ್ವಂತ ಕಾಲಮೇಲೆ ನಿಂತಾಗ ಅಮ್ಮನ ಬಳಿ ತನ್ನ ಫೈಲನ್ನು ಪಡೆದುಕೊಂಡಿದ್ದಳು. ಅದನ್ನೆಲ್ಲ ಓದಿ ಕಳೆದು ಹೋದವರನ್ನು ಹುಡುಕಿ ಕೊಡುವ ಯುನೈಟ್ ಸಂಸ್ಥೆಗೆ ಹೋಗಿ 'ಈ ನೀರಜಾ ಎನ್ನುವವರನ್ನು ಹುಡುಕಿಕೊಡಿ, ಎಷ್ಟಾದರೂ ಪರವಾಗಿಲ್ಲ' ಎಂದು ಫೈಲನ್ನು ನೀಡಿದ್ದಳು.

ಅವರು ಸಾವಿರಾರು ಮೈಲಿ ದೂರದ ಅನಾಥಾಲಯಕ್ಕೆ ಮನುಷ್ಯರನ್ನು ಕಳಿಸಿ, ಅಲ್ಲಿಂದ ದೊರೆತ ಸುಳಿವುಗಳನ್ನು ಹಿಡಿದು, ವೋಟರ್ ಐಡಿ, ಆಧಾರ್ ಕಾರ್ಡ್‌ಗಳ ಮೂಲಕ, ಹದಿನೆಂಟು ತಿಂಗಳಲ್ಲಿ ನೀರಜಾಳನ್ನು ಶೋಧಿಸಿ, ಒಪ್ಪಿಸಿ, ಕರೆಸಿಕೊಂಡಿದ್ದರು.

ಮೀತು ಫೈಲನ್ನು ತೆರೆದಳು.

4

ಮನೆಯ ಹೊರಗಿದ್ದ ಮರ ಎಲೆಗಳನ್ನು ಉದುರಿಸಿ ಬೋಳಾಗಿ ನಿಂತಿತ್ತು. ಹಿಂದೊಮ್ಮೆ ಚೆಲುವಿಯಾದ, ಒಡಲ ತುಂಬ ಕುಡಿಗಳಿದ್ದ ಆದರೆ ಈಗ ಎಲ್ಲವನ್ನು ಕಳೆದುಕೊಂಡು ಮೌನ ಮತ್ತು ಖಾಲಿತನವೇ ತನ್ನ ಅಸ್ಮಿತೆಯೆಂಬಂತೆ ನಿಂತಿದ್ದ ಆ ಮರ ವಿಕಾರವಾಗಿ ಕಾಣುತ್ತಿತ್ತು. ಮೀತು ಯೋಚಿಸತೊಡಗಿದಳು. ಕಟು ಚಳಿಗಾಲದ ಬರ್ಬರತೆಗೆ ತಮ್ಮನ್ನು ಕೊಡವಿಕೊಂಡು ನಿಂತ ಮರವನ್ನು, ಉದುರಿದ ಎಲೆಗಳು ಕ್ಷಮಿಸಿಯಾವೇ? ಎಂದು ಅವಳು ಯೋಚಿಸುತ್ತಿದ್ದಳು.

ನಡೆದ ಘಟನೆಗಳನ್ನೆಲ್ಲ ಒಂದು ಪತ್ರದಲ್ಲಿ ಬರೆದಿಟ್ಟು, ಕ್ಷಮೆ ಯಾಚಿಸಿದ್ದ ನೀರಜಾ ಅಂದು ಮೀತುಗೆ ಕ್ರೂರ ಬೋಳುಮರದಂತೆಯೇ ಅನಿಸಿದ್ದಳು. ಆದರೆ ನೀರಜಾಳ ಆಳ ಬೇರುಗಳಲ್ಲಿ ಅವಳ ಕುಡಿಯ ಮೇಲಿನ ಪ್ರೀತಿ ಎಂದೂ ಬರಿದಾಗಿರಲು ಸಾಧ್ಯವಿರಲಿಲ್ಲವೇನೋ? ಪ್ರತಿಬಾರಿ ಪತ್ರವನ್ನು ಓದಿದಾಗ

ಮೀತುಳ ಘಾಯವಾದ ಮನಸ್ಸಿಗೆ ಹಾಯೆನಿಸುತ್ತಿತ್ತು. ಆಗೆಲ್ಲ ಅವಳು ಮತ್ತೆ ಕೆಲಕಾಲ ಚಿಗುರುತ್ತಿದ್ದಳು.

ಹದಿನೈದು ವರ್ಷಗಳ ಹಳೆಯ ಕಾಗದವನ್ನು ಹಿಡಿದು ಕೂತ ಮೀತುಗೆ ಈಗ ನಲವತ್ತಾಗಿತ್ತು. ಅವಳು ಕೋಪದ ವ್ಯಕ್ತಿಯೇ ಅಲ್ಲದಿರುವಾಗ ಅವತ್ತು ಹಾಗೇಕೆ ಕಿರುಚಿದಳೆಂಬ ಬಗ್ಗೆ ಅವಳಿಗೆ ಇಂದಿಗೂ ತಿಳಿದಿಲ್ಲ.

ಇಪ್ಪತ್ತೈದಾದರೂ ಭಾವನೆಗಳನ್ನು ನಿಯಂತ್ರಣ ಮಾಡಿಕೊಳ್ಳಲಾಗದ ಮೀತುಳಿಗೆ ಹದಿನೈದರ ನೀರಜ ಯಾವ ನಿಮಿಷದಲ್ಲೋ ಜಾರಿ ಮಾಡಿದ ತಪ್ಪು ಈಗ ದೊಡ್ಡದಾಗಿ ಕಾಣುತ್ತಿರಲಿಲ್ಲ. ಅಂದು ನಲವತ್ತರಲ್ಲಿದ್ದ ನೀರಜಾ ತನ್ನ ಮಗಳ ದುಡುಕನ್ನು ಕ್ಷಮಿಸಿ ಬಿಟ್ಟಿದ್ದಳು. ಆದರೆ, ಹೇಳಿಕೊಳ್ಳಲಾಗದ ಎಂಥದ್ದೋ ವಿಚಾರವೊಂದು ಅವಳನ್ನು ಅಂದು ಮೂಕವಾಗಿಸಿತ್ತು.

ತಿಂಗಳಲ್ಲಿ ತಹಬದಿಗೆ ಬಂದ ಮೀತು ಯುನೈಟ್ ಕಂಪನಿಯನ್ನು ಕಾಡಿ, ಬೇಡಿ ನೀರಜಾ ಇದ್ದ ವಿಳಾಸವನ್ನು ಹುಡುಕಿಕೊಂಡು ಹೋಗಿದ್ದಳು. ಸ್ಲಮ್ಮಿನಂತಿದ್ದ ವಠಾರದ ಕೊಠಡಿಯೊಂದರ ಮುಂದೆ ನಿಂತು ಕದ ಬಡಿದಾಗ ಪಕ್ಕದ ಮನೆಯ ಮುದಿ ಹೆಂಗಸೊಂದು ಮೀತುಳ ಹೆಸರಿದ್ದ ಲಕೋಟೆಯೊಂದನ್ನು ಕೊಟ್ಟಿದ್ದರು. ಮುಂದಿನ ವಿಳಾಸ ಹೇಳದೆಯೇ ನೀರಜಾ ಬೇರೆ ಊರಿಗೆ ಹೋದರೆಂದು ಹೇಳಿದ್ದರು.

ಮೀತು ಈಗ ಆ ಪತ್ರವನ್ನು ಪ್ರತಿ ವರ್ಷವೂ ಓದುತ್ತಾಳೆ. ಪ್ರತಿಬಾರಿ ಓದಿದಾಗಲೂ ಅವಳ ಭಾವನೆಗಳು ಕುಗ್ಗುತ್ತವೆ ಮತ್ತು ಹಿಗ್ಗುತ್ತವೆ. ಅವಳ ಮನಸ್ಸು ಹಿಗ್ಗುವಾಗ ವಸಂತವೊಂದು ಕಿಟಕಿಯಲ್ಲಿ ಇಣುಕಿ ಹೋದ ಅನೂಹ್ಯ ಭಾವವೊಂದರಲ್ಲಿ ತೇಲುತ್ತಾಳೆ.

ಕಾಲದ ಯಾವ ಮಿತಿಯಲ್ಲೂ ಅಸಂಭವ ಎಂದು ಭಾವಿಸಬಹುದಾದ ಒಂದು ಘಟನೆಯಲ್ಲಿ ನೀರಜಾ ತನ್ನ ಚಿಕ್ಕಪ್ಪನಿಂದಲೇ ಬಸಿರಾಗಿದ್ದಳು. ಅದು ರೇಪ್ ಆಗಿತ್ತೋ, ದುಡುಕೋ ಆದರೆ, ಮತ್ತಿನಲ್ಲಿ ಅವನು ಮಾಡಿದ ತಪ್ಪಿಗೆ ಎಳೆಯ ನೀರಜಾ ಬಸಿರಾಗಿದ್ದಳು. ಮನೆಯವರು ತನ್ನನ್ನು ಕೊಲ್ಲುತ್ತಾರೆ ಎನ್ನುವ ಭಯಕ್ಕೆ ಸಿಲುಕಿದ್ದಳು. ಗರ್ಭಪಾತ, ವೈದ್ಯರು ಎಂದೆಲ್ಲ ಯೋಚಿಸಲಾಗದ ಹೊತ್ತಿನಲ್ಲಿ ಗಾಬರಿಯಿಂದ ಅವರಿಬ್ಬರೂ ಊರು ಬಿಟ್ಟಿದ್ದರು. ಆಸ್ಪತ್ರೆಯೊಂದರಲ್ಲಿ ಹೆತ್ತ ಮಗುವನ್ನು, ಅಲ್ಲಿಂದ ಹೊರಬಿದ್ದ ಕೂಡಲೇ ಅನಾಥಾಲಯವೊಂದಕ್ಕೆ ನೀಡಿದ್ದರು. ಕೂಡಲೇ ಮತ್ತೊಂದು ಊರಿಗೆ ಗುಳೆ ಹೋಗಿದ್ದರು. ಅದೊಂದು ರಾತ್ರಿ ಮಾಡಿದ ತಪ್ಪಿಗೆ ಬದುಕೆಲ್ಲ ಪಶ್ಚಾತ್ತಾಪ ಪಡುವಂತೆ ಅವತ್ತಿನಿಂದ ಆ ಚಿಕ್ಕಪ್ಪನೇ ನೀರಜಾಳ ಅಪ್ಪನಾಗಿದ್ದ. ಅನಾಥಳಾದ ಅಣ್ಣನ ಮಗಳನ್ನು ತಾನು ಬೆಳೆಸುತ್ತಿದ್ದೇನೆಂದು ಹೇಳಿಕೊಂಡು ತಿರುಗಿದ್ದ. ಅವನೇ ಕೂಲಿ ಮಾಡಿ ದುಡಿದು ನೀರಜಾಳನ್ನು ಸಾಕಿದ್ದ.

ಮುಂದೆ ಅವನೇ ಹುಡುಕಿ ಮಾಡಿದ ಮದುವೆಯಿಂದ ನೀರಜಾ ಹೆಚ್ಚುದಿನವೇನೂ ಬಾಳ್ವೆ ಮಾಡಿರಲಿಲ್ಲ. ಆದರೆ, ಅವರೆಂದಿಗೂ ತಮ್ಮ ಊರಿಗೆ ಹಿಂದಿರುಗಲು ಸಾಧ್ಯವಾಗಿರಲಿಲ್ಲ. ಗಂಡಹೆಂಡಿರಂತೆ ಬದುಕಿಯೂ ಇರಲಿಲ್ಲ.

ಮೀತು ಅವತ್ತು ಕಂಡಿದ್ದು ಅವನನ್ನೇ. ನೀರಜಾಳ ಹೋಲಿಕೆಯಿದ್ದ ವಯಸ್ಸಾದ ಗಂಡಸು. ಅವಳ ಅಪ್ಪ ಅವಳಮ್ಮನ ಚಿಕ್ಕಪ್ಪ. ಮೀತುಳ ಅಮ್ಮ ನೀರಜಾ ತನ್ನ ಅಪ್ಪನ ಹೋಲಿಕೆಯ ಹುಡುಗಿಯಾಗಿದ್ದಳು. ಅವಳ ಅಪ್ಪ ಮತ್ತು ಚಿಕ್ಕಪ್ಪಂದಿರು ಬಹುತೇಕ ತದ್ರೂಪಿಗಳಾಗಿದ್ದರು. ಅದೆಲ್ಲ ಗೊತ್ತಿಲ್ಲದ ಮೀತು ಅವತ್ತು ತನ್ನ ತಾಯಿಯ ಜೊತೆ ಬಂದಿದ್ದ ಗಂಡಸನ್ನು ನೋಡಿ ಅವಾಕ್ಕಾಗಿದ್ದಳು. ಅದು ತನ್ನ ಹೋಲಿಕೆಯ ತಂದೆಯೇ, ಮಾಮನೇ, ತಾತನೇ ತಿಳಿಯದೆ ದಂಗಾಗಿದ್ದಳು.

ತನ್ನನ್ನು ಹುಟ್ಟಿಸಿದವನು, ನೀರಜಾಳನ್ನು ಬಸಿರು ಮಾಡಿ ಓಡಿಹೋಗಿರಬೇಕೆಂದು ಅಷ್ಟೂ ದಿನ ಅಂದುಕೊಂಡಿದ್ದಳು. ಆಸ್ಪತ್ರೆಯಲ್ಲಿ ಮಗುವಿನ ತಂದೆಯ ಹೆಸರು ತಿಳಿದಿಲ್ಲ ಎಂದು ಬರೆಸಿದ್ದರು.

ಹೆತ್ತಮ್ಮನನ್ನು ಕರೆಸಿದಾಗ ಹೆತ್ತಪ್ಪನೂ ಜೊತೆಯಲ್ಲಿ ಬರಬಹುದೆಂಬ ತೃಣ ಮಾತ್ರದ ಕಲ್ಪನೆಯೂ ಅವಳಿಗಿರಲಿಲ್ಲ. ಆದರೆ, ವಿಧಿ ಅವಳಿಗೆ ಅಂದು ಇಬ್ಬರನ್ನೂ ತೋರಿಸಿತ್ತು. ತಪ್ಪನ್ನೇ ಮಾಡದ ನೀರಜ ಮತ್ತು ಮೀತು, ಮಾಡಿದ ತಪ್ಪಿಗೆ ಬದುಕೆಲ್ಲ ಪ್ರಾಯಶ್ಚಿತ್ತ ಪಡುತ್ತ ಬದುಕಿದ ಮೀತುಳ ಅಪ್ಪ ಅಥವಾ ಚಿಕ್ಕ ತಾತ ಎಲ್ಲರೂ ಒಂದೊಂದು ಧ್ರುವಗಳಲ್ಲಿ ನಿಂತುಹೋಗಿದ್ದರು.

ಹೆತ್ತ ತಾಯಿ ತನ್ನನ್ನು ಹುಡುಕದೇ ಇರಲು ಕಾರಣವೇನೆಂದು ತಿಳಿಯುವಲ್ಲಿ ಮೀತು ಯಶಸ್ವಿಯಾಗಿದ್ದಳು. ಕಳೆದು ಹೋದದ್ದನ್ನು ಮರಳಿ ಪಡೆವ ಯತ್ನದಲ್ಲಿ ಇನ್ನಷ್ಟು ಬರಿದಾಗಿದ್ದಳು. ಅವಳು ಈ ಹದಿನೈದು ವರ್ಷಗಳಲ್ಲಿ ಮತ್ತೆ ಅವರನ್ನು ಹುಡುಕುವ ಪ್ರಯತ್ನವನ್ನು ಮತ್ತೆ ಮಾಡಿರಲಿಲ್ಲ. ಆದರೆ, ಅಗಾಧವಾಗಿ ನಿರ್ಮಾಣವಾದ ಆ ನಿರ್ವಾತದಲ್ಲಿ ಅರಿವೇ ಇಲ್ಲದಂತೆ ಅವಳು ತನ್ನ ಹೆತ್ತಮ್ಮ-ಅಪ್ಪರನ್ನು ಕ್ಷಮಿಸುವಷ್ಟು ದೊಡ್ಡವಳಾಗಿ ಬೆಳೆದು ಬಿಟ್ಟಿದ್ದಳು.

ಗೊಡ್ಡು

ಫೋನನ್ನು ಟೇಬಲ್ಲಿನ ಮೇಲಿಟ್ಟು ಕಾಯುತ್ತಿದ್ದವನಿಗೆ ಅವನೆದೆ ನಾಗಾಲೋಟದಲ್ಲಿ ಬಡಿದುಕೊಳ್ಳುತ್ತಿದೆ ಅನ್ನಿಸಿತು. ತಾನೊಬ್ಬ ಗಂಡಸಾಗಿ ಸಣ್ಣದೊಂದು ಟೆಸ್ಟಿಗೆ ಹೀಗೆ ಹೆದರುವುದೇ ಎಂದು ಹಿಂದೆಯೇ ನಾಚಿಕೆಯಾಯಿತು.

"ಸದ್ಯ, ಯಾರೂ ತನ್ನನ್ನು ಗಮನಿಸುತ್ತಿಲ್ಲ" ಎಂದು ಸಮಾಧಾನ ಮಾಡಿಕೊಂಡ. ತನ್ನೊಳಗೆ ಕೂತು ತನ್ನ ಶತ್ರುವಿನಂತೆ ವರ್ತಿಸುತ್ತಿದ್ದ ಹೆದರಿಕೆಗೆ ಸವಾಲು ಹಾಕಲು ಪಫರ್ ಮೀನಿನಂತೆ ಎದೆಯುಬ್ಬಿಸಿ, ಕಾಲುಗಳನ್ನು ಅಗಲಿಸಿ ಕುಳಿತ. ಆದರೆ ಆತಂಕವನ್ನು ಹತ್ತಿಕ್ಕಲಾಗದ ಒಂದು ಕಾಲು, ಅವನ ಹತೋಟಿ ಮೀರಿ ಕುಣಿಯತೊಡಗಿತು. ದಿವಾಕರ ಅದಕ್ಕೊಂದು ಏಟು ಕೊಟ್ಟು ಅದೇ ಕೈಯಿಂದ ಆ ಕಾಲನ್ನು ಅದುಮಿ ನಿಲ್ಲಿಸಿದ. ಹಾಗೆ ಕಾಲಿನ ಮೇಲಿಟ್ಟುಕೊಂಡ ಅವನ ಅಂಗೈ ಬೆವರತೊಡಗಿತು. ಅರಿವಿಲ್ಲದಂತೆ ಹಲ್ಲುಗಳನ್ನು ಗದೆ ಹಾಕಿ ಕುಳಿತವನು ದವಡೆ ನೋವಾದ ಕಾರಣ ಬಾಯನ್ನು ಸಡಿಲಿಸಿದ. ಇಷ್ಟೆಲ್ಲ ಕಸರತ್ತು ಮಾಡುತ್ತ ಕುಳಿತವನು ಎಲ್ಲ ಬೇಸರವಾಗಿ ಮೇಲೆದ್ದು "ಛೆ... ಹಾಳಾದವನು ಕಾಯಿಸ್ತಿದ್ದಾನೆ" ಅಂತ ಜೋರಾಗಿ ಹೇಳಿಕೊಂಡು ಶತಪಥ ತಿರುಗತೊಡಗಿದ.

ಫೋನ್ ರಿಂಗಾಯಿತು. "ಎಸ್, ದಿವಾಕರ್ ಸ್ಪೀಕಿಂಗ್" ಎಂದ.

"ಮಿಸ್ಟರ್ ದಿವಾಕರ್, ನೆಗೆಟಿವ್..." ಎಂದ ವೈದ್ಯರು ಅರೆಕ್ಷಣ ಸುಮ್ಮನಾದರು.

"..." ದಿವಿಯೂ ಸುಮ್ಮನಿದ್ದ.

ರೋಗಿಯ ಮೌನವನ್ನು ನಿರಾಶೆಯ ಆಘಾತವೆಂದು ಗ್ರಹಿಸಿದ ವೈದ್ಯರು ಸಮಾಧಾನಿಸುವಂತೆ "ಹಾಗಂತ ಈ ರಿಸಲ್ಟ್ ಪಕ್ಕಾ ಸರಿಯಿರಬೇಕು ಅಂತೇನಿಲ್ಲ. ಸ್ಯಾಂಪಲ್ ಸರಿ ಇಲ್ಲದೆ ಇರಬಹುದು, ಲ್ಯಾಬಿನವರು ತಪ್ಪು ಮಾಡಿರಬಹುದು. ಸ್ಟೋರೇಜ್‌ನಲ್ಲಿ ಸ್ಯಾಂಪಲ್ ಹಾಳಾಗಿರಬಹುದು. ನಾನಾ ಸಾಧ್ಯತೆಗಳಿವೆ. ಒಂದ್ಸಲ ಮಾಡಿ. ಮುಂದಿನವಾರ ಬಂದು ಇನ್ನೊಂದು ಸ್ಯಾಂಪಲ್ ಕೊಟ್ಟೋಗಿ. ಆಮೇಲೆ ನಿರ್ಧಾರ ಮಾಡೋಣ. ಓಕೆನಾ?" ಎಂದರು.

"ಓಕೆ ಡಾಕ್ಟರ್. ಮಂಗಳವಾರ ಬರ್ತೀನಿ. ಬೈ" ಎಂದವನು ಮೊಬೈಲ್ ಕರೆಯನ್ನು ಕತ್ತರಿಸಿದ. ಅವನ ಹಣೆ ಬೆವೆತು ಬಿಟ್ಟಿತ್ತು.

"ರಿಸಲ್ಟ್ ಸರಿಯಿರಲು ಸಾಧ್ಯವೇ ಇಲ್ಲ" ಎಂದು ಜೋರಾಗಿ ಹೇಳಿಕೊಂಡ. ಇದುವರೆಗೆ ಹೆದರುತ್ತಿದ್ದ ಅವನ ಮನಸ್ಸು ಈಗ ಹಠಮಾರಿ ಮಗುವಿನಂತೆ ಗಟ್ಟಿಯಾಗತೊಡಗಿತು. ಅದು ಬಹಳ ಅವಶ್ಯಕವಾಗಿತ್ತು. ಇಲ್ಲದಿದ್ದರೆ ನಾಜೂಕಾದ ಮುತ್ತೊಂದು ಕೆಳಗೆ ಬಿದ್ದು ಒಡೆಯುವಂತೆ ಅವನು ಚೂರು ಚೂರಾಗಿ ಒಡೆದು ಹೋಗುತ್ತಿದ್ದ. ಫೈನಲ್ ರಿಸಲ್ಟ್ ಬರುವವರೆಗೆ ಗುಲಾಬಿಗೆ ತಿಳಿಸುವುದು ಬೇಡ ಎಂದು ನಿರ್ಧರಿಸಿದ. ಮುಂದಿನ ರಿಸಲ್ಟ್ ಪಾಸಿಟಿವ್ ಆಗಿರುತ್ತದೆ ಎಂದು ಅವನ ಮನಸ್ಸು ಅವನನ್ನು ನಂಬಿಸತೊಡಗಿತು.

2

ಮಂಗಳವಾರ ಎರಡನೇ ಸ್ಯಾಂಪಲ್ ಕೊಟ್ಟು ಬಂದ. ಅವತ್ತಿನಿಂದ ಅವನಿಗೆ ಹಸಿವೆ ಕಡಿಮೆಯಾಯಿತು. ನಿದ್ದೆ ಬತ್ತತೊಡಗಿತು.

ಆ ದಿನ ರಾತ್ರಿ ಅವನು ಪಾರ್ಕೊಂದರ ಬೆಂಚಿನ ಮೇಲೆ ಕುಳಿತಿದ್ದ. ಸುತ್ತಲೂ ಹಸಿರು ಮರಗಳು. ದೂರದಲ್ಲಿ ಒಂದು ಕೊಳ. ಅದರಲ್ಲಿ ಬೆಳ್ಳಕ್ಕಿಗಳು ತೇಲುತ್ತಿದ್ದವು. ಆಗಸದಲ್ಲಿ ಗಾಳಿಪಟವೊಂದು ಮುಂದೆ ಹಾರಿಹೋಗಲು ಯತ್ನಿಸುತ್ತಿತ್ತು. ಆದರೆ ಹೋಗಲಾಗದೆ ನಿಂತಲ್ಲಿಯೇ ನುಲುಮುತ್ತಿತ್ತು. ಗಾಳಿಪಟದ ಬಾಲಂಗೋಚಿ ಹಾವಿನಂತೆ ಸುರುಳಿ ಸುತ್ತಿಕೊಂಡು ಥರ ಥರನೆ ನಡುಗುತ್ತಿತ್ತು. ಇವನ್ನೆಲ್ಲ ನಿಯಂತ್ರಿಸುತ್ತಿದ್ದ ಕಾಣದ ಕೈಗಳು ಅವನಲ್ಲಿ ಅಧೀರತೆಯನ್ನು ಉಂಟುಮಾಡಿದವು.

ಅಷ್ಟರಲ್ಲಿ ಅವನ ಬೆಂಚಿನ ಬಲ ಪಕ್ಕಕ್ಕೆ ಒಂದು ದೊಡ್ಡ ಕೇಕೆ ಕೇಳಿಸಿತು. ಅವನು ತಿರುಗಿ ನೋಡಿದ. ನೀಲಿ ಚೆಂಡೊಂದು ಉರುಳುರುಳಿ ಅವನೆಡೆಗೆ ಬರುತ್ತಿತ್ತು. ಅದರ ಹಿಂದೆಯೇ ಚೆಂಡನ್ನು ಹಿಡಿಯಲು ಗುಂಡಗೆ ಮುದ್ದಾಗಿದ್ದ ಮಗುವೊಂದು ಓಡಿ ಬರುತ್ತಿತ್ತು. ಅದರ ರೇಷ್ಮೆ ಕೂದಲುಗಳು

ಗಾಳಿಯಲ್ಲಿ ಹಾರಾಡುತ್ತಿದ್ದವು. ಚೆಂಡು ಇವನ ಬಳಿಗೆ ಬರುವ ಹೊತ್ತಿಗೆ ನಿಧಾನವಾಯಿತು. ನೀಲಿ ಚೆಂಡಿನ ಮೇಲೆ ಕೆಂಪು ಬಣ್ಣದ ಮೀನುಗಳಿದ್ದವು. ಚೆಂಡನ್ನು ತಡೆಯಲು ದಿವಾಕರ ಎದ್ದುನಿಂತ. ಮರುಕ್ಷಣ ಎರಡೂ ಕೈಗಳಲ್ಲಿ ಮಗುವನ್ನು ಬಾಚಿ ಹಿಡಿಯಲು ಕೈ ಚಾಚಿ ಮಂಡಿಯೂರಿ ಕುಳಿತ.

ಅಷ್ಟೇ, ನಡೆದದ್ದು. ಆದರೆ, ಮಗು ಹಿಂದಕ್ಕೆ ತಿರುಗಿತು, ಕಣ್ತೆರೆದು ನೋಡುತ್ತಿರುವಂತೆಯೇ ಕಾಣದಾಯಿತು. ಚಾಚಿದ್ದ ಅವನ ಕೈಗಳು ಖಾಲಿಯೇ ಉಳಿದಿದ್ದವು, ಅವನ ಮನಸ್ಸಿನಲ್ಲಿ ಘೋರ, ಘೋರ ನಿರಾಶೆ ಮೂಡಿ... ದಿವಾಕರನ ಬಾಯಿ ಒಣಗಿತು. ಅವನು ತಡೆಯಲಾಗದ ದುಗುಡದಿಂದ ಎದ್ದು ಕುಳಿತ. ಅ ಕ್ಷಣ ಅದೊಂದು ಕನಸು ಎಂದು ಅರಿವಾಯಿತು.

ಗುಲಾಬಿ ನಿದ್ದೆಯಲ್ಲೇ ಅವನೆಡೆ ಕೈ ಚಾಚಿ 'ಮಲಗು' ಎನ್ನುವಂತೆ ಸನ್ನೆ ಮಾಡಿ ಮುಸುಕನ್ನೆಳೆದು ಮತ್ತೆ ನಿದ್ದೆಗೆ ಜಾರಿದಳು. ಆತಂಕವನ್ನು ತಡೆದುಕೊಳ್ಳಲಾಗದ ಅವನ ಮನಸ್ಸು ಮತ್ತಷ್ಟು ಕಾಲ ಮೌನವಾಗಿ ರೋದಿಸಿತು. ಆದರೆ ಗುಲಾಬಿಯ ನಿದ್ದೆಗೆ ಭಂಗ ಬಾರದಂತೆ ಮೆಲ್ಲಗೆ ಒರಗಿ ಅವಳ ತಲೆ ನೇವರಿಸಿದ.

ಮರುದಿನವೂ ಅದೇ ಕನಸು ಬಿದ್ದಾಗ "ಥತ್ತೇರಿ... ಇದೆಂತ ಹಿಂಸೆ. ಸುಮ್ಮ ಸುಮ್ಮನೆ ಏನೆಲ್ಲ ಆಟ ಈ ಮನಸ್ಸಿನದು" ಎಂದು ಅವನಿಗೆ ಪೆಚ್ಚೆನ್ನಿಸಿತು.

'ಫಲಿತಾಂಶ ಬರುವುದು ಇನ್ನೂ ಹದಿನೈದು ದಿನವಂತೆ...' ಎಂದು ಗುಲಾಬಿಯ ಬಳಿ ಸುಳ್ಳು ಹೇಳಿದ್ದ. ಫಲಿತಾಂಶದ ದಿನ ಅವಳ ಶ್ರೀರಕ್ಷೆ ಮತ್ತು ಅಭಯ ಬೇಕಿತ್ತು ಎನ್ನುವಂತೆ ಗುಲಾಬಿಯನ್ನು ಇನ್ನೂ ಹೆಚ್ಚು ಮುದ್ದುಮಾಡಿದ. ಅವಳು ಅಷ್ಟೇ ಸಾಕು ಎನ್ನುವಂತೆ ಖುಷಿಯಿಂದ ದಿನ ಕಳೆದಳು.

ಹೊಸ ಫಲಿತಾಂಶ ತಿಳಿಯಲು ಆಸ್ಪತ್ರೆಗೇ ಬನ್ನಿ ಎಂದು ವೈದ್ಯರು ಕರೆದಿದ್ದರಿಂದ ದಿವಾಕರನ ಕಾಲುಗಳು ನಡುಗಿದವು. ಅವರ ಕ್ಲಿನಿಕ್ಕಿನಲ್ಲಿ ಕಾಯುತ್ತ ಕುಳಿತಿರುವಾಗ ಅಲ್ಲಿದ್ದ ಮನಿಪ್ಲಾಂಟ್ ಒಂದನ್ನು ಗಮನಿಸಿದ. ಅದನ್ನು ಒರೆಸಿ ಅದೆಷ್ಟು ದಿನಗಳಾದವೋ ಎಂಬಂತೆ ಅದರ ಮೇಲೆಲ್ಲ ಧೂಳು ಕುಳಿತಿತ್ತು, ಆತಂಕದಲ್ಲಿ ಕುಳಿತಿರುವಾಗ ಏನೆಲ್ಲ ವಿಚಾರಗಳು ಕಣ್ಣಿಗೆ ಬೀಳುತ್ತವಲ್ಲ ಎಂದು ಅವನಿಗೇ ನಗುಬಂತು. ಅವನೊಂದಿಷ್ಟು ಸಡಿಲವಾದ.

ವೈದ್ಯರು ಅವನನ್ನು ಒಳಗೆ ಕರೆದರು. ಹೋಗಿ ಕುಳಿತವನ ಮನಸ್ಸು ತಟ್ಟನೆ ಅಂಕೆಗೆ ಮೀರಿದಂತಹ ಕಡಲಿನಂತೆ ಭೋರ್ಗರೆಯತೊಡಗಿತು.

"ನೋಡಿ ದಿವಾಕರ್, ನಾನು ನೇರವಾಗಿ ಹೇಳಿಬಿಡುತ್ತೇನೆ. ಈ ಬಾರಿಯೂ ನೆಗೆಟಿವ್ ಬಂದಿದೆ. ಸೊಂಟದ ಕೆಳಗಿನ ಕೆಲಸ ರಿಸಲ್ಟ್ ಕೊಡಲ್ಲ. ಅದೊಂದಿಲ್ಲ

ಅನ್ನೋದನ್ನು ಮರೆತು ಮಿಕ್ಕಂತೆ ಲೈಫಲ್ಲಿ ಖುಷಿಯಾಗಿ ಎಲ್ಲ ಕೆಲಸ ಮಾಡಿಕೊಂಡು ಆರಾಮಾಗಿರಿ. ಆಯ್ತಾ?" ಎಂದ ವೈದ್ಯರು ರಿಪೋರ್ಟನ್ನು ಅವನ ಕಡೆಗೆ ಮೆತ್ತಗೆ ತಳ್ಳಿದರು.

ಅರಿವಿಲ್ಲದಂತೆ 'ಥ್ಯಾಂಕ್ಯೂ' ಎಂದು ಹೇಳಿ ಅವನದನ್ನು ತೆಗೆದುಕೊಂಡ.

ವೀರ್ಯಾಣುಗಳ ಸಂಖ್ಯೆ ಎನ್ನುವ ಶೀರ್ಷಿಕೆಯ ಮುಂದೆ 'ಸೊನ್ನೆ' ಎಂದು ಬರೆದಿತ್ತು. ಅವನು ಕುಗ್ಗಿಹೋದ. ಆ ಕ್ಷಣ ಅವನಿಗೆ, ತಾನು ಬೇರೆ ಮತ್ತು ಈ ರಿಪೋರ್ಟಿನಲ್ಲಿರುವ ವ್ಯಕ್ತಿ ಬೇರೆ ಎನ್ನಿಸಿತು. ಆ ಗೊಡ್ಡು ವ್ಯಕ್ತಿಯ ಬಗ್ಗೆ ಮರುಕ ಮೂಡಿತು. 'ಅಯ್ಯೋ ಪಾಪ' ಎಂದುಕೊಂಡ. ಅವನ ಮುಖ ಚಹರೆ ಅಷ್ಟೇನು ಬದಲಾಗಲಿಲ್ಲ.

ಇದರಿಂದಾಗಿ ದಿವಾಕರ ತನ್ನ ಫಲಿತಾಂಶವನ್ನು ಈ ಬಾರಿ ಸುಲಭವಾಗಿ ತೆಗೆದುಕೊಂಡಂತೆ ವೈದ್ಯರಿಗೆ ಅನ್ನಿಸಿತು. ವೈದ್ಯರು ಎದ್ದು ಬಂದು ಭುಜ ತಟ್ಟಿದಾಗಲೇ ದಿವಾಕರನ ಮನಸ್ಸಿನಲ್ಲಿ ಮೂಡಿದ್ದ ಅವಳಿ ಮಾಯವಾಗಿದ್ದು. ಅವನು ಎಚ್ಚೆತ್ತ.

'ಸೊನ್ನೆಯೇ? ಅದ್ಹೇಗೆ ಡಾಕ್ಟರ್' ಎಂದ. ಅವನ ಧ್ವನಿ ಅವನಿಗೇ ಅಪರಿಚಿತವಾಗಿ ಕೇಳಿಸಿತು.

"ಧೈರ್ಯ ತಗೊಳ್ಳಿ. ಬಂಜೆ ಗಂಡಸರಲ್ಲಿ ನೂರಕ್ಕೆ ಹತ್ತು ಜನರಲ್ಲಿ ವೀರ್ಯಾಣುಗಳು ಸಂಪೂರ್ಣವಾಗಿ ಇರಲ್ಲ. ಅವರು ಸ್ಖಲಿಸಿದ ದ್ರವದಲ್ಲಿ ವೀರ್ಯಾಣುಗಳ ಸಂಖ್ಯೆ ಸೊನ್ನೆ. ಮಿಕ್ಕಂತೆ ಬಂಜೆ ಹೆಂಗಸರಂತೆ ಅವರೂ ಪರಿಪೂರ್ಣರು. ಇದನ್ನು 'ಅಝೂಸ್ಪರ್ಮಿಯ' ಅಂತೀವಿ ಅದರಲ್ಲಿ ನೀವೂ ಒಬ್ಬರು ಅಷ್ಟೆ..." ಎಂದರು

"ಅಂದ್ರೆ ನನಗೆ ಮಕ್ಕಳಾಗೋ ಸಾಧ್ಯತೆನೂ... ಇದಕ್ಕೆ ಚಿಕಿತ್ಸೆನೇ ಇಲ್ವಾ ಡಾಕ್ಟರ್?"

"ಇದೆ... ಇರೋದನ್ನೆಲ್ಲ ಮಾಡೋಣ. ಕೆಲವರಲ್ಲಿ ಚಿಕಿತ್ಸೆ ಕೆಲಸ ಮಾಡುತ್ತೆ. ಇನ್ನು ಕೆಲವರಲ್ಲಿ ಇಲ್ಲ. ಇದಕ್ಕೆಲ್ಲ ಸಮಯ ಹಿಡಿಯುತ್ತೆ, ನಿಧಾನವಾಗಿ ಮುಂದಿನ ಕೆಲಸ ಮಾಡೋಣ. ಆಲ್ ದಿ ಬೆಸ್ಟ್" ಎಂದರು. ಮಾತ್ರೆ ಬರೆದುಕೊಟ್ಟರು. ಇಂಥದ್ದನ್ನು ಮಾಡಿ, ಅಂಥದ್ದನ್ನು ಮಾಡಬೇಡಿ ಅಂದರು. ಮತ್ತೆ ಬರಲು ಹೇಳಿದರು.

ದಿವಾಕರ ಥ್ಯಾಂಕ್ಸ್ ಹೇಳಿ ಎದ್ದು ಬಂದ. ಅವನೀಗ ಹಾಲಾಹಲವನ್ನು ನುಂಗಿದ್ದ. ಅದು ಅವನ ಆಳದಲ್ಲೆಲ್ಲೋ ಹೋಗಿ ಹುದುಗಿಕೊಂಡಿತು. ನಿಧಾನವಾಗಿ ನಂಜನ್ನು ಹರಡತೊಡಗಿತು.

ಅವನು ಆಫೀಸಿಗೆ ಬಂದು ಕುಳಿತ. ಅವನ ಮನಸ್ಸಿನಲ್ಲಿ ವೈದ್ಯರ ಅವೇ ಮಾತುಗಳು ಸಾವಿರ ಭರ್ಜಿಗಳಾಗಿ ಇರಿಯತೊಡಗಿವು. ಮೆನ್ಸ್ ರೂಮಿನಲ್ಲಿ

ಮೂತ್ರ ಮಾಡುವಾಗ ಕೈಲಿ ಹಿಡಿದ ಶಿಶ್ನದ ಕಡೆ ನೋಡಿಕೊಂಡವನಿಗೆ ಅದೊಂದು ಹೆಳವನಂತೆ ಕಾಣಿಸಿತು.

'ಹೌದು ನಾನೊಬ್ಬ ನಿಷ್ಪ್ರಯೋಜಕ' ಎನಿಸಿತು. ಪಕ್ಕದಲ್ಲಿದ್ದವನು ಅಕಸ್ಮಾತ್ ತನ್ನೆಡೆ ವ್ಯಂಗ್ಯವಾಗಿ ನೋಡಿದಂತೆ ಅನ್ನಿಸಿ ಗಾಬರಿಬಿದ್ದು ಅದನ್ನು ಒಳಗೆ ತುರುಕಿಕೊಂಡ. ಬಾಗಿಲ ಬಳಿಗೆ ಬರುವಾಗ ಅವನ ಕಲೀಗ್ ರೆಡ್ಡಿ ಒಳಗೆ ಬಂದ. ಅವನು ಕಾಣಲೇ ಇಲ್ಲ ಎನ್ನುವಂತೆ ದಿವಿ ಹೊರನಡೆದುಬಿಟ್ಟ. ಅವನಿಗೆ ಯಾರನ್ನು ಮಾತಾಡಿಸುವುದೂ ಬೇಕಿರಲಿಲ್ಲ. ದಿವಿಯನ್ನು ನೋಡಿ 'ಹಾಯ್' ಹೇಳಲು ಬಾಯ್ತೆರೆದ ರೆಡ್ಡಿ ನಿರ್ವಾಹವಿಲ್ಲದೆ ಮುಚ್ಚಿಕೊಂಡು, ಪ್ಯಾಂಟಿನ ಝಿಪ್ ತೆರೆದು ನಿಂತ.

ದಿವಾಕರ ಅಂದು ಅರೆ ಮನಸ್ಸಿನಿಂದ ಕೆಲಸ ಮುಗಿಸಿಕೊಂಡು ಮನೆಗೆ ಬಂದ.

"ತಲೆ ನೋವು ಗುಲಾಬಿ. ಒಂದಿಷ್ಟು ಮಲಗ್ತೀನಿ" ಎಂದವನು ಕಾಫಿಯನ್ನೂ ಕುಡಿಯದೆ ಮಲಗಿಬಿಟ್ಟ. ನಂತರ ತಲೆನೋವು ತಾನಾಗಿಯೇ ಬಂದಿತು! ಆಗ ನಿರ್ವಾಹವಿಲ್ಲದೆ ಎದ್ದು ಹೋಗಿ ಕಾಫಿ ಮಾಡಿಕೊಂಡು ಕುಡಿದ. ರಾತ್ರಿಯೆಲ್ಲ ನರಳಿದ. ಪಕ್ಕದಲ್ಲಿ ಸುಖವಾಗಿ ಮಲಗಿದ್ದ ಗುಲಾಬಿಯ ಕಡೆ ನೋಡಿದ.

ಮಕ್ಕಳಾಗಲಿಲ್ಲ ಎಂದು ಗುಲಾಬಿಯನ್ನು ವಿವಿಧ ಪರೀಕ್ಷೆಗೆ ಕಳಿಸಿದ್ದೆನಲ್ಲ ಎಂದು ಬೇಜಾರು ಮಾಡಿಕೊಂಡ. ಅವಳು ಸಂಪೂರ್ಣವಾಗಿ ಫಲವತಿ ಎಂದು ತಿಳಿದ ಮೇಲಷ್ಟೆ ಅವನ ವೀರ್ಯ ಪರೀಕ್ಷೆಗೆ ಸ್ಯಾಂಪಲ್ ಕೊಟ್ಟು ಬಂದಿದ್ದ. ಆವಳನ್ನು ಬಂಜೆ ಎಂದು ಶಂಕಿಸುವ ಪರೀಕ್ಷೆಗಳು ನಡೆಯುತ್ತಿದ್ದಾಗ ಗುಲಾಬಿ ಅದೆಷ್ಟು ನೊಂದುಕೊಂಡಿದ್ದಳೊ ಎಂದು ಪಶ್ಚಾತ್ತಾಪ ಪಟ್ಟ.

"ಅವಳಿಗೆ ಹೇಗೆ ಹೇಳುವುದು? ಹೇಳಿದರೆ ನನ್ನನ್ನೇ ಆರಾಧಿಸುವ ಗುಲಾಬಿ ತನ್ನನ್ನು ತಿರಸ್ಕರಿಸಬಹುದೇ?" ಎಂದು ಹೆದರಿದ. ಅವಳ ತಂದೆತಾಯಿ, ತನ್ನ ಅಪ್ಪಅಮ್ಮ ಜೊತೆಗೆ ಅಣ್ಣ, ಅವನ ಮಕ್ಕಳು ಎಲ್ಲರಿಗೂ ಈ ವಿಚಾರ ತಿಳಿದರೆ ಎನ್ನುವ ವಿಚಾರ ಬಂದಾಗ ಅವನ ಗಂಟಲೊಣಗಿತು. ಅತ್ತಿಗೆಯನ್ನು ಹೇಗೆ ಎದುರಿಸುವುದು ಎಂಬ ಅಧೈರ್ಯ ಮೂಡಿತು.

ಅರ್ಧರಾತ್ರಿಯ ವೇಳೆಗೆ ಇದು ತನಗೆ ಮತ್ತು ವೈದ್ಯರಿಗೆ ಮಾತ್ರ ತಿಳಿದಿರುವ ಸತ್ಯ ಎನ್ನುವ ಮನವರಿಕೆ ಬಂದಾಗ ಅವನಿಗೆ ಬಂಡೆಯೊಂದನ್ನು ಎದೆಯಿಂದ ಎತ್ತಿದಂತೆ ಹಗೂರವೆನಿಸಿತು. ಅವನು ಮಗ್ಗುಲು ಬದಲಿಸಿದ. 'ತೀರಾ ಅಗತ್ಯ ಬೀಳುವವರೆಗೆ, ಯಾರಿಗೂ ಹೇಳುವುದು ಬೇಡ' ಎಂದು ನಿರ್ಧರಿಸಿಕೊಂಡ. ಅದಾದ ಮೇಲೆ ಅವನಿಗೆ ನಿದ್ದೆ ಬಂತು.

3

ಬೆಳಿಗ್ಗೆ ಎದ್ದಾಗ ಅವನ ಮನಸ್ಸು ಮತ್ತೆ ಕದಡಿತು. ಗುಲಾಬಿಯನ್ನು ಎಂದೂ ಇಲ್ಲದಂತೆ ಮುದ್ದಾಡಿದ. ಅವಳು ಹೇಳಿದ ಕೆಲಸವನ್ನೆಲ್ಲ ಚಾಚೂ ತಪ್ಪದೆ ಮಾಡಿದ.

ಗುಲಾಬಿಗೆ ಖುಷಿಯಾಗಿ, ಎಂದಿನಂತೆ ಬಡ ಬಡಿಸಿ ಮಾತಾಡಿದಳು. ಕೈ ಹಿಡಿದು ಕರೆದುಕೊಂಡು ಹೋಗಿ ಡೇರೆ ಹೂವು ಮೊಗ್ಗು ಹಾಕಿದ್ದನ್ನು ತೋರಿಸಿದಳು. ಟೊಮ್ಯಾಟೊ ಗಿಡ ಹೂ ಹೊಡೆದಿದೆ ಎಂದಳು. ಮದುವೆಯಾದ ನಾಲ್ಕು ವರ್ಷಕ್ಕೆ ಕೊಂಡ ಹೊಸ ಮನೆಯ ಇಂಟೀರಿಯರ್ ಬಗ್ಗೆ ಯೋಜನೆಗಳನ್ನು ಮುಂದಿಟ್ಟಳು. ಗುಲಾಬಿ ಮಾತಾಡುವಾಗ ದಿವಾಕರ ಅವಳನ್ನೇ ನೋಡುತ್ತಿದ್ದ.

"ಇವತ್ತೇನು ದಿವಿ, ಹೊಸಾ ಥರ ನೋಡ್ತಿದ್ದೀಯಲ್ಲ" ಅಂತ ಗುಲಾಬಿ ಕಣ್ಣು ಹೊಡೆದಾಗ "ಹೋ... ಆಫೀಸಿಗೆ ಇವತ್ತು ಬೇಗ ಹೋಗಬೇಕು" ಅಂತ ಹೊರಗೋಡಿ ಬಂದ. ಮೆಚ್ಚಿ ಮದುವೆಯಾದ ಗುಲಾಬಿಯಿಂದ ಪಾರಾಗಬೇಕು ಎನ್ನುವಂತೆ, ಧಾವಂತದಲ್ಲಿ ಆಫೀಸನ್ನು ತಲುಪಿದ. ತಾನು ನಿಜವಾಗಿಯೂ ಷಂಡನಂತೆ ವರ್ತಿಸುತ್ತಿದ್ದೇನೆ ಎನ್ನಿಸಿ, ಅವನ ಮನಸ್ಸು ಕಹಿಯಾಯಿತು. ಸಂತಾನಹೀನತೆಗೆ ಗಂಡಸರ ಬಂಜೆತನ ಅರ್ಧಕ್ಕರ್ಧ ಕಾರಣವೆಂದು ತಿಳಿದು ಅವನಿಗೆ ಆಶ್ಚರ್ಯವೂ ಆಗಿತ್ತು.

ಎರಡು ಗಂಟೆ ಕೆಲಸ ಮಾಡುವ ವೇಳೆಗೆ ಅವನ ಮನಸ್ಸಿಗೆ ಜೋರಾಗಿ ಕಿರುಚಬೇಕೆನ್ನಿಸಿತು. ಉಸಿರಾಡಲು ಕಷ್ಟವಾಗಿ ಹೊರಗೆದ್ದುಬಂದ. ಹೊರಗಿದ್ದ ಕಂಬವೊಂದಕ್ಕೆ ಜೋರಾಗಿ. ಒದ್ದ. ಕಾಲಿಗೆ ನೋವಾಗಿ ಅವನ ಕರಿ ಶೂನ ಮೇಲೆ ಬಿಳಿ ಸುಣ್ಣದ ಬಣ್ಣ ಕಳಂಕದಂತೆ ಮೆತ್ತಿಕೊಂಡಿತು. ಪರೀಕ್ಷೆಯಲ್ಲಿ ಕಡಿಮೆ ಅಂಕ ಬಂದು ಅನುತ್ತೀರ್ಣನಾಗಿದ್ದರೂ ಪರವಾಗಿರಲಿಲ್ಲ ಆದರೆ ಸೊನ್ನೆ ತಗೊಂಡು ಫೇಲಾದ ವಿದ್ಯಾರ್ಥಿಯಂತೆ ಅವನ ದುಃಖ ನೂರ್ಮಡಿಸಿತು. ಈ ಸಮಸ್ಯೆಯನ್ನು ಪರಿಹರಿಸಿಕೊಳ್ಳಲು ರಿ-ಸಿಟ್‌ಗೆ ಅವಕಾಶವಿದೆಯೇ? ಆಗಲೂ ಫೇಲಾದರೆ ಎಂದು ಭಯವಾಯಿತು. ಬಿರ-ಬಿರನೆ ಇನ್ನೂ ಸ್ವಲ್ಪ ದೂರ ನಡೆದುಹೋದ. ಸರಕ್ಕನೆ ತಿರುಗಿ ಕಟ್ಟಡದ ಹಿಂಭಾಗದಲ್ಲಿ ಮರೆಯಾದ.

ಹೊಟ್ಟೆ ತೊಳಸಿ ಬಂದಂತಾಗಿ ವಾಂತಿ ಮಾಡುವಂತೆ ಬಗ್ಗಿ ನಿಂತ. ನನಗೇ ಯಾಕೆ ಹೀಗಾಯಿತು? ಏನು ತಪ್ಪು ಮಾಡಿದ್ದೆ? ಯಾಕೆ ದೇವರೇ? ವೈ...? ಎನ್ನುವ ಪ್ರಶ್ನೆಗಳು ಮೂಡಿ ಅಳು ನುಗ್ಗಿ ಬಂತು. ಸದ್ದೇ ಮಾಡದಂತೆ ಅತ್ತು ಕಣ್ಣನ್ನು ಒರೆಸಿಕೊಂಡ.

ಆ ವೈದ್ಯರು "ಶೇಕಡಾ ಐವತ್ತು ಬಂಜೆತನ ಗಂಡಸರಿಂದಲೇ" ಅಂದಿದ್ದರು. "ಆ ಬಂಜೆ ಗಂಡಸರಲ್ಲಿ ನಾನು ಕೊನೇ ಹತ್ತರ ಲೆಕ್ಕದವ. ಅಂದರೆ ವೀರ್ಯಾಣುಗಳೇ ಇಲ್ಲದವನು. ತೀರಾ ಹೋಪ್ಲೆಸ್ ನನ್ಮಗ" ಅಂತ ಸ್ವನಿಂದನೆ ಮಾಡಿಕೊಳ್ಳತೊಡಗಿದ.

ಸ್ವಲ್ಪ ಹೊತ್ತಿನ ನಂತರ ಅವನು ಆಫೀಸಿಗೆ ಹಿಂತಿರುಗಿದ. ಅವನ ಮುಖವನ್ನು ನೋಡಿದ ಕೆಲವರು "ಸರ್ ಹುಶಾರಾ?" ಎಂದು ಕೇಳಿದರು, "ಆರಾಮು" ಎಂದವನ ಧ್ವನಿಯಲ್ಲಿ ಶಕ್ತಿಯಿರಲಿಲ್ಲ. "ಕಣ್ಣೆಲ್ಲ ಕೆಂಪಗಾಗಿವೆ. ಬೇಕಾದ್ರೆ ಮನೆಗೆ ಹೋಗಿ ಸಾರ್" ಎಂದವರಿಗೆ "ಏ... ಏನಿಲ್ಲ, ಆರಾಮಾಗಿದ್ದೀನಿ. ಒಂಚೂರು ನೆಗಡಿ ಅಷ್ಟೇ" ಎಂದು ಕಣ್ಣೊರೆಸಿಕೊಂಡ. "ಗಂಡಸರು ಅಳಬಾರದಲ್ಲವೇ?" ಎಂದು ಮೂಗೆಳೆದುಕೊಂಡು ಕಣ್ಣೀರನ್ನು ಹಾಗೇ ನುಂಗಿಕೊಂಡ. ಎಂದಿಗಿಂತಲೂ ಹೆಚ್ಚು ಕಾಲ ಇದ್ದು ಕೆಲಸಮಾಡಿದ. ಈ ಸ್ಥಿತಿಯಲ್ಲಿ ಗುಲಾಬಿ ಅವನನ್ನು ನೋಡುವುದು ದಿವಾಕರನಿಗೆ ಇಷ್ಟವಿರಲಿಲ್ಲ.

4

ಸಾಯಂಕಾಲ ಆರು ಗಂಟೆಯ ವೇಳೆಗೆ ಆಫೀಸಿನಲ್ಲಿ ಅವನೊಬ್ಬನೇ ಆದಾಗ ಅವನಿಗೆ ನಿರಾಳವೆನಿಸಿತು. ಮನಸ್ಸು ಏಕಪಾತ್ರಾಭಿನಯಕ್ಕೆ ಶುರುವಿಟ್ಟುಕೊಂಡಿತು.

ತನ್ನನ್ನು ಬಿಟ್ಟರೆ ಆ ವೈದ್ಯರಿಗೆ ಮಾತ್ರ ಗೊತ್ತಿದ್ದ ಸತ್ಯ ಅದಾದ್ದರಿಂದ ದಿವಾಕರನ ಕೋಪ ವೈದ್ಯರ ಮೇಲೆ ತಿರುಗಿತು.

"ಬಡ್ಡೀಮಗ, ಹೇಗೆ ಮುಖಕ್ಕೆ ಹೊಡಿಯೋ ಥರ ರಿಸಲ್ಟ್ ಹೇಳಿದ. ಅದನ್ನೇ ಒಬ್ಬ ಹೆಂಗಸಿಗೆ ಹೇಳುವುದಾಗಿದ್ದರೆ ಹೀಗೇ ಹೇಳುತ್ತಿದ್ದನಾ? ಗಂಡಸರು ಅಂದರೆ ಈ ಗಂಡಸರಿಗೆ ಅದೆಷ್ಟು ಸದರ! ನಮಗೇನು ಭಾವನೆಗಳೇ ಇರುವುದಿಲ್ಲವಾ? ತಿಂದು ಕೊಬ್ಬು ಅವನಿಗೆ" ಅಂತ ಹಲ್ಲು ಕಡಿದ.

"ಜಗತ್ತಿನಲ್ಲಿ ಎಂತೆಂಥವರೆಲ್ಲ ಇದ್ದಾರೆ. ಕೊಲೆಗಡುಕರಿದ್ದಾರೆ, ಭಯೋತ್ಪಾದಕರಿದ್ದಾರೆ, ಕಂಡವರನ್ನೆಲ್ಲ ದೋಚುವವರಿದ್ದಾರೆ, ಅಷ್ಟಕ್ಕೂ ಇದರಲ್ಲಿ ನಾನು ಮಾಡಿದ ತಪ್ಪೇನಿದೆ? ನನಗೆ ತಾನೇ ಈ ಬಗ್ಗೆ ಗೊತ್ತಿತ್ತಾ? ಗೊತ್ತಿದ್ದಿದ್ದರೆ ಮದುವೆನೇ ಆಗ್ತಿರಲಿಲ್ಲ. ಮಕ್ಕಳ ಬಗ್ಗೆ ಕನಸೂ ಕಾಣ್ತಿರಲಿಲ್ಲ" ಅಂತ ದುಃಖ ಪಟ್ಟುಕೊಂಡ. 'ಬಂಜೆ' ಎಂದಾಗ ಹೆಂಗಸೊಬ್ಬಳಿಗೆ ಅದೆಷ್ಟು ದುಃಖವಾಗಬಹುದು ಎನ್ನುವ ವಿಚಾರ ಅವನ ಅರಿವಿಗೆ ಸಿಕ್ಕಿತ್ತು.

"ಏನೂ ದೋಷವಿಲ್ಲವಂತೆ, ನಿಧಾನವಾಗಿ ಮಕ್ಕಳಾಗುತ್ತವೆ ಅಂತ ವೈದ್ಯರು ಹೇಳಿದ್ರು" ಅಂತ ಗುಲಾಬಿಗೆ ಹೇಳಿದರೆ ಅವಳಿಗೂ ಸಮಾಧಾನವಾಗುತ್ತದೆ ಎಂದುಕೊಂಡ.

"ಆಮೇಲೇನ್ಮಾಡ್ತೀಯ?" ಅಂತ ಮನಸ್ಸಾಕ್ಷಿ ಕೇಳಿತು. ಅವನ ಬಳಿ ಉತ್ತರವಿರಲಿಲ್ಲ.

"ಒಂದಿಷ್ಟಾದರೂ ವೀರ್ಯಾಣುಗಳಿದ್ದಿದ್ದರೆ ಅವನ್ನು ತೆಗೆದು, ಗುಲಾಬಿಯ ಗರ್ಭಕ್ಕೆ ಚುಚ್ಚಿ ಮಗುವನ್ನು ಬೆಳೆಸಬಹುದಿತ್ತು. ವೀರ್ಯವೇ ಇಲ್ಲವೆಂದರೆ, ಬೇರೊಬ್ಬರ ವೀರ್ಯವನ್ನು..." ಅವನಿಗೆ ತಡೆಯಲಾಗಲಿಲ್ಲ. ಈ ಯೋಚನೆಗಳನ್ನು ಅವನು ಬೇರೆಡೆ ತಿರುಗಿಸಬೇಕಿತ್ತು.

"ರೆಡಿಯಾಗಿರು ಗುಲಾಬಿ" ಅಂತ ಆಫೀಸಿನಿಂದಲೇ ಫೋನ್ ಮಾಡಿ ಮನೆಗೆ ಹೋದವನು ಅವಳನ್ನು ಸಿನಿಮಾಗೆ ಕರೆದುಕೊಂಡು ಹೋದ. ಆ ಕತ್ತಲೆಯಲ್ಲಿ ಸಣ್ಣಗೆ ದುಃಖಿಸಿದ. ಸಿನಿಮಾದ ಯಾವ ಘಟನೆಗಳೂ ಮನಸ್ಸಿಗೆ ಸರಿಯೆನಿಸಲಿಲ್ಲ. ಅದರ ನಾಯಕ-ನಾಯಕಿಯ ಪ್ರೀತಿಯೆಲ್ಲ ಬರೀ ವ್ಯರ್ಥ. 'ಮುಂದೆ ಅವರಿಗೆ ಏನೆಲ್ಲ ಕಾದಿದೆಯೋ?' ಅಂತ ಸುಮ್ಮ ಸುಮ್ಮನೆ ಕಲ್ಪಿಸಿ ಮರುಗಿದ. ಸಿನಿಮಾದ ಸುಖಾಂತ್ಯ ಅವನಿಗೆ ಸರಿ ಬರಲಿಲ್ಲ.

ಅವನ ದುಃಖವನ್ನು ಯಾರೂ ಅರ್ಥ ಮಾಡಿಕೊಳ್ಳುತ್ತಿಲ್ಲ ಅನ್ನಿಸಿ ಅವನಿಗೆ ಒಂಟಿತನ ಕಾಡಿತು. 'ಭವಿಷ್ಯದಲ್ಲಿ ಗುಲಾಬಿ ತನ್ನ ಕೈಯಿಂದ ಜಾರಿ, ಬೇರೆಯವನ ಪಾಲಾಗಿ ಹೋಗುತ್ತಾಳೆ' ಎಂಬ ಕಾಲ್ಪನಿಕ ಭಯ ಅವನನ್ನು ತನ್ನ ಮುಷ್ಟಿಯಲ್ಲಿ ಹಿಡಿದಷ್ಟೇ ಭದ್ರವಾಗಿ ಅವನು ಗುಲಾಬಿಯ ಕೈಯನ್ನು ಹಿಡಿದು ನಡೆದ. ಗುಲಾಬಿ ಇನ್ನಷ್ಟು ಖುಷಿಯಿಂದ ಅವನಿಗೆ ತಾಗಿ ಸಾಗಿದಳು.

5

ವಾರಗಳು ಕಳೆದು ತಿಂಗಳಾದವು. ವೈದ್ಯರು ಕೈಚೆಲ್ಲಿದ್ದರು. ಅದೇ ಮಗುವಿನ ಕನಸ್ಸು ಮರುಕಳಿಸಿ ಬಿದ್ದು ಅವನು ಮತ್ತಷ್ಟು ಕಂಗೆಟ್ಟ.

ಎಂದಿನಂತೆ ಅವತ್ತು ಆಫೀಸಿಗೆ ಹೋಗಿದ್ದ. ಕಾಫಿ ಸಮಯಕ್ಕೆ ಎಲ್ಲರೂ ಕ್ಯಾಂಟೀನಿಗೆ ಹೊರಟರು. ಅವನ ಟೇಬಲ್ಲಿನಲ್ಲಿ ಅವನದೇ ವಯಸ್ಸಿನ ಇನ್ನೂ ಮೂವರಿದ್ದರು. ಅವರಿಗೆಲ್ಲ ಮಕ್ಕಳಿದ್ದರು. 'ಇವರಿಗೆಲ್ಲ ಇರುವ ಸಂತಾನ ಶಕ್ತಿ, ನನಗೆ ಮಾತ್ರ ಇಲ್ಲ' ಎನ್ನುವ ವಿಚಾರ ಅವನನ್ನು ಕುಟುಕಿತು.

"ಈ ಪ್ರಪಂಚದಲ್ಲಿ ಜೀವ ಇರೋವೆಲ್ಲ ಸಂತಾನೋತ್ಪತ್ತಿಗೆ ಅಂತಲೇ ಬದುಕುತ್ತವೆ, ತಾನು ಮಾತ್ರ ಪ್ರಯೋಜನಕ್ಕೆ ಬಾರದವನು" ಎನ್ನಿಸಿ ಅಲ್ಲಿ

ಕೂತಿದ್ದವರ ಮೇಲೆಲ್ಲ ಈರ್ಷ್ಯೆಯಾಯಿತು. ಪ್ರಾಣಿಗಳಿಗಿರುವ ಅದೇ ಮೂಲ ಸ್ಪರ್ಧಾತ್ಮಕ ಸ್ವಭಾವ ಅವನಲ್ಲಿ ರೋಷ ಹುಟ್ಟಿಸಿತು. ಅವರು ತಮ್ಮ ಮಕ್ಕಳ ಬಗ್ಗೆ ಮಾತಾಡಲು ಶುರು ಮಾಡಿದ ಕೂಡಲೇ ಅವನು ತಡೆಯದಾದ.

ಸರಕ್ಕನೆದ್ದು "ಸಿಗ್ತೀನಿ" ಅಂತ ಹೇಳಿ ಆಫೀಸಿಗೆ ಹಿಂತಿರುಗಿದ. ಅಝೂಸ್ಪರ್ಮಿಯ ಅನ್ನುವ ಪದವನ್ನು ಗೂಗಲ್ಲಿಗೆ ಹಾಕಿ ಅದಕ್ಕೆ ಚಿಕಿತ್ಸೆ ನೀಡುವ ವೈದ್ಯರು ಎಲ್ಲಾದರೂ ಇದ್ದಾರಾ? ಅಂತ ಹುಡುಕತೊಡಗಿದ.

ಅವತ್ತು ಮಧ್ಯಾಹ್ನ ಹೇಗೆ ಕಳೆಯಿತು ಎನ್ನುವುದು ಅವನ ಅರಿವಿಗೇ ಬರಲಿಲ್ಲ. ಸಂಜೆಯ ವೇಳೆಗೆ ಮೂವತ್ತು ವರ್ಷಗಳಿಂದ ಇದೇ ವಿಚಾರದಲ್ಲಿ ರಿಸರ್ಚ್ ಮಾಡುತ್ತಿದ್ದ ಫಾಲಾಕ್ಷ ಭಿಡೆ ಎನ್ನುವ ವೈದ್ಯರ ವಿಳಾಸ ಅವನಿಗೆ ಸಿಕ್ಕಿತ್ತು. ಆದರೆ, ಅವರು ಮುಂಬೈನಲ್ಲಿದ್ದರು. ಅವರ ಫೀ ಅಲ್ಲಿನ ಗಗನ ಚುಂಬಿ ಕಟ್ಟಡಗಳಂತೆಯೇ ಎತ್ತರಕ್ಕಿತ್ತು. ಅಝೂಸ್ಪರ್ಮಿಯ ಇರುವವರಿಗೆ ಮಕ್ಕಳು ಹುಟ್ಟುವ ಸಾಧ್ಯತೆ 'ಒಂದು ಮಾಯಾ ಜಿಂಕೆಯನ್ನು ಹಿಡಿವಷ್ಟೇ ಕಠಿಣ, ಆದರೆ ಪ್ರಯತ್ನಿಸಬಹುದು' ಎಂದು ಹಾಕಿಕೊಂಡಿದ್ದರು.

'ಪ್ರಾಣ ಕಳೆದುಕೊಳ್ಳಬೇಕು ಅಥವಾ ಜೀವವೊಂದನ್ನು ಹುಟ್ಟಿಸಬೇಕು' ಎಂದು ನಿರ್ಧರಿಸಿದ ದಿನ ದಿವಾಕರ ಆ ಮಾಯಾ ಜಿಂಕೆಯ ಬೇಟೆಗೆ ಹೊರಟ.

6

ದಿವಾಕರನಿಗೆ ಪ್ರತಿ ದಿನ ಬೀಳುವ ಅದೇ ಕನಸನ್ನು ವೈದ್ಯರು ಆಸಕ್ತಿಯಿಂದ ಕೇಳಿದರು. ಅವನ ಬಾಲ್ಯದ ಬಗ್ಗೆ ಹೇಳೆಂದರು.

ಆ ಒತ್ತಡದಲ್ಲಿ ಅವನಿಗೆ ಬಂದ ನೆನಪುಗಳು ಅವನನ್ನೇ ದಂಗು ಬಡಿಸಿದವು. ಅವನಿಗೆ ಎಂಟು ವರ್ಷಗಳಿದ್ದಾಗ ಕೆಳಗಿಳಿಯದ ಒಂದು ವೃಷಣವನ್ನು ಸರಿಮಾಡಲು ಅವನಿಗೆ ಆಪರೇಶನ್ ಆಗಿತ್ತು. ಆದರೆ ಅದರಿಂದ ಇನ್ನಾವ ತೊಂದರೆಯೂ ಆಗಿರಲಿಲ್ಲ. ಅದಕ್ಕೆಂದೇ ಅವನ ಆ ನೆನಪು ಹಿಂದಕ್ಕೆ ಸರಿದುಬಿಟ್ಟಿತ್ತು.

ವೈದ್ಯರು ಅವನ ಶಾಲೆಯ ಚಟುವಟಿಕೆಗಳ ಬಗ್ಗೆ ಹೇಳು ಎಂದರು.

ದಿವಾಕರ ಮುಗಿಲಿನ ಆಕಾರಗಳನ್ನು ಕುರಿತು ಅವನು ಬರೆಯುತ್ತಿದ್ದ ಕಲ್ಪನೆಗಳ ಬಗ್ಗೆ ಹೇಳಿದ. ತನ್ನ ಶಾಲೆಯ ಚಿತ್ರಣ, ಅವನು ಓದಿನಲ್ಲಿ ಮುಂದಿದ್ದುದು, ಆಟೋಟದಲ್ಲಿ ಹಿಂದಿದ್ದುದು, ಕಬ್ಬಡಿ ಆಡುವುದನ್ನು ತಪ್ಪಿಪಿಸಿಕೊಳ್ಳಲು ಹೊಟ್ಟೆ ನೋವನ್ನು ಬರಿಸಿಕೊಂಡು ಸುಳ್ಳೇ ಹೇಳುತ್ತಿದ್ದುದ್ದನ್ನೆಲ್ಲ

ನೆನೆದು ನಕ್ಕ. ಅವನನ್ನು ತಳ್ಳಾಡಿ–ನುಗ್ಗಾಡಿ ಆಟವಾಡುತ್ತಿದ್ದ ಅವನ ಗೆಳೆಯರನ್ನು ನೆನೆದು ಕೋಪಗೊಂಡ. ತಾನು ಏರೋಪ್ಲೇನ್ ಮಾಡೆಲ್ ಮಾಡಿ ಪೈಲಟ್ ಆಗುವ ಕನಸನ್ನು ಕಾಣುತ್ತಿದ್ದುದರ ಬಗ್ಗೆ ಹೇಳಿದ. ಶಾಲೆಯ ಕಾಂಪೌಂಡಿನ ಮೇಲೆ ಕುಳಿತು ಹುಡುಗಿಯರನ್ನು ಚುಡಾಯಿಸುತ್ತಿದ್ದುದನ್ನು ಹೇಳಿದ.

ಅವನು ಹೇಳುತ್ತಿದ್ದ ವಿಚಾರಕ್ಕಿಂತ ಅವನು ಆ ವಿಚಾರಗಳನ್ನು ಹೇಳುತ್ತಿದ್ದ ಬಗೆಯನ್ನು ಡಾ. ಭಿಡೆ ಗಮನವಿಟ್ಟು ದಾಖಲಿಸಿಕೊಳ್ಳುತ್ತಿದ್ದರು. ಅವನು ಕೊಡುತ್ತಿದ್ದ ಚಿತ್ರಣಗಳು ಎಂತಹ ಒಳ್ಳೆಯ ವಿವರಗಳನ್ನು ಒಳಗೊಂಡಿದೆ ಎಂದು ಅವರು ಮೆಚ್ಚಿಕೊಂಡರು. ಅವನ ಪಿಕ್ಟೊಗ್ರಾಫಿಕ್ ಮೆಮರಿ ಹುಡುಗಿಯರಿಗಿಂತ ಚುರುಕಿನದು ಎಂದರು.

ಇದಾದ ನಂತರ "ನಿಮ್ಮದೊಂದು ಜೆನೆಟಿಕ್ ಮ್ಯಾಪಿಂಗ್ ಮಾಡ್ತೇನೆ ದಿವಾಕರ್" ಎಂದು ಹೇಳಿದಾಗ, ಅವನಿಗೆ ವೈದ್ಯರು ಅವನ ಶಿಶ್ನ ಮತ್ತು ವೃಷಣಗಳನ್ನು ಹಿಡಿದು ಪರೀಕ್ಷಿಸಿದಾಗಿಗಿಂತ ಹೆಚ್ಚು ಭಯವಾಯಿತು.

ಆಫೀಸಿನ ಕೆಲಸದ ಸಲುವಾಗಿ ಕೆಲ ದಿನಗಳ ಕಾಲ ಮುಂಬೈಗೆ ಹೋಗಿ ಬರುತ್ತೇನೆಂದು ಗುಲಾಬಿಗೆ ಹೇಳಿ ಬಂದಿದ್ದ ದಿವಾಕರ, ಮುಂಬೈ ವೈದ್ಯರ ಭೇಟಿಯ ವಿಚಾರವನ್ನು ಸಂಪೂರ್ಣವಾಗಿ ಗುಪ್ತವಾಗಿಟ್ಟಿದ್ದ. ಆ ಆತಂಕದ ಜೊತೆಗೆ, ಈ ಪರೀಕ್ಷೆಯಲ್ಲಿಯೂ ತಾನು ಸೊನ್ನೆಯಾದರೆ ಎಂಬ ಭಯ ಶುರುವಾದಕೂಡಲೆ ಅದರಿಂದ ತಪ್ಪಿಸಿಕೊಳ್ಳಬೇಕೆನಿಸಿದರೂ, ಅವನು ಮೌನವಾಗಿ ತಲೆಯಾಡಿಸಿದ.

7

ಅವನ ರಿಸಲ್ಟ್ ಬಂದಿದೆ ಎಂದು ವೈದ್ಯರು ಕರೆ ಮಾಡಿದಾಗ ಅವನು ಭಯದಿಂದಲೇ ಹೋಗಿ ಕುಳಿತ.

ವೈದ್ಯರು "ನೀವು ಎಕ್ಸ್, ಎಕ್ಸ್ ವೈ ಇದ್ದೀರಿ" ಎಂದಾಗ ಅವನಿಗದು ಅರ್ಥವಾಗಲಿಲ್ಲ.

ಡಾಕ್ಟರ್ ಮುಂದುವರೆಸಿ "ಹೆಂಗಸರಲ್ಲಿ, ಎಕ್ಸ್–ಎಕ್ಸ್ ವರ್ಣತಂತು, ಗಂಡಸರಲ್ಲಿ ಎಕ್ಸ್–ವೈ ಎನ್ನುವ ವರ್ಣತಂತುಗಳು ಇರುತ್ತವೆ. ಆದರೆ ನಿಮ್ಮಲ್ಲಿ ಒಂದು ಎಕ್ಸ್ ಜಾಸ್ತಿ ಇದೆ" ಎಂದು ವಿವರಿಸಿದರು.

ಅವನು ಶಾಲೆಯಲ್ಲಿ ಬೇರೆ ಹುಡುಗರಂತೆ ಆಡಲು ಆಗದಿದ್ದುದಕ್ಕೆ ಅವನಲ್ಲಿ ಗಂಡು ಮಕ್ಕಳಲ್ಲಿ ಇರಬೇಕಾದ ಟೆಸ್ಟೋಸ್ಟೀರಾನ್ ಹಾರ್ಮೋನು ಕಡಿಮೆ ಇದ್ದುದೇ ಕಾರಣ ಎಂತಲೂ ವಿವರಿಸಿದರು. ಬಾಲ್ಯದ ಅವನ ಕರಾರುವಕ್ಕಾದ ಚಿತ್ರಣಗಳು ಹೆಂಗಸರಷ್ಟೇ ಶಕ್ತವಾಗಿದ್ದ ಬಗ್ಗೆ ನೆನಪಿಸಿದರು.

"ನಾನು ಗಂಡಸು ತಾನೇ?" ಎಂದು ದಿವಾಕರ ಆತಂಕದಿಂದ ಕೇಳಿದ. ಯಾಕೆಂದರೆ ತಾನು ಹೆಣ್ಣು ಎಂದು ಅವನಿಗೆಂದೂ ಅನ್ನಿಸಿರಲಿಲ್ಲ.

"ಖಂಡಿತ... ಈ ಬಗೆಯ ನಕ್ಷೆ ಇರೋದು ಸಾವಿರದಲ್ಲೊಬ್ಬರಿಗೆ. ಅಂದರೆ ಬಹಳ ಕಾಮನ್ ವಿಚಾರ. ಇಂಟೆರೆಸ್ಟಿಂಗ್ ಅಂದರೆ ಇದು ನಿಮ್ಮ ಬಂಜೆತನಕ್ಕೆ ಕಾರಣವಲ್ಲ. ನಿಮ್ಮಲ್ಲಿ ಹಾರ್ಮೋನಿನ ಕೊರತೆಯಿಂದಾಗಿ ವೀರ್ಯಾಣುಗಳು ಉತ್ಪತ್ತಿಯಾಗುತ್ತಿಲ್ಲ" ಎಂದು ವಿವರಿಸಿದರು.

"ಡಾಕ್ಟರ್... ಹಾಗಾದರೆ ನನಗೆ ಮಕ್ಕಳನ್ನು ಹುಟ್ಟಿಸುವ ಶಕ್ತಿ...?"

ಫಾಲಾಕ್ಷ ನಿಧಾನಕ್ಕೆ ಯೋಚಿಸಿ. "ಒಂದು ದಾರಿಯಿದೆ. ಆದರೆ ಯಾರೋ ಒಬ್ಬರಿಗೆ ಮಾತ್ರ ಅದು ಫಲಿಸಬಹುದು" ಎಂದರು.

ದಿವಾಕರ ಮೈಯೆಲ್ಲ ಕಿವಿಯಾದ. ಅವರು ಹೇಳಿದ್ದಕ್ಕೆಲ್ಲ "ಆಗಲಿ" ಎಂದ. ಅವತ್ತು ಅವನು ಹೋಟೆಲಿಗೆ ಎದ್ದು ಬಂದಾಗ ಅವನ ಮನಸ್ಸು ಹಕ್ಕಿಯಂತೆ ಹಗುರಾಗಿತ್ತು.

ವೀರ್ಯಾಣುಗಳನ್ನು ಮತ್ತೆ ಉತ್ಪತ್ತಿಯಾಗುವಂತೆ ಮಾಡಿ ಗಂಡಸಿನ ಬಂಜೆತನವನ್ನು ಸರಿ ಪಡಿಸುವ ಸಾಧ್ಯತೆ ಬಹಳ ಕಡಿಮೆ ಅಥವಾ ಇಲ್ಲವೆನ್ನಬಹುದು ಎಂದು ಅವರು ಹಾಕಿಕೊಂಡಿದ್ದರೂ ಮುಂಬೈಗೆ ಬಂದ ಅವನ ಧೈರ್ಯದ ಬಗ್ಗೆ ಅವನಿಗೆ ಖುಷಿಯಾಯಿತು. ಮಗುವಿಗಾಗಿ ತನ್ನಂತೆ ಇಷ್ಟೊಂದು ಹಂಬಲಿಸುವುದು ಹೆಂಗಸರು ಮಾತ್ರ ಅಂತ ಸಮಾಜ ಏಕಮುಖವಾಗಿ ಯೋಚಿಸುವುದು ಎಷ್ಟು ಸುಳ್ಳು ಎಂದುಕೊಂಡ.

ಆ ಹೊಸ ಊರಿನ, ಹೊಸ ಹೋಟೆಲಿನಲ್ಲಿ ಯಾರ ಬಳಿ ಏನನ್ನೂ ಹೇಳಿಕೊಳ್ಳಲಾಗದೆ ಒಂಟಿತನದಲ್ಲಿ ಒದ್ದಾಡಿದ. "ಹೆಂಗಸೇ ಆಗಿದ್ದಿದ್ದರೆ ಎಲ್ಲವನ್ನೂ ಹೊರಹಾಕಿ ಎದೆ ಬಿರಿಯುವಷ್ಟು ಅತ್ತು, ತನ್ನ ವಿಧಿಯನ್ನು ಹಳಿದುಕೊಂಡು, ಇನ್ನೊಬ್ಬರ ಮರುಕದಲ್ಲಿ ಅರ್ಧ ಹಗುರಾಗಿರುತ್ತಿದ್ದಳೇನೋ?" ಎಂದುಕೊಂಡ. ಸಮಾಜದ ನಿರೀಕ್ಷೆ, ಕಟ್ಟುಪಾಡುಗಳ ಪ್ರಕಾರ 'ಗಂಡಸು' ಎಂದರೆ ಎಲ್ಲವನ್ನೂ ಅಂತರ್ಗತ ಮಾಡಿಕೊಳ್ಳಬೇಕು, ಎಲ್ಲರ ಕಷ್ಟಗಳಿಗೂ ಪರಿಹಾರ ಹುಡುಕಿಕೊಡಬೇಕು. ಕಷ್ಟಗಳಲ್ಲಿ ಭಯ ಬೀಳದೆ, ಅಳದೆ, ದುಃಖವನ್ನು ತೋರಿಸಿಕೊಳ್ಳದೆ ಇರಬೇಕು"–ಎನ್ನುವ ನಿರೀಕ್ಷೆ ಎಷ್ಟು ಹೃದಯಹೀನ ಎಂದು ಅವನಿಗೆ ಬೇಸರವಾಯಿತು. ಅದಕ್ಕೇ ಇರಬೇಕು ಅಷ್ಟೊಂದು ಜನ ಗಂಡಸರು, ಖಿನ್ನರಾಗಿ ಆತ್ಮಹತ್ಯೆ ಮಾಡಿಕೊಳ್ಳುವುದು ಅನ್ನಿಸಿತು.

ಅವನು ಬೋರಲಾಗಿ ಮಲಗಿ, ತಲೆಗೆ ಹೊದಿಕೆ ಹೊದ್ದು ಜೋರಾಗಿ ರೋದಿಸಿದ. ಒಂದು ಗಂಟೆಯ ನಂತರ ಮನಸ್ಸು ಹಗುರೆನಿಸಿತು.

8

ಅರಿವಳಿಕೆ ಕೊಟ್ಟ ಬಳಿಕ ಪ್ರತಿ ವೃಷಣಕ್ಕೂ ಹಾದಿನಾರು ಸೂಜಿಗಳನ್ನು ಚುಚ್ಚಲಾಯಿತು. ಅಲ್ಲಿದ್ದ ದ್ರವವನ್ನು ಹೀರಿ, ಎಲ್ಲಿಯಾದರೂ ವೀರ್ಯಾಣುಗಳು ಇರಬಹುದೇ?–ಎಂದು ಹುಡುಕುತ್ತಿದ್ದೇವೆ ಎಂದು ವೈದ್ಯರು ಹೇಳಿದಾಗ ದಿವಾಕರ ತನ್ನ ವೃಷಣಗಳನ್ನು ಮುಟ್ಟಿನೋಡಿಕೊಂಡ. ಅವು ನೋಯುತ್ತಿದ್ದವು.

ಈ ಪರೀಕ್ಷೆಯಲ್ಲಿ ಯಾರೊಬ್ಬರಿಗೋ ವೀರ್ಯಾಣುಗಳು ಸಿಗುವುದು. ಹಾಗೆ ಸಿಗುವುದು ಬಹಳ ಅಪರೂಪ. ಸಿಕ್ಕರೂ ಅವು ಗುಣಮಟ್ಟದವಾಗಿರಬೇಕು. ಆಗ ಹಾರ್ಮೋನುಗಳ ಒಂದು ಕಾಕ್ ಟೇಲನ್ನು ನೀಡಿ ವೀರ್ಯಾಣುಗಳ ಮರು ಉತ್ಪತ್ತಿಗೆ ಪ್ರಯತ್ನಿಸಬಹುದು ಎಂದು ವಿವರಿಸಿದ್ದರು. ಇದೆಲ್ಲ ಬಹಳ ದೂರದ ಪಯಣ. ಈ ಚಿಕಿತ್ಸೆ ಮಾಡಿಸಿಕೊಳ್ಳುವ ಸಾವಿರಕ್ಕೊಬ್ಬರಲ್ಲಿ ಇದು ಫಲಿಸಬಹುದು ಅಷ್ಟೆ ಎಂದು ಹೇಳಿ ಅವನ ನಿರೀಕ್ಷೆಯನ್ನು ಕಡಿಮೆ ಮಾಡಿದ್ದರು.

ಮತ್ತೊಂದು ಪರೀಕ್ಷೆ, ಮಗದೊಂದು ಪ್ರತೀಕ್ಷೆ, ಇನ್ನೊಂದು ಫಲಿತಾಂಶದ ನಿರೀಕ್ಷೆ ಎಂದು ಪ್ರಾಸಗಳನ್ನು ಕೂಡಿಸಿ ದಿನ ಕಳೆಯುತ್ತಿರುವಾಗಲೇ ನಿರೀಕ್ಷಿಸುತ್ತಿದ್ದ ಆ ಕರೆ ಬಂದಿತು.

"ದಿವಾಕರ್, ನೀವು ಆ ಸಾವಿರಗಳಲ್ಲಿ ಒಬ್ಬರು" ಎಂದು ವೈದ್ಯರು ನಕ್ಕರು.

ದಿವಾಕರ ಎಲ್ಲ ಸಂಕೋಚಗಳನ್ನು ಮರೆತು ಥೇಟ್ ಹೆಂಗಸಿನಂತೆಯೇ ಜೋರಾಗಿ ಅತ್ತುಬಿಟ್ಟ.

ವರ್ತುಲ

ಸುತ್ತಲೂ ಎಳೆ ಎಳೆಯಾಗಿ ಸುತ್ತಿಕೊಂಡಿದ್ದ ಗೂಡಿನಿಂದ ಹೊರಬೀಳುವ ಚಿಟ್ಟೆಯಂತೆ ದೃಷ್ಟಿ ಹೊರಳಿಸಿದ ಅವನು ನಿಧಾನವಾಗಿ ರೂಮಿನಿಂದ ತಲೆಯನ್ನು ಹೊರಹಾಕಿದ. ಕ್ಷಣಾರ್ಧದಲ್ಲಿ ಹತ್ತಿಳಿಸಬಲ್ಲ ಲಿಫ್ಟ್ ಬಳಸದೆ, ಹಾವಿನಂತೆ ಸುತ್ತಿ ಸುತ್ತಿ ಇಳಿದ ಮೂರಂತಸ್ತಿನ ಮಹಡಿಯ ಮೆಟ್ಟಿಲುಗಳನ್ನು ಯಾವುದೋ ಧ್ಯಾನದಲ್ಲಿದ್ದಂತೆ ಇಳಿದ. ಸೆಕ್ಯೂರಿಟಿಯಲ್ಲಿ ಹಾಗೆ ಮುಖ ತೋರಿಸಿ, ಗೇಟನ್ನು ದಾಟಿ ಹೊರಬಿದ್ದಾಗ ಅವನ ರೂಪ ಬದಲಾಗಿತ್ತು.

ಅವನೇ ಹೊಸದಾಗಿ ಹೊಸೆದು ತೊಟ್ಟ ಹುಮ್ಮಸ್ಸು, ಹೊರಗಿನ ಬೆಳಕಿನ ಆಹ್ಲಾದಕ್ಕೆ ಅರೆ ಬಿರಿತು ಅರಳುತ್ತಿದ್ದ ಕನಸುಗಳಿಗೆ ರೆಕ್ಕೆಜೋಡಿಸಿ ಅವನನ್ನು ಹೊತ್ತೊಯ್ಯುತ್ತಿದ್ದ ಗಮ್ಯ ಯಾವುದೆಂದೇ ಅವನಿಗೆ ತಿಳಿದಿರಲಿಲ್ಲ. ಕೆಲವೊಮ್ಮೆ ತಿಳಿದಿಲ್ಲದಿರುವುದೇ ಉತ್ತಮವೋ ಎಂಬಂತೆ ತೊಟ್ಟಿದ್ದ ಪಾದರಕ್ಷೆಗಳನ್ನು ಮೀರಿ ಬೆಳೆದಿದ್ದ ಬೇರುಗಳು ಗಟ್ಟಿಯಾಗಿ ನಿಜ ಮೂಲಕ್ಕೆ ಅವನ ಒಳಗನ್ನು ಜೋಡಿಸಿದ್ದವು. ಆತ್ಮವಿಶ್ವಾಸ ಎದೆಯ ಮೇಲಿದ್ದ ಶರ್ಟಿನ ಜೇಬುಗಳನು ತುಂಬಿದ್ದರೆ, ತೊಡೆಯ ಮೇಲಿದ್ದ ಜೇಬುಗಳ ತುಂಬ ಛಲವೆನ್ನುವುದು ಝಣ ಝಣವೆನ್ನುತ್ತಿತ್ತು. ಅವನ ಇ-ಖಾತೆಯಲ್ಲಿದ್ದ ಸಾವಿರಗಳಷ್ಟು ಹಣವನ್ನು ಅವನೀಗ ದುಡಿಮೆಗೆ ಹಚ್ಚಬೇಕಿತ್ತು.

ಮಾಯೆಗೆ ಮರುಳೋ, ಮರುಳಿನ ಮಾಯೆಯೋ ಎಂಬಂತಿದ್ದ ಆ ಮಹಾನಗರಿ ಗಲಗಲನೆಂದು ಹರಿದಾಡುತ್ತಿತ್ತು. ಚಲನೆಯಲ್ಲೇ ತನ್ನ ಉಳಿವು,

ನಿಂತರೆ ಸಾವು ಎನ್ನುವಂತಿದ್ದ ಆ ಮಹಾ ಮಿಡಿತ ಅವನ ನರ ನಾಡಿಗಳಲ್ಲಿ ಚೈತನ್ಯವನ್ನು ತುಂಬಿತು.

ಯಾಕೆ ಈ ನಗರಿಯನ್ನು ಅರಸಿ ಬಂದದ್ದು? ಯಾರಿದ್ದರು ಅಲ್ಲಿ? ಎನ್ನುವುದಕ್ಕಿಂತ ಆ ಮಹಾನಗರಿಯೇ ಅವನ ಸಂಬಂಧಿಯೆನ್ನುವಂತೆ ಮೈ ಜುಮ್ಮೆನ್ನಿಸುವ ಯಾವುದೋ ಒಂದು ಭ್ರಮೆಯಲ್ಲಿ ಅವನು ತೇಲಿ ನಡೆಯುತ್ತಿದ್ದ.

ಪ್ರತಿ ಕ್ಷಣ ವಿನ್ಯಾಸ ಬದಲಿಸಿಕೊಂಡು ಅಂಕು ಡೊಂಕಾದ ಅಕ್ಷರಗಳಂತೆ ಬರೆದುಕೊಳ್ಳುತ್ತಿದ್ದ ರಸ್ತೆಗಳ ಮೇಲಿನ ಟ್ರಾಫಿಕ್ಕನ್ನು ನೋಡುತ್ತಲೇ, ರಸ್ತೆಯ ಕೊನೆಯಲ್ಲಿ ಪೂರ್ಣ ವಿರಾಮ ಇಟ್ಟಂತೆ ಇದ್ದ ಪಾರ್ಕನ್ನು ಹೊಕ್ಕ. ಅವತ್ತು ಭಾನುವಾರವಾದ್ದರಿಂದ ಅಲ್ಲಿ ಕೆಲವು ಮಕ್ಕಳು ಆಡುತ್ತಿದ್ದರು. ಅವರ ಮುಖಗಳಲ್ಲಿ ಎಂತದ್ದೋ ಒಂದು ಮಿಂಚಿತ್ತು.

ಹಾರುವ ಡ್ರೋನ್‌ಗಳು, ಓಡುವ ಟ್ಯಾಂಕರ್, ಏರುವ ಕ್ಷಿಪಣಿ, ಇವುಗಳನ್ನು ನಿಯಂತ್ರಿಸಲು ರಿಮೋಟ್ ಕಂಟ್ರೋಲ್ ಹಿಡಿದು ಅವರು ಕೇಕೆ ಹಾಕಿ ಕುಣಿಯುತ್ತಿದ್ದರು. ನಡುವೆ ಇದ್ದ ಸ್ಮಾರಕಗಳು, ಮರಗಿಡಗಳ ಸುತ್ತಕ್ಕೂ ಓಡಿ ದಣಿಯುತ್ತಿದ್ದರು.

ಉತ್ಸಾಹದ ಚಿಲುಮೆಯಂತಿದ್ದ ತಮ್ಮದೇ ಸೃಷ್ಟಿಗಳನ್ನು ಅಕ್ಷಿಗಳಲ್ಲಿ ತುಂಬಿಕೊಳ್ಳುತ್ತ ಸುಖದಲ್ಲಿದ್ದ ತಂದೆ ತಾಯಿಯರು ಅವನಲ್ಲಿ ಮುದ ಮೂಡಿಸಿದರು. ಇನ್ನು ಕೆಲವೇ ವರ್ಷಗಳಲ್ಲಿ ಈ ಮಕ್ಕಳು ತಂದೆತಾಯಿಯರ ಮನೆಯನ್ನು ಬರಿದುಮಾಡಿ ಹಾರಿ ಹೋಗುವವರಿದ್ದರು.

ಅದಕ್ಕೇ ಇರಬೇಕು ಎನ್ನುವಂತೆ, ಅಲ್ಲಿದ್ದ ಮರಗಳನ್ನು ನೋಡಿದಾಗ ಅವನನ್ನು ಖಾಲಿತನ ಕಾಡಿತು. ನಿಂತು ಆಲಿಸಿದ. ಎಲ್ಲಿಯೋ ಒಮ್ಮೊಮ್ಮೆ, ಕೇಳಿಸಿಯೂ ಕೇಳಿಸದಂತೆ ಕಿವಿಗೆ ಬಿದ್ದದ್ದು ಹಕ್ಕಿಗಳ ಕೂಗೇ? ತಟ್ಟನೆ ಯಾವುದೋ ಒಂದು ತಂತನ್ನು ಹಿಡಿದು ನಿಲ್ಲಿಸಿದಂತೆ ಅವನು ವಿಚಾರಕ್ಕೆ ಬಿದ್ದ.

"ಉಹೂಂ... ಇಲ್ಲವೇ ಇಲ್ಲ. ಇದ್ದರೂ ಅಲ್ಲೊಂದು, ಇಲ್ಲೊಂದು? ಅಥವಾ ಅದು ಭ್ರಮೆಯೇ?"

ಕತ್ತೆತ್ತಿ ನೋಡಿದವನಿಗೆ ಹಾರುತ್ತಿದ್ದ ಗಾಳಿಪಟಗಳು ಕಂಡವು. ಕೆಲವು ಬಣ್ಣದವು, ಇನ್ನು ಕೆಲವು ಉದ್ದ ಬಾಲದವು, ಕೆಲವು ದೊಡ್ಡವು, ಕೆಲವು ಗರಿ ಗೆದರಿ ಹಾರುವ ಹಕ್ಕಿಯಂತವು... ಕೆಲವು ಮೊಸಳೆಗಳಂತಿದ್ದರೆ ಇನ್ನು ಕೆಲವು ಸೂಪರ್ ಹೀರೋಗಳಾಗಿದ್ದವು.

ಹಾರಿ, ಹಾರಿ ಸಾಗುತ್ತ, ಇನ್ನು ಕೆಲವೊಮ್ಮೆ ದೊಪ್ಪನೆ ನೆಲ ಕಚ್ಚಿ, ಮಗದೊಮ್ಮೆ ಯಾವುದೋ ಮರದ ಕೊಂಬೆಗಳ ಕಡ್ಡಿಗೆ ಸಿಕ್ಕು ಒದ್ದಾಡಿ. ಬಿಟ್ಟೂ ಬಿಡದಂತೆ ಅವುಗಳನ್ನು ನಿಯಂತ್ರಣ ಮಾಡುವವರ ಪರಿಪಾಟಲಿಗೆ

ಸರಿದೂಗುವಂತೆ ಚಿನ್ನಾಟವಾಡುತ್ತಿದ್ದ ಅವು ಕೂಡ ಮಕ್ಕಳಂತೇ ಎಂದು ಅವನಿಗೆ ಅನ್ನಿಸಿತು. ಡ್ರೋನ್‌ಗಳನ್ನು ಹಾರಿಸಿ ಅಭ್ಯಾಸವಿದ್ದ ಮಕ್ಕಳು ಇದೀಗ ರಿಮೋಟ್ ಬಳಸಿ ಗಾಳಿಪಟ ಹಾರಿಸುವ ಹೊಸ ಆಟಕ್ಕೆ ಬಿದ್ದಿದ್ದರು.

ಮುಗಿಲ ತುಂಬ ಬಾನಾಡಿಗಳು ಹಾರಾಡುತ್ತಿದ್ದ ದಿನಗಳು ನೆನಪಿಗೆ ಬಂದವು. ಹಕ್ಕಿಗಳ ಹಾಡಿನಿಂದ ದಿನವನ್ನು ಶುರು ಮಾಡಿದರೆ ಅವುಗಳಿಂದಲೇ ಅಂತ್ಯವಾಗುತ್ತಿದ್ದ ತನ್ನ ಬಾಲ್ಯದ ದಿನಚರಿಯನ್ನು ನೆನೆದ. ಕೆಲವು ಹಕ್ಕಿಗಳು ಬೆಳಗಿನಲ್ಲೆ ಗಾಳಿ ಅದುರಿದಂತೆ ಕೂಗಿ ಅವನನ್ನು ಎಷ್ಟೋ ಬಾರಿ ಬೆಚ್ಚಿ ಬೀಳಿಸುತ್ತಿದ್ದವು. ಮತ್ತೆ ಕೆಲವು ಅವನ ಹೃದಯದಲ್ಲಿ ನದಿಗಳನ್ನು ಹರಿಸುತ್ತಿದ್ದವು. ಮನಸ್ಸಿನಲ್ಲಿ ಹೊಸ ರಾಗಗಳನ್ನು ಸೃಷ್ಟಿಸುತ್ತಿದ್ದವು. ಅದೇ ಊರಿನ ಕೆರೆಯ ಪಕ್ಕದ ಸಣ್ಣ ತೋಟದಲ್ಲಿ, ಮಕ್ಕಳ ಕಡೆ ನೋಡಲು ಸಮಯವಿಲ್ಲದೆ ದುಡಿಯುತ್ತಿದ್ದ ಅವನ ತಂದೆ-ತಾಯಿಯರ ನೆನಪುಗಳು ಅವನಲ್ಲಿ ಮಿಂಚು ಹರಿಸಿದವು.

ಊರ ಪಕ್ಕ ರಸ್ತೆ ಬಂತು, ಕಾಲುವೆ ಬಂತು, ನೆಲಕ್ಕೆ ಬೆಲೆ ಬಂದಿತೆಂದು ಅವನ ಊರು ಬೆಳೆಯುತ್ತ ಹೋಗಿತ್ತು. ಮರ-ಗಿಡಗಳು ಇಲ್ಲವಾಗುತ್ತ ಬಂದವು. ಗುಡ್ಡಗಾಡುಗಳಲ್ಲಿ ತಿರುಗುವ ಬೃಹತ್ಮರಗಳಂತೆ ನಿಂತ ಸಾಲು, ಸಾಲು ವಿಂಡ್ ಮಿಲ್‌ಗಳು ಅದೆಷ್ಟೋ ಹಕ್ಕಿಗಳನ್ನು ಓಡಿಸಿದ್ದವು. ಹಳ್ಳ, ಹೊಂಡ, ಕೆರೆಗಳಲ್ಲೆಲ್ಲ ಮನೆಗಳು ಅಣಬೆಯಂತೆ ಎದ್ದಿದ್ದವು. ಇತ್ತ ನಗರಗಳಲ್ಲಿರುವ ಮರಗಳೆಲ್ಲ ಉರುಳಿಬಿದ್ದ ಮೇಲೆ ಹಕ್ಕಿಗಳೂ ಕಾಣೆಯಾಗಿದ್ದವು. ಬಹುತೇಕ ಎಲ್ಲ ಹಳ್ಳಿಗಳು ನಗರಗಳಾಗಿದ್ದವು. ಮೂವತ್ತು ವರ್ಷಗಳಲ್ಲಿ ಅದೆಷ್ಟು ಬದಲಾವಣೆ! ಅವನಿಗಲ್ಲೊಂದು ಅವಕಾಶದ ಕಿಟಕಿ ತೆರೆದುಕೊಂಡಿತು. ಇದೀಗ ಅವನ ಪ್ರಪಂಚದಲ್ಲಿ ಹಕ್ಕಿಗಳು ಹಾರಿ ಬಂದಿದ್ದವು.

ವರ್ಷದ ಎಲ್ಲ ದಿನಗಳಲ್ಲಿ ಹಾಡು ಹೇಳುತ್ತಿದವು. ಕೇಳುಗರಿಗೆ ಆಯ್ಕೆ ಮಾಡುವ ಅವಕಾಶ ಇರುವಂತೆ ಆರಿಸಿ, ಆರಿಸಿ ರೆಕಾರ್ಡ್ ಮಾಡಿದ ಹಕ್ಕಿಯ ಹಾಡುಗಳವು. ಒಂದೊಂದೇ ಹಕ್ಕಿಗಳು, ಇನ್ನು ಕೆಲವೊಮ್ಮೆ ಕಲರವಗಳು, ಮಗದೊಮ್ಮೆ ಆರ್ಕೆಸ್ಟ್ರಾ ಪ್ರಣಯ ಗೀತೆಗಳು, ವಿರಹದ ಕರೆಗಳು, ಇನ್ನು ಕೆಲವೊಮ್ಮೆ ಸುಪ್ರನೋ ಹಾಡುಗಾರನ ಹೈ ನೋಟ್‌ನ್ನು ಹೋಲುವಂತಹ ಕೂಗುಗಳು. ಹಕ್ಕಿಗಳೇ ವಿರಳವಾದ್ದರಿಂದ ಕೇಳಿರದ್ದಕ್ಕೆ, ಕಾಣೆಯಾಗುತ್ತಿದ್ದುದ್ದಕ್ಕೆ ಈಗ ತಟ್ಟನೆ ಬೇಡಿಕೆ ಬಂದಿತ್ತು.

ಆ ಕಾಂಕ್ರೀಟ್ ನಗರದಲ್ಲಿ ಹಕ್ಕಿಯ ಹಾಡುಗಳು ಈಗ ಮತ್ತೆ ಅಲ್ಲಲ್ಲಿ ಕೇಳಿಬರತೊಡಗಿದವು. ಯಾಕೆಂದರೆ ಇವನಂತೆಯೇ ಹಕ್ಕಿಗಳ ಹಾಡನ್ನು ಕೇಳಿ ಬೆಳೆದಿದ್ದ ತಲೆಮಾರಿನವರು ಆ ನಗರದಲ್ಲಿ ಬೇಕಾದಷ್ಟು ಜನರಿದ್ದರು. ಅವರಿಗೆ ಹಕ್ಕಿಗಳ ಹಾಡು ಬಹಳ ಅಪ್ಯಾಯಮಾನವೆನಿಸುತ್ತಿತ್ತು. ತಮ್ಮ ಮಕ್ಕಳೂ ಹಾಗೇ ಬೆಳೆಯಲೆಂಬ ಹಂಬಲ ಅವರಲ್ಲಿ ಬಲವಾಗಿತ್ತು. ಇದೊಂದೇ ಕಾರಣವಾಗಿ ಆ

ಮಹಾನಗರದ ಪ್ರತಿಶತ ಇಪ್ಪತ್ತು ಭಾಗದ ಮನೆಗಳ ಕಂಪ್ಯೂಟರ್‌ಗಳಲ್ಲಿ ಮಕ್ಕಳ ಬೆಳಗಿನ ಖಾಸಗಿ ಪಾಠಗಳಾಗಿ ಹಕ್ಕಿಗಳು ಉಲಿಯತೊಡಗಿದ್ದವು.

ಅವನು ತನ್ನ ಮೊದಲ ಲಕ್ಷಗಳನ್ನು ದುಡಿದಿದ್ದ.

2

ಹಕ್ಕಿ ಹಾಡಿನ ಅವನು ಬಹಳ ಉದ್ದಕ್ಕಿದ್ದ. ನಡೆಯುವಾಗ ಅವನ ಬೆನ್ನು, ಎದೆಯನ್ನು ಬಹಳ ನೆಟ್ಟಗೆ ಇಟ್ಟುಕೊಂಡು ನಡೆಯುತ್ತಿದ್ದ. ಅವನ ಕಾಲುಗಳು ಕತ್ತರಿಯನ್ನು ಆಡಿಸಿದಂತೆ ಆಡಿಕೊಂಡು ನಡೆಯುತ್ತಿದ್ದರೂ ಅವನ ಹೆಜ್ಜೆಗಳು ಲಘುವಾಗಿದ್ದವು. ಹಾಗೆಂದೇ ಅವನು ತೇಲಿಕೊಂಡು ನಡೆದಂತೆ ಕಾಣುತ್ತಿತ್ತು.

ಹಾಗೆಂದು ಅವನು ಮೋಡಗಳ ನಡುವೆ ಎಂದೂ ಆಡಿ ಬಂದಿರಲಿಲ್ಲ. ಕತ್ತೆತ್ತಿ ನೋಡುವಾಗ ಕ್ಷಣ ಕ್ಷಣಕ್ಕೂ ಬದಲಾಗುವ ಮೋಡಗಳು ಅವನನ್ನು ಸೆಳೆಯುತ್ತಿದ್ದವು.

ಮೊಲದ ರೇಷ್ಮೆ ಕೂದಲು, ಕುರಿಯ ತುಪ್ಪುಟ, ಸಿಂಹದ ಗುಪ್ಪೆ ಕೂದಲು, ಹಿಂಜಿದ ಹತ್ತಿ, ಅಲ್ಲಿ ಬೆಟ್ಟ, ಇಲ್ಲಿ ತೊರೆಯಾಗಿ ಆಕಾರ ಬದಲಿಸುತ್ತಿದ್ದ ಈ ಮೋಡಗಳು ಅವನ ಕನಸಿನಂತೇ ಹಿಗ್ಗುತ್ತಿದ್ದವು. ಹಾರಿ ಹಾರಿ ದೂರವಾಗುತ್ತಿದ್ದವು. ದಟ್ಟೈಸಿ ಮಳೆ ಸುರಿಸುತ್ತಿದ್ದವು. ಕೆಲವೊಮ್ಮೆ ಚೆದುರಿ ಬೇರೆ ಚಿತ್ರಗಳನ್ನು ಬಿಡಿಸುತ್ತಿದ್ದವು. ಕೆಲವು ಬೆಟ್ಟದಷ್ಟು ದೊಡ್ಡವು ಎನಿಸಿದ್ದವು. ಕೆಲವೊಮ್ಮೆ ಒಂದಕ್ಕೊಂದು ಡಿಕ್ಕಿ ಹೊಡೆದು ಅವನಲ್ಲಿ ಅನಿಶ್ಚಿತತೆಯನ್ನು ಮೂಡಿಸಿ ಸಾಗುತ್ತಿದ್ದವು.

ಆದರೆ, ಮುಗಿಲನ್ನು ನೋಡುವ ಗೀಳು ಅವನನ್ನು ಬಿಟ್ಟಿರಲಿಲ್ಲ.

ಇದೀಗ ಅವನು ಆ ಮೋಡಗಳಂತೇ ಬೆಳ್ಳಗಿನ, ದೇಸೀ ಹತ್ತಿ ಬಟ್ಟೆಯನ್ನು ಧರಿಸಿ, ಚಪ್ಪಲಿ ಕಾಲನ್ನು ಮುಂದಿಟ್ಟು ಎಲ್ಲಿಗೋ ಹೊರಟು ನಡೆಯುತ್ತಿರುವಂತೆ ನಿಂತಿದ್ದ ಮಹಾತ್ಮನೋರ್ವನ ರಸ್ತೆಯಲ್ಲಿ ಸಾಗುತ್ತಿದ್ದ.

ಇಕ್ಕೆಲಗಳಲ್ಲು ಜಗಮಗಿಸುವ ಗಾಜಿನ ಕಿಟಕಿಗಳಲ್ಲಿ ಹೊಳೆಯುತ್ತಿದ್ದ ವಿದೇಶೀ ಮಾಲುಗಳ ಕಡೆ ಕಣ್ಣು ಹಾಯಿಸಿದ. ಅಲ್ಲೊಂದು ಹಿಡಿ ಬ್ಯಾಗು, ಇಲ್ಲೊಂದು ಮಿರುಗುವ ಶೂಗಳು ತಿರುಗುವ ಪೀಠಗಳ ಮೇಲೆ ಕುಳಿತು ಸುತ್ತುತ್ತಿದ್ದವು.

ಮತ್ತೊಂದೆಡೆ ಬೆಳ್ಳಗೂ, ಬೆಳ್ಳಗೆ, ಆ ಮಹಾತ್ಮನಿಗಿಂತಲೂ ಕೃಶ ದೇಹದ ಗೊಂಬೆಗಳು ನಿಂತಿದ್ದವು. ಅವುಗಳ ಮೇಲೆ, ದೇಹದ ಆಕಾರವನ್ನು ಬದಲಿಸಬಲ್ಲ ಶೇಪ್ ಶಿಫ್ಟಿಂಗ್ ಬಟ್ಟೆಗಳು, ಮೈಯ ಬೊಜ್ಜನ್ನು ಮರುಹಂಚಿ ಸಪೂರ

ಆಕಾರ ನೀಡಬಲ್ಲ ಸಿದ್ಧ ಉಡುಪುಗಳು, ಇಂಟೆಲಿನಿಟ್ ಬಟ್ಟೆಗಳು, ಆಕ್ಸೆಟಿಕ್ ಸೂಟ್‌ಗಳು ಇನ್ನಿತರ ಹೈಟೆಕ್ ಬಟ್ಟೆಗಳು ಕಣ್ಣು ಕೋರೈಸಿದವು. ಅವುಗಳನ್ನು ಇಂತದ್ದೇ ದೇಶದ ಉಡುಪುಗಳೆಂದು ಹೇಳಲು ಸಾದ್ಯವಾಗತ್ತಿರಲಿಲ್ಲ. ಎಲ್ಲಿಯೂ ಅವಕ್ಕೆಷ್ಟು ಬೆಲೆಗಳೆಂದು ಹಾಕಿದ್ದು ಕಾಣಲಿಲ್ಲ.

ಬೇಕಾದ್ದನ್ನು ಬರೆದುಕೋ ಎನ್ನುವ ಧಾಟಿಯಲ್ಲಿ ಖಾಲಿ ಕ್ಯಾನ್ವಾಸುಗಳಂತಿದ್ದ ಆ ಗೊಂಬೆಗಳ ಮುಖಗಳಲ್ಲಿ ಕಣ್ಣು ಮೂಗುಗಳಿರಲಿಲ್ಲ. ಕುಳಿತಿರುವ ಗೊಂಬೆ ತಟ್ಟನೆ ನಿಲ್ಲುತ್ತಿತ್ತು. ನಿಂತದ್ದು ಹಿಂತಿರುಗಿ ನೋಡುತ್ತಿತ್ತು. ಅವುಗಳ ಮೇಲಿನ ಉಡುಪುಗಳು ಕಣ್ತೆರೆದಿರುವಂತೆಯೇ ಯಾವುದೋ ಮಾಯಕದಲ್ಲಿ ಬದಲಾಗಿಬಿಡುತ್ತಿತ್ತು. ಸಂಪೂರ್ಣ ಡಿಜಿಟಲೀಕರಣಗೊಂಡ ಆ ನಗರದಲ್ಲಿ ಲೇಸರ್ ಟೆಕ್ನಾಲಜಿ ಕಟ್ಟಿಕೊಡುತ್ತಿದ್ದ ಇಂತಹ ಹಲವು ಅಚ್ಚರಿಗಳಿದ್ದವು. ಅದನ್ನು ನೋಡುತ್ತ ನಿಂತ ಪುಟ್ಟ ಗುಂಪಿನಲ್ಲಿದ್ದವರ ವಯಸ್ಸನ್ನು ಅಂದಾಜಿಸುತ್ತ ಅವನು ನಿಧಾನಕ್ಕೆ ಹೆಜ್ಜೆ ಹಾಕುತ್ತಿದ್ದ.

ದಾರಿ ಯಾವುದು, ಗಾಜು ಯಾವುದು ತಿಳಿಯದಂತಿದ್ದ ಕಾರಣ, ಅವನಿಗೇ ಅರಿವಿಲ್ಲದಂತೆ ಒಂದು ಅಂಗಡಿಯೊಳಗೆ ಬಂದು ನಿಂತಿದ್ದ. ಅಸಲು ಅಂಗಡಿಯೆಂದರೆ ಹೀಗೆ ಯಾವುದೋ ರಸ್ತೆಗೆ ಹುಡುಕಿಕೊಂಡು ಹೋಗ ಬೇಕಿತ್ತು. ಬಹುತೇಕರು ಅಂತರ್ಜಾಲದಲ್ಲೇ ವ್ಯಾಪಾರ ಮಾಡುತ್ತಿದ್ದುದರಿಂದ, ಅಂಗಡಿಗೆ ಬರುವವರು ಹಳೆಯ ಫ್ಯಾಶನ್ನಿಗೆ ಜೋತು ಬಿದ್ದವರೆಂಬ ಅಭಿಪ್ರಾಯವಿತ್ತು. ಆದರೆ ಇತ್ತೀಚೆಗೆ, ಅದೇ ಹೊಸ ಫ್ಯಾಶನ್ ಎನ್ನುವಂತೆ ಅಂಗಡಿಗೆ ಹೋಗಬೇಕೆನ್ನುವವರ ಸಂಖ್ಯೆ ಮತ್ತೆ ಹೆಚ್ಚಾಗುತ್ತಿವೆ ಎಂಬ ವಿಚಾರಗಳು ಅಂಕಿ-ಸಂಖ್ಯೆಗಳ ಸಮೇತ ಅಂತರ್ಜಾಲ ತಾಣಗಳಲ್ಲಿ ಹರಿದಾಡುತ್ತಿದ್ದವು.

ಗಾಜಿಗೂ ಅಷ್ಟು ಶಕ್ತಿಯಿರುವುದು ಅಂಗಡಿಯ ಒಳ ಹೊಕ್ಕಾಗಲೇ. ಅವನಿಗೆ ತಿಳಿದದ್ದು. ಹೊರಗಿನ ಶಬ್ದಗಳನ್ನೆಲ್ಲ ಹೀರಿ ಒಳಗನ್ನು ಆ ಗಾಜುಗಳು, ತಣ್ಣಗಿಟ್ಟಿದ್ದವು. ಹೊರಗಿನ ಧಗೆ, ಮಾಲಿನ್ಯ ಎಲ್ಲವೂ ಮಾಯವಾಗಿ ನವಿರು ಸುಗಂಧ ಅವನ ಮೂಗಿನ ಹೊರಳೆಗಳನ್ನು ಅರಳಿಸಿದವು.

ಹೊಸತಿಗೂ-ಹಳತಿಗೂ, ಒಳ್ಳೆಯದ್ದಕ್ಕೂ-ಕೆಟ್ಟದ್ದಕ್ಕೂ, ಸಭ್ಯತೆ-ಅಸಭ್ಯತೆಗೂ, ವಿವೇಕ-ಅವಿವೇಕಕ್ಕೂ, ಭೂತ-ಭವಿಷ್ಯತ್ತಿಗೂ ನಡುವೆ ಇರುವ ಪರದೆಯೂ ಈ ಗಾಜಿನಂತೆಯೇ ಅತಿ ತೆಳುವಾದದ್ದು. ಆದರೆ ಆ ಎರಡೂ ಕಡೆಯ ವಿಚಾರಗಳಿಗೆ ಅದೆಷ್ಟು ವ್ಯತ್ಯಾಸ ಎನ್ನುವ ವಿಚಾರ ಅವನಲ್ಲಿ ಹಾದುಹೋಯಿತು. ಅವನೀಗ ಹೊರಗಿನ ಪ್ರಪಂಚದಿಂದ ಬೇರ್ಪಡಿಸಲ್ಪಟ್ಟಿದ್ದ. ಈ ತೆಳು ಅಪಾರದರ್ಶಕ ಗಾಜಿನ ಕಾರಣ ಹೊರಗಿನ ಜನ ತಟ್ಟನೆ ಕಣ್ಮರೆಯಾಗಿ ಹೋಗಿದ್ದರು...

ಅವನು ಅಂಗಡಿಯ ಒಳಗನ್ನೆಲ್ಲ ತನ್ನ ಕಣ್ಣುಗಳಲ್ಲಿ ತುಂಬಿಕೊಳ್ಳತೊಡಗಿದ. ಈ ಮಾಯಾ ಬಝಾರಿನ ಒಳಗೆ ಹೆಚ್ಚೇನೂ ಜನರಿರಲಿಲ್ಲ.

ಪ್ರತಿಭಾವಂತ ಕುಂಚ ಕಲಾವಿದನೊಬ್ಬ ತನ್ನ ಕುಂಚವನ್ನು ಹಗೂರವಾಗಿ ಆಡಿಸಿ ಬರೆದಂತಹ ಚಿತ್ತಾರಯುತ ಆಧಾರಗಳ ಮೇಲೆ ಆಭರಣಗಳಂತೆ ಒಂದೊಂದೇ ವಸ್ತುಗಳನ್ನು ಜೋಡಿಸಿದ್ದರು. ಕೆಲವು ಸಣ್ಣ ಹಸಿರು ಡಬ್ಬಿಗಳು. ಅವಕ್ಕೆ ಚಿನ್ನದ ರಂಗಿನ ಮುಚ್ಚಳಗಳಿದ್ದವು, ಮತ್ತೆ ಕೆಲವು ಮುತ್ತಿನಂತೆ ಮಾಸಲು ಬಣ್ಣದವು. ಹಿಡಿದರೆ ಪುಡಿಯಾಗುತ್ತವೋ ಎಂಬ ನವಿರಿನವು. ಹಲವಾರು ಉಡುಪುಗಳನ್ನು ಗಾಳಿಯಲ್ಲೇ ತೇಲುತ್ತಿರುವಂತೆ ಸಾಲಾಗಿ ಜೋಡಿಸಲ್ಪಟ್ಟಿದ್ದವು. ಅವುಗಳ ಆಕಾರ, ಬಣ್ಣಗಳ ಬೆರಗನ್ನು ಕಣ್ತುಂಬಿಕೊಳ್ಳುತ್ತ ಅವನು ಅಂಗಡಿಯ ತುಂಬ ಓಡಾಡಬೇಕೆಂದು ಮುಂದಡಿಯಿಟ್ಟ.

ಅವನು ತೊಟ್ಟ ಸಾಧಾರಣ ಶೂ, ಆ ಬಿಳುಪು ಹಾಸಿನ ನೆಲದಲ್ಲಿ ಹೆಜ್ಜೆ ಮೂಡಿಸಿದರೆ ಎಂದು ಅವನಿಗೆ ಭಯವಾಯಿತು. ಶಬ್ದವಾಗದಂತೆ ಹೆಜ್ಜೆಗಳನ್ನು ಹಾಕಲು ಅವನು ಉಸಿರು ಬಿಗಿ ಹಿಡಿದು ನಡೆದ.

ಆಗಲೇ ಅವಳು ಅವನಿಗೆ ಕಂಡಿದ್ದು. ಅವಳ ತುಟಿಗಳು, ಅರ್ಧ ಕಾಣುತ್ತಿದ್ದ ಮೊಲೆಗಳು, ಒಪ್ಪವಾಗಿ ಕತ್ತರಿಸಿದ ಕೂದಲು ಎಲ್ಲವೂ ಡಿಸೈನರ್ ಚಿತ್ರಗಳ ರೂಪದರ್ಶಿನಿಯೊಬ್ಬಳಂತಿದ್ದವು. ಸಮವಸ್ತ್ರದಲ್ಲಿ ಮಾನವಲೋಕದ ರೊಬಾಟುಗಳಂತೆ ಕಾಣುತ್ತಿದ್ದ ಅಂಗಡಿಯ ಸೇಲ್ಸ್ ಹುಡುಗಿಯರ ನಡುವೆ ಇವಳು ಅಳತೆಮಾಡಿಟ್ಟ ಮುದ್ದು ಗೊಂಬೆಯಂತೆ ಕಂಡಳು.

ಗುಲಾಬಿ ಬಣ್ಣದ ಪುಟ್ಟ ಡಬ್ಬಿಯೊಂದರ ತಿಳಿ ಹಸಿರು ಮುಚ್ಚಳವನ್ನು ತೆರೆದು ಒಳಗಿದ್ದ ಬಂಗಾರ ಬಣ್ಣದ ಏನನ್ನೋ ಅವಳು ಮೂಗರಳಿಸಿ ಆಘ್ರಾಣಿಸುತ್ತಿದ್ದಳು.

ಪೂರ್ತಿ ಕಾಣುತ್ತಿದ್ದ ಅವಳ ಹೊಟ್ಟೆ, ಹೂ ಹೊಕ್ಕುಳ, ಈ ಉದ್ದನೆಯ ಹುಡುಗನ ಒಂದು ಗೇಣಿನಷ್ಟಗಲ ಇದ್ದ ಸ್ಕರ್ಟಿನ ಕೆಳಗೆ, ಬೆಳ್ಳಗೆ ಸಪೂರಕ್ಕೆ ಕಂಡ ಕಾಲುಗಳು, ಅವನನ್ನು ಏಕಾಏಕಿ ಜೋಲಿ ಹೊಡೆಯುವಂತೆ ಮಾಡಿದವು. ಸಾವರಿಸಿ ನಿಂತುಕೊಂಡವನು, ಯಾವುದಾದರೂ ವಸ್ತುವನ್ನು ತಾನು ಬೀಳಿಸಿದೆನೇ ಎಂದು ಒಮ್ಮೆ ಸುತ್ತಲೂ ನೋಡಿದ.

ಆ ಹುಡುಗಿ ಕಣ್ಮುಚ್ಚಿದ್ದಳು. ಆ ಡಬ್ಬಿಯ ಸುಗಂಧ ದ್ರವ್ಯದ ಅಮಲಿನಲ್ಲಿರುವಂತೆ ಅವಳ ಮುಖ ಮತ್ತೇರಿದಂತೆ ಕಂಡಿತು. ಆ ದ್ರವ್ಯದ ವಾಸನೆಯನ್ನು ಸೇವಿಸಿದರೆ ತಾನೂ ಅವಳೊಡನೆ ಅವಳಿರುವ ಅದೇ ಲೋಕವನ್ನು ತಲುಪಿ ಒಟ್ಟಿಗೆ ವಿಹರಿಸಬಹುದೇನೋ ಎನ್ನುವ ಆಸೆ ಅವನಲ್ಲಿ ಸುಳಿದು ಹೋಯಿತು. ಆ ಆಸೆಗೊಂದು ರುಚಿಯಿರುವಂತೆ ಅವನು ನಾಲಿಗೆ ಚಪ್ಪರಿಸಿ ಉಗುಳು ನುಂಗಿದ.

ಹತ್ತಿಪ್ಪತ್ತು ಸೆಕೆಂಡುಗಳಲ್ಲಿ ಆ ಹುಡುಗಿ ಕನಸಿನಿಂದ ಹಿಂತಿರುಗಿ ಬಂದಂತೆ ನಿಧಾನವಾಗಿ ಡಬ್ಬಿಯನ್ನು ಕೆಳಗಿಟ್ಟು, ಮುಚ್ಚುಳ ಮುಚ್ಚಿ ಮುಂದೆ ನಡೆದಳು. ಅವನು ಹಿಂಬಾಲಿಸಿದ. ಅವಳು ಅಲ್ಲಲ್ಲಿ ನಿಂತು ನೋಡಿ, ನಡೆದಂತೆ ಅವನೂ ಅದನ್ನೇ ಮಾಡಿದ.

ಅವಳಷ್ಟೇ ಏಕೆ, ಅಂಗಡಿಯಲ್ಲಿದ್ದ ಇನ್ನೂ ಐದಾರು ಜನರು ಇವಳು ಮಾಡಿದಂತೇ ಮಾಡುತ್ತಿದ್ದರು. ಅಲ್ಲಿದ್ದ ಡಬ್ಬಿಗಳ ಹೆಸರು ಓದುವುದು, ಟೆಸ್ಟರ್ ಸ್ಯಾಂಪಲ್ಲುಗಳನ್ನು ಮೂಸುವುದು, ಕೈಗೆ ಹಚ್ಚಿಕೊಂಡು ತಿಕ್ಕಿಕೊಳ್ಳುವುದು, ಇಂತವನ್ನೇ ಮಾಡಿದ್ದನ್ನು ಗಮನಿಸಿದ. ಯಾರಾದರೂ ಪುಟ್ಟದೊಂದನ್ನು ಡಬ್ಬಿಯನ್ನೋ ಅಥವಾ ಬಟ್ಟೆಯನ್ನೋ ಕೊಂಡೊಯ್ದರೆ ಅದೇ ವಿರಳವಾಗಿತ್ತು.

ಇಂತಹ ಅಂಗಡಿಯಲ್ಲಿಡುವ ವಸ್ತುಗಳ ಬೆಲೆಗಳು ಹೆಚ್ಚೆನ್ನುವುದು ಅವನಿಗೆ ತಿಳಿದಿತ್ತು. ಅವನ ತಲೆಮಾರಿನವರು ಹಿಂದೆ ಕಂಡಂತ ಬ್ಯಾಂಕುಗಳು ಈಗ ಕಾಣೆಯಾಗಿದ್ದವು, ಹಣವೆನ್ನುವುದು ಸಂಪೂರ್ಣ ವರ್ಚುಅಲ್ ಮನಿಯಾಗಿತ್ತು. ಈಗ ಇದ್ದುದು ಕಲ್ಪನೆಯ ಐಶ್ವರ್ಯ ಮಾತ್ರ. ಆ ಬಗ್ಗೆ ಯೋಚಿಸಿದಾಗಷ್ಟೆ ಅವನ ಗಮನ ಅಲ್ಲಿದ್ದ ವಸ್ತುಗಳ ಬೆಲೆಗಳ ಕಡೆಗೆ ಹೊರಳಿದ್ದು. ಹಾಗೆ ನೋಡಿದವನ ಹೃದಯದ ಬಡಿತ ಹೆಚ್ಚಾಯಿತು. ಆ ಕೋಣೆಯ ತಂಪಿನಲ್ಲೂ ಹಣೆಯಲ್ಲಿ ಬೆವರು ಮೂಡಿತು.

ಯಾರಾದರೂ ನೋಡಿದರೆ ಎಂದು ಅತ್ತಿತ್ತ ನೋಡಿದ. ಅಷ್ಟು ಬೆಲೆಯ ಈ ಸಾಮಗ್ರಿಗಳಲ್ಲಿ ಅಂತಹದ್ದೇನಿದೆ ಎಂದು ಅವನು ಮುಂದಿದ್ದ ಡಬ್ಬಿಗಳ ವಿವರ ಓದತೊಡಗಿದ. ತಾಜಾ ಗರಿಕೆಯ ಸುವಾಸನೆ, ಹುಲ್ಲ ಹೂಗಳ ಸುಗಂಧ, ಮಳೆ ಬಂದ ಮಣ್ಣಿನ ಕಂಪು, ಹೊಂಬಿಸಲ ಸ್ಪರ್ಷದ ಸುಖ, ನವಿಲು ಪುಕ್ಕದ ನವಿರಿನ ಅನುಭವ ನೀಡುತ್ತವೆ ಇತ್ಯಾದಿ, ಇತ್ಯಾದಿ ವಿವರಗಳಿದ್ದ ಹಲವಾರು ಸುಗಂಧ ದ್ರವ್ಯಗಳು, ಸೌಂದರ್ಯ ಸಾಧನಗಳು ಅವಾಗಿದ್ದವು...

ಒಂದೊಮ್ಮೆ ಯಾರೊಬ್ಬರ ಲಕ್ಷ್ಯವೂ, ಪ್ರಾಶಸ್ತ್ಯವೂ ಸಿಗದೆ ಕಳೆದುಹೋಗಿದ್ದ ಈ ಎಲ್ಲ ಪ್ರಾಕೃತಿಕ ಒಳ್ಳೆಯತನಗಳು ಇಲ್ಲಿ ವೈಭವೀಕರಿಸಿದ ವರ್ಣನೆಗಳ ಜೊತೆ, ಪುಟ್ಟ ಡಬ್ಬಿಗಳಲ್ಲಿ ಬಂಧಿಸಲ್ಪಟ್ಟಿದ್ದವು. ಅತಿ ಹೆಚ್ಚು ಬೆಲೆಗೆ ಮಾರಾಟವಾಗುತ್ತಿದ್ದವು. ಹಲವರಿಗೆ ಅವು ಕೈಗೆಟುಕಲಾಗದ ಬೆಲೆಯ ಕನಸುಗಳಾಗಿದ್ದವು.

ಹಳ್ಳಿಯ ಹೊಲದಲ್ಲಿದ್ದ ನವಿಲುಗಳ ಹಾಡು ಅವನನ್ನು ಕೂಗಿ ಕರೆಯಿತು. ಹಸಿರು ಹುಲ್ಲಿನ ಬಯಲು, ಕಾಡ ಮಲ್ಲಿಗೆಯ ಘಮ, ಹಸಿ ಮಣ್ಣಿನ ಕಂಪುಗಳು ಅವನನ್ನು ಕೆಲಕ್ಷಣ ಮೈ ಮರೆಯುವಂತೆ ಮಾಡಿದವು. ಅವನು ಹಿಂದಕ್ಕೆ ತಿರುಗಿ ನೋಡದೆ ಅಂಗಡಿಯಿಂದ ಹೊರಬಂದ.

ಕ್ಷಣಗಳ ಹಿಂದಷ್ಟೆ ಅವನು ಅನುಭವಿಸಿದ ಎಲ್ಲವೂ ಈಗ ತಟ್ಟನೆ ಮಾಯವಾಗಿದ್ದವು.

ಕಣ್ಣಿಗೆ ಕಾಣದ ಮಾಲಿನ್ಯ ಮತ್ತು ಧೂಳು ಅವನ ಚರ್ಮವನ್ನು ಮೀರಿ ನಾಲಿಗೆಯನ್ನು ಸವರಿ ಕಹಿಯೆನಿಸಿತು. ಆ ಕ್ಷಣ ರೋಮಾಂಚನದಿಂದ ಅವನ ಮೈಯ ರೋಮಗಳು ಎದ್ದು ನಿಂತಿದ್ದವು.

ಅವನೀಗ ತನ್ನ ಮೊದಲ ಕಾರನ್ನು ಕೊಂಡಿದ್ದ.

'ಯುವರ್ ಡ್ರೀಮ್ಸ್' ಎನ್ನುವ ಅವನ ಕಾಲ್ ಸೆಂಟರಿನಲ್ಲಿ ಈಗ ಇಪ್ಪತ್ತು ಜನರು ಸತತವಾಗಿ ಕನಸುಗಳನ್ನು ಮಾರುತ್ತಿದ್ದರು.

ಹಕ್ಕಿ ಹಾಡುಗಳನ್ನು ಕೇಳಿ ಬೆಳೆವ ಮಕ್ಕಳಂತೇ ಇದ್ದ ಈ ಮುಗ್ಧ ಗ್ರಾಹಕರು ಕನಸ ಕಂಗಳನ್ನು ಹೊತ್ತು ಥ್ರೀ ಡಿ ಕಿವಿಯ ಫೋನನ್ನು ಧರಿಸಿ ತಮ್ಮ ಕನಸಿನ ನಗರಗಳಿಗೆ ತೆರಳಿ ಸುಖಿಸಿ ಬರುತ್ತಿದ್ದರು. ಇರುವುದನ್ನೆಲ್ಲ ಬಿಟ್ಟು ಇನ್ಯಾವುದೋ ಸುಖವನ್ನು ಅರಸುವುದು ಈ ಮಹಾ ನಗರದ ಜನರ ಎಂದಿನ ಗೀಳಾಗಿತ್ತು. ಅವರಿಗದು ಒಂದು ಬಗೆಯ ಇಂಟೆಲೆಕ್ಚುಅಲ್ ಸುಖವೆನಿಸಿಬಿಡುತ್ತಿತ್ತು. ಮಾಯವಾಗುತ್ತಿರುವ ಪ್ರಕೃತಿದತ್ತ ವಾಸನೆಗಳು, ವರ್ಣನೆಗಳು, ಇಂದ್ರಿಯ ಅನುಭವಗಳ ಜಾಡಿನಲ್ಲಿ ಈ ಹತ್ತು ಪರ್ಸೆಂಟ್ ಜನರು ಹಕ್ಕಿ ಹುಡುಗನ ಹಿಂಬಾಲಕರಾದರು.

ತೇಲು ನುಡಿಗಳ ಹುಡುಗರು, ಹುಡುಗಿಯರಿಗೆ ಮಳೆ ಬಿಲ್ಲು, ತುಂತುರು ಹನಿಯ ಸಿಂಚನ, ಕೆಮ್ಮಣ್ಣಿನ ಜಿಗುಟತನಗಳನ್ನು ಮಾರಿದರು. ಪ್ರಕೃತಿ ತರುವ ಉನ್ಮಾದಗಳನ್ನು, ಅಲೆಗಳ ಏರಿಳಿತದ ಉಬ್ಬರಗಳನ್ನು ದಬದಬನೆಂದು ಸುರಿವ ಜಲಪಾತಗಳ ಭೀಷಣ ಶಕ್ತಿಗಳನ್ನು ಹುಡುಗಿಯರು, ಹುಡುಗರಿಗೆ ಕೇಳಿಸಿ ಬೆರಗು ಬರಿಸಿದರು.

ಈ ಮಾಯಾ ಸಾಮ್ರಾಜ್ಯದಲ್ಲಿ ಮಳೆ ಬಂದ ಮಣ್ಣಿನ ವಾಸನೆ, ಕಳ್ಳಿಯ ಹೂಗಳ ರಮ್ಯತೆ ಎಳೆ ಹುಲ್ಲು ಗರಿಕೆಯ ತಾಜಾತನ, ನವಿಲಿನ ನರ್ತನ, ಕೋಗಿಲೆಯ ಕಂಠದ ಇಂಪು, ಎಳೆಗರುವಿನ ಚಿನ್ನಾಟದ ಹದಗಳನ್ನು ಪದಗಳಲ್ಲಿಟ್ಟು ಹೊಸೆಯಲಾಗುತ್ತಿತ್ತು, ಕಲ್ಪನೆಗಳಲ್ಲಿ ಚಿತ್ರವೊಂದು ಅರಳಿಕೊಳ್ಳುವಂತೆ ಮಾಡಲಾಗುತ್ತಿತ್ತು. ಈ ಅನುಭವಗಳ ಶಬ್ದಗಳನ್ನು ಯಾವ ಸದ್ದು ಗದ್ದಲವಿಲ್ಲದ ಸ್ಥಳಗಳಲ್ಲಿ ಏಕಾಂತದಲ್ಲಿ ಕುಳಿತು ಕೇಳಬೇಕೆಂಬ ಶರತ್ತನ್ನು ಹಾಕಲಾಗುತ್ತಿತ್ತು. ತಮ್ಮ ಕನ್ಸೆಂಟ್ ನೀಡಿ ಈ ವೆಬ್ ಸೈಟಿಗೆ ರೆಜಿಸ್ಟರ್ ಮಾಡಿಕೊಳ್ಳುತ್ತಿದ್ದ ಗ್ರಾಹಕರನ್ನು, ಕಾಲ್ ಸೆಂಟರಿನವರು ದೇವನಗರಿಗಳಿಗೆ ಕರೆದೊಯ್ದು ಬರುತ್ತಿದ್ದರು. ತನ್ನ ಕೆಲಸಗಾರರಿಗೆ ಸ್ವತಃ ಹಕ್ಕಿಯ ಹುಡುಗನೇ ಇದನ್ನೆಲ್ಲ ಹೇಳಿಕೊಟ್ಟು ತಯಾರುಮಾಡುತ್ತಿದ್ದ. ಹಾಗೆ ಮಾಡುವ ಮುನ್ನ ಅವರಿಗೆ ಅವುಗಳೆಲ್ಲದರ ಬಗ್ಗೆ ಅನುಭವವನ್ನು ನೀಡಲಾಗುತ್ತಿತ್ತು. ಅಂತಹ ಪ್ಯಾಕೇಜುಗಳನ್ನು ಹಕ್ಕಿ ಹಾಡಿನ ಹುಡುಗ ತಯಾರು ಮಾಡಿದ್ದ.

ಒಂದೇ ಒಂದು ಬಾರಿ ಅನುಭವಕ್ಕೆ ಸಿಗುವ ಕೆಲವು ಗ್ರಹಿಕೆಗಳು ಇನ್ನೂ ಬೇಕು ಎನ್ನುವ ಮೊದಲೇ ಮುಗಿದುಹೋಗಿಬಿಟ್ಟರೆ, ಕಾಲ ಕ್ರಮೇಣ ಅದೊಂದು ಅದ್ಭುತ ಹಂಬಲವಾಗಿ ಬೆಳೆಯುತ್ತಿತ್ತು. ಇಂತಹ ಚಕ್ರಕ್ಕೆ ಸಿಕ್ಕ ಕಾಲ್ ಸೆಂಟರಿನ ಈ ತುಡುಗು ಹೈಕಳು ತಮ್ಮ ಈ ಹಂಬಲಗಳನ್ನೇ ಬಣ್ಣಿಸಿ, ಬಣ್ಣಿಸಿ ಹೇಳಿ, ಕನಸುಗಳನ್ನಾಗಿ ಕಟ್ಟಿ ಮಾರುತ್ತಿದ್ದರು.

ಕಾಣೆಯಾಗುತ್ತಿವೆ ಎನ್ನುವ ಅನುಭೂತಿಗಳು ಮತ್ತು ಅನುಭವಗಳ ಮರು ಸಿಂಚನದಿಂದ ರೋಮಾಂಚಿತರಾಗುತ್ತಿದ್ದ ಗ್ರಾಹಕರು ಅದನ್ನು ಇನ್ನಷ್ಟು ಮಸಾಲೆ ಬೆರೆಸಿ ಇತರರನ್ನು ಗ್ರಾಹಕರನ್ನಾಗಿ ಮಾಡಲು ಸಫಲರಾಗುತ್ತಿದ್ದರು. ಇಂತಹ ಸರಣಿ ತಂತ್ರವನ್ನು ಪ್ರಯೋಗಿಸಿ ಪ್ರಯೋಜನ ಪಡೆವಲ್ಲಿ ಹಕ್ಕಿಯ ಹಾಡಿನ ಹುಡುಗ ಯಶಸ್ವಿಯಾಗಿದ್ದ.

ಜೊತೆಗೆ, ಎಲ್ಲ ಹೊಸತುಗಳೂ ಬಹು ಬೇಗ ಹಳೆಯದಾಗಿ ಬಿಡುತ್ತವೆ ಎಂಬುದನ್ನು ಅವನು ಅರಿತಿದ್ದ. ಹಾಗಾಗಿ ಡೈಸಿಗಳ ಹೊಸತನ, ಡ್ಯಾಫೋಡಿಲ್ಲಿನ ಬಂಗಾರ ವರ್ಣ, ಅವಕ್ಯಾಡೋಗಳ ರೇಷಿಮೆ ಹದ ಇತ್ಯಾದಿ ಎಕ್ಸೋಟಿಕ್ ಪ್ಯಾಕೇಜುಗಳು ಕೂಡ ದೊರಕುತ್ತಿದ್ದವು. ಭೂಮಂಡಲದ ಎಲ್ಲ ದೇಶಗಳ ಪ್ರಾಕೃತಿಕ ತಾಜಾತನಗಳನ್ನು ಇದೇ ಸೂತ್ರಕ್ಕೆ ಅಳವಡಿಸಲಾಯ್ತು. ಇವುಗಳ ಥ್ರೀಡಿ ಅನುಭವಕ್ಕಾಗಿ ಆಪ್‌ಗಳು, ವಾಸನೆಯ ಡಬ್ಬಿಗಳ ಆ್ಯಕ್ಸೆಸ್ಸರಿಗಳು ಇ-ಕಾಮರ್ಸ್ ಕಂಪನಿಗಳ ವೆಬ್‌ಸೈಟ್‌ಗಳನ್ನು ಸೇರಿದವು.

ಈ ಹೊಸತಿಗೆ ಹೊಸತನಗಳನ್ನು ಪ್ರಪಂಚದ ಎಲ್ಲ ಮೂಲೆಯಿಂದಲೂ ಹುಡುಕಿ ಹೊಸೆಯಲಾಯಿತು. ಸಂಪೂರ್ಣ ಅನುಭವದ ಉದ್ರೇಕಕ್ಕಾಗಿ 'ಯುವರ್ ಡ್ರೀಮ್ಸ್ ಕ್ಲಬ್ ಹೌಸ್'ಗಳು ಸೇರ್ಪಡೆಯಾದವು. ಪ್ರವಾಸಗಳು ಆಯೋಜಿಸಲ್ಪಟ್ಟವು.

ಉದ್ದ ಹುಡುಗನ ಕಾರು ಈಗ ಬದಲಾಯಿತು. ಈಗವನು ಕೋಟ್ಯಾಧೀಶನಾಗಿದ್ದ.

3

ವಾಸನೆಗಳ ಲೋಕದಲ್ಲಿ ವಿಹರಿಸಿ, ಕನಸು ಕಟ್ಟಿದ ಹುಡುಗ ಹೆಚ್ಚು ವರ್ಷಗಳೇನೂ ಒಂಟಿಯಾಗಿ ಉಳಿಯಲಿಲ್ಲ. ಅಂಗಡಿಯಲ್ಲಿ ಕಂಡ ಸಪೂರ ಕಾಲಿನ ಹುಡುಗಿಯಂತವಳು ಇದೀಗ ಅವನ ಪ್ರಪಂಚದಲ್ಲಿ ನಡೆದು ಬಂದಿದ್ದಳು.

ಅವನೀಗ ಹೊಸ ವಿನ್ಯಾಸದ ಮನೆಯೊಂದನ್ನು ಕೊಂಡುಕೊಂಡಿದ್ದ. ಅವನ ಬಡಾವಣೆಯ ತುಂಬ ಜೀವನದಲ್ಲಿ ಬಹಳ ಯಶಸ್ಸನ್ನು ಕಂಡ ಅವನಂತದ್ದೇ ತಲೆಮಾರಿನ ಜನರಿದ್ದರು. ಅವರ ಹೈ ಟೆಕ್ ಮನೆಗಳು ಹಿಂದೆ ಹಳ್ಳಿಗಳಲ್ಲಿ ಕಟ್ಟುತ್ತಿದ್ದಂತ ಮನೆಗಳನ್ನು ಹೋಲುತ್ತಿದ್ದವು. ಹಳೆಯ

ತಲೆಮಾರಿನವರು ಮಾಡಿಕೊಳ್ಳುತ್ತಿದ್ದ ಹೂ-ತರಕಾರಿ-ಹಣ್ಣುಗಳ ಕೈ ತೋಟ ಆ ನಿರ್ಮಾಣದಲ್ಲಿದ್ದ ಹೊಸ ಆಕರ್ಷಣೆಯಾಗಿತ್ತು. ಉದ್ಯಾನವನದಲ್ಲಿ ಉಯ್ಯಾಲೆ, ಜಾರು ಬಂಡಿ, ಪುಟ್ಟ ಕೊಳಗಳಿದ್ದವು. ನಿಜವಾದ ಹಕ್ಕಿಗಳೇ ಕಟ್ಟಿ ಬಿಟ್ಟುಹೋದ ಕೆಲವು ಗೂಡುಗಳನ್ನು ಅವನು ದೊಡ್ಡ ಬೆಲೆಯನ್ನು ಕೊಟ್ಟು ತರಿಸಿ ನೇತು ಹಾಕಿದ್ದ. ಹಕ್ಕಿಯ ಹುಡುಗನ ತಂದೆ ಮಗನಿಗೆ ನಗರದ ಬದುಕನ್ನು ನೀಡುವ ಹಂಬಲ ಹೊತ್ತು ದುಡಿಯುತ್ತಿದ್ದ. ಆದರೆ, ಹಕ್ಕಿಯ ಹುಡುಗ ಅವನ ಮಕ್ಕಳಿಗೆ ತನ್ನದೇ ಬಾಲ್ಯವನ್ನು ನೀಡಲು ಶತ ಪ್ರಯತ್ನ ಪಟ್ಟಿದ್ದ.

ಹಕ್ಕಿಹಾಡಿನ ಹುಡುಗನೀಗ ಶ್ರೀಮಂತರ ಸಾಲಿನಲ್ಲಿ ನಿಲ್ಲುತ್ತಿದ್ದ. ಅವನ ಈ ವಿಶಿಷ್ಟ ಅಲಂಕಾರಗಳು ಅವನಿಗೆ ಹೆಸರನ್ನು ತಂದವು. ಹೈ ಟೆಕ್ ಡಿಸೈನರ್ ಹೋಂ ಎನ್ನುವ 60 ಸೆಕೆಂಡುಗಳ ನ್ಯೂಸ್ ಬುಲ್ಲೆಟಿನ್‌ಗಳಲ್ಲಿ ಅವನ ಮನೆ ಸುದ್ದಿ ಮಾಡಿತು. ಮತ್ತೊಬ್ಬ ಬಿಲ್ಡರ್‌ನ ಕಂಪನಿ ತಮ್ಮ ಜಾಹೀರಾತಿನಲ್ಲಿ ಇವನ ಮನೆಯನ್ನು ಬಳಸಿಕೊಂಡಿತು.

ಸಿಕ್ಕ ಇಂಚಿಂಚು ಭೂಮಿಯಲ್ಲೂ ಕಾಂಕ್ರೀಟಿನ ಕಟ್ಟಡಗಳನ್ನು ಕಟ್ಟಿಬಿಡುತ್ತಿದ್ದ ರಿಯಲ್ ಎಸ್ಟೇಟ್ ಜನರಿಗೆ ಇತ್ತೀಚೆಗೆ ಇಂತಹ ಮನೆಗಳಿಗಾಗಿ ಡಿಮ್ಯಾಂಡ್ ಹೆಚ್ಚಾಗಿತ್ತು. ಆದರೆ ನೆಲ?

ಅಲ್ಲಲ್ಲಿ ಸರ್ಕಾರದವರು ಉಳಿಸಿಕೊಂಡಿದ್ದ ಪಾರ್ಕುಗಳನ್ನು ಬಿಟ್ಟರೆ, ಮನೆಯ ಮುಂದಿನ-ಹಿಂದಿನ ಕೈ ತೋಟಗಳು ಆ ನಗರದಲ್ಲಿ ಕಾಣೆಯಾಗಿ ದಶಕಗಳಾಗಿದ್ದವು. ಎಲ್ಲೆಲ್ಲೂ ಗಾಜು-ಕಾಂಕ್ರೀಟಿನ ಕಟ್ಟಡಗಳೇ ಎದ್ದು ಕಾಣುತ್ತಿದ್ದವು.

ಸಂಪ್ರದಾಯ, ಸಂಸ್ಕೃತಿಗಳನ್ನು ಉಳಿಸಿಕೊಂಡಿದ್ದ ಒಂದಷ್ಟು ಬಡಾವಣೆಗಳು ಬದಲಾಗದೆ ಉಳಿಯಲು ಬಹಳ ಪ್ರಯತ್ನ ಪಟ್ಟಿದ್ದವು. ಆದರೆ, ಜೆಂಟ್ರಿಫಿಕೇಶನ್‌ನ ಕಾರಣ ಅವರು ಮತ್ತು ಅವರ ಮುಂದಿನ ತಲೆಮಾರಿನವರು ಕ್ರಮೇಣ ಕುಲಾಂತರಿಗಳಾಗಿದ್ದರು. ಅಂತವರಿಗೆ, ಹಿಂದೆ ಅನುಭವಿಸಿದ್ದ ತಮ್ಮ ತಮ್ಮ ಬಡಾವಣೆಯ, ರಸ್ತೆಯ, ಗಲ್ಲಿಗಳಲ್ಲಿದ್ದ ವಾಸನೆ, ನೋಟ, ರುಚಿಗಳು, ಶಬ್ದಗಳು ಯಾವೊಂದೂ ಸಿಗದಂತಾಗಿದ್ದವು. ತಮ್ಮತನವನ್ನು ಕಳೆದುಕೊಂಡ ನಂತರ ಅವರಿಗೆ ತಮ್ಮ ಈ ಹಳತಿನ ಬಗ್ಗೆ ಹೊಸ ವ್ಯಾಮೋಹ ಹುಟ್ಟಿಕೊಂಡಿತ್ತು. ಹಾಗಾಗಿ, ಇಂತವರು ಹಕ್ಕಿ ಹಾಡಿನ ಹುಡುಗ ಖರೀದಿಸಿದ ಮನೆಯಂತವಕ್ಕೆ ಈಗ ಮತ್ತೆ ಆಸೆ ಪಡತೊಡಗಿದ್ದರು.

ಇಂತಹ ಹಣವಂತ ಜನರು ತೋರಿಸುವ ಆಮಿಷಗಳು ಹೆಚ್ಚಿದಂತೆಲ್ಲ, ಹಳ್ಳಿಯ ನಮೂನೆಯಲ್ಲಿ ಅತ್ಯಾಧುನಿಕ ಹೊಸ ಮನೆಗಳನ್ನು ಕಟ್ಟುವ ಕೆಲಸಕ್ಕೆ ಕೆಲವು ಡೆವಲಪರ್ಸ್ ಕೈ ಹಾಕಿದ್ದರು. ಆದರೆ, ಇಂತಹ ಮನೆಗಳನ್ನು ಎಲ್ಲರೂ ಕೊಳ್ಳಲು ಸಾಧ್ಯವಿರಲಿಲ್ಲ. ಇನ್ನು ಕೆಲವರು, ಅಂತಹ ಮನೆಗಳಲ್ಲಿ ತಮ್ಮ

ತಾತಮುತ್ತಾತಂದಿರು ಹಿಂದೆ ಬದುಕಿದ್ದರು ಎಂದು ಹೇಳಿಕೊಳ್ಳುವಲ್ಲಿ ತಮ್ಮ ಘನತೆಯನ್ನು ಕಾಯ್ದುಕೊಂಡರು. ಮಿಕ್ಕವರು 'ಕಾಲ ಕೆಟ್ಟುಹೋಯಿತೆಂದು' ಲೊಚಗುಡುತ್ತಲೆ ಇದ್ದರು.

ಎಷ್ಟೇ ಬದಲಾವಣೆಗಳು ಬಂದರು ತಾನು ಮಾತ್ರ ನಿರಂತರ ಎನ್ನುವಂತೆ ಪ್ರಕೃತಿ ಮತ್ತೆ ಮತ್ತೆ ಚಿಗುತು ತನ್ನ ಹೊಸ ರೂಪಗಳಲ್ಲಿ ಹೇಗೋ ಮಿಡಿಯುತ್ತಲೆ ಇತ್ತು. ಹೀಗಿರುವಾಗಲೇ ಆಗಬಾರದ್ದು ಆಗತೊಡಗಿತು,

ಹಕ್ಕಿಯ ಹುಡುಗನ ಮಾರುಕಟ್ಟೆ ಕುಸಿಯತೊಡಗಿತು.

ನಿಜವಾದ ಹಕ್ಕಿಗಳ ಹಾಡನ್ನು ಕೇಳಿ ಬೆಳೆದಿದ್ದ ತಂದೆ-ತಾಯಿಯರು ಮಕ್ಕಳಿಗೆ ಕೇಳಿಸಲು ಕಕ್ಕುಲಾತಿಯಿಂದ ಹಕ್ಕಿಗಳ ಹಾಡನ್ನು ಕೊಂಡಿದ್ದರು. ಆದರೆ ಹಕ್ಕಿಯ ಹಾಡನ್ನು ವರ್ಚುಅಲ್ ಆಗಿ ಕೇಳಿ ಬೆಳೆದ ಮಕ್ಕಳು ಅವರ ಮಕ್ಕಳಿಗೆ ಬೇರೆಯದೇನನ್ನೋ ಕೊಡಿಸಲು ಶುರುಮಾಡಿದ್ದರು.

ಗಂಧ ವಾಸನೆ, 4-ಡಿ ಅನುಭಗಳ ಕನಸುಗಳಿಂದ ಅತಿ ಬೇಗನೆ ಬೇಸತ್ತ ಜನರು ಬೇರೆಯ ಉದ್ರೇಕಗಳ ಹುಡುಕಾಟದಲ್ಲಿ ಹಣ ಹೂಡಿದ್ದರು. ಈಗವರು ಹೊಸತನ್ನು ಅರಸುತ್ತಿದ್ದರು. ಹಕ್ಕಿಯ ಹಾಡಿನವನಿಗೆ ತಾನು ಕಟ್ಟಿದ ಸಾಮ್ರಾಜ್ಯವೆಲ್ಲವೂ ಎಂದು ಪುಟ್ಟ ಮಾರುವ ಮಳಿಗೆ ಮಾತ್ರ ಎನ್ನಿಸತೊಡಗಿತು ತನ್ನ ಗ್ರಾಹಕರು ಆ ಸ್ಟೇಷನ್ನಿನಲ್ಲಿ ಅರೆ ಘಳಿಗೆ ನಿಂತು ಮುಂದಿನ ಮಳಿಗೆಗೆ ನಡೆದ ಪ್ರಯಾಣಿಕರಷ್ಟೆ ಎಂಬ ವಿಚಾರದ ಸಾಕ್ಷಾತ್ಕಾರವಾಗಿತ್ತು.

ಹಾಗೆ ನೋಡಿದರೆ ಈ ಜಗತ್ತಿಗೆ ಕಾಲಿಡುವ ಎಲ್ಲರೂ ಅರೆ ಘಳಿಗೆಯ ಪ್ರವಾಸಿಗಳೆ. ಆದರೆ, ಈ ಭೂಮಿಯನ್ನು ಅದೆಷ್ಟು ಬಗೆಯಲ್ಲಿ ಶೋಷಣೆ ಮಾಡಿ ಹೋಗುತ್ತೇವೆ ಎಂದು ಅವನಿಗೆ ಖೇದವಾಯಿತು. ಹಾಗೆನಿಸಿದ್ದು ತನಗೆ ವಯಸ್ಸಾಗುತ್ತಿರುವ ಲಕ್ಷಣವೆಂದೇ ಅವನಿಗೆ ತೋರಿತು.

ಹಳತಿನಲ್ಲೇ ಹೊಸ ಐಡಿಯಾಗಳನ್ನು ಸೃಷ್ಟಿಸುವ ಇವನ ಫ್ಯಾಕ್ಟರಿ ಹೊಳಪು ಕಳೆದುಕೊಂಡಂತೆ ಅವನ ವಹಿವಾಟುಗಳ ಮಾರ್ಕೆಟ್ ಇಳಿಮುಖವಾಗುತ್ತ ಹೋದದ್ದು ಇವನ ಚಡಪಡಿಕೆಯನ್ನು ಹೆಚ್ಚಿಸಿತು. ತನ್ನ ಸರಕುಗಳು ಔಟ್ ಡೇಟ್ ಆದಂತೆಲ್ಲ ಅವನು ಹೆಚ್ಚು, ಹೆಚ್ಚು ಚಿಂತಿಸತೊಡಗಿದ. ಅವನೀಗ, ಬೆಳೆದು ನಿಂತಿದ್ದ ತನ್ನ ಮಗನೆದುರು ಸೋಲನ್ನೊಪ್ಪಿಕೊಳ್ಳಲು ತಯಾರಿರಲಿಲ್ಲ.

ಅವನು ಎರಡು ಹೆಜ್ಜೆ ಹಿಂದಕ್ಕಿಟ್ಟು ಯೋಚಿಸತೊಡಗಿದ.

ಹೊಸತಿನ ಹಂಬಲ, ಅದರಲ್ಲಿ ಇನ್ನೇನೋ ಸುಖವಿರಬಹುದೆಂದು ಅರಸಿ ಹೋಗುವ ಮನುಷ್ಯನ ಸ್ವಭಾವ ಹಾವೊಂದು ತನ್ನ ಬಾಲದಿಂದ ಶುರುಮಾಡಿ ತನ್ನನ್ನು ತಾನೇ ಕಬಳಿಸಲು ಯತ್ನಿಸುವ ವ್ಯರ್ಥ ಪ್ರಯತ್ನದ ರೀತಿಯದೆಂದು ಅನ್ನಿಸಿತು. ಮನುಷ್ಯನಿಗೆ ಎಂದೂ ತೃಪ್ತಿ ಸಿಗದೇನೋ? ಕೆಲವೊಮ್ಮೆ ಅತ್ಯಂತ ಉಪಯುಕ್ತ ಮತ್ತು ಬಾಳಿಕೆ ಬರುವ ವಸ್ತುಗಳು, ಇದ್ದಕ್ಕಿಂದಂತೆ

ಮಾರುಕಟ್ಟೆಯಲ್ಲಿ ಸಿಗದಂತಾಗಿ ಬಿಡುವ ಸೋಜಿಗಗಳು ಹೇಗಾಗುತ್ತವೆ? ಎನ್ನುವುದು ಈಗ ಅವನ ಅನುಭವಕ್ಕೆ ಸಿಕ್ಕಿತ್ತು.

ಅವನು ಸಂತೋಷವನ್ನು ಹರಡಲು ಯತ್ನಿಸಿದ್ದ. ಕನಸುಗಳನ್ನು ಮಾರಿದ್ದ. ತಾನು ಬಾಲ್ಯದಲ್ಲಿ ಅನುಭವಿಸಿದ ತನ್ನದೇ ಜಗತ್ತನ್ನು ನಗರಗಳಿಗೆ ಬಂಗಾರದ ಡಬ್ಬಿಗಳಲ್ಲಿಟ್ಟು ನೀಡಿದ್ದ. ಬದಲಾದಂತೆ ಮಾಡಿ ಮತ್ತೆ ಹಳೆಯದನ್ನು ಹೊಸತಾಗಿ ಮಾರುವ ಈ ಕಾಲದ ರೀತಿಯ ಅನನ್ಯತೆಯಲ್ಲಿ ಅವನು ಹೂವಾಗಿ ಅರಳಿದ್ದ. ಅದವನನ್ನು ಬದುಕಿಸಿತ್ತು.

ಅವನ ಯಶಸ್ಸನ್ನು ಕಂಡ ಇನ್ನೂ ಹಲವರು ಅವನಿಗೆ ಪೈಪೋಟಿ ನೀಡಿದ್ದರು. ಆದರೆ, ಅದೇ ಕೆಲಸ ಮಾಡಿದರೂ ಬದುಕು ಎಲ್ಲರಿಗೂ ಒಂದೇ ರೀತಿಯ ಯಶಸ್ಸನ್ನು ಕೊಡುವುದಿಲ್ಲ ಎನ್ನುವಂತೆ. ಮಿಕ್ಕವರು ಅಲ್ಪ-ಸ್ವಲ್ಪ ಯಶಸ್ಸನ್ನು ಕಂಡು ಅವನ ಲಾಭವನ್ನು ಕಡಿಮೆ ಮಾಡಿದ್ದರಷ್ಟೆ. ಆದರೆ ಇದೀಗ ಗ್ರಾಹಕರೇ ಕಡಿಮೆಯಾಗಿ ಅವರೆಲ್ಲರ ಮಾರುಕಟ್ಟೆ ಒಟ್ಟಿಗೆ ಕಿರಿದಾಗುತ್ತಿತ್ತು.

ಈಗವನು ಸ್ಥೂಲ ನೋಟದ ಚಕ್ಷು ಧರಿಸಿ ಸೋಸತೊಡಗಿದ.

ಅವನ ಗ್ರಾಹಕರು ಎಂದಿಗೂ ಮೈನಾರಿಟಿ ಸಂಖ್ಯೆಯಲ್ಲಿದ್ದರು. ಅವನೀಗ ಇನ್ನುಳಿದ ಮೆಜಾರಿಟಿ ಜನರ ಅಗತ್ಯಗಳ ಕಡೆಗೆ ಗಮನ ಹರಿಸಿದ. ಆ ಪಟ್ಟಿ ದೊಡ್ಡದಿತ್ತು.

ಕಾಲ ಎಂದಿಗೂ ಬದಲಾಗಿರಲಿಲ್ಲ. ಬದಲಾಗುವುದನ್ನು ಅದು ಎಂದೂ ನಿಲ್ಲಿಸಿರಲಿಲ್ಲ. ಅವನ ಮನಸ್ಸಿನಲ್ಲೀಗ ಅನಿಶ್ಚಿತತೆ ಅಡಿಯಿಟ್ಟಿತು.

4

ಅವನ ಬದುಕಿನಲ್ಲಿ ಅಡಿಯಿಟ್ಟ ಅನಿಶ್ಚಿತತೆ ಅವನು ಸೃಷ್ಟಿಸಿಕೊಂಡಿದ್ದ ಸಮಾಧಾನವನ್ನು ಕಡೆಗೋಲಾಗಿ ಕಡೆಯಿತು. ಹಕ್ಕಿ ಹಾಡಿನ, ನೇರ, ಹಗುರ ನಡೆಯ ಮುದುಕನೀಗ ಹೊಸ ಕನಸ್ಸನ್ನು ಹೊತ್ತು ಕವಲು ಹಾದಿಯಲ್ಲಿ ನಿಂತಿದ್ದ.

ಜೀವನದಲ್ಲಿ ಕೆಲವೊಮ್ಮೆ ನಮ್ಮನ್ನು ನಾವೇ ಹೊತ್ತು ನಡೆಯಬೇಕು, ಜೊತೆಗಾರರ್‍ಯಾರೂ ಸಿಗುವುದಿಲ್ಲ ಎನ್ನುವುದನ್ನು ಬದುಕು ಅವನಿಗೆ ಚೆನ್ನಾಗಿ ಕಲಿತಿತ್ತು. ಐವತ್ತು ವರ್ಷಗಳ ಹಿಂದಿನ ಅವನ ಬಾಲ್ಯವನ್ನು ಅವನು ಇದುವರೆಗೆ ಮರು ಆವಿಷ್ಕರಿಸಿ ಮಾರಿಕೊಂಡಿದ್ದ. ಇದೀಗ ಅವನ ನೆನಪುಗಳು ಮಸುಕಾಗುತ್ತಿದ್ದವು.

ಅದೊಂದು ಮಳೆಗಾಲವೇ ಅಲ್ಲದ ದಿನ. ಆದರೆ ಮೇಘಸ್ಫೋಟಗಳಾಗಿ ಧೋ ಎಂದು ಸುರಿದ ಮಳೆಗೆ, ಮರಗಳಿಲ್ಲದ ಗುಡ್ಡಗಳು ಕುಸಿದಿದ್ದವು. ಕೆರೆ,

ಕಟ್ಟೆ, ಜಲಾಶಯಗಳು ಒಡೆದಿದ್ದವು. ಹಾದಿಗಳು ಮುಚ್ಚಿದ್ದವು. ಕುಗ್ರಾಮವೊಂದರ ಒಡಲಿನಲ್ಲಿದ್ದ ಹಳ್ಳಿಯೊಂದು ಸಂಪೂರ್ಣ ಮುಳುಗಡೆಯಾಗಿತ್ತು. ತಿಂಗಳಾದರೂ ನಿಲ್ಲದ ರಾಕ್ಷಸ ಮಳೆಯಲ್ಲಿ ಈ ಹುಡುಗ ತನ್ನದೆಂದು ಕರೆಯುತ್ತಿದ್ದ ಮನೆ ಮತ್ತು ಮನೆ ಮಂದಿಯೆಲ್ಲ ನೀರ ಪಾಲಾಗಿದ್ದರು. ಅವನು ತೇಲುತ್ತಿದ್ದ ಖಾಲಿ ಪ್ಲಾಸ್ಟಿಕ್ಕಿನ ಕ್ಯಾನೊಂದಕ್ಕೆ ಆತುಬಿದ್ದು ಜೀವ ಉಳಿಸಿಕೊಂಡಿದ್ದ.

ಅವನು ಎಲ್ಲಿಯದೋ ನೆಲವನ್ನು ತಲುಪಿದಾಗ ಆ ಜಾಗ ಹೆಬ್ಬಾವೊಂದು ಮಿಕದ ರಕ್ತವನ್ನು ಹೀರಿ, ಎಲುಬುಗಳೆಲ್ಲ ಪುಡಿ ಪುಡಿಯಾಗಿಸಿ, ಕಳೇಬರವನ್ನು ಹಿಂದೆ ಬಿಟ್ಟುಹೋದಂತೆ, ನಿಸ್ತೇಜವಾಗಿತ್ತು. ಆದರೆ, ನೀರು ಸರಿದುಹೋಗಿದ್ದರಿಂದ ಬದುಕುಳಿದಿದ್ದ ಜನರು ತಮ್ಮ ಗೂಡುಗಳ ಸ್ಥಿತಿಯನ್ನು ಅಳೆಯಲು ಮರಳಿ ಬರುತ್ತಿದ್ದರು. ಯಾರೂ ಬಂದಿಲ್ಲದ ಮನೆಯೊಂದಕ್ಕೆ ಇವನು ನುಗ್ಗಿದ್ದ. ಹಾಗೆ ಕೈಗೆ ಸಿಕ್ಕದ್ದನ್ನು ದೋಚಿದ್ದಲ್ಲದೆ, ತಮ್ಮದೆಲ್ಲವನ್ನೂ ಕಳೆದುಕೊಂಡವರ ಸರತಿಯಲ್ಲಿ ನಿಂತು ಪರಿಹಾರ ಪಡೆದಿದ್ದ. ಕೆರೆ, ಕಾಲುವೆ, ಚರಂಡಿಗಳಲ್ಲೆಲ್ಲ ಮನೆ ಕಟ್ಟಿದ್ದರಿಂದ ನಗರಗಳೂ ಅರೆಬರೆ ಮುಳುಗಡೆಯಾಗಿದ್ದವು. ಎಲ್ಲೆಲ್ಲಿಯೂ ಹಾಹಾಕಾರ ಶುರುವಾಗಿತ್ತು. ಅದನ್ನು ಜನರು ಜಲಪ್ರಳಯವೆಂದಿದ್ದರು. ಇವನೂ ಹಾಗೆಂದೇ ನಂಬಿದ್ದ. ಅವನು ತನ್ನದೆನ್ನುವ ಊರಿಗೆ ಮತ್ತೆಂದೂ ಮರಳಲಿಲ್ಲ.

ಆ ನಂತರ ಪ್ರತಿ ವರ್ಷ, ಪ್ರಕೃತಿಯ ವಿಕೋಪಗಳು ಹೆಚ್ಚುತ್ತಲೆ ಹೋಗಿದ್ದವು. ಬಿರು ಬಿಸಿಲಿಗೆ ಗಿಡಮರಗಳು ಸತ್ತಿದ್ದವು. ಕಾಳ್ಗಿಚ್ಚುಗಳು ಅರಣ್ಯಗಳನ್ನು ಆಪೋಶನ ತೆಗೆದುಕೊಂಡಿದ್ದವು, ಇನ್ನು ಕೆಲವೆಡೆ ಮಳೆಯಿಲ್ಲದಾಗಿ ಭೀಕರ ಬರಗಾಲ ಅಪ್ಪಳಿಸಿತ್ತು. ಅಕಾಲದಲ್ಲಿ ಮಳೆ ಸುರಿದು, ಬೆಳೆಗಳು ನಾಶವಾಗಿದ್ದವು. ಈ ಎಲ್ಲ ಕಾಲದಲ್ಲೂ ಜನರು ಮನೆಗಳನ್ನು ಕಳೆದುಕೊಂಡಿದ್ದರು.

ಅಳಿದುಳಿದ ಬೆಳೆಗಳನ್ನು ಕೀಟಗಳಿಂದ ಕಾಪಾಡುತ್ತಿದ್ದ ಹಕ್ಕಿಗಳು ಕಣ್ಮರೆಯಾಗಿದ್ದರಿಂದ, ಜನರು ತತ್ತರಿಸಿದರು. ರೈತರು ಸಿಕ್ಕಾಪಟ್ಟೆ ಕೀಟ ನಾಶಕಗಳನ್ನು ಸಿಂಪಡಿಸಿ ತಾವೂ ಜೀವ ತೆತ್ತಿದ್ದರು. ಉಣ್ಣುವ ಆಹಾರದಲ್ಲೂ ವಿಷವಿದೆಯೆನ್ನುವಂತ ಆತಂಕದ ವಾತಾವರಣ ಜನರನ್ನು ದಿಗ್ಭ್ರಮೆಗೊಳಿಸಿತು. ಜನರ ಹಾಹಾಕಾರಗಳು ಹೆಚ್ಚಿದಂತೆಲ್ಲ ಒಂದೊಂದಾಗಿ ಸರಕಾರಗಳು ಉರುಳಿ ಬಿದ್ದಿದ್ದವು. ಈ ಇಕ್ಕಟ್ಟಿನ ಸ್ಥಿತಿಯಲ್ಲಿ ಪಕ್ಷಿ, ಪ್ರಾಣಿ ಮತ್ತು ಪ್ರಕೃತಿಗಳ ಬಗ್ಗೆ ಜನರಿಗೆ ಯೋಚಿಸಲು ಸಾಧ್ಯವಾಗಿರಲಿಲ್ಲ.

ಪ್ರತಿಯೊಬ್ಬನೂ ಪ್ರಕೃತಿಯನ್ನು ಕಾಪಾಡುವುದು ಮತ್ತೊಬ್ಬನ ಕೆಲಸವೆಂದು ಅಂದುಕೊಂಡರು. ಅವರಿವರು ಕಾಪಾಡಲಿ ಎಂದು ಕಾದರು. ಸರ್ಕಾರಗಳು ಹೇಗೋ ಮಾಡುತ್ತವೆ ಎಂದು ಕೈ ಚೆಲ್ಲಿ ಕುಳಿತರು. ಏಳೆಂಟು ಮರಕ್ಕೊಬ್ಬ

ಮನುಷ್ಯನಿರಬೇಕೆನ್ನುವ ದಿನಗಳು ಕಳೆದು ಏಳೆಂಟು ಮನುಷ್ಯನಿಗೊಂದು ಮರವಾದವು. ಕ್ರಮೇಣ ಸಾವಿರ ಜನರಿಗೊಂದು ಮರ ಎಂಬಂತೆ ನಗರಗಳು ಬೆಳೆದಿದ್ದವು. ಮಾಲಿನ್ಯ ಮಿತಿಮೀರಿ ಜನರು ಹೊರಗೆ ಬರುವುದೇ ವಿರಳವಾಗಿ ಆಕ್ಸಿಜೆನ್‌ನ ಪ್ಲಾಂಟ್‌ಗಳನ್ನು ಹಾಕಿಸಿಕೊಳ್ಳುವುದು ಆ ಹಿಂದೆ ಎ.ಸಿ.ಗಳನ್ನು ಹಾಕಿಸಿಕೊಳ್ಳುವಷ್ಟು ಸಾಮಾನ್ಯವಾಗಿ ಹೋಗಿತ್ತು.

ಈ ಅಯೋಮಯದಲ್ಲಿ ಇದೆಲ್ಲದ್ದಕ್ಕೂ ಕಾರಣಗಳನ್ನು ನೋಡಬಲ್ಲಂತ ವಿಚಾರವಂತರು, ವಿಜ್ಞಾನಿಗಳು ಮೂಲೆಗೆ ತಳ್ಳಲ್ಪಟ್ಟರು. ಪ್ರಕೃತಿ ಮತ್ತು ಪ್ರಾಣಿ ಪ್ರಿಯರು ಲೇವಡಿಗೊಳಲ್ಪಟ್ಟರು. ಬರೆಯಲಾಗದೇ ಉಳಿದ ಬರಹ–ಕವಿತೆಗಳು ಹೆಚ್ಚಾಗಿ ವೈಚಾರಿಕ ಗ್ರಹಣದ ಬರಗಾಲ ಆವರಿಸಿಬಿಟ್ಟಿತ್ತು.

ಅಳಿವಿನ ಮುಖ ಕಾಣತೊಡಗಿದಾಗ ಅರಿವಿಲ್ಲದಂತೆಯೇ ಊಹಾ ಪೋಹಗಳ, ಹೀರೋ ಸಿದ್ಧಾಂತಗಳು ಸೃಷ್ಟಿಸಲ್ಪಟ್ಟವು. ಇವು ಅಲ್ಪ ತೃಪ್ತ ಜನರಿಗೆ, ಪಲಾಯನವಾದಿಗಳಿಗೆ, ಹೊಂಚು ಹಾಕಿ ಸಿಕ್ಕಷ್ಟು ಕಬಳಿಸಿ, ತಕ್ಷಣಕ್ಕೆ ತಾವು ಬದುಕಿಬಿಡೋಣ ಎನ್ನುವ ದರೋಡೆಕೋರರಿಗೆ, ಸೋಮಾರಿಗಳಿಗೆ ಪ್ರಿಯವಾಗತೊಡಗಿದ್ದವು. ಹೈಬ್ರಿಡ್ ಬೆಳೆಗಳನ್ನು ಕಟ್ಟಡಗಳಲ್ಲಿ ಬೆಳೆಯುವ ಹೊಸ ವಿಧಾನವೇ ಅತ್ಯುತ್ತಮ ಎನ್ನುವ ಹೊಸ ವಾದಗಳ ಮಂಡನೆಗಳಾಗಿದ್ದವು. ಜನರಲ್ಲಿ ಕಾಣಿಸಿಕೊಂಡ ಹೊಸ ರೋಗ ರುಜಿನಗಳಿಗೆ ಹೊಸ ಚಿಕಿತ್ಸೆ ಮತ್ತು ಮದ್ದುಗಳನ್ನು ಹೊರತರುವ ಕಂಪನಿಗಳ ಮಾಫಿಯಾದಲ್ಲಿ ವೈದ್ಯಕೀಯ ರಂಗ ಯಶೋಗೀತೆಯನ್ನು ಹಾಡಿ ಬೆಳೆಯಿತು.

ಮುಂದಿನ ಸರ್ಕಾರಗಳ ನೇತಾರರು ಜನರಿಗೆ, ತಕ್ಷಣವೇ ಮನೆಗಳನ್ನು ಒದಗಿಸಲು ಒತ್ತಡಕ್ಕೆ ಸಿಕ್ಕರು. ವ್ಯಾಪಾರೀ ಜನರು ಅದನ್ನೇ ಅವಕಾಶಗಳನ್ನಾಗಿ ಮಾಡಿಕೊಂಡು ದುಪ್ಪಟ್ಟು ವೇಗದಲ್ಲಿ ಪ್ರಕೃತಿ ನಾಶಕ್ಕಿಳಿದರು. ಹಳ್ಳಿಗಳನ್ನು ಕಬಳಿಸಿದರು. ಉಳುವ ಹೊಲಗದ್ದೆಗಳು ಸಾವಿರಾರು ಪಟ್ಟು ಹೆಚ್ಚು ಬೆಲೆಗೆ ಮಾರಲ್ಪಟ್ಟವು. ಮನೆಭೂಮಿ ಮಾರಿಕೊಂಡವರು ನಗರಗಳಿಗೆ ವಲಸೆ ಬರುವುದು ಹೆಚ್ಚಾಯಿತು. ನಗರಗಳಲ್ಲಿ ಎಲ್ಲೆಲ್ಲಿಯೂ ಮನೆಗಳು ಎದ್ದು ನಿಂತಿದ್ದವು. ಆದರೆ, ಅವುಗಳ ಗಾತ್ರ ಕಿರಿದಾಗುತ್ತ, ಬೆಲೆ ಹೆಚ್ಚಾಗುತ್ತ ಹೋಯಿತು. ಕೊನೆಗೆ ಹಳ್ಳಿಗಳು ಕೂಡ ನಗರಗಳಾಗಿ ನಿಂತಿದ್ದವು.

ಪ್ರತಿ ಸಮಸ್ಯೆಗೆ ಹೊಸದೊಂದು ಸ್ಥೂಲ ಪರಿಹಾರಗಳನ್ನು ಹುಡುಕಲಾಯಿತು. ಸಮಸ್ಯೆಗಳ ಧೂಳನ್ನು ಅಲ್ಲಲ್ಲಿಯೇ ಗುಡಿಸಿ, ಒಟ್ಟಾರೆ ಜೀವನದ ಮೈದಾನವನ್ನು ಮಟ್ಟಸ ಮಾಡಲಾಯಿತು. ಆ ದಾರಿಯಲ್ಲಿ ಬಿದ್ದ ಕಲ್ಲುಗಳನ್ನು ನಿರ್ಲಕ್ಷ್ಯಸಿ ಪಕ್ಕದಲ್ಲಿ ಕವಲು ಹಾದಿಯನ್ನು ಸೃಷ್ಟಿಸಿಕೊಂಡು ಜೀವನವೆನ್ನುವುದು ಇನ್ನೊಂದು ಕಾಲಮಾನವನ್ನು ಪ್ರವೇಶಿಸಿತ್ತು. ಹಿಂತಿರುಗಿ

ಹೋಗಿ, ಸಮಸ್ಯೆಗಳನ್ನು ಅವಲೋಕಿಸಿಕೊಂಡು ಬದುಕಿನ ಮತ್ತು ಅದನ್ನು ನಡೆಸುವ ಪ್ರಕೃತಿಯ ಹಳೆಯ ಲಯ ಮತ್ತು ಹದವನ್ನು ಕಂಡುಕೊಳ್ಳುವ ಸಾವಧಾನ ಆ ಜೋರುಗತಿಯ ಜೀವನಕ್ಕಿರಲಿಲ್ಲ.

ಪ್ರವಾಹವೊಂದರಲ್ಲಿ ಬದುಕಿಳಿದ ಹುಡುಗ ಬದುಕಿನ ಪ್ರಚಂಡ ಸುಳಿಯೊಂದರಲ್ಲಿ ಸಿಲುಕಿ ಬಹಳಷ್ಟು ನೆನೆಗುದಿಗೆ ಬಿದ್ದಿದ್ದ. ಅವರಿವರ ಬಳಿ ದುಡಿದು ಈ ಕೇಂದ್ರ ನಗರಿಗೆ ಬರುವ ವೇಳೆಗೆ, ಅವನಿಗೆ ಬದುಕು ಬಹಳಷ್ಟನ್ನು ಕಲಿಸಿತ್ತು.

5

ಆ ಬೃಹತ್ ನಗರದ ಬೆಡಗಿಗೆ ಮರುಳಾಗಿ ಅವನು ಅದನ್ನು ತನ್ನ ಸಂಬಂಧಿಯೆಂದುಕೊಂಡಷ್ಟೇ ಸುಲಭವಾಗಿ ಆ ದೊಡ್ಡ ನಗರ ಅವನನ್ನು ತನ್ನವನೆಂದು ಸ್ವೀಕರಿಸಿರಲಿಲ್ಲ. ಸವಾಲುಗಳನ್ನೆಸೆದು ಅವನ ನಿಲುವನ್ನು ಪರೀಕ್ಷಿಸಿತ್ತು. ಅವನು ಜೇಡಿ ಮಣ್ಣಿನಂತೆ ಜಿಗುಟುತನ ತೋರಿಸಿದ್ದ. ಅದರ ಬೇಡಿಕೆಗೆ ತಕ್ಕಂತೆ ರೂಪು ತಳೆದಿದ್ದ. ಬೇಯಿಸಿದಷ್ಟೂ ಗಟ್ಟಿಯಾಗಿದ್ದ. ಮತ್ತೊಂದು ಶಕ್ತಿ ಸೃಷ್ಟಿಸಿಹೋದ ನಿರ್ವಾತದಲ್ಲಿ ಬಿತ್ತನೆ ಮಾಡಿ ಕಟಾವು ಮಾಡುವುದನ್ನು ಕಲಿತಿದ್ದ. ಹಾಗೆ ಮಾಡುತ್ತ ತನ್ನದೇ ಒಂದು ವಲಯವನ್ನು ನಿರ್ಮಿಸಿಕೊಂಡಿದ್ದ. ಆದರೆ ಅವನು ಆರಿಸಿಕೊಂಡಿದ್ದು ಅವನು ವೈಯಕ್ತಿಕವಾಗಿ ನಂಬಿಕೆಯಿಟ್ಟಿದ್ದ ಒಂದು ಪುಟ್ಟ ಪ್ರಮಾಣದ ಮಾರುಕಟ್ಟೆಯನ್ನಷ್ಟೆ.

ಅವನೀಗ ತಾನು ಆಯ್ದುಕೊಳ್ಳದ ತೊಂಬತ್ತೈದು ಪರ್ಸೆಂಟ್ ಮಾರುಕಟ್ಟೆಯ ಕಡೆಗೆ ನೋಡಿದ.

ಅವನು ಅಚಲವಾಗಿ ನಂಬಿದ ಕೊನೆಯಿಲ್ಲದ ಆಶಯ ಮತ್ತು ಕನಸುಗಳಿಗೆ ಹೋಲಿಸಿದರೆ, ಮನುಷ್ಯನ ಸ್ವಾರ್ಥದ ರಾಜಕೀಯ, ಅಧಿಕಾರ ದಾಹ, ಕಾಮ, ಕ್ರೋಧ, ಮೋಹ, ಮತ್ಸರ, ಮೇಲು–ಕೀಳುಗಳು, ಹೊಸ ಹೊಸ ರೂಪಗಳನ್ನು ಧರಿಸಿ ತಮ್ಮ ಅಸ್ತಿತ್ವವನ್ನು ಘನವಾಗಿ ಉಳಿಸಿಕೊಂಡಿದ್ದವು. ಅವುಗಳನ್ನು ಪೋಷಿಸುವ ಎಲ್ಲ ಮಾರುಕಟ್ಟೆಗಳೂ ದಪ್ಪಗೆ ಕೊಬ್ಬಿಕೊಂಡಿದ್ದವು.

ಒಬ್ಬ ವ್ಯಾಪಾರೀ ಮನೋಭಾವದವನಾಗಿದ್ದ ಅವನಿಗೆ ಅದು ಅನ್ಯಾಯವೆನಿಸಲಿಲ್ಲ. ಅದರ ಅಸ್ತಿತ್ವದ ಬಗ್ಗೆ ಅವನು ಎಂದಿಗೂ ಅರಿತವನೇ ಆಗಿದ್ದ. ಆದರೆ ಶಾಂತಿಯನ್ನು ಅನುಭವಿಸುತ್ತ ಭೂತಕ್ಕೆ ಜೋತು ಬಿದ್ದವನಿಗೆ ಭವಿಷ್ಯದಲ್ಲಿ ಕೆಳಗಿನ ಕಂದಕಕ್ಕೆ ಜಿಗಿಯುವ ಗುಂಡಿಗೆಯಿರಲಿಲ್ಲ. ಅವನ ನಂಬಿಕೆ ಮತ್ತು ಜೀವ ಎರಡೂ ಅವನು ಮಾರುತ್ತಿದ್ದ ಉತ್ಪನ್ನಗಳಲ್ಲೇ ಇದ್ದವು. ಎಲ್ಲ ಕನಸುಗಾರರಿಗಿರುವ ದೌರ್ಬಲ್ಯಗಳೇ ಅವನಲ್ಲಿಯೂ ಇದ್ದವು.

ಅಂತಹ ಲಕ್ಷಾಂತರ ಮಂದಿ ಇದ್ದದ್ದರಿಂದಲೇ ಆಗೀಗ ಮಳೆ ಬೀಳುತ್ತಿತ್ತು ಎನ್ನುವಂತೆ ಪ್ರಕೃತಿ ಮತ್ತೆ, ಮತ್ತೆ ಮುಟಿದು ಬರಲು ಅವಿನಾ ಪ್ರಯತ್ನ ಮಾಡುತ್ತಲೇ ಇತ್ತು. ಅದಕ್ಕಾಗಿ ಸರ್ಕಾರಗಳು ಒಂದಾದ ಮೇಲೊಂದರಂತೆ ಯೋಜನೆಗಳನ್ನು ರೂಪಿಸುತ್ತಲೇ ಇದ್ದವು. ಆದರೆ ಸಮಯವೆನ್ನುವುದು ವಿಳಂಬವನ್ನು ಸಹಿಸಲಾರೆ ಎನ್ನುವಂತೆ ನಿರ್ದಾಕ್ಷಿಣ್ಯವಾಗಿ ಮುನ್ನಡೆದುಬಿಟ್ಟಿತ್ತು.

ಈ ಯೋಚನೆಗಳಲ್ಲಿ ಆವತ್ತೆಲ್ಲ ತನ್ನ ಕೆಲಸದಲ್ಲಿ ಒಂದು ಬಗೆಯ ಒತ್ತಡವನ್ನು ಅನುಭವಿಸಿದ ಹಕ್ಕಿ ಹಾಡಿನ ಮುದುಕ ಒಂದು ಬಗೆಯ ಒಂಟಿತನದಲ್ಲಿ ಮನೆಗೆ ಹಿಂತಿರುಗಿದ. ಮನೆಯಲ್ಲಿ ಯಾರೂ ಇರಲಿಲ್ಲ.

ತಾನು ಜೀವಿತವಿಡೀ ಕಷ್ಟಪಟ್ಟದ್ದು, ತಪಸ್ಸು ಮಾಡಿದ್ದು ಇಂತಹದೊಂದು ಉದ್ಯಾನವನವಿರುವ ಮನೆಯನ್ನು ಕೊಳ್ಳಲೇ? ಇಂತಹ ಹತ್ತು ಮನೆಗಳನ್ನು ಕಟ್ಟಬಹುದಾಗಿದ್ದ ಜಮೀನಿನ ಒಡೆಯನಾಗಿದ್ದ ತನ್ನ ಅಪ್ಪ ಬಡವನಾಗಿದ್ದ. ಮನೆಯಂಗಳದಲ್ಲೆ ಹಕ್ಕಿಗಳ ಹಾಡನ್ನು, ದುಂಬಿಗಳ ಝೇಂಕಾರವನ್ನು, ಮಲ್ಲಿಗೆಯ ಘಮವನ್ನು ದಿನವೂ ಆಘ್ರಾಣಿಸುವಷ್ಟು ಶ್ರೀಮಂತನಾಗಿದ್ದ ಎಂದು ನೆನೆದು ಮೌನವಾದ.

ಇಡೀ ಬದುಕು ಒಂದು ದೊಡ್ಡ ವರ್ತುಲ ಎಂದು ಜನರು ಹೇಳುತ್ತಿದ್ದರು. ಆದರೆ, ನಾನು ಮಾತ್ರ ಸಾಧನೆ ಮಾಡುತ್ತ ಮೇಲಕ್ಕೇರುತ್ತಿದ್ದೇನೆ ಎನ್ನುವ ನಂಬಿಕೆಯಲ್ಲೇ ಇಷ್ಟುದಿನ ಸಾಗಿದ್ದು ದೊಡ್ಡ ಆಭಾಸವಲ್ಲವೇ? ಎಂದು ಅವನಿಗೆ ಅನ್ನಿಸತೊಡಗಿತು.

ಅವನು ನಂಬಿದ್ದ ವಿಜಯ ಪಥದಲ್ಲಿ ಕಂಡಿಲ್ಲದ ಸಾವಿರ ಸತ್ಯಗಳ ದರ್ಶನ, ಸೋಲಿನ ಶುರುವಾತಿನಲ್ಲೇ ಆಗತೊಡಗಿದಂತೆ ಅವನಿಗೆ ಅನ್ನಿಸಿತು. ಇಂತಹ ಯೋಚನೆಗಳನ್ನು ದೂರವಿಡಲು ಮನಸ್ಸಿನ ಸಮಾಧಾನಕ್ಕೆನ್ನುವಂತೆ ಅವನು ತನ್ನ ಉದ್ಯಾನವನವನ್ನು ಪ್ರವೇಶಿಸಿದ.

ಅವನ ಸಿವಿಲ್ ಪಾರ್ಟ್ನರ್ ಗಾರ್ಡನ್‌ನಲ್ಲಿದ್ದಳು. ಅವಳ ಜೊತೆ ಮಗನೂ ಇದ್ದದ್ದನ್ನು ನೋಡಿ ಅವನಿಗೆ ಆಶ್ಚರ್ಯವೆನಿಸಿತು. ಅವಳೇ ಫೋನಾಯಿಸಿ ಕರೆಸಿಕೊಂಡಿರಬೇಕು ಎನ್ನಿಸಿತು.

ಮಗ ಓಡುತ್ತ ಹತ್ತಿರ ಬಂದವನು 'ಡ್ಯಾಡ್' ಎಂದ. ಅವನ ಧ್ವನಿಯಲ್ಲಿ ಹೊಸತನವಿತ್ತು.

"ಏನದು?" ಎನ್ನುವಂತೆ ತಿರುಗಿದವನಿಗೆ ಮಗ ದೊಡ್ಡದಾಗಿ ಹಲ್ಕಿರಿದು ನಗುತ್ತಿದ್ದುದು ಕಂಡು ಮುದವೆನಿಸಿತು. ಮಗನ ಮುಖದ ಮೇಲೆ ಅವನೆಂದೂ ಇಂತಹ ನಗೆಯನ್ನು ಕಂಡಿರಲಿಲ್ಲ.

"ಬಾಯಿಲ್ಲಿ" ಎಂದು ಕೈ ಹಿಡಿದು ಕರೆದ ಮಗನನ್ನು ಅವನು ಹಿಂಬಾಲಿಸಿದ.

ಗಿಡವೊಂದಕ್ಕೆ ನೇತು ಹಾಕಿದ ಹಕ್ಕಿ ಗೂಡಿನೆಡೆಗೆ ಮಗ ಅವನನ್ನು ಕರೆದೊಯ್ದ. ಅದರಲ್ಲಿ ಕಂಡಿದ್ದು ಚಲನೆಯೇ? ಅವನ ಹೃದಯ ಜೋರಾಗಿ ಹೊಡೆದುಕೊಳ್ಳತೊಡಗಿತು.

ಹತ್ತಿರ ಹೋದಂತೆ ಅವನಿಗೆ ಸಣ್ಣ ಶಬ್ದವೂ ಕೇಳಿಸಿತು. ಕಣ್ಣರಳಿಸಿ ಮಗನೆಡೆ ನೋಡಿದ.

ಮಗನ ಕಣ್ಣುಗಳು ಅತ್ಯದ್ಭುತವೊಂದನ್ನು ನೋಡಿದ್ದ ಸಂಭ್ರಮದಿಂದ ಸಂತೋಷವಾಗಿ ಅರಳಿದ್ದವು. ಅವಳೂ ನಗುತ್ತಿದ್ದಳು. ಅವರೆಲ್ಲರೂ ಈಗ ಮೌನ ವಹಿಸಿದರು. ಮತ್ತೆ, ಮತ್ತೆ ಆಲಿಸಿದರು. ಎಳೆಯದೊಂದು ಉಲಿ ಕೇಳಿಸಿತು.

ಅದೆಷ್ಟು ಪ್ರಯತ್ನಗಳನ್ನು ಮಾಡಿದ್ದ!

ಪ್ರಪಂಚದಾದ್ಯಂತ ಎಲ್ಲೆಲ್ಲಿಯೋ ಹುಡುಕಿಸಿ ಸಿಕ್ಕ ಹಕ್ಕಿಯ ಅನಾಥ ಮೊಟ್ಟೆಗಳನ್ನು ಇಂಪೋರ್ಟ್ ಮಾಡಿಸಿ ತರಿಸಿದ್ದ. ಆದರೆ ಬಹುತೇಕವು ನಕಲಿಗಳಾಗಿದ್ದವು ಅಥವಾ ಹಾಳಾಗಿದ್ದವು. ಆದರೆ, ಈ ಬಾರಿ, ಹಾಳಾದರಾಗಲಿ ಎಂದು ಮತ್ತೆ ಕೊಂಡು ತಂದಿದ್ದ ಮೊಟ್ಟೆಯೊಂದು ಮರಿಯಾಗಿ ಮಿಡುಕುತ್ತಿತ್ತು. ಅರಿವಿಲ್ಲದೆ ಅವನ ಕಣ್ಣಿನಲ್ಲಿ ತಟತಟನೆ ನೀರು ಸುರಿದುಹೋಯಿತು.

ತಾನು ಅನಾಥನಾಗಿ ಬೆಳೆದೆ ಎಂದು ಹೇಳುತ್ತಿದ್ದ ತಂದೆ, ಪುಟ್ಟದೊಂದು ಹಕ್ಕಿ ಮರಿಯನ್ನು ನೋಡಿ, ಬಾಲ್ಯದ ಬಂಧುವನ್ನು ಕಂಡಂತೆ ಸಂತೋಷ ಪಟ್ಟಿದ್ದನ್ನು ನೋಡಿ ಅವನ ಪಾರ್ಟ್ನರ್ ಮತ್ತು ಮಗ ಮೂಕರಾದರು.

ಅಮ್ಮನ ಕಾವಿಲ್ಲದೆ ಮೊಟ್ಟೆಯೊಂದು ಒಡೆದು ಮರಿಯಾಗಿತ್ತು. ಆ ಹಕ್ಕಿ ಮರಿಯ ಕೂಗನ್ನು ಆಲಿಸುತ್ತ ಅವನು ಹೊಸ ಭರವಸೆಯಿಂದ ತನ್ನ ಮಗನೆಡೆಗೆ ತಿರುಗಿದ. ಮಗನ ಕಣ್ಣಲ್ಲಿ ಕಂಡ ನಂಬಿಕೆಯ ಹೊಳಪಿನಲ್ಲಿ ಅವನಿಗೆ ಹೊಸ ಭವಿಷ್ಯವೇ ತೆರೆದುಕೊಂಡಿತ್ತು.

ದ್ರೋಹ

ನೊರೆಹಾಲಿನ ಬಣ್ಣದ ಬೆಳಗು ಬುರು ಬುರನೆಂದು ಕಾದು ಕಾವೇರಿದ ರೀತಿ ಉಕ್ಕುತ್ತಿದ್ದ ದಿನವದು. ಎಂದೋ ಬೇರ್ಪಟ್ಟ ಹಾಲ್ಮನಸ್ಸಿನ ಎರಡು ಜೀವಗಳು ಆ ದಿನದಂದು ಭೇಟಿಯಾಗಲು ಕಾದಿದ್ದವು. ಆದರೆ ಕೆನೆಗಟ್ಟಿ ಕೊತ ಕೊತನೆಂದು ಕುದಿವ ಮನಸ್ಸು ಒಂದಾದರೆ, ಕಳೆದುಹೋದ ಆತ್ಮೀಯ ಬಾಂಧವ್ಯ ತಾನಿದ್ದ ಊರಲ್ಲೇ ಅನಿರೀಕ್ಷಿತವಾಗಿ ಕಾಲಿಗಡರಿದ ಸಂತಸದಲ್ಲಿ ಉಕ್ಕುತ್ತಿದ್ದ ಮನಸ್ಸು ಇನ್ನೊಂದಾಗಿತ್ತು.

"ನಬಿಲ್..."

"ಜಾಧವ್!"

ನಬಿಲ್ ನನ್ನು ಬಾಚಿ ತಬ್ಬಿಕೊಂಡು ಹರ್ಷ ಪಡಬೇಕೆಂದು ಬಂದಿದ್ದವನು ಜಾಧವ್. ಆದರೆ ಸ್ನೇಹಿತನನ್ನು ನೋಡಿ ಮೈಮೇಲೆ ತಣ್ಣೀರು ಎರಚಿದಂತೆ ಕುಗ್ಗಿಹೋದ. ಯಾವುದೋ ಹಿಂಜರಿಕೆಯಲ್ಲಿ, ಕೈಯನ್ನೂ ಕುಲಕದೇ ನಬಿಲ್‌ನ ಎದುರು ಸದ್ದಿಲ್ಲದೆ ಕುಳಿತ. ಅವನ ಕಣ್ಣುಗಳು ಅವನ ಮನಸ್ಸಿಗಾಗಿದ್ದ ಆಘಾತವನ್ನು ಮುಚ್ಚಿಡುವಲ್ಲಿ ಸೋತಿದ್ದವು. ರೆಪ್ಪೆಗಳು ಪರಸ್ಪರ ಕೂಡುವುದನ್ನೇ ಮರೆತು, ನಬಿಲ್‌ನ ದೇಹದ ತುಂಬ ಓಡಾಡುವುದರಲ್ಲೇ ಕಣ್ಣನ್ನು ತೊಡಗಿಸಿ, ಅವನ ಮುಖದಲ್ಲಿ ದೃಷ್ಟಿನೆಟ್ಟು ಮರಗಟ್ಟಿಹೋದವು.

ನಬಿಲ್‌ಗೆ ಆ ಬಗ್ಗೆ ಧ್ಯಾಸವೇ ಇದ್ದಂತಿರಲಿಲ್ಲ. ಅವನಿಗೆ ನೇರವಾಗಿ ವ್ಯವಹಾರಕ್ಕೆ ಇಳಿವ ಇರಾದೆಯಿದ್ದಂತಿತ್ತು. ಲಂಡನ್ನಿನ ಗಲ್ಲಿಯೊಂದರಲ್ಲಿ, ಸಣ್ಣದೊಂದು ಓಣಿಯಂತ ರಸ್ತೆಯ ಬದಿಗೆ ಟೇಬಲ್-ಕುರ್ಚಿಗಳನ್ನು ಹಾಕಿದ್ದ ಫ್ರೆಂಚ್ ರೆಸ್ಟಾರೆಂಟದು. ಮಟ ಮಟ ಮಧ್ಯಾಹ್ನವಾದ್ದರಿಂದ ಅಲ್ಲಿ ಹೆಚ್ಚೇನೂ ಜನರಿರಲಿಲ್ಲ.

ಜಾಧವನೇ ತನಗೊಂದು ಪೈಂಟ್ ಬೀರ್ ಮತ್ತು ನಬಿಲ್‌ಗೆ ಒಂದು ಕಪ್ ಕಾಫಿಗೆ ಆರ್ಡರ್ ನೀಡಿದ. ನಂತರ, ತಡೆಯಲಾಗದೆ "ಹೇಗಿದ್ದೀಯ ನಬಿಲ್?" ಎಂದು ಮೆತ್ತಗೆ ಮಾತು ಶುರುಮಾಡಿದ. ಆ ಧ್ವನಿಯಲ್ಲಿ 'ನಬಿಲ್ ಇವನೇನಾ?' ಎಂಬ ಅಚ್ಚರಿಯೂ ಇತ್ತು. ಅಗಲಕ್ಕೆ ತೆರೆದಿದ್ದ ಜಾಧವನ ಕಣ್ಣುಗಳು ಎದುರಿದ್ದ ವ್ಯಕ್ತಿಯನ್ನು ತಡವುತ್ತ ತನಗೆ ನೆನಪಿದ್ದ ಗೆಳೆಯನ ಚಹರೆಗಳನ್ನು ಹುಡುಕಲು ಪ್ರಯಾಸಪಡುತ್ತಿದ್ದವು.

"ನೀನು ಬರ್ತೀಯ ಅಂತ ಗೊತ್ತಿತ್ತು." ನಬಿಲ್‌ನ ಧ್ವನಿಯಲ್ಲಿ ಮರ್ಮಕ್ಕೆ ತಾಕುವಷ್ಟು ಅಸಹ್ಯವಿತ್ತು.

"ನಬಿಲ್... ಎಷ್ಟು ವರ್ಷವಾಯ್ತು ನಿನ್ನ ನೋಡಿ. ಬರದೇ ಇರಕ್ಕೆ ಸಾಧ್ಯವಿತ್ತಾ?" ಜಾಧವ್ ಕಳಕಳಿಯಿಂದ ಕೇಳಿದ.

ನಬಿಲ್ ಕೆಕ್ಕರಿಸಿ ನೋಡಿದ ರೀತಿಗೆ, ಜಾಧವ್‌ನ ಗಂಟಲು ಒಣಗಿತು. ಅವನಿಂದ ಆ ಕ್ಷಣಕ್ಕೆ ಇನ್ಯಾವ ಮಾತುಗಳೂ ಹೊರಡಲಿಲ್ಲ. ಗುರುತು ಹಿಡಿಯಲಾಗದಷ್ಟು ಸೊರಗಿಹೋಗಿದ್ದ ನಬಿಲ್ ನನ್ನು ನೋಡಿ ಅವನ ಮನಸ್ಸು ಗಾಬರಿಯಾಗಿಹೋಗಿತ್ತು. ಗಾಯದ ಕಲೆಗಳಿಂದಲೇ ಮುಚ್ಚಿದಂತಿದ್ದ ಅವನ ಮೈಯ ಚರ್ಮ ಶರಟು ಪ್ಯಾಂಟುಗಳಡಿಯಿಂದ ಇಣುಕುತ್ತಿತ್ತು.

ನಬಿಲ್‌ನ ಬಟ್ಟೆಗಳು ಕೊಳಕಾಗಿದ್ದವು. ಉಗುರುಗಳನ್ನು ರಕ್ತಬರುವಷ್ಟು ತುಂಡಕ್ಕೆ ಅವನು ಕಡಿಯುತ್ತಿರುವುದಕ್ಕೆ ಪುರಾವೆ ಕಾಣಿಸುತ್ತಿತ್ತು. ಚರ್ಮ ಒಡೆದಿತ್ತು. ಕತ್ತರಿಸುವವರ ಕತ್ತರಿಯಿಂದ ಬಚಾವಾಗಿ ಉಳಿದ ಕೂದಲುಗಳು ಅವನ ನಿರ್ಲಕ್ಷ್ಯದಿಂದ ನಿಯಂತ್ರಣ ತಪ್ಪಿದಂತೆ ಬೇಕಾದೆಡೆ ಬೆಳೆದು ಪೊದೆಯಾಗಿದ್ದವು.

"ನಬಿಲ್..." ಜಾಧವ್ ಮತ್ತೆ ಮಾತು ಶುರುಮಾಡಿ ವಾಕ್ಯ ಮುಗಿಸುವ ಮುನ್ನವೇ ನಬಿಲ್ ಮಾತಾಡಿದ.

"ನಿನ್ನನ್ನು ಭೇಟಿಯಾಗಬಾರದು ಅಂದುಕೊಂಡಿದ್ದೆ. ಆದರೆ, ನಿನಗಿಂತ ಹೆಚ್ಚು ಅಸಹ್ಯಗಳನ್ನೆಲ್ಲ ನೋಡಿದ ಮೇಲೆ ನೀನು ಅಷ್ಟೇನು ಅಸಹ್ಯ ಅನ್ನಿಸ್ತಿಲ್ಲ."

"ನಬಿಲ್... ನೀನು ತಪ್ಪು ತಿಳಿದಿದ್ದೀಯ. ನಾನು ನಿನ್ನನ್ನು ಸಂಪರ್ಕಿಸಲು ಹಲವು ಬಾರಿ ಪ್ರಯತ್ನಿಸಿದ್ದೀನಿ. ಸಾಧ್ಯವಾಗಲಿಲ್ಲ" ಜಾಧವನ ಧ್ವನಿಯಲ್ಲಿ ಅಪರಾಧಿ ಭಾವಕ್ಕಿಂತ ಅಸಹಾಯಕತೆಯೇ ಹೆಚ್ಚು ಧ್ವನಿಸಿತು.

"ಯಾಕೆ ಪ್ರಯತ್ನ ಪಟ್ಟೆ?" ತಾನು ಕಡಿಯುತ್ತಿದ್ದ ಟೂತ್ ಪಿಕ್‌ನ್ನು ಥುಪ್ ಎಂದು ತುಪ್ಪಿದ ನಬಿಲ್‌ನ ಧ್ವನಿಯಲ್ಲಿ ಉತ್ತರವೂ ಗೊತ್ತಿದೆಯೆಂಬ ಭಾವವಿತ್ತು. ಜಾಧವ್‌ನ ಕಣ್ಣಿಗೆ ಕಣ್ಣು ಜೋಡಿಸಿದ ನಬಿಲ್ ಉತ್ತರಕ್ಕಾಗಿ ಕಾದ.

"ನೀನು ಸುರಕ್ಷಿತವಾಗಿದ್ದೀಯ ಅಂತ ತೀರ... ಇ...ಇತ್ತೀಚೆಗಷ್ಟೆ ಗೊತ್ತಾಗಿದ್ದು" ಜಾಧವ್ ಈಗ ತಡವರಿಸಿದ.

"ಹೇಗನ್ನಿಸ್ತು, ನಾನಿನ್ನೂ ಬದುಕಿದ್ದೀನಿ ಅಂತ ಗೊತ್ತಾದಾಗ?" ತಾನು ಬದುಕಿರೋದೆ ಜಾಧವನ ಮೇಲೆ ತೀರಿಸಿಕೊಂಡ ಸೇಡು ಎನ್ನುವ ಲೆಕ್ಕಕ್ಕೆ ನಬಿಲ್‌ನ ಮಾತಿತ್ತು. ಅವನ ಕಣ್ಣ ಗುಡ್ಡೆಗಳು ಮಿಕವೊಂದನ್ನು ಸುತ್ತುವರೆದ ಬೇಟೆಗಾರನಂತೆ ಹೊರಳಿದವು.

"ನೀನು ನನ್ನನ್ನು ನಂಬ್ತಿಲ್ಲ. ಬದಲು ತಪ್ಪು ನನ್ನದೇ ಅಂತ ತೀರ್ಮಾನಿಸಿದಂತಿದೆ" ಜಾಧವ್ ಸೋತವನಂತೆ ನಿಟ್ಟುಸಿರಿಟ್ಟು ತಲೆ ತಗ್ಗಿಸಿದ.

"ತಪ್ಪಂತೂ ಆಗಿದೆ ಅಂತ ಒಪ್ಕೊಂಡ್ಯಲ್ಲ ಜಾಧವ್?. ಅಷ್ಟು ಸಾಕು" ಎಂದ ನಬಿಲ್.

ನಬಿಲ್ ತನ್ನ ವಯಸ್ಸಿಗಿಂತ ಹತ್ತು ವರ್ಷ ಹೆಚ್ಚಾದವನಂತೆ ಕಾಣುತ್ತಿದ್ದ. ಅವನ ಕಣ್ಣುಗಳಲ್ಲಿ ನಾಲ್ಕು ವರ್ಷಗಳ ಹಿಂದೆ ಕಾಣಿಸುತ್ತಿದ್ದ ಬೆಳಕು ಆರಿಹೋಗಿತ್ತು. ಬದಲು ಶೀತಲ ಬರ್ಫವೊಂದು ಉರಿಯುತ್ತಿತ್ತು. ವರ್ಷಾನುಗಟ್ಟಲೆ ಘನೀಕರಿಸಿದ ತಣ್ಣಗಿನ ಕ್ರೋಧ!

ಅದು ತನ್ನ ಮೇಲೆ ಕೇಂದ್ರೀಕರಿಸಿದೆಯೇ? ಎಂದು ಜಾಧವ್ ಗಲಿಬಿಲಿಗೊಂಡ.

"ತಪ್ಪು ಇಬ್ಬರಿಂದಲೂ ಆಗಿದೆ ನಬಿಲ್..." ಜಾಧವ್ ಸಂಧಾನದ ದನಿಯಲ್ಲಿ ನುಡಿದ.

"ಬಾಯ್ಮುಚ್ಚು. ತಪ್ಪು ಆದದ್ದೆಲ್ಲ ನನ್ನಿಂದಲೇ ಅಂತ ನನಗೆ ಚೆನ್ನಾಗಿ ಗೊತ್ತು" ನಬಿಲ್ ಹಲ್ಲು ಕಡಿದದ್ದು ಜಾಧವ್‌ಗೆ ಕಂಡಿತು. ನಬಿಲ್‌ನ ಮುಂದಿನ ಹಲ್ಲುಗಳು ಮುರಿದಿದ್ದವು. ಪಕ್ಕದ ಹಲವು ಹಲ್ಲುಗಳು ಕಾಣೆಯಾಗಿದ್ದವು. ಮುಖದ ತೊಗಲಿನ ಹಿಂದಿದ್ದ ಅವನ ತಲೆಬುರುಡೆಯ ಮೂಳೆಗಳು ಚರ್ಮವನ್ನು ಸೀಳಿಬರುವಂತೆ ಉಬ್ಬಿ ನಿಂತಿದ್ದವು. ಅತ್ಯಂತ ಕೃಶನಾಗಿದ್ದ ಅವನು ತನ್ನ ದೇಹವನ್ನು ಬಲವಂತವಾಗಿ ಹೊತ್ತು ತಿರುಗುತ್ತಿದ್ದರೂ, ಅದರ ಮೇಲೆ ಅವನಿಗೆ ಆಸಕ್ತಿ ಉಳಿದಿದ್ದಂತೆ ಕಾಣಲಿಲ್ಲ.

ಯುದ್ಧಗಳು ನಡೆಯಬಾರದು. ಯುದ್ಧವೆನ್ನುವುದು ಹೊರಗಿನಿಂದಲೇ ಬರಲಿ, ಒಳಗಿನಿಂದಲೇ ಬರಲಿ ಅದು ಮನುಷ್ಯರ ಇರುವನ್ನೇ ಹೀರಿ ತೇಗಿಬಿಡುತ್ತವೆ ಎಂದು ಯೋಚಿಸಿದ ಜಾಧವ್ ನಬಿಲನನ್ನು ಮೊದಲ ಬಾರಿಗೆ ಭೇಟಿಯಾದ ದಿನಗಳ ಬಗ್ಗೆ ಯೋಚಿಸಿದ.

ವರ್ಷಗಳ ಹಿಂದೆ ನಬಿಲ್ ಒಬ್ಬ ಆಕರ್ಷಕ ತರುಣನಾಗಿದ್ದ. ಸಿರಿಯಾದಿಂದ ಲಂಡನ್ನಿನ ವಿಶ್ವವಿದ್ಯಾನಿಲಯಕ್ಕೆ ಓದಲು ಬಂದಿದ್ದ. ಅಲ್ಲಿಯೇ ಸಮೂಹ ಸಂವಹನ ಮಾಧ್ಯಮವನ್ನು ಅಭ್ಯಸಿಸುತ್ತಿದ್ದ ಜಾಧವ್ ಅವನಿಗೆ ಪರಮಾಪ್ತ ಗೆಳೆಯನಾಗಿದ್ದ. ಓದು ಮುಗಿಸಿದ ನಬಿಲ್ ತನ್ನ ದೇಶಕ್ಕೆ ಮರಳಿದ್ದ. ಸಿರಿಯಾದಲ್ಲಿ ಆಂತರಿಕ ಯುದ್ಧ ಭುಗಿಲೆದ್ದಾಗ, ಜಾಧವ್ ಗೆಳೆಯನ ಸಹಾಯ

ಕೋರಿ, ಯುದ್ಧಭೂಮಿಯಿಂದಲೇ ವರದಿ ಮಾಡಲು ಹೋಗಿದ್ದ. ವಿದೇಶೀ ವರದಿಗಾರರ ಜೀವಕ್ಕೆ ಅಲ್ಲಿ ಭಯವಿದ್ದ ಕಾರಣ, ಅಲ್ಲಿಯ ಜನರ ಸಹಾಯ ಮತ್ತು ಸಹಕಾರದ ಅಗತ್ಯ ಬಹಳವಿತ್ತು. ನಬಿಲ್ ತನ್ನ ಪರಿಚಯದ ಹಲವರ ಕಥೆಗಳನ್ನು ಜಾಧವನಿಗೆ ಒದಗಿಸಿದ್ದ. ತನ್ನ ದೇಶದ ಪರಿಸ್ಥಿಯ ಒಳಗನ್ನು ಪ್ರಪಂಚದೆದುರು ಬಿಚ್ಚಿಡಲು ಜಾಧವನಿಗೆ ಸಹಕಾರ ನೀಡಿದ್ದ. ತನ್ನ ದೇಶದ ಜನರ ಬದುಕು ಮೊದಲಿನಂತೆ ಶಾಂತವಾಗಿ ಸಾಗಲಿ ಎಂದು ಆಶಿಸಿದ್ದ. ಆರು ತಿಂಗಳ ಕಾಲ ಅವರು ಒಟ್ಟಾಗಿ ಬದುಕಿದ್ದರು. ನಬಿಲ್ ಜಾಧವನಿಗೆ ತನ್ನ ಪ್ರಾಣವನ್ನು ಒತ್ತೆಯಿಟ್ಟು ಸಹಾಯ ಮಾಡಿದ್ದ.

"..." ಆ ಕಾರಣಕ್ಕೆ ಜಾಧವ್ ಸುಮ್ಮನಿದ್ದ. ನಬಿಲ್ ಈಗ ಆವೇಶದಿಂದ ಮಾತಾಡತೊಡಗಿದ.

"ನಿನ್ನನ್ನು ನಂಬಿದ್ದು ನನ್ನ ಮೊದಲ ತಪ್ಪು. ನಿನ್ನಿಂದ ನಮಗೆ ಸಹಾಯವಾಗಬಹುದು ಎಂದು ನಿರೀಕ್ಷಿಸಿದ್ದು ನನ್ನ ಎರಡನೇ ತಪ್ಪು...ಅಷ್ಟಕ್ಕೂ ನೀನೇ ತಾನೇ ನಮ್ಮನ್ನು ಹುಡುಕಿಕೊಂಡು ಬಂದದ್ದು? ನಮ್ಮ ಹೋರಾಟ ನಮಗೆ, ನೀನಿದರಲ್ಲಿ ಬೆರೆಯುವುದು ಬೇಡವೆಂದು ನಾನೇ ಹೇಳಿದ್ದಲ್ಲವಾ? ಯಾಕೆ ಬಂದೆ? ಅದೂ ನಿನ್ನ ಪ್ರಾಣ ಒತ್ತೆಯಿಟ್ಟು ಬಂದೆ. ಬಿಸಿರಕ್ತ, ಬಿಳೀದೇಶದಿಂದ ಬಂದ ಕಂದು ಚರ್ಮದವನು ಅಂತ ಇತರರು ನಗಾಡಿದರೂ ನಾನು ಕೇಳಲಿಲ್ಲ. 'ಹಣವೋ, ಪ್ರಸಿದ್ಧಿಯೋ ಯಾವುದಕ್ಕೋ ನಮ್ಮನ್ನು ಸರಕು ಮಾಡಿಕೊಳ್ಳಲು ಬಂದಿದ್ದೀಯಾ. ಅದರಲ್ಲಿ ನಿನ್ನ ತ್ಯಾಗ ಏನೂ ಇಲ್ಲ, ಅವನನ್ನು ನಂಬಬೇಡ' ಅಂತ ಇತರರು ಹೇಳಿದರು. ಆದರೂ, ನಾಳೆ ಸಾಯುವ ನಾವು ಕಳೆದುಕೊಳ್ಳುವುದು ಏನೂ ಇಲ್ಲ ಅಂತ ನಮ್ಮೊಡನೆ ಬಂದಿರಲು ಅವಕಾಶ ನೀಡಿದೆ. ನಿನಗಷ್ಟೇ ಅಲ್ಲ, ಜೊತೆಗೆ ನಿನ್ನ ಕ್ಯಾಮರಾಮ್ಯಾನ್‌ಗೆ ಕೂಡ ನಮಗೇ ಇಲ್ಲವಾಗುತ್ತಿದ್ದ ಊಟದಲ್ಲಿ ತುತ್ತು ಹಾಕುತ್ತಿದ್ದೆವಲ್ಲ, ನೆನಪಿದೆಯಾ?"

"ಹೌದು ನಬಿಲ್, ಚೆನ್ನಾಗಿ ನೆನಪಿದೆ. ಅದು ನಿನ್ನ ದೊಡ್ಡ ಗುಣ. ನಿನ್ನ ಜನರಿಗಾಗಿ, ನ್ಯಾಯಕ್ಕಾಗಿ ನೀನು ಮಾಡುತ್ತಿದ್ದ ಸಹಾಯಗಳು, ನಿನ್ನ ಮನುಷ್ಯತ್ವ ಮತ್ತು ಎಲ್ಲ ತ್ಯಾಗಗಳಿಗೆ ಇಂದಿಗೂ ನನ್ನಲ್ಲಿ ತುಂಬಾ ಗೌರವ ಇದೆ" ಜಾಧವ್ ತುಂಬು ಮನಸ್ಸಿನಿಂದ ನುಡಿದ.

"ಹಾಗಾದರೆ ಆ ಗೌರವವನ್ನು ಯಾಕೆ ಮಾರಿಕೊಂಡೆ?" ನಬಿಲ್‌ನ ಧ್ವನಿ ತಾರಕಕ್ಕೇರಿ ಅವನ ಕಣ್ಣುಗಳಲ್ಲಿ ರೋಷ ಭಗ್ಗನೆಂದು ಹೊತ್ತಿ ಉರಿಯಿತು.

"ನಬಿಲ್..." ಜಾಧವ್ ಅವನ ಮಾತನ್ನು ತುಂಡರಿಸಲು ಯತ್ನಿಸಿದ. ನಬಿಲ್ ಮತ್ತೂ ಆವೇಶ ಬಂದವನಂತೆ ಮುಂದುವರೆಸಿದ.

"ಅವರಿಗಂತೂ ಮನುಷ್ಯ ಜೀವಗಳ ಮೇಲೆ, ಜೀವನದ ಮೌಲ್ಯಗಳ ಮೇಲೆ ಯಾವ ಗೌರವವೂ ಇಲ್ಲ. ಅವರು ಮನುಷ್ಯರೇ ಅಲ್ಲ. ಅತಿ

ಸಣ್ಣದೊಂದು ಕೋಣೆಯಲ್ಲಿ ನನ್ನಂತ ಎಪ್ಪತ್ತು ಜನರನ್ನು ತುಂಬಿದ್ದರು. ನಿಲ್ಲಬಹುದಿತ್ತೇ ಹೊರತು ಕೂರಲು, ಮಲಗಲು ಜಾಗವೇ ಇರಲಿಲ್ಲ. ನಮ್ಮನ್ನು ಕೂಡಿಹಾಕಿದ ಕೋಣೆಯ ಬಾಗಿಲ ಪಕ್ಕ ನಿಂತವರು ಮಾತ್ರ, ಕೋಣೆಯ ಕದ ತೆರೆದಾಗೊಮ್ಮೆ ದೊಡ್ಡ ಉಸಿರೆಳೆದುಕೊಳ್ಳಲು ಸಾಧ್ಯವಿತ್ತು. ಕೋಣೆಯ ಕೊನೆಯಲ್ಲಿದ್ದವರು ಉಸಿರಿಲ್ಲದೆ ಕೆಲವೇ ದಿನಗಳಲ್ಲಿ ಶವವಾಗಿರುತ್ತಿದ್ದರು. ಅಲ್ಲಿಯ ಗಾಳಿಯಲ್ಲಿ ಉಸಿರಾಡುವ ಸ್ವಾತಂತ್ರ್ಯವೂ ನಮ್ಮದಾಗಿರಲಿಲ್ಲ..." ನಬಿಲ್ ಆ ಕ್ಷಣವೂ ಗಾಳಿಗಾಗಿ ಪರದಾಡುತ್ತಿರುವಂತೆ ದೊಡ್ಡ ಉಸಿರುಗಳನ್ನು ಒಳಗೆಳೆದುಕೊಳ್ಳತೊಡಗಿದ.

ಅದನ್ನೇ ಅವಕಾಶವನ್ನಾಗಿ ಮಾಡಿಕೊಂಡ ಜಾಧವನ ಮನಸ್ಸು ಜಾಗೃತಿಗೆ ಬಂತು. ಅವನು ತ್ವರಿತವಾಗಿ ಯೋಚಿಸತೊಡಗಿದ. ಅವನ ಪತ್ರಿಕಾ ಮನೋಧರ್ಮ ಅವನಿಗೆ ಅರಿವಿಲ್ಲದಂತೆಯೇ ಕೆಲಸ ಮಾಡತೊಡಗಿತ್ತು.

ಸಿರಿಯಾದಿಂದ ತಾನು ಮರಳಿದ ನಂತರ ಮಿಲಿಟರಿಯವರು ನಬಿಲ್ ನನ್ನು ಯಾವುದೋ ಕಾರಣಕ್ಕೆ ಬಂಧಿಸಿರಬೇಕು. ಅಂದರೆ, ನಬಿಲ್ ಮಿಲಿಟರಿಯವರ ರಹಸ್ಯ ಜೈಲಿನಲ್ಲಿ ಸೆರೆಯಾಗಿದ್ದನೇ? ಅದಕ್ಕೇ ಅವನನ್ನು ಸಂಪರ್ಕಿಸಲು ತನಗೆ ಸಾಧ್ಯವಾಗಿರಲಿಲ್ಲ. ಅವನಿಗೂ ಅದು ಸಾಧ್ಯವಾಗಿಲ್ಲ... ಆದ ಅವಘಡದ ಬಗ್ಗೆ ಜಾಧವನಿಗೆ ತಿಳಿಯತೊಡಗಿತು. ಪರಿಸ್ಥಿತಿ ಅವನಂದುಕೊಂಡ ಎಲ್ಲಕ್ಕಿಂತಲೂ ಗಂಭೀರವಾಗಿತ್ತು.

"ನಬಿಲ್ ಇದರಲ್ಲಿ ನನ್ನ ತಪ್ಪಿಲ್ಲ..." ಜಾಧವ್ ಮೆಲ್ಲಗೆ ಆದರೆ ಖಚಿತವಾಗಿ ನುಡಿದ.

"ಅಲ್ಲಿದ್ದ ಯಾರೂ ತಪ್ಪು ಮಾಡಿರಲಿಲ್ಲ ಜಾಧವ್. ಎಷ್ಟೋ ಜನಕ್ಕೆ ತಾವ್ಯಾಕೆ ಅಲ್ಲಿದ್ದೇವೆಂದು ಕೂಡ ಗೊತ್ತಿರಲಿಲ್ಲ. ಕೈಯಿಂದ ಕೈಗೆ ತಾಗಿಸಿ ಶವಗಳನ್ನು ಹೊರಕಳಿಸುತ್ತಿದ್ದೆವು. ಕೆಲವೊಮ್ಮೆ ಬೇಕಂತಲೇ ಅವನ್ನು ಹೊರಗೆ ಸಾಗಿಸಲು ಬಿಡುತ್ತಿರಲಿಲ್ಲ. ಕೊಳೆತು ನಾರಿ ದುರ್ವಾಸನೆ ಬಂದು ಇನ್ನಷ್ಟು ಹೆದರಲಿ ಅಂತ ಕಾಯುತ್ತಿದ್ದರು... ಪ್ರತಿದಿನ ಯಾರೋ ಒಬ್ಬರನ್ನು ಎಳೆದೊಯ್ಯುತ್ತಿದ್ದರು. ಇಡೀ ದಿನ ಶಿಕ್ಷಿಸುತ್ತಿದ್ದರು. ಮಾಡಿಲ್ಲದ ಅಪರಾಧಗಳ ಪಟ್ಟಿಯನ್ನು ಕೊಟ್ಟು 'ಒಪ್ಪಿಕೋ' ಅಂತ ಹಿಂಸಿಸುತ್ತಿದ್ದರು... 'ಹೌದು' ಎಂದು ಹೇಳುವವರೆಗೆ ಥಳಿಸುತ್ತಿದ್ದರು. ವಿಧಿಯಿಲ್ಲದೆ 'ಹೌದು' ಎಂದು ಹೇಳಿದ ನಂತರ 'ಹೌದೇನೋ ನಮಕ್ ಹರಾಂ?' ಅಂತ ಯಾತನೆ ಮುಂದುವರೆಸುತ್ತಿದ್ದರು. ನೀನು ಅದನ್ನು ನೋಡಿರಬೇಕಿತ್ತು. ನಿನಗಿಂತ, ನಿನ್ನ ಕ್ಯಾಮರಾ ಕಣ್ಣುಗಳು ನೋಡಿರಬೇಕಿತ್ತು. ಅದು ಜಗತ್ತಿನ ಕಣ್ಣಿಗೆ ಬೀಳಬೇಕಿತ್ತು. ಬರೇ ಕೈ ಬೆರಳುಗಳಿಂದ ಜನರ ಕಣ್ಣ ಗುಡ್ಡೆಗಳನ್ನು ಕೀಳುತ್ತಿದ್ದರು..."

"ಅಬ್ಬಾ ಘೋರ..." ಬರೇ ಕೇಳುವುದರಿಂದಲೇ ಜಾಧವನ ಕರುಳು ತಿರುಚಿತು.

"ಘನ ಘೋರ" ನಬಿಲ್ ಜಾಧವನ ಉಪಸ್ಥಿತಿಯ ಅರಿವಿಲ್ಲದವನಂತೆ ಮುಂದುವರೆಸಿದ. "ನರಕಗಳಲ್ಲಿ ನರಕ ಅಂದರೇನು ಗೊತ್ತಾ? ಒಂದು ದಿನವಿಡೀ ಶಿಕ್ಷೆ ಅನುಭವಿಸಿ ಸಾಯುವುದು ನರಕವಲ್ಲ. ದಿನವೊಂದಕ್ಕೆ ಇನ್ನೂರು ಬಾರಿ ಸಾಯುವುದಿದೆಯಲ್ಲ, ಅದು ನಿಜವಾದ ನರಕ. ಒಂದು ಗುಂಡು ಹಾಕಿ ಕೊಲ್ಲಿ" ಅಂತ ಪ್ರತಿದಿನ ಕಾಲಿಡಿದು ಬೇಡುತ್ತಿದ್ದೆ. ಅದಕ್ಕೆಂದೇ ಅವರು ನನ್ನನ್ನು ಜೀವಂತವಿಟ್ಟರು! ಅವರು ನಮ್ಮ ಮೇಲೆ ಗುಂಡುಗಳನ್ನು ವ್ಯರ್ಥಮಾಡಲು ಸಿದ್ಧವಿರಲಿಲ್ಲ. ನಾವು ಅವರಿಗೆ ಅದಕ್ಕಿಂತ ನಿಕೃಷ್ಟವಾಗಿದ್ದೆವು. ನಮ್ಮಲ್ಲಿ ಅರ್ಧ ಜನ ಹುಚ್ಚರಾದರೆ, ಇನ್ನರ್ಧ ಜನ ನೋವು, ಹಸಿವಿನಿಂದ ಸಾಯುತ್ತಿದ್ದರು. ಆದರೆ, ಆತ್ಮವನ್ನು ಮಾರಿಕೊಂಡ ಶೈತಾನರಿಗೆ ಕರುಣೆಯಿರುವುದಿಲ್ಲ."

ನಬಿಲ್ ಕೊನೆಯಲ್ಲಿ ಅಂದ ಮಾತು ತನಗೇ ಮೀಟಿದಂತಾಗಿ ಜಾಧವ್ ದನಿ ಏರಿಸಿದ.

"ನಾನು ನಿನ್ನ ಬಗ್ಗೆ ಮಾಹಿತಿ ನೀಡಲಿಲ್ಲ. ನೀನು ತಪ್ಪು..."

"ಹಾಗಾದರೆ, ನಾನು ಕರೆ ಮಾಡಿದಾಗ ನೀನ್ಯಾಕೆ ಫೋನ್ ಎತ್ತಲಿಲ್ಲ?" ಈಗ ನಬಿಲ್ ಕೆಂಪಗೆ ಕುದಿಯುತ್ತಿದ್ದ. ಗುಳಿಬಿದ್ದ ಅವನ ಕಣ್ಣಿ ಗುಡ್ಡೆಗಳು ಗಲಗಲನೆಂದು ಜೀವ ಪಡೆದು ಅವುಗಳಲ್ಲಿ ದ್ರೋಹಕ್ಕೊಳಗಾಗಿದ್ದ ಸಿಟ್ಟು, ಅಪಮಾನ ಮತ್ತು ಅಸಮಾಧಾನದ ಕಿಡಿಗಳು ಚಟ ಪಟವೆನ್ನಹತ್ತಿದವು.

"ನಬಿಲ್ ನಿನ್ನ ಪ್ರಶ್ನೆಗೆ ನನ್ನ ಹತ್ತಿರ ಉತ್ತರವಿಲ್ಲ..."

"ಹೇಗಿರುತ್ತೆ ಹೇಳು? ನನ್ನ ಆ ಸಿಮ್ ನಂಬರ್ ನಿನಗಲ್ಲದೆ ನಾನು ಇನ್ಯಾರಿಗೂ ಕೊಟ್ಟಿರಲಿಲ್ಲ. ಅದೇ ನಂಬರಿನಿಂದ ನಿನಗೆ ಹತ್ತಾರು ಬಾರಿ ಫೋನ್ ಮಾಡಿದೆ, ನಿನಗೆ ಏನಾಯಿತೋ ಎನ್ನುವ ಆತಂಕ ನನಗಿತ್ತು. ಆದರೆ ಅದು ಮಿಲಿಟರಿಯವರಿಗೆ ಸಿಕ್ಕಿದ್ದಾದರೂ ಹೇಗೆ? ಹಾಗಿದ್ದು ನೀನು ಮಾತ್ರ ಹೀಗೆ ಸುರಕ್ಷಿತವಾಗಿರಲು ಹೇಗೆ ಸಾಧ್ಯ? ಅದೊಂದು ನೀನು ನನ್ನನ್ನು ಅರ್ಜೆಂಟ್ ಭೆಟ್ಟಿಯಾಗಬೇಕೆಂದು ಯಾರೋ ಫೋನ್ ಮಾಡಿ ಹೇಳಿದರು. ನಿನ್ನ ಕಡೆಯವರೇ ಇರಬೇಕೆಂದು ನಂಬಿ ಹೋದ ಕೂಡಲೆ ನನ್ನನ್ನು ಹಿಡಿದರು. ನನ್ನ ದೇಶದ ಉಳಿವಿಗಾಗಿ ಆಶಿಸಿದ ನನ್ನನ್ನು 'ದೇಶದ್ರೋಹಿ' ಎಂದು ಕರೆದರು. ಅವರದ್ದೊಂದು ರಹಸ್ಯ ಜೈಲಿಗೆ ಕಳಿಸಿದರು. ಅದು ಎಲ್ಲಿತ್ತು ಎನ್ನುವುದೇ ಜಗತ್ತಿಗೆ ಗೊತ್ತಿಲ್ಲದ ಮೇಲೆ ನಾವು ಎಲ್ಲಿದ್ದೆವು ಎಂದು ಯಾರಿಗೆ ತಾನೇ ಗೊತ್ತಿರಲು ಸಾಧ್ಯವಿತ್ತು? ನಾಲ್ಕು ವರ್ಷಗಳ ಕಾಲ ನಾನು ನರಕ ಅನುಭವಿಸಿದೆ..." ನಬಿಲ್ ಈಗ ದುಃಖದಿಂದ ಕಂಪಿಸುತ್ತಿದ್ದ. ಅವನ ಗುಳಿಬಿದ್ದ ಕಣ್ಣುಗಳಲ್ಲಿ ನೀರ ಪಸೆಯಾಡಿತ್ತು.

ಅದೆಷ್ಟು ಅತ್ತಿದ್ದನೋ, ಪ್ರತಿದಿನವೂ ಅದೆಷ್ಟು ನೊಂದಿದ್ದನೋ ಎಂಬ ವಿಚಾರವನ್ನು ಜಾಧವ್ ನಿಗೆ ಊಹಿಸಲೂ ಸಾಧ್ಯವಿರಲಿಲ್ಲ. ಜೀವನದಲ್ಲಿ ಒಳ್ಳೆಯತನ, ಉತ್ಸಾಹಗಳ, ಉನ್ನತ ಆಶಯಗಳ ಈ ಪರೋಪಕಾರಿ

ಗೆಳೆಯನನ್ನು ಈ ಸ್ಥಿತಿಯಲ್ಲಿ ನೋಡುವುದು ಜಾಧವನಿಗೆ ಕಷ್ಟವಾಯಿತು. ಜಾಧವನ ಹೃದಯ ಹದ ತಪ್ಪಿ ಹೊಡೆದುಕೊಳ್ಳತೊಡಗಿತು. ಆದರೆ, ಅವನ ಈ ಸ್ಥಿತಿಗೆ ನಾನು ಹೇಗೆ ಕಾರಣನಾಗುತ್ತೇನೆ? ಜಾಧವ್ ಗಲಿಬಿಲಿಗೊಂಡ. ಸಾವರಿಸಿಕೊಂಡು.

"ನನಗರ್ಥವಾಗುತ್ತೆ ನಬಿಲ್..." ಎಂದು ಎದ್ದು ಗೆಳೆಯನನ್ನು ತಬ್ಬಿ ಸಾಂತ್ವನ ಹೇಳಲು ಹೋದ.

"ಏನರ್ಥವಾಗಿದೆ?" ನಬಿಲ್ ವ್ಯಂಗ್ಯ ತುಂಬಿದ ದನಿಯಲ್ಲಿ ಕರ್ಕಶವಾಗಿ ಕಿರುಚಿ, ಹಿಂತೆಗೆದ. ಜಾಧವನನ್ನು ಮುಟ್ಟಿಸಿಕೊಳ್ಳಲೂ ಅವನು ಅಸಹ್ಯಪಟ್ಟಂತಿತ್ತು. ಆದರೆ, ನೆನಪುಗಳ ನೋವಿನ ನೀರ ಹನಿಗಳಲ್ಲಿ ಅವನ ಕಣ್ಣಾಲಿಗಳು ದೋಣಿಯೊಂದು ಮಗುಚಿಕೊಳ್ಳುತ್ತಿರುವಂತೆ ಮುಳುಗುತ್ತಿದ್ದವು. ಅವನ ಮೂಗಿನ ಹೊರಳೆ-ತುಟಿಗಳು ಒಂದಿಷ್ಟು ಉಸಿರಿಗಾಗಿ ಹೊಡೆದಾಡುತ್ತಿರುವಂತೆ ಅದುರುತ್ತಿದ್ದವು. ಅವನಿಗೆ ಅದಕ್ಕಿಂತ ಹೆಚ್ಚು ಮಾತನಾಡಲಾಗಲಿಲ್ಲ.

ಜಾಧವನೇ ಅವನ ಸಹಾಯಕ್ಕೆ ಬರುವಂತೆ ನಬಿಲ್ ಅದುವರೆಗೆ ದೂಷಿಸುತ್ತಿದ್ದ ವಿಚಾರಗಳನ್ನು ಪದಗಳಲ್ಲಿಟ್ಟು ಹೇಳಿದ.

"ನಾನು ನಿಮ್ಮೆಲ್ಲರ ಕರುಣಾಜನಕ ಕಥೆಗಳನ್ನು ಮಾಧ್ಯಮಗಳಲ್ಲಿ ಮಾರಿಕೊಂಡು ಸುಖಪಟ್ಟೆ. ಆದರೆ ನನಗೆ ಸಹಾಯ ಮಾಡಿದ ನೀನು, ನಾಲ್ಕು ವರ್ಷ ನರಕದಲ್ಲಿ ನರಳಿದೆ... ನಿನ್ನ ಪ್ರಕಾರ ನಾನೇ ಅದಕ್ಕೆ ಜವಾಬ್ದಾರ? ಅದಕ್ಕೇ ನಿನಗೆ ನನ್ನ ಮೇಲೆ ಕೋಪ...?!"

ಹೌದೆನ್ನುವಂತೆ ಮೊದಲ ಬಾರಿಗೆ ನಬಿಲ್ ಸುಮ್ಮನೆ ಕುಳಿತ.

ತನ್ನ ವ್ಯಕ್ತಿತ್ವವನ್ನೇ ಅಸಹ್ಯ ಕೊಳಕೆಂದ ಗೆಳೆಯನ ಮಾತನ್ನು ಕೇಳಿ ಜಾಧವ್ ಅಪಮಾನಗೊಂಡು ಒತ್ತರಿಸಿಕೊಂಡು ಬಂದ ದುಃಖದಿಂದ ಗದ್ಗತಿತನಾದ. ಅವನೀಗ ತಾನು ಗೆಳೆಯನಿಗೆ ದ್ರೋಹವೆಸಗಿಲ್ಲವೆಂಬುದನ್ನು ಖಾತ್ರಿಪಡಿಸಬೇಕಿತ್ತು.

"ನಬಿಲ್... ನೆನಪಿಟ್ಟುಕೋ... ನಿನ್ನ ಹೋರಾಟವನ್ನು ಜಗತ್ತಿಗೆ ತಲುಪಿಸಲು ನಾನು ಪ್ರಾಮಾಣಿಕವಾಗಿ ಪ್ರಯತ್ನಿಸಿದೆ. ಈ ವಿಚಾರಕ್ಕಾಗಿ ನಾನು ನನ್ನ ಪ್ರಾಣವನ್ನು ಒತ್ತೆಯಿಟ್ಟು ಬಂದಿದ್ದೆ. ಸ್ವತಃ ನನ್ನ ವಂಶಜರು ರಜಪೂತ ಕ್ಷತ್ರಿಯರು. ಭಾರತ-ಪಾಕಿಸ್ತಾನ ಇಬ್ಭಾಗವಾದಾಗ ನಮಗೆ ತಿನ್ನಲೂ ಕೂಳಿಲ್ಲದ ಸ್ಥಿತಿ ಬಂದಿತ್ತು. ನಮ್ಮಂತವರೇ ಲಕ್ಷಾಂತರ ಜನರು ತಕ್ಷಣದ ಕೂಳಿಗಾಗಿ ಹೊಡೆದಾಡುತ್ತಿದ್ದ ಕಾಲವದು. ಹೊಟ್ಟೆ ಪಾಡಿಗೆ ನನ್ನ ತಾತ ಅದು ಹೇಗೋ ಹಡಗು ಹತ್ತಿ ಲಂಡನ್ನಿಗೆ ಕೂಲಿಗೆ ಬಂದರಂತೆ. ಎರಡನೇ ಪ್ರಪಂಚ ಯುದ್ಧ ಆಗ ಲಂಡನ್ನನ್ನು ಛಿದ್ರಗೊಳಿಸಿತ್ತು. ದೊಡ್ಡ, ದೊಡ್ಡ ಕಾಂಕ್ರೀಟ್ ಪರ್ವತಗಳಂತೆ ಕುಸಿದು ಬಿದ್ದ ಕಟ್ಟಡಗಳನ್ನು ಮರಳಿ ಕಟ್ಟಲು ಬ್ರಿಟನ್ ಎಲ್ಲೆಡೆಯಿಂದ ಜನರನ್ನು ಕರೆಸಿಕೊಂಡಿದ್ದ ಕಾಲವದು. ಆದರೆ, ಆ ಬಡತನ, ಚಳಿ, ಮತೀಯ ದ್ವೇಷ,

ಅಪಮಾನಗಳ ನಡುವೆ ಓದಿದ ನನ್ನ ತಂದೆ, ನನ್ನ ತಾತನಿಗೆ ಸಹಾಯ ಮಾಡುತ್ತ, ಒಬ್ಬ ಬಸ್ ಡ್ರೈವರ್ ಆಗೋ ವೇಳೆಗೆ ನಾನು ಹುಟ್ಟಿದ್ದಂತೆ. ಅಲ್ಲಿಂದ ಮುಂದಕ್ಕೆ ಈ ಪ್ರಪಂಚದ ಕಥೆಗಳನ್ನೆಲ್ಲ ಕೇಳುತ್ತ ಬೆಳೆದ ನಾನು ಯಾವುದೋ ರೋಷದಲ್ಲಿ ಈ ಪ್ರಪಂಚದ ಅನ್ಯಾಯಗಳನ್ನೆಲ್ಲ ಜಗತ್ತಿನ ಮುಂದೆ ಇರುವ ಹಾಗೇ ತೆರೆದಿಡುವ ಆಸೆಯಿಂದ ಪ್ರತಿಷ್ಠಿತ ಟಿ.ವಿ. ಚಾನೆಲ್‌ನ ವರದಿಗಾರನಾದೆ. ಆರು ತಿಂಗಳು ನನ್ನ ಜೀವ ಒತ್ತೆಯಿಟ್ಟು ನಿಮ್ಮ ದೇಶದ ಬವಣೆಗಳನ್ನು ಜಗತ್ತಿನ ಮುಂದಿಟ್ಟೆ. ಅದನ್ನು ನನ್ನ ಕರ್ತವ್ಯ ಎಂದು ನಿರ್ವಹಿಸಿದೆ. ನಿನ್ನ ಮತ್ತು ನಿಮ್ಮೆಲ್ಲರ ಸಹಾಯ, ಆಶ್ರಯದಿಂದ ಅದನ್ನು ಜಗತ್ತಿನ ಜನರಿಗೆ ತಿಳಿಸಲು ಸಾಧ್ಯವಾಯಿತು. ಆದರೆ ನಾನೊಬ್ಬನೇ ಒಬ್ಬ, ಇನ್ನೇನು ತಾನೇ ಮಾಡಲು ಸಾಧ್ಯವಿತ್ತು ಹೇಳು? ನಿನ್ನ ಊರು ಕೂಡ ಈಗ ಇಬ್ಭಾಗವಾಗಿ ಮಿಲಿಟರಿ ಮತ್ತು ಮಿಲಿಶಿಯಗಳ ವಶವಾಗಿದೆ. ಯುದ್ಧಗಳೇ ತಪ್ಪು ನಬಿಲ್. ಇನ್ನು ಆಂತರಿಕ ಯುದ್ಧಗಳಲ್ಲಿ ನೋಯುವ ಜನರಿಗೆ ಹೊರಗಿನ ಶತ್ರುಗಳೂ ಇರುವುದಿಲ್ಲ. ನೀನು ಮತ್ತು ನಾನು, ನಮ್ಮ ಕೈಲಾದ ಪ್ರಯತ್ನವನ್ನು ಮಾಡಿದೆವು ಅಂದುಕೊಳ್ಳಬಹುದು ಅಷ್ಟೆ."

ನಬಿಲ್‌ಗೆ ಜಾಧವನ ತಾತ, ತಂದೆಯರ ಕಥೆ ಬೇಕಿರಲಿಲ್ಲ. ಅವನು ಸ್ವತಃ ಜೀವನದಲ್ಲಿ ಅವೆಲ್ಲಕ್ಕಿಂತ ಹೆಚ್ಚಿನ ನೋವನ್ನು ನೋಡಿಬಿಟ್ಟಿದ್ದ. ಅವನಿಗೆ ಉತ್ತರವಷ್ಟೆ ಬೇಕಿತ್ತು.

"ಆದರೆ, ನಮ್ಮ ವಿವರಗಳನ್ನು ಮಾರಿಕೊಂಡ ದ್ರೋಹಿಗಳ ಬದುಕು ಈಗ ಹಸನಾಗಿರಬೇಕು...?" ವ್ಯಂಗ್ಯ ತುಂಬಿದ ನಬಿಲ್‌ನ ಧ್ವನಿ ಸ್ವಲ್ಪ ತಗ್ಗಿತ್ತು ಆದರೆ ಕೋಪ ಇಳಿದಿರಲಿಲ್ಲ.

ಅಸಲಿಗೆ ನಬಿಲ್ ತನ್ನೆದುರು ಕುಳಿತಿದ್ದ ತನ್ನ ಗೆಳೆಯ, ರೆಸ್ಟಾರೆಂಟಿನ ಜನರು, ತಾನು ಕುಳಿತಿದ್ದ ಜಾಗ ಎಲ್ಲದರಿಂದಲೂ ಆಗಾಗ ಸ್ಥಳ ಪಲ್ಲಟವಾಗುತ್ತಿದ್ದ. ಅವನು ಹಾದು ಬಂದ ನರಕದ ದಿನಗಳಿಗೆ ಮರಳಿಹೋಗುತ್ತಿದ್ದ. ಬಹುಶಃ ಅವನ ಎಲ್ಲ ದಿನಗಳೂ ಹೀಗೇ ಇದ್ದವೇನೋ? ಎನ್ನಿಸಿ ಜಾಧವನ ಕರುಳು ನೊಂದಿತು. ಮನಸ್ಸಿಗಾಗುವ ತೀವ್ರ ನೋವು, ದೇಹಕ್ಕೊದಗಿದ ಭೀಕರ ಹಿಂಸೆಗಳ ಕಾರಣ ತನ್ನ ಗೆಳೆಯ ಇನ್ನೂ ಆಘಾತದ ಝಳದಲ್ಲೇ ಸಿಲುಕಿ ನರಳುತ್ತಿರುವ ಬಗ್ಗೆ ಅವನಿಗೆ ಕೆಡುಕೆನಿಸಿತು.

ಸೋರುತ್ತಿದ್ದ ಕಣ್ಣೀರು, ಮೂಗಿನಲ್ಲಿ ಇಳಿಯುತ್ತಿರುವುದನ್ನು ಸೊರ್ರೆಂದು ಎಳೆದುಕೊಂಡ ನಬಿಲ್ ಮುಂದುವರೆಸಿದ. ಅವನ ಪದಗಳು ಆಳ ಪ್ರಪಾತದ ತಳದಲ್ಲಿಂದ ಹೊರಡುವಂತೆ ನಿಧಾನಕ್ಕೆ ಮೇಲೇರುತ್ತ ಹೊರಬಿದ್ದವು. ಹಾಗೆ ಬರಬರುತ್ತ ಬಿರುಸಾದವು.

"ನನ್ನ ದೇಶವೀಗ ಒಂದು ಸ್ಮಶಾನ. ಪ್ರೇತಗಳ ಬೀಡು. ಅವರು ನನ್ನನ್ನೂ ಬಿಡುತ್ತಿರಲಿಲ್ಲ. ಆಂತರಿಕ ಯುದ್ಧಕ್ಕೆ ಮುನ್ನ ನಾನೊಬ್ಬ ಸಾಮಾನ್ಯ ಐ. ಟಿ.

ಉದ್ಯೋಗಿ. ಅಲ್ಲಿಯವರೆಗೆ ಲೆಬನಾನ್, ಪ್ಯಾಲೆಶ್ಟೀನ್ ನಿಂದ ಓಡಿ ಬಂದಿದ್ದ ಯುದ್ಧ ನಿರಾಶ್ರಿತರಿಗೂ ನನ್ನ ಕೈಲಾದ ಸಹಾಯ ಮಾಡಿದವನು ನಾನು. ಒಂದು ದಿನ ನಾನೇ ಯುದ್ಧ ನಿರಾಶ್ರಿತನಾಗ್ತೀನಿ ಅಂತ ಕನಸು ಮನಸ್ಸಿನಲ್ಲೂ ಅಂದುಕೊಂಡಿರಲಿಲ್ಲ. ವರದಿ ಮಾಡುತ್ತೇನೆ ಅಂತ ಅಲೆಪ್ಪೋಗೆ ಬಂದ ನಿನ್ನ ಮೂಲಕ ಜಗತ್ತಿನ ಕಣ್ಣಿಗೆ ನಮ್ಮ ದೇಶದಲ್ಲಿ ನಡೆದದ್ದನ್ನು ಇದ್ದಂತೆ ತೋರಿಸಿದ್ದನ್ನು ಬಿಟ್ಟರೆ ನಾನಿನ್ನೇನೂ ತಪ್ಪು ಮಾಡಿದವನಲ್ಲ. ಆದರೆ ಮಿಲಿಟರಿ ನನ್ನನ್ನು ದೇಶದ್ರೋಹಿ ಎಂದು ಕರೆಯಿತು. ಜೈಲಿನಲ್ಲಿ ಆಗಲೋ ಈಗಲೋ ಸಾಯುವಂತಿದ್ದ ನನ್ನನ್ನು ರಾಜಕೀಯ ಕೈದಿಗಳ ಅದಲು-ಬದಲು ಕಾರ್ಯಕ್ರಮದಲ್ಲಿ ಟರ್ಕಿಗೆ ನೀಡಿದರು. ಅದಕ್ಕೆಂದೇ ನನ್ನಂತ ಕೆಲವು ಅಮಾಯಕರನ್ನು ಕೊಲ್ಲದೆ ಉಳಿಸಿಕೊಂಡಿದ್ದರು ಅಂತ ನನಗೆ ಅರ್ಥವಾಯಿದ್ದು ಆಗಲೇ..." ಅದೊಂದೇ ಕಾರಣಕ್ಕೆ ಬದುಕುಳಿದೆ.

ಟರ್ಕಿಯ ನಿರಾಶ್ರಿತರ ಶಿಬಿರ ತಲುಪುವವರೆಗೆ ನಾನೊಂದು ಎಲುವು ಚಕ್ಕಳಗಳ ಚೀಲವಷ್ಟೇ. ಅಲ್ಲಿಂದ ಗ್ರೀಸ್ ಬಾರ್ಡರನ್ನು ಪ್ರವೇಶಿಸಿ ಅವರಿವರ ಕಾಲಿಡಿದು ರಾತ್ರಿಯ ಕಡುಕತ್ತಲು, ಕೊರೆಯವ ಚಳಿಯಲ್ಲಿ ಫ್ರಾನ್ಸ್ ತಲುಪಿದೆ. ಕಳ್ಳ ಮಾಲಿನಂತೆ ಇಂಗ್ಲಿಷ್ ಚಾನೆಲ್ ಹಾದು ಇಂಗ್ಲೆಂಡ್ ತಲುಪಿದೆ. ನಡುವೆ ಅರವತ್ಮೂರು ಜನರಿದ್ದ ನಮ್ಮ ಬೋಟ್ ಮುಳುಗಿತು. ಬದುಕುಳಿದ ಕೆಲವೇ ಕೆಲವು ಜನರಲ್ಲಿ ನಾನೂ ಒಬ್ಬನಾಗಿದ್ದೆ. ಈಗಿಲ್ಲಿ ನಾನು ಯುದ್ಧ ನಿರಾಶ್ರಿತ. ಇಲ್ಲಿಗೆ ಬಂದ ನಂತರ ಮೊದಲು ಮಾಡಿದ ಕೆಲಸವೆಂದರೆ ನಿನ್ನನ್ನು ಹುಡುಕುವುದು.

"ನಬಿಲ್, ಒಳ್ಳೇ ಕೆಲಸ ಮಾಡಿದೆ. ದೇವರು ದೊಡ್ಡವನು. ನಿನಗೆ ಕೈಲಾದ ಸಹಾಯ ಮಾಡ್ತೀನಿ" ದಿಙ್ಮೂಢನಾಗಿದ್ದ ಜಾಧವ್ ಏನು ಹೇಳಬೇಕೆಂದು ತಿಳಿಯದೆ ಅಸಹಾಯಕನಾಗಿ ಉಸುರಿದ.

ನಬಿಲನ ಪೂರ್ವ ಮತ್ತು ವರ್ತಮಾನಗಳು ಹಲವಾರಿದ್ದವು. ಅವುಗಳನ್ನು ಹೊಂದಿಸಿ ಜೋಡಿಸಿ ನೋಡಲು ಹೋದಾಗೆಲ್ಲ ಅವನಿಗೇ ಗಲಿಬಿಲಿಯಾಗುವಷ್ಟು ವೈರುಧ್ಯಗಳು ಅವನ ಬದುಕಲ್ಲೀಗ ತುಂಬಿದ್ದವು. ಯಾವುದಕ್ಕೂ ತಾಳೆಯೇ ಇರಲಿಲ್ಲ. ಯಾವುದೋ ಬೀಜವಾಗಿ ಬಿತ್ತಲ್ಪಟ್ಟಿದ್ದವನು, ಇನ್ಯಾವುದೋ ಕಳೆಯಾಗಿಹೋಗಿದ್ದ. ಆಂತರಿಕ ಯುದ್ಧದ ಕಾರಣ ಅವನ ಬದುಕು ಪೂರ ಅಸ್ತವ್ಯಸ್ತವಾಗಿತ್ತು. ನಡುವೆ ಹಲವು ಕೊಂಡಿಗಳು ಕಳಚಿಹೋಗಿದ್ದವು. ಈಗ ಅವನು ಯಾರಂತೆಯೂ ಇರಲಿಲ್ಲ. ಅವನಂತೆಯೂ ಉಳಿದಿರಲಿಲ್ಲ. ಮೂಲವನ್ನು ಮರೆಯದೆ ಅದಕ್ಕೆ ಮರಳಲು ಅವನ ದೇಶವೂ ಅವನ ಪಾಲಿಗೆ ಉಳಿದಿರಲಿಲ್ಲ.

ನಬಿಲ್ ಜಾಧವನ ಸಹಾಯ ಹಸ್ತವನ್ನು ತಿರಸ್ಕರಿಸುತ್ತ ತನ್ನ ಪ್ರಶ್ನೆಯನ್ನು ಮತ್ತೆ ನೆನಪಿಸಿದ.

"ಹಾಗಾದರೆ ಹೇಳು...ನನ್ನ ಫೋನ್ ನಂಬರನ್ನು ಮಿಲಿಟರಿಯವರಿಗೆ ಯಾಕೆ ಕೊಟ್ಟೆ? ದುಡ್ಡಿಗಾ? ಹೆಂಡಕ್ಕಾ, ಹೆಣ್ಣಿಗಾ ಅಥವಾ ನನ್ನ ಮೇಲೆ ನಿನಗಿದ್ದದ್ದು ಯಾವ ಹಗೆ? ನಿನ್ನ ಪರಿಚಯದ ನನ್ನ ಚಿಕ್ಕಪ್ಪನನ್ನು ಥಳಿಸಿ, ತಲೆ ಕೆಳಗಾಗಿ ಎರಡು ದಿನ ನೇತು ಹಾಕಿದ್ದರು. ಗುಟುಕು ಜೀವ ಹಿಡಿದು ಪ್ರಜ್ಞೆ ತಪ್ಪಿದ್ದ ಅವರ ದೇಹದ ಮೇಲೆ ಬೇರೊಬ್ಬನನ್ನು ನಡೆಯಲು ಹೇಳಿದರು. ನನ್ನ ಕಣ್ಣೆದುರೇ ಅವರ ಜೀವ ಹಾರಿಹೋಯ್ತು. ನಿನಗೆ ಒಳ್ಳೇ ಸ್ನೇಹಿತನಾಗಿದ್ದ ನನ್ನ ಕಸಿನ್ ಅವರ ಹಿಂಸೆ ತಾಳಲಾರದೆ ಹುಚ್ಚನಾದ. ನನ್ನ ಮನೆಯವರು, ಸಂಬಂಧಿಕರು ಎಲ್ಲರನ್ನೂ ಹಿಡಿದು ಕೊಂದರು ಆ ಪರಮ ದ್ರೋಹಿಗಳು... ಇದೆಲ್ಲ ಆಗಿದ್ದು ನಿನ್ನಿಂದ. ನೀನು ನನ್ನ ಪ್ರಶ್ನೆಗಳಿಗೆ ಉತ್ತರ ಹೇಳುವಾಗ ನಿನ್ನ ಕಣ್ಣಲ್ಲಿ ಕಣ್ಣಿಟ್ಟು ನೋಡಬೇಕು ಅಂತಲೇ ಈ ಭೇಟಿಗೆ ನಿನ್ನನ್ನ ಕರೆದಿದ್ದು."

'ಅಂದರೆ... ಅಯ್ಯಯ್ಯೋ... ನಬಿಲನ ಇಡೀ ಸಂಸಾರವೇ ನಾಶವಾಗಿಹೋಗಿತ್ತು! ತಾನಂದುಕೊಂಡ ನರಕಕ್ಕಿಂತಲೂ ಹೆಚ್ಚಿನ ಆಘಾತಗಳ ಕೆಂಡದಲ್ಲಿ ತನ್ನ ಗೆಳೆಯ ಬೆಂದು ಬಂದಿದ್ದಾನೆ' ಎಂದು ತಿಳಿದ ಜಾಧವ್ ತನ್ನನ್ನು ದ್ರೋಹಿಯೆಂದು ದೂಷಿಸುತ್ತಿರುವ ಗೆಳೆಯನಿಗೆ ಯಾವ ಸಮಜಾಯಷಿ ನೀಡುವುದೆಂದು ತಿಳಿಯದೆ ಅಸಹಾಯಕನಾದ. ಅವನ ಮನಸ್ಸು ಬೇಗುದಿಗೆ ಬಿದ್ದು ಯೋಚಿಸತೊಡಗಿತು.

"ರಾಕ್ಷಸರು ರಾಕ್ಷಸರನ್ನೇ ಸೃಷ್ಟಿಸುತ್ತಾರೆ. ಆದರೆ ನಬಿಲ್‌ನಲ್ಲಿದ್ದ ಮನುಷ್ಯತ್ವವನ್ನು ಪೂರ್ಣ ಕೊಲ್ಲಲು ಸಾಧ್ಯವಾಗಿಲ್ಲ. ನಬಿಲನಲ್ಲಿದ್ದ ನಂಬಿಕೆಯೆನ್ನುವುದು ಸದ್ಯಕ್ಕೆ ಹೊಡೆತ ತಿಂದು ನಲುಗಿತ್ತಾದರೂ, ಅದು ಪೂರ್ಣ ಸತ್ತಿಲ್ಲ. ತನ್ನಿಂದ ಉತ್ತರ ಬಯಸಿ ಬಂದಿದ್ದಾನೆಂದರೆ ಅವನಿನ್ನೂ ನನ್ನ ನೈತಿಕತೆಯಲ್ಲಿ ಪೂರ್ಣ ನಂಬಿಕೆ ಕಳೆದುಕೊಂಡಿಲ್ಲ" ಎನ್ನಿಸಿತು. ಆ ಹೊಸ ಉತ್ಸಾಹದಲ್ಲಿ ನಬಿಲ್‌ಗೆ ಸತ್ಯವನ್ನು ಮತ್ತೊಂದು ರೀತಿಯಲ್ಲಿ ಅರ್ಥಮಾಡಿಸಲು ಪ್ರಯತ್ನಪಡುತ್ತ, ಒಂದು ತಾರ್ಕಿಕ ಪ್ರಶ್ನೆಯನ್ನು ಎಸೆದ.

"ನಿನಗೆ ಅಂತಹ ಘೋರ ದ್ರೋಹ ಮಾಡಿದ್ದರೂ ಈ ಭೇಟಿಗೆ ನಾನು ಬರ್ತೀನಿ ಅಂತ ನಿನಗೆ ಅನಿಸಿತ್ತಾ?" ಈಗಲಾದರೂ ಗೆಳೆಯ ತನ್ನ ನಿರ್ಧರಿತ ಮನಸ್ಸನ್ನು ಒಂದಿಷ್ಟಾದರೂ ಸಡಿಲಿಸಬಹುದೆಂಬಂತೆ ಜಾಧವ್ ಕಾದು ಕುಳಿತ.

"ಮೂಳೆ ತುಂಡಿಗೆ ನಾಯಿಗಳು ಬರದೇ ಇರುತ್ವಾ? ನಮ್ಮ ಕಥೆಗಳನ್ನು, ನಮ್ಮ ವಿವರಗಳನ್ನು ಮಾರಿಕೊಂಡು ಉಣ್ಣೋ ನಿನ್ನಂಥವರು, ಇನ್ನೇನಾದರೂ ಕಥೆ ಸಿಗುತ್ತಾ ಅಂತ ಬಂದೇ ಬರ್ತಾರೆ ಅಲ್ವಾ?" ತಟಕ್ಕನೆ ಉತ್ತರ ಹೊರಬಿತ್ತು.

"ನಬಿಲ್ ನೀನು ನನ್ನನ್ನು ತಪ್ಪು ತಿಳಿದಿದ್ದೀಯ. ನಾನು ನಿನ್ನ ವಿವರಗಳನ್ನು ಮಿಲಿಟರಿಯವರಿಗೆ ಕೊಟ್ಟಿಲ್ಲ."

"ನಿನಗೆ ನಿಜ ಹೇಳಲಾಗಲ್ಲ ಜಾಧವ್. ಅದೂ ನನ್ನನ್ನು ನೋಡಿದ ಮೇಲೆ ಭಯವಾಗುತ್ತಿರಬೇಕು. ನಿನ್ನಿಂದ ಬೇವರ್ಸಿಯಾದ ನಾನು, ನನ್ನ ಬರಿ ಕೈಗಳಿಂದಲೇ ನಿನ್ನ ಕತ್ತು ಹಿಸುಕಿ ಈ ಜಗತ್ತಿನಿಂದ ಮುಕ್ತನಾಗಬಲ್ಲೆ. ಆದರೆ ಕೊಲ್ಲಲ್ಲ. ನನ್ನ ಕಡೆ ಮತ್ತೊಮ್ಮೆ ನೋಡು. ನಾಲ್ಕು ವರ್ಷದ ಹಿಂದೆ ನಾನು ಹೇಗಿದ್ದೆ ಯೋಚಿಸು... ನಿನ್ನಲ್ಲಿನ್ನೂ ಆತ್ಮಸಾಕ್ಷಿ ಅಂತೇನಾದರು ಉಳಿದಿದ್ದರೆ, 'ಇದಕ್ಕೆಲ್ಲ ನೀನೇ ಕಾರಣ' ಅಂತ ಅದು ಜೀವನವಿಡೀ ನಿನ್ನನ್ನು ಕುಟುಕಿ ಕೊಲ್ಲಲಿ. ಗೆಟೌಟ್ ಫ್ರಂ ಮೈ ಸೈಟ್..." ಎಂದ ನಬಿಲ್ ಸಂದೇಶ ತಲುಪಿಸಿದ ಆವೇಶದಲ್ಲಿ, ಬುಸ್ಕರಿದು ತಲೆಯಾಡಿಸುತ್ತ ಎದ್ದು ಹೊರಟೇ ಹೋದ.

ಗರಬಡಿದಂತೆ ಅಲ್ಲೇ ಕುಳಿತ ಜಾಧವ್ ಯೋಚಿಸತೊಡಗಿದ.

ಅವನು ನಿಜಕ್ಕೂ ನಬಿಲ್‌ನ ನಂಬರನ್ನು ಮಿಲಿಟರಿಗೆ ಕೊಟ್ಟಿರಲಿಲ್ಲ. ಅದನ್ನು ತಿಳಿಸಿ ಹೇಳಲು ನಬಿಲ್ ಅವನಿಗೆ ಅವಕಾಶವನ್ನೇ ನೀಡಿರಲಿಲ್ಲ.

ಅವನು ಅಲೆಪ್ಪೋದಲ್ಲಿದ್ದಂತೆಯೇ ಮಿಲಿಶಿಯ ಗುಂಪಿನವರ ಜೊತೆ ಮಿಲಿಟರಿಯವರ ತಿಕ್ಕಾಟ ಹೆಚ್ಚಾಗಿತ್ತು. ಬಾಂಬು ಗುಂಡುಗಳು ಹಾರಾಡುತ್ತಿದ್ದವು. ವಿದೇಶಗಳು ಈ ಯುದ್ಧದಲ್ಲಿ ಮೂಗು ತೂರಿಸಿದ್ದವು. ಅದನ್ನು ವರದಿ ಮಾಡುತ್ತಿದ್ದ ಜರ್ನಲಿಸ್ಟ್‌ಗಳೂ ನಿಗೂಢವಾಗಿ ಕಣ್ಮರೆಯಾಗುತ್ತಿದ್ದರು. ಆ ಭಯದಲ್ಲಿ ಅವನ ಕಂಪನಿ ಜಾಧವ್ ನನ್ನು ಹಿಂತಿರುಗಲು ಕರೆದಿತ್ತು. ಯಾರು ಯಾರಿಗೂ ಸಹಾಯ ಮಾಡಲಾಗದ ಪರಿಸ್ಥಿತಿ ನಿರ್ಮಾಣವಾಗಿತ್ತು. ಒಮ್ಮೆ ಎಲ್ಲಿಗೋ ವರದಿ ಮಾಡಲೆಂದು ಹೋಗಿದ್ದವನನ್ನು ಇನ್ನೇನು ಹಿಡಿದೇ ಬಿಡುತ್ತಾರೆ ಎನ್ನುವ ಪರಿಸ್ಥಿತಿಯಲ್ಲಿ ಅವನು ಪಲಾಯನ ಮಾಡಬೇಕಾಯ್ತು.

ಅಲ್ಲಿಂದಲೇ ಲಾರಿಯೊಂದನ್ನು ಹತ್ತಿ ಕುಳಿತು, ರಾತ್ರೋ ರಾತ್ರಿ ಜಾಗ ಖಾಲಿಮಾಡಿದ್ದ. ಆಶ್ರಯ ನೀಡಿದ ತನ್ನ ಗೆಳೆಯನಿಗೆ ಹೇಳಿ ಹೋಗುವುದು ಕೂಡ ಸಾಧ್ಯವಿರಲಿಲ್ಲ. ವಿದೇಶೀ ಜರ್ನಲಿಸ್ಟ್‌ಗಳ ಮೇಲೆ ಕೆಂಡ ಕಾರುತ್ತಿದ್ದ ಮಿಲಿಟರಿಯವರ ಕಣ್ಣುತಪ್ಪಿಸಿ, ಒಂದಷ್ಟು ದೂರ ನಡೆದು, ಇನ್ನಷ್ಟು ದೂರ ತೆವಳಿ, ರಹಸ್ಯವಾಗಿ ದೇಶ ಬಿಟ್ಟಿದ್ದ. ಅವನೊಡನೆ ಅವನಂತೆ ತಪ್ಪಿಸಿಕೊಂಡು ಹೋಗುವ ಹಲವರಿದ್ದರು.

ಈ ನುಗ್ಗಾಟಾದ ಪಲಾಯನದಲ್ಲಿ ಯುದ್ಧ ವಾರ್ತೆಗಳ ವರದಿಗಳಿದ್ದ ಅವನ ಪುಟ್ಟ ಬ್ಯಾಗ್ ಕಳೆದುಹೋಗಿತ್ತು. ಅದರಲ್ಲಿ ಅವನ ಪರಿಚಯ, ಫೋನ್ ಎಲ್ಲವೂ ಇದ್ದವು. ಆದರೆ ಬ್ಯಾಗ್ ಕಳೆದುಕೊಂಡದ್ದು ಅವನಿಗೆ ತಿಳಿಯುವಷ್ಟರಲ್ಲಿ ಅವನು ಟರ್ಕಿಯ ಇಸ್ತಾನ್ಬುಲ್‌ಗೆ ಬಂದಾಗಿತ್ತು. ಜೇಬಿನಲ್ಲಿ ಪರ್ಸ್ ಮತ್ತು ಪಾಸ್ಪೋರ್ಟ್ ಇದ್ದದ್ದರಿಂದ ಹೇಗೋ ಬಚಾವಾಗಿ ಬಂದದ್ದೇ ದೊಡ್ಡ ವಿಚಾರವಾಗಿತ್ತು.

ದಿನೇ, ದಿನೇ ಭಯಾನಕವಾಗುತ್ತಿದ್ದ ಯುದ್ಧಭೂಮಿಗೆ ಮತ್ತೆ ಹಿಂತಿರುಗುವುದು ಅವನಿಗೆ ಸಾಧ್ಯವಿರಲಿಲ್ಲ. ಗೆಳೆಯನ ಗೋಪ್ಯ ಫೋನ್ ನಂಬರಿಗೆ ಲಂಡನ್ನಿನಿಂದ ಕರೆ ಮಾಡಿದಾಗ ಉತ್ತರವಿರಲಿಲ್ಲ. ನೇರ ಸಂಪರ್ಕಿಸಿದರೆ ಅವನನ್ನು ಅಪಾಯಕ್ಕೆ ತಳ್ಳಿದಂತಾಗುತ್ತಿತ್ತು. ಸಂದೇಶವಾದರು ತಲುಪಲಿ ಎಂದು ಬೇರೆ ನಂಬರುಗಳ ಮತ್ತು ಸಂಪರ್ಕಗಳ ಮೂಲಕ ಬಹಳ ಪ್ರಯತ್ನಪಟ್ಟಿದ್ದ. ಆದರೆ ಎಲ್ಲವೂ ವಿಫಲವಾಗಿತ್ತು. ನಬಿಲ್ ತಾನಾಗಿ ಕರೆ ಮಾಡಬಹುದೇನೋ ಎಂದು ಬಹುಕಾಲ ಕಾದಿದ್ದ.

ಅಂದರೆ, ಆ ವೇಳೆಗಾಗಲೆ ನಬಿಲ್ ಸೆರೆಯಾಗಿದ್ದಿರಬೇಕು? "ನಿನ್ನ ದ್ರೋಹಿ ಗೆಳೆಯನೇ ನಿಮ್ಮ ವಿವರಗಳನ್ನೆಲ್ಲ ಮಾರಿಕೊಂಡಿದ್ದಾನೆ" ಎಂದು ಮಿಲಿಟರಿಯವರು ನಬಿಲ್ ನನ್ನು ನಂಬಿಸಲು ಪ್ರಯತ್ನಿಸಿರಬೇಕು. ನನ್ನ ಬ್ಯಾಗು, ಫೋನ್ ಮತ್ತಿತರ ವಸ್ತುಗಳನ್ನು ನೋಡಿದ ನಂತರ ನಬಿಲ್ ಹಾಗೆಂದೇ ನಂಬಿದನೇ? ಮಿಲಿಟರಿಯವರು ಅಕಸ್ಮಾತ್ ನನ್ನನ್ನು ಹಿಡಿದು, ನನ್ನ ವಸ್ತುಗಳನ್ನು ಬಲವಂತವಾಗಿ ವಶಪಡಿಸಿಕೊಂಡಿದ್ದಿದ್ದರೆ ನನ್ನನ್ನು ಜೀವಂತ ಬಿಡುತ್ತಿರಲಿಲ್ಲ ಎಂದು ಅವನು ಯೋಚಿಸಿರಬೇಕು. ಮೈಕೂದಲು ಕೂಡ ಸೊರಗದೆ ಸುಖವಾಗಿರುವ ನನ್ನನ್ನು ಇವತ್ತು ನೋಡಿದ ನಂತರ ಆ ಮಿಲಿಟರಿಯವರು ಹೇಳಿದ್ದೇ ಅವನಿಗೆ ನಿಜವೆನಿಸಿರಬೇಕು!

ನಬಿಲ್ ಯಾವಾಗ ಫೋನ್ ಮಾಡಿದ್ದನೋ ಅಥವಾ ಅವನಿಗೆ ಮಿಲಿಟರಿಯವರು ಹೇಗೆ ಫೋನ್ ಮಾಡಿದ್ದರೋ ಒಂದೂ ಅವನಿಗೆ ತಿಳಿದಿರಲಿಲ್ಲ. ನಬಿಲ್‌ಗೆ ಹೀಗಂತ ನಿಜ ಹೇಳಿದ್ದರೂ ಅವನು ನಂಬುತ್ತಿರಲಿಲ್ಲ. 'ಬ್ಯಾಗ್ ಕಳೆದುಕೊಂಡದ್ದು ತನ್ನದೇ ತಪ್ಪು. ಪರೋಕ್ಷವಾಗಿ ನಾನೇ ಅಪರಾಧಿ. ಆದರೆ ನಾನು ದ್ರೋಹಿ ಮಾತ್ರ ಅಲ್ಲ' ಎಂದು ಜಾಧವ್ ಯೋಚಿಸತೊಡಗಿದ.

'ನಾನು ದ್ರೋಹಿಯಲ್ಲ' ಎಂದು ಅವನ ಮನಸ್ಸು ಚೀರುತ್ತಿದ್ದರೂ ಅವನ ಅಪರಾಧಿ ಪ್ರಜ್ಞೆ ಜಾಧವನನ್ನು ಕುಟುಕತೊಡಗಿತು. ಆಂತರಿಕ ಯುದ್ಧದ ಬರ್ಬರ ಅನುಭವ, ನಬಿಲ್‌ನ ಸರಳ, ಸಾಮಾನ್ಯ ಪ್ರಪಂಚವನ್ನು ಧ್ವಂಸಗೊಳಿಸಿತ್ತು. ಗೆಳೆಯನ ಕಣ್ಣಿನಲ್ಲಿ ತಾನು ಕ್ಷಮೆಗೂ ಅರ್ಹನಲ್ಲದ ದ್ರೋಹಿ ಎಂದು ಜಾಧವ್‌ಗೆ ಅರ್ಥವಾಗತೊಡಗಿತು. ಆದರೆ ಜಾಧವ್ ನಿಂದ ಈಗ ಏನನ್ನೂ ಬದಲಿಸಲು ಸಾಧ್ಯವಿರಲಿಲ್ಲ. ಅಚಾತುರ್ಯವಾಗಿ ಆಗಿಹೋದ ತಪ್ಪಿನಿಂದ ಒಂದು ಕುಟುಂಬವಿಡೀ ನಿರ್ನಾಮವಾಗಿತ್ತು. ನಬಿಲ್ ದೇಶದ್ರೋಹಿ ಎನ್ನುವ ಪಟ್ಟ ಹೊತ್ತಿದ್ದ. ಅದಕ್ಕೆಲ್ಲ ಮೂಲಕಾರಣ ನಬಿಲ್ ಹೇಳುವಂತೆ ತಾನೇ... ಎಂಬ ಭಾವ ಅವನಲ್ಲಿ ನಿಧಾನಕ್ಕೆ ಬೇರೂರತೊಡಗಿತು. ದ್ರೋಹಿಗಳೇ ಅಲ್ಲದ ನಮ್ಮಿಬ್ಬರ ಜೀವನದ್ದೆಂತಹ ದ್ರೋಹ...! ಎಂದು ಅವನು ಮರುಗತೊಡಗಿದ. ಅವನ ಕಣ್ಣುಗಳಿಂದ ಧಾರಾಕಾರವಾಗಿ ನೀರು ಹರಿಯತೊಡಗಿತು.

ಹಿಂದಿಡದ ಹೆಜ್ಜೆ

"ನಾನು ನಿನ್ನತ್ರ ಏನೋ ಹೇಳ್ಬೇಕು..."

"ಹೇಳೀವಂತೆ, ಹೇಳೋಕೆ ಮೊದಲು ಸರಿಯಾಗಿ ಕೇಳಿಸ್ಕೋ. ನೀನು ಒಂದ್ಸಾರಿ ಹೇಳಿದ ಮೇಲೆ ಮುಗೀತು. ಅದನ್ನು ಹಿಂದಕ್ಕೆ ತಗೋಳ್ಳೋಹಾಗಿಲ್ಲ. ತಗೋ ಕೂಡದು. ಹಾಗಿದ್ದರೆ ಮಾತ್ರ ಹೇಳು."

"ನೀನು ಎಲ್ಲರಿಗಿಂತ ಯಾವಾಗಲೂ ಎರಡೆಜ್ಜೆ ಮುಂದೆ. ನಿನಗೀಗಾಗಲೇ ವಿಷಯದ ವಾಸನೆ ಬಂದಂಗಿದೆ."

"ನಿನಗೆಷ್ಟು ವರ್ಷ?"

"ಐವತ್ತರ ಹತ್ತಿರ... ಹತ್ತಿರ."

"ಅಕಸ್ಮಾತ್ ಈಗಲೂ ನೀನು ಹೆದರಿದ್ರೆ, ಜನರಿಗೆ ಅಂಜಿದ್ರೆ...ಅಲ್ಲಿಗೆ ಮುಗೀತು. ಮುಂದೆ ಮತ್ತೆ ಯಾವತ್ತೂ ನೀನು ಧ್ವನಿ ಎತ್ತೋಕ್ಕಾಗಲ್ಲ... ವಾಸ್ತವ ಅಂದ್ರೆ ನಿನಗೇ ಅಲ್ಲ, ನಿನ್ನನ್ನು ಗೌರವದಿಂದ ಕಾಣೋ ನೂರಾರು ಜನ ಕೂಡ ಇನ್ನೊಂದು ತಲೆಮಾರಿನ ಕಾಲ ಸೋಲಿನ ಹೆದರಿಕೇಲಿ ಸುಮ್ಮನಾಗಿಬಿಡಬಹುದು. ಜೊತೆಗೆ ಇಷ್ಟು ವರ್ಷ ಕಷ್ಟಪಟ್ಟು ದುಡಿದದ್ದು, ಒಳ್ಳೆಯ ಹೆಸರು ಗಳಿಸಿದ್ದು, ಈ ಸೀನಿಯರ್ ಹುದ್ದೇಲಿ ಕುಳಿತದ್ದು ಎಲ್ಲ ನಿರ್ನಾಮ ಆಗಬಹುದು."

"ಹೂಂ... ಆಗ್ಲಿ ಬಿಡು. ಮೂವತ್ತು ವರ್ಷ ದುಡಿದದ್ದಕ್ಕೆ, ಜೀವನನೇ ತೇದಿದ್ದಕ್ಕೆ, ಮಾಡ್ಕೊಂಡ ಎಲ್ಲ ಸಂಧಾನಗಳಿಗೆ ಕೊನೆಗೊಂದು ಸಮಾಧಾನ, ಹೆಮ್ಮೆನಾದ್ರೂ ಉಳೀಬಹುದು. ಅಕಸ್ಮಾತ್ ಅದೂ ಸಿಗದಿದ್ರೂ ಪ್ರಯತ್ನ

ಪಟ್ಟ ತೃಪ್ತಿನಾದ್ರೂ ಇರುತ್ತೆ. ಇನ್ನೊಬ್ಬರಿಗೆ 'ನಾನು ಧೈರ್ಯದಿಂದ ಹೇಗೆಲ್ಲ ಮಾಡಿದ್ದೆ... ಹೀಗ್ಮಾಡು...' ಅಂತ ಹೇಳ್ಬಹುದು... ಇದುವರೆಗೆ ಪ್ರಪಂಚದ ಅನ್ಯಾಯನೆಲ್ಲ ಶೋಧಿಸಿ, ವರದಿ ಮಾಡಿ, ಬರೆದು ಹೋರಾಡಿದ್ದು ಸಾಕು... ಈಗ ಹೋಂ ಟೈಂ."

"ಹೇಳು..."

ಆರತಿ ಸುಮ್ಮನೆ ಸೂಕಿಯ ಕಡೆ ನೋಡಿದಳು. ಏನು ಹೇಳಬೇಕಿತ್ತು? ಸುಕನ್ಯ ಆರತಿಯ ಸೀನಿಯರ್. ಒಂದು ಕಾಲದಲ್ಲಿ ಆರತಿ ಸುಕನ್ಯಳಂತೆ ಆಗಬೇಕು ಎಂದುಕೊಂಡಿದ್ದವಳು. ಸೂಕಿ ಇದೀಗ ಸ್ವಯಂ ನಿವೃತ್ತಿ ತಗೊಂಡು ಆ್ಯಕ್ಟಿವಿಸ್ಟ್ ಆಗಿ, ಬರಹಗಾರ್ತಿಯಾಗಿ ಸಮಾಜದಲ್ಲಿ ಗುರುತಿಸಿಕೊಂಡಿದ್ದಳು.

ಸುಕನ್ಯಾಳಿಗೆ ಎಲ್ಲವೂ ಗೊತ್ತು. ಮುಚ್ಚಿದ ಬಾಗಿಲಿನ ಹಿಂದಿನ ಆರತಿಯ ಇದುವರೆಗಿನ ಹೋರಾಟಕ್ಕೆಲ್ಲ ಸೂಕಿಯ ನೈತಿಕ ಬೆಂಬಲ ಇದ್ದದ್ದು ಸಹಾಯವಾಗಿತ್ತು. ಆದ್ರೆ ನನ್ನ ಮುಂದಿನ ಹೆಜ್ಜೆ ಏನಂತ ಹೇಳೋಕೆ ಮೊದಲೇ 'ಮುಂದಿಟ್ಟ ಹೆಜ್ಜೆ ಹಿಂದಿಡಬಾರದೆಂದು–ಪ್ರಾಮಿಸ್ ಕೇಳಿ ತನ್ನನ್ನು ಕಮಿಟ್ ಮಾಡಿಸ್ತಿದ್ದಾಳೆ. ನನಗೂ ಅದೇ ಬೇಕಿತ್ತಲ್ಲವೇ' ಅಂದುಕೊಂಡಳು ಆರತಿ.

"ಐ ಯಾಂ ಗೋಯಿಂಗ್ ಪಬ್ಲಿಕ್... ಈ ಗುಟ್ಟನ್ನು ಸಾರ್ವಜನಿಕ ಗೊಳಿಸ್ತಿದ್ದೀನಿ."

ಸೂಕಿಯ ಮುಖದಲ್ಲಿ ಮೊದಲಬಾರಿಗೆ ಆಶ್ಚರ್ಯ ನಂತರ ಮೆಚ್ಚುಗೆ ಮೂಡಿತು. ಅದನ್ನು ಹೇಳುವ ಅಗತ್ಯವಿಲ್ಲದೆ ಅವಳ ಮುಖ ಕೆಂಪಾಗಿತ್ತು. ಆರತಿಯಂತೆಯೇ ಅನ್ಯಾಯಗಳ ವಿರುದ್ಧ ಸಿಡಿದೇಳುವ ಕಿಡಿಗಳನ್ನು ಹೊತ್ತ ಸೂಕಿ ಮೀನಾಮೇಷ ಎಣಿಸದೆ ಒಂದೇ ಮಾತಿನಲ್ಲಿ ಅಭಯ ನೀಡಿ ಬಿಟ್ಟಳು.

"ಐ ವಿಲ್ ಸ್ಟ್ಯಾಂಡ್ ವಿಥ್ ಯು... ಆಲ್ ದಿ ಬೆಸ್ಟ್."

ಓಯಸಿಸ್ ನಂತಹ ಸೂಕಿಯ ಬಳಿ ಅಷ್ಟನ್ನೇ ಕೇಳಲು ಬಯಸಿ ಬಂದಿದ್ದ ಆರತಿ ನೆಮ್ಮದಿಯಿಂದ ಎದ್ದು ಹೊರಟಳು.

2

ಈ ರಣಕಹಳೆ ಊದಿದ ಮೇಲೆ ಆರತಿ ತನ್ನದೇ ಚಕ್ರವ್ಯೂಹದ ಮಧ್ಯೆ ಸಿಲುಕುವವಳಿದ್ದಳು. ಅಲ್ಲಿಂದ ಬಿಡುಗಡೆ ಸಿಗುವುದೋ ಅಥವಾ ಅತಿದೊಡ್ಡ ಕಾರ್ಪೊರೇಟ್ ಅವಳನ್ನು ಸಣ್ಣ ಹುಳವೊಂದನ್ನು ಹೊಸಕಿ ಹಾಕವಂತೆ ಮುಗಿಸಿಬಿಡುತ್ತದೆಯೋ ಎನ್ನುವ ಬಗ್ಗೆ ಆರತಿಗೆ ನಿಖರತೆಯಿರಲಿಲ್ಲ.

ಮಲ್ಟಿ ಮಿಲಿಯನ್ ಡಾಲರ್ ಕಾರ್ಪೊರೇಟಿನ ಎದುರು, ಕೇವಲ ಒಬ್ಬ ಉದ್ಯೋಗಿಯಾಗಿದ್ದ ಆರತಿ ಕೋರ್ಟಿನ ಕಟ್ಟೆಯನ್ನು ಹತ್ತಿದ್ದಳು. ಅವರ ಬಳಿ

ಪ್ರಪಂಚದಾದ್ಯಂತ ಮೂರು ಸಾವಿರ ಜನರಾದರೂ ಕೆಲಸಮಾಡುತ್ತಿದ್ದರು. ಅವರಲ್ಲಿ ಅರ್ಧ ಜನ ಮಹಿಳೆಯರೇ ಇದ್ದರು. ಮಾಧ್ಯಮ ಜಗತ್ತಿನ ಎಲ್ಲ ಕ್ಷೇತ್ರದಲ್ಲೂ ದುಡಿಯುತ್ತಿದ್ದರು.

ವಿಚಾರ ಗೊತ್ತಿದ್ದರೂ ಯಾರೊಬ್ಬರೂ ಯಾಕೆ ಉಸಿರೆತ್ತಿಲ್ಲ? ಸಂಸ್ಥೆಯ ವಿರುದ್ಧ ಹೋರಾಡಿ ಗೆಲ್ಲಲು ಸಾಧ್ಯವೇ ಇಲ್ಲ ಎನ್ನುವ ಕಾರಣವೇ ಇರಬೇಕು. ಅಥವಾ ನೂರಾರು ಜನ ಸುಮ್ಮನಿರುವಾಗ ತಾವೊಬ್ಬರು ಮಾತ್ರ ಯಾಕೆ ಕೆಟ್ಟವರಾಗಬೇಕೆಂಬ ಭಯವಿರಬೇಕು. ಎಲ್ಲಕ್ಕಿಂತ ಹೆಚ್ಚಾಗಿ 'ಕೆಲಸವೇ ಹೋದರೆ' ಎನ್ನುವ ಭಯ!

ಆರತಿ ತನ್ನ ಬದುಕನ್ನು ಒಮ್ಮೆ ನಿರುಕಿಸಿದಳು.

ಜರ್ನಲಿಸಂ ಮತ್ತು ಸಮೂಹ ಸಂವಹನ ಕ್ಷೇತ್ರದಲ್ಲಿ ಮೊದಲ ರ್‍ಯಾಂಕ್ ಪಡೆದವಳು. ಬ್ರಾಡ್ ಕಾಸ್ಟಿಂಗ್ ವಿಚಾರದಲ್ಲಿ ದೈತ್ಯ ಸಂಸ್ಥೆಯಾಗಿದ್ದ ಪ್ರತಿಷ್ಠಿತ ಕಂಪನಿಯಲ್ಲಿ ಕೆಲಸ ಗಿಟ್ಟಿಸಿಕೊಳ್ಳಲು ಪ್ರಯತ್ನ ಪಟ್ಟು ಯಶಸ್ವಿಯಾಗಿದ್ದಳು. ತನ್ನೆಲ್ಲ ಸೃಜನಶೀಲ ಪ್ರತಿಭೆಯನ್ನು ದುಡಿಮೆಗಿಳಿಸಿ ಹತ್ತಿರ ಹತ್ತಿರ ಮೂರು ದಶಕ ದುಡಿದಿದ್ದಳು. ಅವಳ ಬಹುತೇಕ ಸಹೋದ್ಯೋಗಿಗಳಿಗಿಂತ ಹೆಚ್ಚು ಕೊಡುಗೆಗಳನ್ನು ನೀಡಿದ್ದಳು. ತಾನು ಕೆಲಸ ಮಾಡುತ್ತಿದ್ದ ಕಂಪನಿ ಮತ್ತಷ್ಟು ಬೆಳೆಯಲು ತನ್ನ ಬೆವರನ್ನು ಸುರಿಸಿದ್ದಳು. ಆ ಚಕ್ಕರಿನಲ್ಲಿ ತನ್ನ ವೈಯಕ್ತಿಕ ಜೀವನವನ್ನು, ಸಾಂಗತ್ಯವನ್ನು, ತಾಯ್ತನವನ್ನು, ಹಾಲಿಡೇಗಳನ್ನು ಬಹಳಷ್ಟು ಮಟ್ಟಿಗೆ ಬಲಿಕೊಟ್ಟಿದ್ದಳು.

ವರದಿ ಬರೆಯುವುದು, ಸ್ಥಳಗಳಿಗೇ ಓಡಾಡಿ ವರದಿ ಮಾಡುವುದು, ನ್ಯೂಸ್ ಓದುವುದು, ಸಂದರ್ಶನಗಳನ್ನು ನಡೆಸುವುದು, ಇನ್ವೆಸ್ಟಿಗೇಟಿವ್ ಜರ್ನಲಿಸಂ ಮಾಡುವುದು ಅದಲ್ಲದೆ ಪ್ರಪಂಚದ ಹಲವು ಯುದ್ಧ ಭೂಮಿಗಳಿಗೆ ಭೇಟಿಕೊಟ್ಟು ವಾರ್ ಜರ್ನಲಿಸಂನ ಸೀನಿಯರ್ ವರದಿಗಾರಳಾಗಿಯೂ ಕೆಲಸಮಾಡಿದ್ದಳು. ತೆರೆಯ ಹಿಂದೆ ಹಲವು ಹೊಸ ಕಾರ್ಯಕ್ರಮಗಳಿಗೆ ರೂಪು ರೇಷೆ ಬರೆದಿದ್ದಳು. ಕೆಲವರು ಅವಳ ಐಡಿಯಾಗಳನ್ನು ಮೊದ ಮೊದಲು ಸಂದೇಹಿಸಿದರೂ ಅವು ಸೂಪರ್ ಹಿಟ್ ಆದಾಗ ಬಾಯ್ತುಂಬ ಹೊಗಳಿದ್ದರು. ಮಾಧ್ಯಮ ರಂಗದ ಗಟ್ಟಿಗಿತ್ತಿ ಎನ್ನಿಸಿ ಅವಳ ಪಾಪ್ಯುಲಾರಿಟಿಯೂ ಬೆಳೆದಿತ್ತು.

ಕನಸು, ಪ್ರತಿಭೆ, ಪ್ರಯತ್ನ, ಅವಿರತ ದುಡಿಮೆಗಳಿಂದ ಅವಳ ಹೆಸರು ಮಾಧ್ಯಮರಂಗದಲ್ಲಿ ಮೇಲಕ್ಕೆ ಏರಿತ್ತು. ಅದಕ್ಕೆ ತಕ್ಕಂತೆ ನಿಧಾನವಾಗಿ ಸಂಬಳವೂ ಹೆಚ್ಚಿದ್ದರಿಂದ ಸಿಟಿಯಲ್ಲಿ ಸುಖವಾಗಿ ಬದುಕಲು ಮತ್ತು ಮಕ್ಕಳನ್ನು ಓದಿಸಲು ಸಾಧ್ಯವಾಗಿತ್ತು. ವರ್ಷಗಳುರುಳಿದಂತೆ ಮಾಧ್ಯಮ ರಂಗದಲ್ಲಿ ಹೆಸರು ಮಾಡಬೇಕೆನ್ನುವ ಹೊಸ ತಲೆಮಾರಿನ ಹಲವರಿಗೆ ಆರತಿ ಮಾದರಿಯೂ, ಸ್ಫೂರ್ತಿಯೂ ಆಗಿಬಿಟ್ಟಿದ್ದಳು.

ಆರತಿ ಜೂನಿಯರ್ ಆಗಿದ್ದಾಗ ಸೀನಿಯರ್ ರಿಪೋರ್ಟರ್ ಆಗಿದ್ದ ಸುಕನ್ಯಾಳಂತೆ ಆಗಬೇಕೆಂದುಕೊಂಡಿದ್ದಳು. ಜೊತೆ ಜೊತೆಯಲ್ಲೇ ಕೆಲಸ ಮಾಡಲು ಶುರುಮಾಡಿದ ನಂತರ ಇಬ್ಬರೂ ವಯಸ್ಸಿನ ಅಂತರದ ವ್ಯತ್ಯಾಸವಿಲ್ಲದೆ ಆಪ್ತ ಗೆಳತಿಯರಾಗಿದ್ದಳು. ಸುಕನ್ಯಾ ರಿಟೈರ್ ಆದ ನಂತರವೂ ಆರತಿ ಅವಳನ್ನು ತನ್ನ ಮಾರ್ಗದರ್ಶಿ ಮಾಡಿಕೊಂಡಿದ್ದಳು. ಸುಕನ್ಯಾ ತನ್ನ ಕಾಲದಲ್ಲಿ ಮಾಡಲಾಗದ ಹಲವು ಕೆಲಸಗಳನ್ನು ಆರತಿ ತನ್ನ ಕಾಲದಲ್ಲಿ ಮಾಡಿದ್ದಳು. ಮಾಡುವವಳಿದ್ದಳು. ಆದರೆ ಕಾಲ ಸುಕನ್ಯಾಳಿಗಿಲ್ಲದ ಹಲವು ಬದಲಾವಣೆಗಳನ್ನು ಆರತಿಯ ಪಾಲಿಗೆ ಒದಗಿಸಿತ್ತು. ಮಾಹಿತಿ ತಂತ್ರಜ್ಞಾನ ಮತ್ತು ಸಾಮಾಜಿಕ ಜಾಲ ತಾಣಗಳು ಮಾಧ್ಯಮ ರಂಗಗಳಿಗೆ ಹಲವು ಹೊಸ ರೂಪಗಳನ್ನು ನೀಡಿದ್ದವು. ಜಗತ್ತೇ ಒಂದು ಪುಟ್ಟ ಮನೆಯೆನ್ನುವಂತೆ ವಿಚಾರಗಳು ಕ್ಷಣಾರ್ಧದಲ್ಲಿ ವಿನಿಮಯಗೊಳ್ಳುತ್ತಿದ್ದವು.

ತನ್ನ ಈ ಹೋರಾಟದಲ್ಲಿ ಆರತಿ ಗುರಿ ತಲುಪುವಳೋ, ಮುಳುಗುವಳೋ ಅವಳಿಗೆ ತಿಳಿದಿರಲಿಲ್ಲ. ಎರಡೂ ಬಗೆಯ ಫಲಿತಾಂಶವನ್ನು ಎದುರಿಸಲು ಆರತಿ ತಯಾರಾಗುತ್ತಿದ್ದಳು.

'ಮರಕ್ಕಿಂತ ಮರ ದೊಡ್ಡದು' ಎನ್ನುವಂತೆ ಅವಳ ಕ್ಷೇತ್ರದಲ್ಲು ನೂರಾರು ದಿಗ್ಗಜರಿದ್ದರು ಎನ್ನುವುದನ್ನು ಮರೆಯದೆ, ಅತ್ಯಂತ ಗೌರವದಿಂದ ನಡೆದುಕೊಳ್ಳುತ್ತಿದ್ದ ಆರತಿಯ ಮನಸ್ವಾಸ್ಥ್ಯ ಹಾರಿಹೋದದ್ದೇ ಇತ್ತೀಚೆಗಿನ ಐದು ವರ್ಷಗಳಿಂದ. ಇದೆಲ್ಲ ಶುರುವಾದ ದಿನ ಅವಳಿಗಿನ್ನೂ ಚೆನ್ನಾಗಿ ನೆನಪಿದೆ.

3

ಗಡಿಯಲ್ಲಿ ನಡೆಯುತ್ತಿದ್ದ ಯುದ್ಧವನ್ನು ಅಲ್ಲಿಗೇ ಹೋಗಿ ವರದಿಮಾಡಿ, ಬಹಳಷ್ಟು ಸಣ್ಣಪುಟ್ಟ ಪರ್ಯಾಯ ಕಾರ್ಯಕ್ರಮಗಳಿಗೆ ಮಾಹಿತಿ ಸಂಗ್ರಹಿಸಿ ಅವತ್ತು ರಾಜಧಾನಿಗೆ ಹಿಂತಿರುಗಿದ್ದಳು. ಅವಳ ಕೆಲಸದ ಲೈನಿನಲ್ಲಿ ಸತತ ಪ್ರಯಾಣ ಮತ್ತು ಕೆಲಸಕ್ಕೆ ಆರತಿ ಒಗ್ಗಿಕೊಂಡಿದ್ದಳು. ಆದರೆ ವಯಸ್ಸಿನ ಕಾರಣ ಜರ್ಜರಿತವಾಗುತ್ತಿದ್ದ ದೇಹ ಇತ್ತೀಚೆಗೆ ದೂರುಹೇಳುತ್ತಿತ್ತು.

ಟಿ.ವಿ.ಯ ಕಾರ್ಯಕ್ರಮವೊಂದರ ರೆಕಾರ್ಡಿಂಗ್ ಮುಗಿಸಿದ ಆರತಿ, ಮೇಕಪ್ಪಿನ ಮುಖವನ್ನು ಶುದ್ಧವಾಗಿ ತೊಳೆದು ಉಸ್ಸಪ್ಪಾ ಎಂದು ಕ್ಯಾಂಟೀನಿಗೆ ಬಂದಳು. ತನ್ನದೇ ವಯಸ್ಸಿನ ಮತ್ತೊಬ್ಬ ಪ್ರಸಿದ್ಧ ವರದಿಗಾರ ಮೈಕ್ ಒಬ್ಬನೇ ಕುಳಿತಿದ್ದುದು ಆರತಿಯ ಕಣ್ಣಿಗೆ ಬಿದ್ದಿತು. ಅವನೊಡನೆ ಕಾಫಿ ಹೀರಲು ಜೊತೆಯಾದಳು. ಅವನೂ ಇವಳಂತೆಯೇ ಟಾಪ್ ಲಿಸ್ಟ್‌ನಲ್ಲಿದ್ದ ಜರ್ನಲಿಸ್ಟ್-ರಿಪೋರ್ಟರ್ ಮತ್ತು ಹಲವು ಕಾರ್ಯಕ್ರಮಗಳ ಸಂಪಾದಕನಾಗಿದ್ದವನು.

ಅದೂ ಇದೂ ಮಾತಾಡುತ್ತ ವಯಸ್ಸಿನ ಬಗ್ಗೆಯೂ ಮಾತು ತಿರುಗಿತ್ತು. ಮೈಕ್ ಆರತಿಯ ಮಾತನ್ನು ಒಪ್ಪುತ್ತ "ಖಂಡಿತ... ಈಗಲೂ ಮೊದಲಿನಂತೆ ಕೆಲಸಮಾಡುವುದು ದುಸ್ತರವಾಗುತ್ತಿದೆ. ಕೆಲವೊಮ್ಮೆ ಬರೇ ಒಂದು ಲಕ್ಷಕ್ಕಾಗಿ ನೂರಾರು ಗಂಟೆಗಳನ್ನು ವ್ಯಯಿಸಿ ಕೇವಲ ಒಂದು ಗಂಟೆಯ ಕಾರ್ಯಕ್ರಮವನ್ನು ಬಿತ್ತರಿಸುವಾಗ ತನಗೂ ಅತೀ ಬೇಸರವಾಗಲು ಶುರುವಾಗಿದೆ" ಎಂದಿದ್ದ.

ಆರತಿಯ ಕಾಫಿ ಕಪ್ಪು ನಿಯಂತ್ರಣ ತಪ್ಪಿ ಟೇಬಲ್ಲನ್ನು ಗುದ್ದಿತ್ತು. ಗರಬಡಿದು ಕುಳಿತ ಆರತಿಯ ಬಾಯಿಂದ ಒಂದು ಮಾತೂ ಹೊರಟಿರಲಿಲ್ಲ. ಸಾವರಿಸಿಕೊಂಡು ಆ ಭೇಟಿಯನ್ನು ಮುಗಿಸಿ ಹೊರಬಂದಿದ್ದಳು.

ಆದರೆ, ನಂತರ ಮೈಕ್‌ನ ಮಾತು ಆರತಿಯನ್ನು ಗುಂಗರಿ ಹುಳದಂತೆ ಕೊರೆಯಹತ್ತಿತು. ಒಂದು ಗಂಟೆಯ ಕಾರ್ಯಕ್ರಮ ರೂಪಿಸಲು ಅವರು ಕೆಲಸ ಮಾಡುತ್ತಿದ್ದ ಸಂಸ್ಥೆ ಮೈಕ್‌ಗೆ ಲಕ್ಷ ರೂಪಾಯಿ ಸಂಭಾವನೆ ಕೊಡುತ್ತಿತ್ತು. ಆದರೆ ಅಂಥದ್ದೇ ಕಾರ್ಯ ಕ್ರಮವನ್ನು ರೂಪಿಸಲು ಆರತಿಗೆ ಸಿಗುತ್ತಿದ್ದುದು ಖರ್ಚು ಕಳೆದು ಇಪ್ಪತ್ತು ಸಾವಿರ ರೂಪಾಯಿ ಮಾತ್ರ. ಅಂದರೆ ಎಂಬತ್ತು ಪರ್ಸಂಟ್ ವ್ಯತ್ಯಾಸ!

ಆದರೆ ಅವರಿಬ್ಬರ ಕೆಲಸಗಳ ನಡುವೆ ಇದ್ದ ವ್ಯತ್ಯಾಸ ಏನು ಎಂದು ಅವಳಿಗೆ ತಿಳಿಯಲಿಲ್ಲ. ಅವಳು ಯಾರ ಬಳಿಯೂ ತಟ್ಟೆಂದು ಯುದ್ಧಕ್ಕೆ ಹೋಗಲಿಲ್ಲ.

ತನ್ನ ಇನ್ವೆಸ್ಟಿಗೇಟಿವ್ ಜರ್ನಲಿಸಂ ಅನ್ನು ಬಳಸಿ ತನ್ನ ಸಂಸ್ಥೆಯ ತಳವನ್ನೇ ಶೋಧಿಸತೊಡಗಿದಳು. ಅವಳು ಕಂಡು ಹಿಡಿದ ವಿಚಾರಗಳು ಅವಳಿಗೆ ಇನ್ನಿಲ್ಲದಂತೆ ಶಾಕ್ ನೀಡಿ ಅವಳ ರಕ್ತ ಕುದಿಯುವಂತೆ ಮಾಡಿತ್ತು.

ಒಂದೇ ಕೆಲಸವನ್ನು ಮಾಡುತ್ತಿದ್ದರೂ ಗಂಡಸು ಸಹೋದ್ಯೋಗಿಗಳ ದುಡಿಮೆ ದುಪ್ಪಟ್ಟಿತ್ತು. ಅದೇ ಕೆಲಸವನ್ನು ನಿರ್ವಹಿಸುವ ಹೆಂಗಸರ ಗಳಿಕೆ ಅರ್ಧದಷ್ಟೂ ಇರಲಿಲ್ಲ. ಕೆಲವು ವಿಷಯಗಳಲ್ಲಿ ಎಂಬತ್ತೈದು ಪರ್ಸೆಂಟ್ ವರೆಗೆ ವ್ಯತ್ಯಾಸವಿತ್ತು!

ಒಂದೇ ರೀತಿಯ ಕೆಲಸವಾಗಿದ್ದು ಕಾರ್ಯಕ್ರಮದ ರೇಟಿಂಗ್, ಪಾಪ್ಯುಲಾರಿಟಿ ಒಂದೇ ಆಗಿದ್ದ ಶೋಗಳಲ್ಲಿ ಕೂಡ ಹೆಂಗಸರ ಸಂಬಳ ಗಂಡಸರದ್ದಕ್ಕಿಂತ ಅತಿ ಕಳಪೆಯಾಗಿತ್ತು. ಈ ವಿಚಾರಗಳನ್ನು ಸಾಕ್ಷಿ ಸಮೇತ ಕಲೆಹಾಕಲೇ ಆರತಿಗೆ ಒಂದು ವರ್ಷ ಬೇಕಾಗಿತ್ತು. ಅದನ್ನು ಕೆಲಸದಲ್ಲಿದ್ದ ಇನ್ಯಾರ ಬಳಿಯೂ ಚರ್ಚಿಸುವುದು ಅಪಾಯಕಾರಿಯಾಗಿತ್ತು. ಜಗತ್ತಿನ ವಿಪರ್ಯಾಸಗಳಲ್ಲಿ ಗಂಡು-ಹೆಣ್ಣಿನ ನಡುವಿನ ತಾರತಮ್ಯವೂ ಒಂದು ಎಂಬ ಅರಿವಿದ್ದರೂ, ಇಪ್ಪತ್ತೊಂದನೇ ಶತಮಾನದಲ್ಲಿ, ಅದರಲ್ಲೂ ತಾನು ಕೆಲಸ ಮಾಡುತ್ತಿದ್ದ ಅತ್ಯಾಧುನಿಕ ಪ್ರತಿಷ್ಠಿತ ಸಂಸ್ಥೆಯಲ್ಲೂ ಇಂತಹ ಅನ್ಯಾಯವೇ?

ಇಪ್ಪತ್ತು ಪರ್ಸೆಂಟ್ ವ್ಯತ್ಯಾಸವಿದ್ದಿದ್ದರೆ ಪರವಾಗಿಲ್ಲ ಆದರೆ ಎಂಬತ್ತು ಪರ್ಸೆಂಟ್? ಅವಳು ನಿಧಾನಕ್ಕೆ ಕಾನೂನುಬದ್ಧವಾಗಿ ತನ್ನ ಹೋರಾಟವನ್ನು ಆರಂಭಿಸಿದ್ದಳು.

ಮೊದಲು, ಪತ್ರ ಮುಖೇನ ತನ್ನ ಸಂಬಳ ತನ್ನಂತೆ ಕೆಲಸ ಮಾಡುವ ಪುರುಷ ಸಹೋದ್ಯೋಗಿಗಳಿಗಿಂತ ಕಡಿಮೆ ಇರುವ ಬಗ್ಗೆ ಲಿಖಿತ ರೂಪದಲ್ಲಿ ದೂರುಕೊಟ್ಟಳು. ಕೆಲಸದ ಬೇಡಿಕೆಗಳು ಒಂದೇ ಆಗಿದ್ದು, ತಾನು ಅವುಗಳನ್ನು ಬೇರೆಯವರಷ್ಟೇ ಕ್ಷಮತೆಯಿಂದ ನಿರ್ವಹಿಸಿದರೂ 80% ಕಡಿಮೆ ಸಂಬಳ ಪಡೆವ ಬಗ್ಗೆ ಕಾರಣ ಕೇಳಿದಳು.

ಸಂಸ್ಥೆ ಹಾರಿಕೆಯ ಉತ್ತರ ನೀಡಿ ಉಪೇಕ್ಷಿಸಿತು. ಮುಖತಃ ಭೇಟಿಯ ಅವಕಾಶಗಳನ್ನು ನೀಡಲು ನಿರಾಕರಿಸಿ ಅತಿ ನವಿರಾದ ರೀತಿಯಲ್ಲಿ ನುಣುಚಿಕೊಳ್ಳುತ್ತ ಸಾಗಿತು. ಸಂಧಾನದ ಯಾವುದೇ ಹಾದಿಗಳು ಇಲ್ಲದಾದಾಗ ಆರತಿ ವಿಧಿಯಿಲ್ಲದೆ ಕೋರ್ಟಿನ ಕಟ್ಟೆ ಹತ್ತಿದ್ದಳು. ಆಶ್ಚರ್ಯವೆಂದರೆ ಆಗಲೂ ಕಾರ್ಪೊರೇಟು ನಿರ್ದಾಕ್ಷಿಣ್ಯವಾಗಿ ನಡೆದುಕೊಂಡಿತ್ತು.

ಈ ತಣ್ಣಗಿನ ಸಮರ ನಾಲ್ಕು ವರ್ಷಗಳಿಂದ ಕೋರ್ಟಿನಲ್ಲಿ ತೆವಳಿದ್ದರೂ ಅವಳಿಗೆ ಪರಿಹಾರ ಸಿಕ್ಕಿರಲಿಲ್ಲ. ಈ ವಿಚಾರ ಕೋರ್ಟಿನಲ್ಲಿ ಪ್ರೂವ್ ಆಗುವವರೆಗೂ ಅದನ್ನು ಪಬ್ಲಿಕ್ ಮಾಡಿದಲ್ಲಿ ಸಂಸ್ಥೆಯ ಹೆಸರಿಗೆ ಕಳಂಕ ಬರುತ್ತದೆಂದೂ, ಹಾಗೆ ಮಾಡಿದಲ್ಲಿ ಅವಳನ್ನು ಮೊದಲು ಸಸ್ಪೆಂಡ್ ಮಾಡಿ ನಂತರ ಕೋರ್ಟಿನಲ್ಲಿ ನೋಡಿಕೊಳ್ಳುತ್ತೇವೆಂದು ಅವರು ಹೇಳಿದ್ದರಿಂದ, ಮೊದ ಮೊದಲು ಆರತಿಯೂ ಸಹನೆಯಿಂದ ನ್ಯಾಯಕ್ಕಾಗಿ ಕಾದಿದ್ದಳು.

ನಂತರ ಕಾರ್ಪೊರೇಟ್ ಲಾಯರುಗಳು ಅವಳಿಗೆ ಇತ್ತೀಚೆಗಿನ ಎರಡು ವರ್ಷಗಳ ಲೆಕ್ಕಕ್ಕೆ ಶೇಕಡಾ 23% ಹೆಚ್ಚು ದುಡ್ಡು ಕೊಟ್ಟು ಒಪ್ಪಂದ ಮಾಡಿಕೊಳ್ಳಲು ಪ್ರಯತ್ನಪಟ್ಟಿದ್ದರು. ಆರತಿ ಜಗ್ಗಿರಲಿಲ್ಲ. "ಈಕ್ವಲ್ ವರ್ಕ್... ಈಕ್ವಲ್ ಪೇ" ಎಂದು ಪಟ್ಟು ಹಿಡಿದಿದ್ದಳು. ವ್ಯವಸ್ಥಿತವಾಗಿ ನಡೆಯುತ್ತಿದ್ದ ಈ ಲಿಂಗ ಭೇದದ ತಾರತಮ್ಯದ ವಿರುದ್ಧ ಹೋರಾಡುವುದೇ ಈಗವಳ ಬದುಕಿನ ಹೊಸ ಕೆಲಸವಾಗಿಹೋಯಿತು.

ಗಂಡಸರ ಹುದ್ದೆಗಳಿಗೆ ಇನ್ನೇನೋ ವಿಶೇಷಣಗಳನ್ನು ಸೇರಿಸಿ "...ಈ ಕಾರಣ" ಎಂದು ಕೋರ್ಟಿನಲ್ಲಿ ಹೇಳಲು ಕಾರ್ಪೊರೇಟು ಪ್ರಯತ್ನಿಸಿತು. ಆರತಿ ಕುದ್ದು ಹೋಗಿದ್ದಳು. ತಾನು ಮತ್ತು ತನ್ನ ಸಹೋದ್ಯೋಗಿಗಳ ವಿದ್ಯಾರ್ಹತೆ, ಅನುಭವ, ತಾಂತ್ರಿಕ ನಿಪುಣತೆ, ಪಾಪ್ಯುಲಾರಿಟಿ ಅಂಕ, ಸ್ಪಾನ್ಸರರ್ಸ್‌ಗಳಿಂದ ಎರಡೂ ಕಾರ್ಯಕ್ರಮಗಳಿಗೆ ದೊರಕಿದ ಗಳಿಕೆ, ಕೆಲಸದ ಸಾಮ್ಯತೆ, ನಿರ್ವಹಣೆ ಎಲ್ಲದರ ಪಟ್ಟಿಗಳನ್ನು ಮಾಡಿ, ವಿಡಿಯೋಗಳನ್ನು ಕೋರ್ಟಿಗೆ ನೀಡಿ ನ್ಯಾಯ ಕೇಳಿದಳು.

ದೈತ್ಯ ಸಂಸ್ಥೆಯೊಂದರ ಎದುರು ಗುಬ್ಬಚ್ಚಿಯಂತೆ ನಡೆಸಿದ ಈ ಹೋರಾಟದಿಂದ ಏನೂ ಸುಧಾರಿಸಲಿಲ್ಲ. ಅವರಿವರು ಆರತಿಯ ಬಗ್ಗೆ ಮಾತಾಡುವುದು ಜಾಸ್ತಿಯಾಯಿತು. ಮೇಲಿನವರು ಅವಳನ್ನು ಉಪೇಕ್ಷೆಯಿಂದ ಕಾಣುವುದು ಹೆಚ್ಚಾಯಿತು. ಆ ವಾತಾವರಣದಲ್ಲಿ ಕೆಲಸ ಮಾಡುವುದು ಹಿಂಸೆಯೆನಿಸತೊಡಗಿತು. ತಾನು ನಂಬಿದ್ದ ಸಂಸ್ಥೆ, ನೆಚ್ಚಿನ ಉದ್ಯೋಗ, ಪ್ರಪಂಚದ ವಿಚಾರಗಳನ್ನೆಲ್ಲ ಜನರಿಗೆ ತಲುಪಿಸುವುದನ್ನೇ ಕಾಯಕ ಮಾಡಿಕೊಂಡು ಕಾಂಚಾಣ ಎಣಿಸುತ್ತಿದ್ದ ಕಾರ್ಪೊರೇಟ್ ತನ್ನದೇ ಕಪ್ಪು ನೆರಳನ್ನು ಮುಚ್ಚಿಡಲು ಪ್ರಯತ್ನಿಸಿತ್ತು.

ಈ ಕಾರಣ ಕೊನೆಯ ಅಸ್ತ್ರವಾಗಿ ಆರತಿ ತನ್ನ ಹೋರಾಟವನ್ನು ಪಬ್ಲಿಕ್ ಮಾಡಲು ತಯಾರಾಗಿ ಬಿಟ್ಟಿದ್ದಳು.

4

ಇಷ್ಟು ವರ್ಷದ ತನ್ನ ಕೆಲಸದಲ್ಲಿ ಆರತಿ ಹಲವು ಸಾಧಕರನ್ನು ಸಂದರ್ಶಿಸಿದ್ದಳು. ನೂರಾರು ಹೋರಾಟಗಳ ಹಲವು ಮುಖಗಳನ್ನು ಅರೆದು ಕುಡಿದಿದ್ದಳು. ಅವುಗಳ ಹಿಂದಿನ ವ್ಯಕ್ತ-ಅವ್ಯಕ್ತ ಮುಖಗಳನ್ನು ಅನಾವರಣಗೊಳಿಸಿದ್ದಳು.

ಬಹುತೇಕರು ಅವರ ವೈಯಕ್ತಿಕ ಹೋರಾಟವನ್ನು ಶುರು ಮಾಡುತ್ತಿದ್ದುದೇ ಅವರ ಐವತ್ತರ ಆಸುಪಾಸಿನಲ್ಲಿ. ಅಂದರೆ, ಅಷ್ಟರಲ್ಲಿ ಒಂದಿಷ್ಟು ಸಂಸಾರದಲ್ಲಿ ಭದ್ರತೆ ಗಳಿಸಿರಬೇಕು, ಮಕ್ಕಳು ಒಂದು ಹಂತಕ್ಕೆ ಬಂದಿರಬೇಕು ಮತ್ತು ಹೋರಾಡಲು ಶಕ್ತಿಯೂ ಉಳಿದಿರಬೇಕಿತ್ತು. ಹೋರಾಟದ ಫಲ ಅವರ ಮುಂದಿನ ಬದುಕನ್ನು ಹಸನು ಮಾಡುವಂತಿದ್ದರೆ ಮಾತ್ರ ಅದಕ್ಕೆ ಅರ್ಥವಿತ್ತು. ಇಲ್ಲದಿದ್ದರೆ ಅವರು ಹೋರಾಟಕ್ಕೆ ಇಳಿಯುವ ಸಾಧ್ಯತೆಯೇ ಬಹಳ ಕಡಿಮೆಯಿತ್ತು. ತಮ್ಮದೇ ದುಡಿಮೆಯಲ್ಲದೆ ಬೇರೆ ಆದಾಯ ಮೂಲವಿದ್ದರಷ್ಟೇ ಜನರಿಗೆ ಹುಂಬು ಧೈರ್ಯವಿರುತ್ತಿದ್ದುದು. ತಾನೂ ಅವರಂತೆಯೇ ಎನ್ನುವುದು ಅವಳಿಗೆ ಮೊದಲ ಬಾರಿಗೆ ಅರಿವಿಗೆ ಬಂದಿತ್ತು.

ಅವಳ ಕೆಲಸದಲ್ಲಿ ಭಾವನೆಗಳಿಗಿಂತ ಬುದ್ಧಿವಂತಿಕೆಯೇ ಪ್ರಧಾನವಾಗಬೇಕಿತ್ತು. ತನ್ನದೇ ಆದ ಭಾವ ಸಂಘರ್ಷಣೆಗಳನ್ನೆಲ್ಲ ಕಟ್ಟಿಟ್ಟು, ಸ್ಥಿತ ಪ್ರಜ್ಞತೆಯನ್ನು ರೂಢಿಸಿಕೊಳ್ಳಬೇಕಿತ್ತು. ಪ್ರತಿ ಸ್ಪರ್ಧಿಗಳಿಂದ ಸತತವಾಗಿ ಕಲಿಯಬೇಕಿತ್ತು. ಅದು ನಾಚಿಕೆಯ ವಿಚಾರವಾಗಿರಲಿಲ್ಲ. ಅಸ್ತಿತ್ವವನ್ನು ಜೀವಂತವಾಗಿಟ್ಟುಕೊಳ್ಳಲು ಹೊಸ, ಹೊಸ ತಂತ್ರಗಳನ್ನು ಬಳಸುತ್ತಿರಬೇಕಿತ್ತು. ಇಡೀ ಜಗತ್ತನ್ನು ಜನರಿಗೆ ಸೃಜನಶೀಲವಾಗಿ ಉಣಬಡಿಸಿ

ತಮ್ಮ ಕಲಾ ಜೀವನದ ಸಾರ್ಥ್ಯಕ್ಯವನ್ನು ಕಂಡುಕೊಳ್ಳಬೇಕಿತ್ತು. ಸತತವಾಗಿ ಉರಿಯುವ ತುಡಿತದ ಉದ್ಯೋಗ. ದೇದಿಪ್ಯವಾಗಿ ಉರಿದಷ್ಟೂ ಹೆಚ್ಚು, ಹೆಚ್ಚು ಬದುಕನ್ನು ಆಹುತಿ ತೆಗೆದುಕೊಳ್ಳುವ ಬಕಾಸುರನಂತಹ ಹಸಿವಿನ ಕೆಲಸ.

ಅದರ ಮಗ್ಗುಲಿನಲ್ಲೇ ಕತ್ತಿಯ ಅಲುಗಿನಂಥಹ ಸ್ಪರ್ಧೆ, ಅನ್ಯಾಯಗಳು, ತಾರತಮ್ಯಗಳು, ನಿರ್ದಯವಾದ ನಿರ್ಣಯಗಳು, ನಿಯಂತ್ರಣ ಸಾಧಿಸುವ ಒಳ ಮುಖಗಳು, ಅವರಿವರಿಗೆ ಮಣೆ ಹಾಕಿ ಮೆರೆಸುವ ಅಸ್ತಿತ್ವದಲ್ಲಿ ಉಳಿಯಬೇಕಾದ ಅನಿವಾರ್ಯತೆಯ ಹಲವು ಕೋನಗಳಿದ್ದವು.

ಆದರೆ ಗಂಡಸು ಮಾತ್ರ ಯಾವತ್ತಿಗೂ ಹೆಂಗಸಿಗಿಂತ ಮೇಲೆ ಮತ್ತು ಶ್ರೇಷ್ಠ ಎನ್ನುವ ಈ ಕುರುಡು ನಂಬಿಕೆ? ಅದನ್ನು ಒಬ್ಬ ಹೆಂಗಸಾಗಿ ಅದಕ್ಕಿಂತ ಹೆಚ್ಚಾಗಿ ಒಂದು ಬಲಿಪಶುವಾಗಿ ಸ್ವೀಕರಿಸಲು ಆರತಿ ಸಿದ್ಧಳಿರಲಿಲ್ಲ. ಜಗತ್ತಿಗೆ ಜ್ಞಾನವನ್ನು ಹರಡುವ ನೈತಿಕ ಜವಾಬ್ದಾರಿಯನ್ನು ಹೆಮ್ಮೆಯಿಂದ ಹೇಳಿಕೊಂಡು ಬದುಕುವ ಮಾಧ್ಯಮವನ್ನು ಮಣಿಸಲು ಅವಳು ಸಮರ ಸಾರಿದ್ದಳು.

ಈ ಪ್ರಯತ್ನದಲ್ಲಿ ತನ್ನ ಕೆಲಸ, ನೆಮ್ಮದಿ, ರಕ್ಷಣೆ, ಆದಾಯ ಮತ್ತು ಮನಃ ಶ್ಯಾಂತಿ ಎಲ್ಲವನ್ನೂ ಪಣಕ್ಕಿಡಲು ಆರತಿ ತಯಾರಾಗಿದ್ದಳು. ಎಲ್ಲ ವಿಚಾರವನ್ನು ಸಾರ್ವಜನಿಕಗೊಳಿಸಲು ಆರತಿ ಮುಂದಾಗಿದ್ದಳು.

5

ಒಬ್ಬಳೇ ಆಗಿದ್ದ ಆರತಿ ಇದ್ದಕ್ಕಿದ್ದಂತೆ ನೂರಾಗಿದ್ದಳು, ಸಾವಿರವಾಗಿದ್ದಳು, ಲಕ್ಷಾಂತರವಾಗಿದ್ದಳು. ನಂತರ ಸೋಶಿಯಲ್ ಮೀಡಿಯಾಗಳಲ್ಲಿ ಪ್ರಪಂಚಕ್ಕೇ ಹರಡತೊಡಗಿದ್ದಳು.

ಅವಳ ಬೆಂಬಲಕ್ಕೆ ಇತರೆ ಹೆಂಗಸರು, ಹಲವು ಗಂಡಸರು, ಯುವ ಜನತೆ, ತಮ್ಮದೇ ವರ್ಚಸ್ಸನ್ನು ಬೆಳೆಸಿಕೊಳ್ಳಲು ಕೆಲವು ರಾಜಕೀಯ ಮುಖಂಡರು ಬೆಂಬಲಕ್ಕೆ ನಿಂತರು.

ಅದರ ಹಿಂದೆಯೇ ಸಂಸ್ಥೆಯ ಒಪ್ಪಂದವನ್ನು ಮುರಿದದ್ದಕ್ಕಾಗಿ ಕಾರ್ಪೊರೇಟು ಆಕೆಯನ್ನು ಸಸ್ಪೆಂಡ್ ಮಾಡಿತು.

ಆರತಿಗೆ ಕೆಲಸದ ಒತ್ತಡವೂ ಇಲ್ಲವಾಯಿತು! ತನ್ನ ಇಡೀ ದಿನಗಳನ್ನು 'ಸಮನಾದ ಕೆಲಸ, ಸಮನಾದ ಸಂಬಳ'ದ ಹೋರಾಟಕ್ಕೆ ಮುಡಿಪಾಗಿಟ್ಟಳು. ಜಗತ್ತನ್ನೇ ಮಾತು, ವಿಡಿಯೋಗಳಲ್ಲಿ ಬಂಧಿಸಿ ಜನತೆಗೆ ಬಡಿಸುತ್ತ ಬದುಕು ಕಟ್ಟಿಕೊಂಡಿದ್ದ ಕಾರ್ಪೊರೇಟು ಸಂಸ್ಥೆ ಇದ್ದಕ್ಕಿದ್ದಂತೆ ಜಗತ್ತಿನ ಬಾಯಲ್ಲಿ ಬೇರೆಯದೇ ಕಾರಣಕ್ಕೆ ಕೆಟ್ಟ ಸುದ್ದಿಯಾಯಿತು. ಇತರೆ ಮಾಧ್ಯಮಗಳು ಇದನ್ನೇ

ದೊಡ್ಡ ಚರ್ಚೆಯ ರೂಪದಲ್ಲಿ ಸಾದರಪಡಿಸತೊಡಗಿದರು. ಆರತಿ ಹಲವು ಪತ್ರಿಕೆ ಮತ್ತು ಚಾನೆಲ್‌ಗಳಿಗೆ ಸಂದರ್ಶನ ನೀಡತೊಡಗಿದಳು.

"ಒಬ್ಬ ಹೆಣ್ಣಿನ ಹೋರಾಟ ಹೆಚ್ಚು ಕಾಲ ನಿಲ್ಲುವುದಿಲ್ಲ" ಎಂದು ಬಲವಾಗಿ ನಂಬಿದ್ದ ಸಂಸ್ಥೆಯ ದೀರ್ಘಕಾಲೀನ ಬೇರಿನ ಬುಡಕ್ಕೆ ಕೊಡಲಿಯೇಟು ಬಿದ್ದಿತು. ಮೊದ ಮೊದಲು ಸುಮ್ಮನಿದ್ದ ಇತರೆ ಹಲವು ಮಹಿಳಾ ಸಹೋದ್ಯೋಗಿಗಳು ತಮ್ಮ ಮತ್ತು ತಮ್ಮ ಗಂಡಸು ಸಹೋದ್ಯೋಗಿಗಳ ನಡುವಿನ ಸಂಬಳದಲ್ಲಿನ ವ್ಯತ್ಯಾಸದ ಬಗ್ಗೆಯೂ ಗುಟ್ಟಾಗಿ ಆರತಿಯನ್ನು ಸಂಪರ್ಕಿಸತೊಡಗಿದರು.

ಮಹಿಳಾ ಸಂಸ್ಥೆಗಳು ಆರತಿಯ ಪರವಾಗಿ ನಿಂತವು. ಯುವ ಜನತೆ ಆರತಿಯ ಬೆಂಬಲಕ್ಕೆ ರಸ್ತೆಗಳಲ್ಲಿ ಮೆರವಣಿಗೆ ನಡೆಸಿದವು. ಹಿರಿಯ ತಲೆಮಾರುಗಳ ಹೆಂಗಸರು ತಮ್ಮ ಕಾಲದಲ್ಲಿಯೂ ಇವೇ ತಾರತಮ್ಯಗಳಿದ್ದವೆಂದೂ, ಅದು ಈಗಲಾದರೂ ನಿಲ್ಲಬೇಕೆಂದೂ ತಮ್ಮ ಅಭಿಪ್ರಾಯಗಳನ್ನು ತಿಳಿಸಿ ಸಂದರ್ಶನ ನೀಡಿದರು.

ಸಂಬಳದ ಜೊತೆ ಹೆಂಗಸಿನ ರೂಪ ನೋಡಿ ಕೆಲಸ ನೀಡುವುದು, ಹೆಂಗಸರು ಚೆನ್ನಾಗಿ ಡ್ರೆಸ್ ಮಾಡಿಕೊಂಡು ಗ್ರಾಹಕರ ಗಮನವನ್ನು ಸೆಳೆಯಬೇಕೆಂಬ ನೇರ ಮತ್ತು ಪರೋಕ್ಷ ಒತ್ತಡಗಳ ಬಗ್ಗೆಯೂ ಮಾತು ಬೆಳೆಯತೊಡಗಿತು. ಇದೆಲ್ಲದರ ಜೊತೆ ಹೆಂಗಸರಿಗೆ ಕೆಲಸದಲ್ಲಿನ ಲೈಂಗಿಕ ಕಿರುಕುಳದ 'ಮಿ ಟೂ...' ಹೋರಾಟವೂ ಶುರುವಾಗಿತ್ತು. ಅವೆಲ್ಲ ಅಲೆಗಳ ಬಲದಲ್ಲಿ ಆರತಿಯ 'ಈಕ್ವಲ್ ಪೇ...' ಹೋರಾಟಕ್ಕೆ ಹೊಸ ಬಿರುಸು ಬಂದು ಬಿಟ್ಟಿತು.

ಸಂವಿಧಾನದ ಕಡತದಲ್ಲಿ ಸತ್ತಂತೆ ಮಲಗಿ ವಿರಮಿಸಿದ್ದ 'ಸಮನಾದ ಕೆಲಸಕ್ಕೆ, ಸಮನಾದ ಸಂಬಳ' ಕೊಡಬೇಕೆಂಬ ಕಾಯಿದೆ ಮೈ ಮೇಲಿದ್ದ ಧೂಳನ್ನು ಕೊಡವಿಕೊಂಡು ಇದ್ದಕ್ಕಿದ್ದಂತೆ ಜೀವ ಪಡೆದ ಬೇತಾಳನಂತೆ ಎದ್ದು ನಿಂತಿತು. ಮುಂದಿನ ಸುತ್ತಿನ ಕೋರ್ಟ್ ವಿಚಾರಣೆಗೆ ಹೊಸದೇ ಬಣ್ಣ ಬಂದುಬಿಟ್ಟಿತು.

6

ಈ ಹೋರಾಟದಲ್ಲಿ ದೊರೆಯುವ ನ್ಯಾಯ ಐತಿಹಾಸಿಕ ನಿರ್ಣಯವಾಗಬಲ್ಲದೆಂಬ ಟಾಂ, ಟಾಂ ಹಬ್ಬಿದಂತೆ ನ್ಯಾಯಾಲಯದ ಮೇಲೂ ಒತ್ತಡ ಬಂದಿತ್ತು. ಇವೆಲ್ಲ ವಿಚಾರಗಳ ಬಗ್ಗೆ ಕೇಳಿ ತಿಳಿದುಕೊಂಡ ನ್ಯಾಯಾಧೀಶರು ಜಾಗರೂಕರಾದರು. ನ್ಯಾಯಾಲಯ ಆರತಿಯ ಸಂಸ್ಥೆಯನ್ನು ಮೈಕ್ ಮತ್ತು ಆರತಿಯ ಸಂಬಳದ ನಡುವಿನ ವ್ಯತ್ಯಾಸಕ್ಕೆ ಕಾರಣ ಕೇಳಿತು.

"ಆಯಾ ವ್ಯಕ್ತಿಯ ವರ್ಚಸ್ಸಿನ ಮೇಲೆ ತಾವು ಹಣ ನೀಡುತ್ತೇವೆ, ಇದರಲ್ಲಿ ಲಿಂಗಭೇದವಿಲ್ಲ" ಎಂಬ ಸಂಸ್ಥೆಯ ವಾದವನ್ನು ನ್ಯಾಯಾಲಯ ಒಪ್ಪಲಿಲ್ಲ. ನಿಮ್ಮ ವಾದಕ್ಕೆ ತಕ್ಕ ಋಜುವಾತನ್ನು ಸಲ್ಲಿಸಿ ಎಂಬ ಬೇಡಿಕೆಯನ್ನು ಮುಂದಿಟ್ಟಿತು.

ಆರತಿಗೆ ಸಮನಾದ ಸಂಬಳ ಕೊಟ್ಟರೆ ತಮ್ಮ ಸಂಸ್ಥೆಯ ಇನ್ನೂ ಹಲವು ಮಹಿಳಾ ಉದ್ಯೋಗಿಗಳು ಇದೇ ದಾರಿಯನ್ನು ಅನುಸರಿಸಿ ಸಮನಾದ ವೇತನಕ್ಕೆ ಆಗ್ರಹಿಸುತ್ತಾರೆ ಎಂಬ ವಿಚಾರ ಗೊತ್ತಿದ್ದರೂ ಸಂಸ್ಥೆಗೆ ನ್ಯಾಯಾಲಯ ಒಪ್ಪುವಂತ ಋಜುವಾತನ್ನು ನೀಡುವುದು ಅಸಾಧ್ಯವಾಗಿ ಹೋಯಿತು. ಆರತಿ ನೀಡಿದ ಅಂಕಿಅಂಶ, ಸಾಕ್ಷಿ ಮತ್ತು ಆಧಾರಗಳು ಆ ಮಟ್ಟಿಗೆ ಬಲವಾಗಿದ್ದವು.

ನಂಬಲೇ ಆಗದ ತಿರುವಿನೊಂದಿಗೆ ಆ ದೈತ್ಯ ಕಾರ್ಪೊರೇಟು ಸಂಸ್ಥೆ ಆರತಿಯ ಬೇಡಿಕೆಯಂತೆ ಕಳೆದ ಹಲವು ವರ್ಷಗಳ ಸಂಬಳಗಳ ವ್ಯತ್ಯಾಸವನ್ನು ತುಂಬಿಕೊಡುವುದಾಗಿ ಒಪ್ಪಿಕೊಂಡಿತು. ಅಲ್ಲದೆ ಅವಳ ಕೆಲಸವನ್ನು ಅವಳಿಗೆ ಮರಳಿಸಿತು.

ಆರತಿಯ ಪಬ್ಲಿಕ್ ಹೋರಾಟ ತಿಳಿದವರಿಗೆಲ್ಲ ಈ ವಿಚಾರ ಮಿಂಚಿನ ವೇಗದಲ್ಲಿ ತಲುಪಿತು. ಅಭಿನಂದನೆಗಳ ಮಹಾಪೂರವೇ ಹರಿದುಬಂದಿತು. ಸುಕನ್ಯಾ ಸತತವಾಗಿ ಆರತಿಯ ಬೆನ್ನನ್ನು ಕಾದು ಈ ವಿಚಾರಕ್ಕೆ ಎಲ್ಲೆಡೆ ಮನ್ನಣೆ ಸಿಗುವಂತೆ ಮತ್ತೆ ಮತ್ತೆ ಲೇಖನಗಳನ್ನು ಬರೆದಿದ್ದಳು.

ಆರತಿಯ ಈ ಹೋರಾಟದ ಫಲವಾಗಿ ಸಂಸ್ಥೆಯ 700ಕ್ಕೂ ಹೆಚ್ಚು ಮಹಿಳೆಯರು ತಮ್ಮ ವೇತನದಲ್ಲಿ ಹೆಚ್ಚಳವನ್ನು ಕೇಳಿ ಕಾರ್ಪೊರೇಟಿನೊಂದಿಗೆ ಒಪ್ಪಂದಗಳನ್ನು ಮಾಡಿಕೊಂಡರು. ಆರತಿ ಅವರೆಲ್ಲರಿಗೂ ಪ್ರೇರಣೆಯಾದ ಶಕ್ತಿಯಾಗಿದ್ದಳು.

ತನ್ನ ವೈಯಕ್ತಿಕ ವಿಜಯದೊಂದಿಗೆ ಪ್ರಪಂಚದ ಆಗು-ಹೋಗುಗಳು, ನ್ಯಾಯ ಅನ್ಯಾಯಗಳ ಅಭಿಪ್ರಾಯಗಳನ್ನು ಮತ್ತಷ್ಟು ಉತ್ಸಾಹ ಮತ್ತು ಹುರುಪಿನೊಂದಿಗೆ ಆರತಿ ಜನರೊಡನೆ ಹಂಚಿಕೊಳ್ಳುವುದನ್ನು ಮುಂದುವರೆಸಿದಳು.

ಮುಂದಿಟ್ಟ ಹೆಜ್ಜೆಯನ್ನು ಹಿಂತೆಗೆಯಬಾರದೆಂದು ಆರತಿಯಿಂದ ವಚನ ಪಡೆದ ಸುಕನ್ಯಾ ಇದೀಗ ಆರತಿಯ ಕಟ್ಟಾ ಅಭಿಮಾನಿಗಳಲ್ಲಿ ಒಬ್ಬಳಾಗಿದ್ದಾಳೆ.

(ಬಿ.ಬಿ.ಸಿ. ಸಂಸ್ಥೆಯ ವಿರುದ್ಧ ಜನವರಿ 2020ರಲ್ಲಿ ಸಮಾನ ಸಂಬಳದ ಬಗ್ಗೆ ಹೋರಾಡಿ ಗೆದ್ದ ಸಮೀರ ಅಹಮದ್ ಬದುಕಿನಿಂದ ಪ್ರೇರಿತಳಾಗಿ ಬರೆದ ಕಥೆ. ಆದರೆ ಎಲ್ಲ ಪಾತ್ರಗಳು, ಮಾಹಿತಿಗಳು ಮತ್ತು ಸಂದರ್ಭಗಳು ಕಲ್ಪಿತ ಮಾತ್ರ. ನಿಜ ಘಟನೆಗೂ ಈ ಕಥೆಗೂ ನೇರ ಸಂಬಂಧವಿಲ್ಲ.)

ಸಂಬಂಧಗಳು

"ಸದಾ... ಈ ಸಂಬಂಧಗಳು ಒಂಥರಾ ವಿಚಿತ್ರ ಅನ್ನಿಸಲ್ವಾ?"

"ಯಾಕೆ ಹೀಗಂತೀಯ?"

"ಸುಮ್ನೆ... ನಿನಗೆ ಯಾವತ್ತಾದ್ರೂ ಹಾಗನ್ನಿದೆಯಾ?"

"ಬೇಕಾದಷ್ಟು ಬಾರಿ ಅನ್ನಿಸಿದೆ. ವಿಷಾದ ಅಂದ್ರೆ ಚಿಕ್ಕನಿವದ್ದಾಗ ಸಂಬಂಧಗಳ ಮಹತ್ವ ಏನು ಅಂತ ತಿಳಿದಿರಲ್ಲ. ಹೆಂಡತಿ, ಮಕ್ಕಳು ಅಂತ ಆಗಿ ಅವನ್ನು ಗಾಢವಾಗಿ ಬೆಳೆಸ್ಕೊಳೋ ಸಮಯಕ್ಕೆ ಸರಿಯಾಗಿ ವಿವೇಕ ಇರ್ಲಿಲ್ಲ... ಈಗ ಟೈಂ ಸಿಕ್ಕಿದೆ... ಆದ್ರೆ ಟೈಂ ಉಳಿದಿಲ್ಲ... ಏನು ಪ್ರಯೋಜ್ನ ಹೇಳು?" ಅವನ ಮುಖದ ಸ್ನಾಯುಗಳು ಬಿಗಿಯಾದವು.

"ಹೋಗ್ಲಿ ಬಿಡು. ಸುಮ್ನೆ ಕೇಳ್ದೆ ಅಷ್ಟೆ. ನಿನ್ನೆ ಏನಾದ್ರೂ ಓದಿದ್ಯಾ?" ಅವಳು ಮಾತು ಮರೆಸಲು ಯತ್ನಿಸಿದಳು.

ಸಂಬಂಧಗಳ ಬಗ್ಗೆ ಕೇಳಿ ಅವನ ಮನಸನ್ನು ಚುಚ್ಚುವ ಯಾವ ಉದ್ದೇಶಗಳೂ ವಿಭಾಳಿಗಿರಲಿಲ್ಲ. ಬದಲು ಸಂಬಂಧಗಳ ಬಗೆಗಿನ ತನ್ನ ರಮ್ಯ ಭಾವಗಳನ್ನು ಹೇಳಿಕೊಳ್ಳುವ ಅದೇ ಉತ್ಸಾಹದಲ್ಲಿ ಕೇಳಿದ್ದಳಷ್ಟೆ. ಜೊತೆಗೆ, 'ಸಾವು ಹತ್ತಿರವಾದಂತೆ ಯಾಂತ್ರಿಕ ಮನುಷ್ಯರು ಕೂಡ ಭಾವುಕರಾಗಿಬಿಡುತ್ತಾರೆ' ಎನ್ನುವ ನಂಬಿಕೆಯ ಭರವಸೆ ಅವಳಲ್ಲಿ ಮನೆ ಮಾಡಿತ್ತು.

ಸದಾನಂದನ ಮುಖದಲ್ಲಿ ಯಾವ ಬೇಸರವೂ ಇರಲಿಲ್ಲ. ಬದಲು ಅವನು ಮಾತಿನ ಮೂಡಿನಲ್ಲಿದ್ದಂತೆ ಇತ್ತು. ದೀರ್ಘ ಉಸಿರೆಳೆದುಕೊಂಡು ಹೇಳಿದ.

"ವಿಭಾ, ನನ್ನ ಪರಿಸ್ಥಿತೀಲಿ ಓದಿದ್ರೇನು, ಬಿಟ್ಟರೇನು? ಆದ್ರೂ ಸಮಯ ಕಳೆಯಲು ಪ್ರಯತ್ನ ಅಂತೂ ಪಟ್ಟೆ. ಆದ್ರೆ ಐವತ್ತು ಪೇಜ್ ಮುಗಿಸೋದ್ರಲ್ಲಿ ಯಾವುದ್ರಲ್ಲೂ ಅರ್ಥ ಇಲ್ಲ ಅನ್ನಿಸ್ತು. ನೀನ್ ಸಂಬಂಧಗಳ ಬಗ್ಗೆ ಕೇಳಿದ್ಯಲ್ಲ.

ಈಗ ನನ್ನ ಮತ್ತು ಪುಸ್ತಕಗಳ ಸಂಬಂಧ ಕೂಡ ಬದಲಾಗಿದೆಯೋ ಏನೋ... ಬದುಕು ಇನ್ನೂ ನೀಡ್ತಿದೆ ಅನ್ನೋವಾಗ, ಸಾಹಿತ್ಯದ ಯಾವ ಸಾರವನ್ನಾದ್ರೂ ನಮಗೆ ಅನ್ವಯಿಸಿಕೊಳ್ಳಬಹುದು, ಇಲ್ಲಾಂದ್ರೆ ಅದಕ್ಕೆ ವ್ಯತಿರಿಕ್ತವಾಗಾದ್ರೂ ಯೋಚಿಸಬಹುದು... ಈಗ ಪುಸ್ತಕಗಳಿಗೆ ಮೀರಿದ, ಹೇಳಲಾಗದ ಭಾವನೆಗಳು ಬರ್ತಿವೆ, ಇಡೀ ಬದುಕಿನ ಬಗ್ಗೆ, ಬದುಕಿನ ಸಂಬಂಧಗಳ ಬಗ್ಗೆ... ಯಾಕ್ ಸುಮ್ನಿದೀಯ, ಬೋರ್ ಹೊಡೆಸ್ತಿದೀನಾ?"

ಅವಳಿಗೆ ನಗು ಬಂತು. ತೋರಿಸಿಕೊಳ್ಳಲಿಲ್ಲ. ಪರ ಮತ್ತು ವಿರೋಧ ಇವೆರೆಡೇ ಸದಾನಂದನಿಗೆ ತಿಳಿದಿದ್ದ ವಿಚಾರಗಳು. ಬಹುಶಃ ಅವನಿಗೆ ಇಲ್ಲಿಂದ ಮುಂದಕ್ಕೆ ತಿಳಿಯುವ ಸಾದ್ಯತೆ ಈ ಜನ್ಮದಲ್ಲಿ ಇದೆಯೋ ಇಲ್ಲವೋ ಅಂದುಕೊಂಡಿದ್ಲು. ಈಗ ಸದಾನಂದ ಏನೋ ಗುಂಗಿನಲ್ಲಿದ್ದಂತೆ ಕಂಡ. ಅವನ ಮಾತನ್ನು ಕೇಳಿಸಿಕೊಳ್ಳುವ ಉತ್ಸಾಹದಿಂದ 'ಇಲ್ಲ' ಅಂತ ತಲೆಯಾಡಿಸಿದಳು. ಅವನು ಮುಂದುವರೆಸಿದ.

"ವಿಭಾ, ಸಂಬಂಧಗಳು ನನ್ನನ್ನು ಬಹಳ ಕಾಡಿದ್ದು ನಿನಗೆ ಗೊತ್ತಿದ್ದೇ ವಿಚಾರ. ಚಿಕ್ಕಂದಿನಿಂದ ನಾನು ನನ್ನ ತಂದೇನ ಬಹಳ ಹಚ್ಚಿಕೊಂಡಿದ್ದೆ. ಆ ಪ್ರೀತಿ ಬೆಳೆದು ಬಲಿಯೋಕೆ ಮುನ್ನವೇ ಕಮರಿ ಹೋಯ್ತು. ಆಗ ನನ್ನ ಮನಸ್ಸಿಗೆ ಆದ ಆಘಾತಕ್ಕೆ, ದುಃಖಕ್ಕೆ ಕೊನೇನೆ ಇರ್ಲಿಲ್ಲ. ಒಂದು ದಿನ ನನಗೆ ನಾನೇ ಹೇಳಿಕೊಂಡೆ. ಮನುಷ್ಯರು ಸಂಬಂಧಗಳನ್ನು ತಾವೇ ಸೃಷ್ಟಿಸಿಕೊಳ್ಳುತ್ತಾರೆ ಹಾಗೆಂದ ಮೇಲೆ ಕಡಿದುಕೊಳ್ಳುವ ಸಾಮರ್ಥ್ಯವೂ ಮನುಷ್ಯನದೇ ಅಂತ. ಮನಸ್ಸನ್ನು ಗಟ್ಟಿ ಮಾಡಿಕೊಂಡು ಸತ್ತ ತಂದೆಯ ಜೊತೆಗಿನ ಭಾವುಕ ಸಂಬಂಧಗಳಿಂದ ನನ್ನನ್ನು ನಾನು ಕಡಿದುಕೊಂಡೆ. ತಟ್ಟನೆ ನನಗೆ ಬಿಡುಗಡೆ ಸಿಕ್ಕಂತೆ ಅನ್ನಿಸಿತು. ಆಮೇಲಷ್ಟೆ ನನಗೆ ಮತ್ತೆ ಬದುಕಿನಲ್ಲಿ, ಓದಿನಲ್ಲಿ ಮತ್ತೆ ಆಸಕ್ತಿ ಮೂಡಿದ್ದು. ಒಂದರ್ಥಕ್ಕೆ ಹಠಾತ್ತನೆ ಒದಗಿದ ದುಃಖದಿಂದ, ಖಿನ್ನತೆಯಿಂದ ನನ್ನನ್ನು ನಾನು ರಕ್ಷಿಸಿಕೊಂಡಿದ್ದೆ. ಆದರೆ ನಿಜವಾಗಿ ಯಾವತ್ತಾದರೂ ಆ ದುಃಖದಿಂದ ಹೊರಗೆ ಬಂದೆನಾ ಅಂತ ಗೊತ್ತಿಲ್ಲ. ನನ್ನ ಮತ್ತು ನನ್ನ ತಂದೆ ಮಧ್ಯೆ ಇದ್ದ ಸಂಬಂಧವನ್ನ ಬಹಶಃ ಕಾಲ್ಪನಿಕವಾಗಿ ಧಿಕ್ಕರಿಸಿ, ಪಲಾಯನ ವಾದಕ್ಕೆ ಬಿದ್ನೇನೋ. ಅದಕ್ಕೇ ಬದುಕಲ್ಲಿ ಯಾವ ಸಂಬಂಧಗಳು ಹೆಚ್ಚು ಹತ್ತಿರ ಬಂದ್ರೂ, 'ಕಳೆದು ಹೋಗಿಬಿಟ್ಟರೆ' ಎನ್ನುವ ಆತಂಕ ಇದ್ದೇ ಇತ್ತು ಅನ್ನಿಸುತ್ತೆ. ನನ್ನ ಹುಟ್ಟ ಹಟಮಾರಿ ಗುಣನೂ ಜೊತೆಗೆ ಸೇರ್ಕೊಂತು ಅಂದ್ಕೋತೀನಿ... ಇನ್ನೊಂದು ವಿಚಾರ ಗೊತ್ತಾ?"

"ಇಲ್ಲ" ಎನ್ನುವಂತೆ ವಿಭಾ ಗೋಣಾಡಿಸಿದಳು.

"ಖಭೌತ ಶಾಸ್ತ್ರದಲ್ಲಿ ಅಥವಾ ಉನ್ನತ ಆಧ್ಯಾತ್ಮದಲ್ಲಿ ವೈಜ್ಞಾನಿಕವಾಗಿ ಸಾಬೀತುಗೊಂಡಿರುವ ವಿಚಾರ ಇದು. ಅದರ ಪ್ರಕಾರ ನಾವಿದ್ದೇವೆ ಆದರೆ

ನಾವಿಲ್ಲ. ಅಂದರೆ ನಾವು ಕರೆದುಕೊಳ್ಳುವ ಎಲ್ಲ ಸಂಬಂಧಗಳು ಇವೆ, ಆದರೆ ಇಲ್ಲ ಕೂಡ. ಅದು ಕಾಲದಂತೆ. ಆದಿ ಮತ್ತು ಅಂತ್ಯ ಎರಡೂ ಇಲ್ಲದ್ದು. ಇಹದಲ್ಲಿ ನಾವೆಲ್ಲ ಇದ್ದೇವೆ, ಸಂಬಂಧಗಳಿವೆ, ಕಾಲವಿದೆ, ಎಲ್ಲಕ್ಕೂ ಅಂದರೆ ಹುಟ್ಟಿಗೂ, ಸಾವಿಗೂ ಕಾಲದ ಗಣಿತವಿದೆ, ಹೆಸರಿದೆ. ಎಲ್ಲವನ್ನೂ ನಾವು ಅಳೆಯುತ್ತೇವೆ, ಹೆಸರಿಟ್ಟು ಗುರುತಿಸುತ್ತೇವೆ. ಆದರೆ ನಿಜವಾಗಿ ಏನೂ ಇಲ್ಲ ಅಂತ ಪ್ರೂವ್ ಮಾಡಬಹುದು..." ಕ್ಷೀಣ ದನಿಯಲ್ಲಿ ಮಾತಾಡಿ, ಉಸಿರೆಳೆದು ಕೊಳ್ತಾ ಅಲ್ಲಿಗೆ ನಿಲ್ಲಿಸಿದ.

"ಹೇಗೆ?..." ವಿಭಾಳ ಮಾತಲ್ಲಿ ಕೊಂಕಿರಲಿಲ್ಲ. ಬೇಸರವಿರಲಿಲ್ಲ. ಕುತೂಹಲವಿತ್ತು. ಕೆಣಕಿ ಕೇಳುವ ಅದೇ ಮೊನಚು... ಅವನು ಹೆಚ್ಚು ಯೋಚಿಸದೆ ಮುಂದುವರೆಸಿದ.

"ಇದನ್ನು ವಿಜ್ಞಾನಿಗಳು ಸಾಬೀತು ಮಾಡುವುದು ಹೀಗೆ. ಒಬ್ಬ ನಡೆದುಹೋಗ್ತಾ ಇರೋ ವಿಡಿಯೋ... ಅದನ್ನು ಜೋರಾಗಿ ಅಂದರೆ ಮನುಷ್ಯನ ಕಣ್ಣುಗಳು ಕಾಣುವ ಮಿತಿಯನ್ನು ಮೀರಿಸಿದ ವೇಗದಲ್ಲಿ ಓಡಿಸಿದರೆ ಇಡೀ ವಿಡಿಯೋ ಖಾಲಿ... ಖಾಲಿಯಾಗಿಬಿಡುತ್ತದೆ. ಆ ಪ್ರಸಂಗದಲ್ಲಿದ್ದ ವ್ಯಕ್ತಿ, ಅವನ ಸುತ್ತಲಿನ ಪ್ರಪಂಚ ಎಲ್ಲ ನಮ್ಮ ಪಂಚೇಂದ್ರಿಯಗಳಿಗೆ ಸಿಗದೆ ಅಲ್ಲೇನೂ ಇಲ್ಲ ಎನ್ನುವುದನ್ನೇ ನಂಬಬೇಕಾಗುತ್ತದೆ. ಹಾಗೆಯೇ ನಮ್ಮ ಅವಗಾಹನೆಗೆ ಸಿಗುವ ಸಂಬಂಧಗಳು, ಅನುಭವಕ್ಕೆ ಬರುವ ಸಂಬಂಧಗಳು ಒಂದೆಡೆಯಾದರೆ, ಹೆಸರಿಲ್ಲದ, ಹೇಳಿಕೊಳ್ಳಲಾಗದ, ಕಣ್ಣಿಗೆ ಕಾಣದ ಸಂಬಂಧಗಳು ಇನ್ನೆಷ್ಟೋ. ಅವು ಇವೆ ಅಂದ್ರೆ ಇವೆ, ಇಲ್ಲ ಅಂದ್ಕೊಂಡರೆ ಇಲ್ಲ" ಅವಳಿಗೆ ತನಗೆ ತಿಳಿದ ಏನನ್ನೋ ಹೇಳಿದ ಸಮಾಧಾನದಲ್ಲಿ ಮತ್ತೆ ನಿಲ್ಲಿಸಿದ.

ಅವಳು ಸುಮ್ಮನಿದ್ದಳು. ಅವನಲ್ಲಿ ವೈರಾಗ್ಯದ ಲಕ್ಷಣಗಳು ಇಣುಕ ಹತ್ತಿವೆಯೇ? ಅವನ ಸ್ಥಿತೀಲಿ ಯಾರಿಗಾದರೂ ಹೀಗಾಗುತ್ತೋ ಏನೋ? ಯಾಕಾಗಬಾರದು? ಅದರೆ ಸಂಬಂಧಗಳು ಅಷ್ಟು ಸರಳವಾಗಿಬಿಟ್ಟಿದ್ದರೆ ಇನ್ನಾಕೆ? ಅವುಗಳ ಸಂಕೀರ್ಣತೆಯ ಮಜಲುಗಳನ್ನು ಇವನು ಏರಬಲ್ಲ ಅಂತ ನಾನಾದರೂ ಯಾಕೆ ಅಂದುಕೊಂಡೆನೋ ಅನ್ನಿಸಿತವಳಿಗೆ. ವಿಭಾ ಯಾವ ಮಾತನ್ನೂ ಆಡಲಿಲ್ಲ. ಮುಖದಲ್ಲಿ ಯಾವ ಭಾವನೆಗಳನ್ನೂ ತೋರಗೊಡಲಿಲ್ಲ. ಸದಾನಂದ ತನಗೆ ತಿಳಿದಿದ್ದನ್ನು ಹೇಳುತ್ತಿದ್ದಾನೋ ಅಥವಾ ಬದುಕಲ್ಲಿ ನಾನು ಖಭೌತಶಾಸ್ತ್ರವನ್ನು ಅಳವಡಿಸಿಕೊಂಡರೆ ನನ್ನ ಬದುಕು ಹಸನಾಗಿರಬಲ್ಲುದು ಎನ್ನುವ ಸಂದೇಶವನ್ನು ಪರೋಕ್ಷವಾಗಿ ನೀಡುತ್ತಿದ್ದಾನೋ ಅವಳಿಗೆ ತಿಳಿಯಲಿಲ್ಲ. ಮನುಷ್ಯರ ದೇಹಕ್ಕೂ, ಆತ್ಮಕ್ಕೂ ಇರುವ ಸಂಬಂಧನಾದ್ರೂ ಇವನಿಗೆ ತಿಳೀಲಿ ಅಂತ ಆಶಿಸಿದಳು.

"ಹೊಸಾ ಹಾಡುಗಳಿರೋ ಅಲ್ಬಂ ತಂದೀದ್ದೀನಿ. ಹಾಕ್ತೀನಿ ಕೇಳು. ನಾಳೆ ಬಂದು ಮತ್ತೆ ನೋಡ್ತೀನಿ..."

ವಾಚ್ ನೋಡುತ್ತ ಅವಳು ಹೊರಟಳು. ಪ್ರತಿದಿನದ ಮನೆಗೆಲಸ, ಮಕ್ಕಳು, ವೃತ್ತಿ, ಓಡಾಟ ಎಲ್ಲವನ್ನೂ ಭೌತಿಕ ಜಗತ್ತಿನ ಸಮಯದ ನಿಯಮಗಳ ಚೌಕಟ್ಟಿನಲ್ಲೇ ಮಾಡಬೇಕಾದ ಎಲ್ಲ ಜರೂರತ್ತುಗಳನ್ನು ಅವಳೊಬ್ಬಳೇ ನಿರ್ವಹಿಸುವುದು ಸುಲಭವಾಗಿರಲಿಲ್ಲ.

ತಲೆ ಆಡಿಸಿ 'ಆಗಲಿ' ಅಂದ. ಅವನ ನೋಟ ಅವಳ ಕೈಯೆಡೆ ತಿರುಗಿತು. ಅದು ಬೇಕಿತ್ತವನಿಗೆ. ಅವಳ ಕೈಗಳನ್ನು ಅದುಮಿ ಜೋರಾಗಿ ಅತ್ತುಬಿಡಬೇಕೆಂದು ಉಕ್ಕಿ ಬಂದ ಉತ್ಕಟತೆಯನ್ನು ತುಟಿ ಕಚ್ಚಿ ತಡೆದುಕೊಂಡ.

'ತಾನ್ಯಾಕೆ ಅವಳಂತೆ ಸರಳವಾಗಿ ಬಾಯ್ತುಂಬ ಮಾತಾಡಿಕೊಂಡು ಬದುಕಲಾರೆ?' ಅಂತ ಅನ್ನಿಸಿತವನಿಗೆ. ಸದಾನಂದನಲ್ಲಿ ಯಾವಾಗಲೂ ಯಾವುದೋ ದುಗುಡ ಹೊತ್ತ ಭಾವವಿತ್ತು, ಅದನ್ನು ಮರೆಯಲು ಅವನು ಇನ್ನೇನನ್ನೋ ಮಾಡುತ್ತಿರುವಂತಿತ್ತು. ಸದಾನಂದನ ಹೆಸರಿಗೂ ಅವನಿಗೂ ಯಾವ ಸಂಬಂಧವೂ ಇರಲಿಲ್ಲ. ಒಟ್ಟಿನಲ್ಲಿ ತಾನೊಬ್ಬ ಸಂಕೀರ್ಣವಾಗಿ ಯೋಚಿಸುವ ವ್ಯಕ್ತಿ. ಇದರಿಂದ ಎಷ್ಟೊಂದು ಜನಕ್ಕೆ ನೋವನ್ನು ಕೊಟ್ಟಿದ್ದೇನೋ ಎಂದು ಯೋಚಿಸಿ ಅವನು ನಿಟ್ಟುಸಿರಿಟ್ಟ.

ಅವಳ ಆ ಕೈಗಳು ಅವನನ್ನು ಹಲವು ಸಾರಿ ಸವರಿದ್ದವು. ಅಪ್ಪಿಕೊಂಡಿದ್ದವು. ಅಡಿಗೆ ಮಾಡಿದ್ದವು. ತುಂಟತನದಲ್ಲಿ ಅವನ ಭುಜವನ್ನು ಚಿವುಟಿದ್ದವು. ಆರೈಕೆ ಮಾಡಿದ್ದವು. ಆಧ್ಯಾತ್ಮವನ್ನು ಲೌಕಿಕ ಅನುಭವದಲ್ಲಿ ಬೆರೆಸಿ ಆ ಕೈಗಳನ್ನು ತನ್ನದೆಯ ಮೇಲೆ ಊಹಿಸಿಕೊಂಡು ಕಣ್ಣು ಮುಚ್ಚಿದ. ಆ ಕೈಗಳನ್ನು ಯಾವುದೇ ರೀತಿಯಲ್ಲಿ ಬೇಕೆಂದು ಕೇಳುವ ಅಧಿಕಾರವನ್ನು ಅವನು ಈಗಾಗಲೇ ಕಳೆದುಕೊಂಡಿದ್ದ.

ಯಾರಾದ್ರೂ ಸಾಯ್ತಿದ್ದಾರೆ ಅಂದ್ರೆ ಇಡೀ ಪ್ರಪಂಚವೇ ಅವರನ್ನು 'ಇವನ ಕತೆ ಮುಗೀತು, ಇನ್ನು ಇವನಿಗೆ ಏನೂ ಬೇಡ ಅಂತ ಯಾಕೆ ಅಂದ್ಕೋತಾರೋ, ನಿಜಕ್ಕೂ ದೇಹದಲ್ಲಿ ಜೀವದ ಸಣ್ಣ ಗುಟುಕಿರೋವರ್ಗೂ ಮನಸ್ಸು ದೈಹಿಕ ಹಿತಕ್ಕೆ ಒದ್ದಾಡುತ್ತಲ್ಲಾ' ಅಂತ ಯೋಚಿಸಿದ. ಆ ಕ್ಷಣ ತನ್ನ ಆಧ್ಯಾತ್ಮದ ವಿಚಾರ ಬರೀ ಪುಸ್ತಕದ ಬದನೇಕಾಯಿ ಮಾತ್ರವೇ ಇರಬೇಕು ಅನ್ನಿಸಿ ಸದಾನಂದ ಭದ್ರವಾಗಿ ಕಣ್ಣು ಮುಚ್ಚಿದ.

ತನಗೆ ಎಲ್ಲವನ್ನು ಕೊಟ್ಟ ದೇವರಿಗೆ ಅವೆಲ್ಲವನ್ನೂ ಕಕ್ಕುಲತೆಯಿಂದ ನೋಡುವ ಹೃದಯವನ್ನು ಮಾತ್ರ ಏಕೆ ಕೊಡಲಿಲ್ಲ? ಎನ್ನಿಸಿ ಅವನ ಕಣ್ಣಂಚಿನಿಂದ ನೀರು ಜಿನುಗಿತು. ತಾನು ಸತ್ತ ನಂತರ ನನಗೆ ಈ ಪ್ರಪಂಚದ ಸಂಬಂಧಗಳು ಹರಿಯುತ್ತವೆ. ಆದರೆ ಇಲ್ಲಿ ಉಳಿಯುವ ವಿಭಾಳಿಗೆ ನಾನೀಗಾಗಲೇ ಮಾಜಿ ಪತಿಯಾಗಿದ್ದೇನೆ, ಸತ್ತ ನಂತರ ದಿವಂಗತ ಮಾಜಿ ಪತಿ ಎಂದಾಗುತ್ತೇನೆಯೆ? ಈಗ ತನ್ನ ಬಗ್ಗೆ ಅವಳಲ್ಲಿ ಯಾವ ಭಾವನೆಗಳಿರಬಹುದೆಂದು ಅವನು ಚಿಂತಿಸತೊಡಗಿದ. ಆ ಜೋಂಪಿನಲ್ಲೇ

ಆತನ ದೈಹಿಕ ಬಾಧೆಗಳು ನಿಧಾನಕ್ಕೆ ಮರೆಗೆ ಸರಿದು ಅವನು ಹಾಗೇ ಹಾಸಿಗೆಯ ಮೇಲೆ ಉರುಳಿ ನಿದ್ರಿಸತೊಡಗಿದ. ವೈದ್ಯರು ನೀಡಿದ್ದ ನಿದ್ರೆಯ ಮಾತ್ರೆಗಳು ಕೆಲಸಮಾಡತೊಡಗಿದ್ದವು.

2

ವಿಭಾ ಕಚೇರಿಗೆ ಬಂದು ಕುಳಿತಳು. ಇವತ್ತು ಜೂನಿಯರ್ ಹುದ್ದೆಗಳಿಗೆ ಅವಳು ಸಂದರ್ಶನ ತೆಗೆದುಕೊಳ್ಳಬೇಕಿತ್ತು. ಇಪ್ಪತ್ತು ವರ್ಷದ ಹಿಂದೆ ಅವಳು ಇದೇ ಕಾರ್ಪೊರೇಟು ಕಂಪನಿಯಲ್ಲಿ ಮೊದಲ ದಿನ ಕೆಲಸಕ್ಕೆ ಸೇರಿದ್ದಳು. ಆಗಾಗಲೇ ಅಲ್ಲಿ ಕೆಲಸಮಾಡುತ್ತಿದ್ದ ಸದಾನಂದನ ಬಟ್ಟಲುಗಣ್ಣುಗಳ ಮೋಹಕ್ಕೆ ವಶಳಾಗಿದ್ದಳು. ಪುಸ್ತಕಗಳನ್ನು ಓದುವ ವಿಚಾರದಲ್ಲಿ ಇಬ್ಬರಿಗೂ ಆಸಕ್ತಿಯಿತ್ತು. ಪುಸ್ತಕ, ವಿಮರ್ಶೆ ಅಂತೆಲ್ಲ ಆಗೀಗ ಕುಳಿತು ದೀರ್ಘಕಾಲ ಮಾತಾಡುತ್ತಿದ್ದರು. ಪುಸ್ತಕಗಳ ಅಭಿರುಚಿ, ಅವುಗಳನ್ನು ಓದುವ, ಅರ್ಥೈಸಿಕೊಳ್ಳುವ ವಿಚಾರದಲ್ಲಿ ಅವರಿಬ್ಬರಲ್ಲಿ ಬಹಳ ಭಿನ್ನತೆಯಿತ್ತು. ಆದರೆ ಅದೇ ವಿಚಾರ ಆಕರ್ಷಕವಾಗಿ ಕಂಡು, ಕ್ರಮೇಣ ಅದು ಮದುವೆಗೆ ತಿರುಗಿತ್ತು.

ಸದಾನಂದನಿಗೆ ಅವರಮ್ಮನದೇ ಬಟ್ಟಲು ಕಣ್ಣುಗಳು ಬಂದಿವೆಯೆಂದು ಅತ್ತೆಯನ್ನು ಮೊದಲ ಬಾರಿಗೆ ನೋಡಿದಾಗ ಅವಳಿಗೆ ತಿಳಿದಿತ್ತು. ಚುರುಕು ಗುಣದ ಸಂವೇದನಾಶೀಲೆ ವಿಭಾಳನ್ನು ಸದಾನಂದ ಮನಸಾರೆ ಮೆಚ್ಚಿದ್ದ. ಪ್ರೀತಿಯ ವಿಚಾರದ ಗುಂಗಿನಲ್ಲಿ ಅವಳು ಮಾತಾಡಿದ್ದಕ್ಕೆಲ್ಲ ಅವನದು ಬರಿ ನಗು ಮಾತ್ರ ಉತ್ತರವಾಗಿತ್ತು. "ವಿಭಾ ನಾನು ನಿನ್ನನ್ನು ಪ್ರೀತಿಸುತ್ತೇನೆ"... ಎಂದು ಅವನೆಂದೂ ಕೂಗಿ ಹೇಳಿರಲಿಲ್ಲ.

ಅವಳು ಮಾತ್ರ ತನ್ನ ಪ್ರೀತಿಯ ಬಗ್ಗೆ ಸಾವಿರಾರು ಬಾರಿ ಅವನೊಡನೆ ಮಾತನಾಡಿದ್ದಳು. ಅದಕ್ಕೆಲ್ಲ ಅವನದು ಶುಷ್ಕ ನಗೆ. ಪ್ರೀತಿಯೇ ಹೀಗೇನೋ... ದೇವಲೋಕವನ್ನೇ ಮನದಲ್ಲಿ ಸೃಷ್ಟಿಸುವ ಶಕ್ತಿಯಿರುವ ಈ ಪ್ರೀತಿ ಅಂತದೇ ಮಾಯದ ಗಾಯಗಳನ್ನೂ ಮಾಡಿಬಿಡುತ್ತದೆ ಅನ್ನಿಸಿತವಳಿಗೆ.

ಹದಿನಾಲ್ಕಕ್ಕೆ ತಂದೆಯನ್ನು ಕಳೆದುಕೊಂಡಿದ್ದ ಸದಾನಂದನ ಮನಸ್ಸಿನಲ್ಲಿ ತಟ್ಟನೆ ಹರಿದ ತನ್ನ ಮತ್ತು ತಂದೆಯ ಸಂಬಂಧದ ಬಗ್ಗೆ ಪೂರ್ತಿ ನಂಬಿಕೆ ಬಂದಂತಿರಲಿಲ್ಲ. ಆ ವಿಚಾರವನ್ನು ಅವನು ಸದಾ ಮರೆಸಿ ಮಾತಾಡುತ್ತಿದ್ದ. ಮನಸ್ಸನ್ನು ಘಾಸಿಗೊಳಿಸುವ ವಿಚಾರಗಳು ಮತ್ತು ವ್ಯಕ್ತಿಗಳ ಅಸ್ತಿತ್ವವನ್ನು ಅಗಲಿಕೆಯನ್ನು ಮರೆತು ಜೀವನ ಸಾಗಿಸುವುದು ಪಕ್ಕಾ ಪಲಾಯನವಾದ. ಕೆಲವೊಮ್ಮೆ ಅಗತ್ಯ; ಇನ್ನು ಕೆಲವೊಮ್ಮೆ ಮನುಷ್ಯ ಅಳವಡಿಸಿಕೊಳ್ಳುವ ತಂತ್ರ. ಈ ತಂತ್ರಗಳು ಬಾಳನ್ನು ಕೆಲವೊಮ್ಮೆ ಸಹ್ಯವಾಗಿಸುತ್ತವೆ. ಸದಾನಂದ

ಅದೇ ನೀತಿಯನ್ನು ಅಳವಡಿಸಿಕೊಂಡಂತಿತ್ತು. ಅದನ್ನು ವಿಭಾ ಬಹು ಬೇಗ ಅರಿತುಕೊಂಡಿದ್ದಳು. ಆ ಬಗ್ಗೆ ಯಾವತ್ತೂ ಅವನಾಗಿಯೇ ಮಾತಾಡದೆ ಅವಳೆಂದೂ ಮಾತು ತೆಗೆಯುತ್ತಿರಲಿಲ್ಲ.

ಮದುವೆಯಾದ ಮೊದಲಲ್ಲಿ ಒಂದೇ ಸ್ಕೂಟರಿನಲ್ಲಿ ಕೆಲಸಕ್ಕೆ ಬರುತ್ತಿದ್ದ ಈ ದಂಪತಿಗಳು ನಂತರ ಕೆಲಸಗಳ ಒತ್ತಡಕ್ಕೆ ಮಣಿದು ಎರಡು ಪ್ರತ್ಯೇಕ ದ್ವಿಚಕ್ರ ವಾಹನಗಳಲ್ಲಿ ಬರ ಹತ್ತಿದ್ದರು. ಕಷ್ಟಪಟ್ಟು ನಿಯತ್ತಿನಿಂದ ದುಡಿದ ಸದಾನಂದ ಎರಡು ಬಾರಿ ಸ್ವೀಡನ್ನಿಗೆ ಹೋಗಿ ಬಂದ. ವಿಭಾ ಎರಡೆರಡು ಮಕ್ಕಳ ತಾಯಿಯಾಗಿಯೂ ಆರು ತಿಂಗಳ ಅಮೆರಿಕಾ ಅಭಿಯಾನ ಮುಗಿಸಿಬಂದಳು. ಪ್ರತ್ಯೇಕ ಕಾರುಗಳನ್ನು ಕೊಂಡರು. ಸಮಯ ಎನ್ನುವುದು ಅವಿರತವಾಗಿ ತನ್ನ ರೂಪನ್ನು ಬದಲಿಸುತ್ತದೆ. ಜೊತೆಗೆ ಭಾರೀ ಸವಾಲುಗಳನ್ನು ಎಸೆಯುತ್ತದೆ. ಹಣದ ಗಳಿಕೆ ಒಂದೆಡೆ ಸಮಯವನ್ನು ಬೇಡಿದರೆ, ಬದುಕು ಮತ್ತು ಸಂಬಂಧಗಳು ಮತ್ತೊಂದೆಡೆ ಒತ್ತಡ ಹಾಕುತ್ತವೆ. ಇವುಗಳ ಜಂಜಾಟದಲ್ಲಿ ಮೊದಲು ಸಿಲುಕಿದವನು ಸದಾನಂದ. ವಿಭಾಳ ಯಾವುದೇ ತ್ಯಾಗಗಳು ಅವನ ಕಣ್ಣಿಗೆ ಕಾಣದೇ ಹೋದವು. ಬದ್ಧತೆ, ದುಡಿಮೆ, ಅಭಿವೃದ್ಧಿ, ಸಾಧನೆಗಳ ನಡುವೆ ಅವರ ನಡುವಿನ ಸಂಬಂಧಗಳು ಬಡಕಲಾದವು.

ಸಂಬಂಧಗಳನ್ನು ಹರಿದುಕೊಂಡರೆ ಒತ್ತಡ ಹರಿಯುತ್ತದೆ ಎಂದು ಅವನು ದುಡುಕಿದ. ಆದರೆ ತನ್ನ ದುಡುಕಿನ ಬಗ್ಗೆ ಕೊರಗಲು ಅವನಿಗೆ ಸಮಯವಿರಲಿಲ್ಲ. ಮಾಡಿದಷ್ಟೂ ಮುಗಿಯದ ಕೆಲಸದಲ್ಲಿ ಮುಳುಗಿದ. ತನಗೆ ಎಟುಕದ ಎಲ್ಲದರ ಜೊತೆ ಸಂಬಂಧಗಳನ್ನು ತುಂಡರಿಸುವುದು ಸದಾನಂದನ ಬದುಕಾಯಿತು. ಅವನು ಹೆಚ್ಚು, ಹೆಚ್ಚು ಕಾಲ ಕೆಲಸದಲ್ಲಿ ತೊಡಗಿಕೊಂಡ.

ವಿಭಾ ತನ್ನ ಕೆಲಸದ ದಿನಗಳನ್ನು ಕಡಿಮೆ ಮಾಡಿಕೊಂಡಳು. ಮಕ್ಕಳು, ಮನೆ, ಹೂ-ಗಿಡಗಳು, ತಾನು ಹೋಗುವ ರಸ್ತೆ, ಕೆಲಸ ಎಲ್ಲದರ ಜೊತೆ ಆತ್ಮೀಯವಾದ ಸಂಬಂಧಗಳನ್ನು ಸೃಷ್ಟಿಸುತ್ತ ನಡೆಯುವ ಕೆಲಸದಲ್ಲಿ ನಿರತಳಾಗಿ ದುಃಖದ ವಿಚಾರಗಳನ್ನು ಹಿಂದಕ್ಕಿಟ್ಟಿದ್ದಳು.

ಇಬ್ಬರು ವ್ಯಕ್ತಿಗಳು ಬದುಕಿನ ಸಂಬಂಧಗಳ ಜೊತೆಗಿನ ಸಂಬಂಧಗಳನ್ನು ಬಹಳ ಭಿನ್ನವಾಗಿ ನಿಭಾಯಿಸುವುದು ಕೂಡ ಸೃಷ್ಟಿಸಹಜವೇನೋ? ಹಾಗಾಗಿ, ಆಧ್ಯಾತ್ಮದ ಹೆಸರಲ್ಲಿ 'ಸಂಬಂಧಗಳು ಇವೆ ಅಂದರೆ ಇವೆ, ಇಲ್ಲ ಅಂದುಕೊಂಡರೆ ಇಲ್ಲ' ಎನ್ನುವ ಸದಾನಂದನ ಮಾತುಗಳು ವಿಭಾಳಿಗೆ ಈ ಹೊತ್ತಿನಲ್ಲಿ ಬೇಕಿರಲಿಲ್ಲ. ಅವಳು ಸಂದರ್ಶನದ ಕಡೆಗೆ ಗಮನ ಹರಿಸಿದಳು.

ಅಂತಿಮ ಹಂತದ ಸಂದರ್ಶನಕ್ಕೆ ಆಯ್ಕೆಯಾಗಿ ಬಂದಿದ್ದ ಐವರು ಆಕಾಂಕ್ಷಿಗಳಿದ್ದರು. ಆದರೆ ಇದ್ದದ್ದು ಎರಡೇ ಹುದ್ದೆ. ತನ್ನ ಎಲ್ಲ ಯೋಚನೆಗಳನ್ನು ಪಕ್ಕಕ್ಕಿಟ್ಟು ಸಂದರ್ಶನವನ್ನು ಶುರು ಮಾಡಿದಳು.

3

ಕೆಲಸ ಮುಗಿಸಿದಾಗ ಸಂಜೆ ನಾಲ್ಕು ಗಂಟೆ. ಈಗ ಹೊರಟರೂ ಮಕ್ಕಳ ಶಾಲೆ ತಲುಪಲು ಒಂದು ಗಂಟೆಯಾದರೂ ಬೇಕಿತ್ತು. ಮನೆಗೆ ಹೋದ ಕೂಡಲೇ, ಅವರ ಊಟದ ತಯಾರಿ, ಮರುದಿನಕ್ಕೆ ಬೇಕಾದ ತಿಂಡಿ, ಊಟದ ಡಬ್ಬಿಗಳ ಸಿದ್ಧತೆ, ಮಕ್ಕಳ ಹೋಂ ವರ್ಕ್, ಮನೆ ಕ್ಲೀನು ಮಾಡುವುದರಲ್ಲಿ ಆ ದಿನ ಮುಗಿದು, ಕಣ್ಣು ಮುಚ್ಚಿದರೆ ಸಾಕು ನಿದ್ರೆ ಆವರಿಸುತ್ತದೆ ಎಂದುಕೊಂಡಳು.

ಆದರೆ ನಿಧಾನವಾಗಿ ಸಾಗಿದ್ದ ಟ್ರ್ಯಾಫಿಕ್‌ನಲ್ಲಿ ಅವಳ ಮನಸ್ಸು, ತಾನು ಓಡಿಸುತ್ತಿದ್ದ ಕಾರು ಮುಂದಕ್ಕೆ ಹೋಗುವ ವೇಗಕ್ಕಿಂತ ವೇಗವಾಗಿ ಮತ್ತೆ ಹಿಂದಕ್ಕೆ ಓಡಿತು.

ಸದಾನಂದ ಮತ್ತು ವಿಭಾ ಪರಸ್ಪರ ಪ್ರೀತಿಸಿಯೇ ಮದುವೆಯಾಗಿದ್ದರು. ಮದುವೆಯಾದ ಹನ್ನೆರಡು ವರ್ಷಗಳ ನಂತರ ಅವರ ಸಂಬಂಧದ ನಡುವೆ ಒಡಕು ಕಾಣಿಸಿತ್ತು. ಇಬ್ಬರೂ ರಾಜಿಗೆ ತಯಾರಿರಲಿಲ್ಲ. "ತಾನು ಸರಿ, ಹಾಗಾಗಿ ನಾನು ಬಗ್ಗಲಾರೆ" ಎನ್ನುವ ಅವಳ ವಾದಕ್ಕೆ ಉತ್ತರವಾಗಿ ವಿಚ್ಛೇದನವನ್ನು ಸೂಚಿಸಿದ್ದು ಇವನೇ. ಅವರಿಬ್ಬರ ನಡುವಿನ ಸಂಬಂಧ ಹರಿದುಬಿಡುವ ಸಾಧ್ಯತೆಯ ಒತ್ತಡವನ್ನು ತಡೆದುಕೊಳ್ಳಲು ಅವನಿಗೆ ಸಾಧ್ಯವಿರಲಿಲ್ಲವೇನೋ ಎಂಬಂತೆ ವರ್ತಿಸಿದ್ದ. ಎಲ್ಲಕ್ಕೂ ತಕ್ಷಣ 'ಹೌದು' ಅಥವಾ 'ಇಲ್ಲ' ಎನ್ನುವ ಪರಿಹಾರಗಳನ್ನೂ ಹುಡುಕುವ ಅವನ ಹಟಮಾರಿತನವನ್ನು ಸಾಕಷ್ಟು ಅರಿತಿದ್ದ ಅವಳು ವಿಧಿಯಿಲ್ಲದೆ ವಿಚ್ಛೇದನಕ್ಕೆ ಸಮ್ಮತಿಸಿದ್ದಳು. ಅಸಲಿಗೆ ಅವಳಿಗೆ ಪ್ರತಿದಿನದ ಬದುಕಿನಲ್ಲಿ ವಾದ ವಿವಾದಗಳಿಂದ ಶಾಂತಿ ಕದಡುವುದು ಬೇಕಿರಲಿಲ್ಲ. ತಾನು ನಂಬಿದ, ಬದುಕಿದ ಆದರ್ಶಗಳನ್ನು ಹಣ ಮತ್ತು ವೃತ್ತಿಗಾಗಿ ಅವಳು ತ್ಯಾಗ ಮಾಡಲು ಸಿದ್ಧಳಿರಲಿಲ್ಲ. ಇಬ್ಬರೂ ಹೆಚ್ಚು ಮಾತಿಲ್ಲದೆ, ಕೂಗಾಟ, ಕಣ್ಣೀರು ಹರಿಸದೆ ಸಮಾಜದ ಕಣ್ಣಿಗೆ ಹೆಚ್ಚು ಬೀಳದಂತೆ ಪರಸ್ಪರ ಸಮ್ಮತಿಸಿ ವಿಚ್ಛೇದನ ಪಡೆದಿದ್ದರು.

ವಿಭಾ ಮಕ್ಕಳ ಜವಾಬ್ದಾರಿಯನ್ನು ಸ್ವತಃ ವಹಿಸಿಕೊಂಡಿದ್ದಳು. ಅವಳು ಒಳ್ಳೆಯ ತಾಯಿ ಎನ್ನುವ ಬಗ್ಗೆ ಸಂಶಯವಿರದ ಸದಾನಂದ ಅದಕ್ಕೆ ಅಡ್ಡಿ ಬಂದಿರಲಿಲ್ಲ. ಆಗಾಗ ಬಂದು ಮಕ್ಕಳನ್ನು ನೋಡಿಹೋಗುತ್ತಿದ್ದ. ಅವರ ಖರ್ಚಿಗೆ ಅವನು ಕೊಡಲು ಬಂದ ಹಣ ಸಹಾಯವನ್ನು ಅವಳು ಖಡಾಖಂಡಿತವಾಗಿ ನಿರಾಕರಿಸಿದ್ದಳು. ಸಂಬಂಧಗಳನ್ನು ಮುರಿದ ಈ ಅವಿರತ ದುಡಿತ, ವಸ್ತುಗತ ಬದುಕಿನ ಗೀಳುಗಳ ನೆರಳು ಅವಳಿಗೆ ಸಾಕೆನಿಸಿತ್ತು.

ಆಶ್ಚರ್ಯವೆಂದರೆ ಬದುಕಿನಲ್ಲಿ ನಿರಂತರವಾಗಬೇಕಿದ್ದ ಮದುವೆಯ ಸಾಂಗತ್ಯ ಹರಿದ ಮೇಲೆ, ಮನಸ್ಸಿಗೆ ಎಷ್ಟೇ ಕಿರಿಕಿರಿಯಾದರೂ, ಕೆಲಸಗಳು ಮೈ ಮೇಲೆ ಬಿದ್ದರೂ ಅವಳು ತನ್ನೊಳಗಿನ ಆತ್ಮದೊಂದಿಗೆ ಮತ್ತೆ ಬಲವಾದ ಸಾಂಗತ್ಯವನ್ನು ಸಾಧಿಸತೊಡಗಿದ್ದಳು. ಗಂಡನಿಗೆ ಹೊಂದಿಕೊಂಡು

ಸಡಿಲಗೊಳಿಸಿದ್ದ ಅವಳ ಹಲವು ಆದರ್ಶಗಳು, ಮರಳಿ ಶಕ್ತಿಯನ್ನು ಪಡೆದು ಅವಳ ಬದುಕಿನ ಬೆನ್ನುಲುಬಾಗಿ ನಿಂತಿದ್ದವು.

ನಂತರದ ಏಳು ವರ್ಷಗಳಲ್ಲಿ ಇಬ್ಬರೂ ಮದುವೆಯಾಗಿರಲಿಲ್ಲ. ಆದರೆ, ಐವತ್ತೊಂದು ವರ್ಷಕ್ಕೆ ತನಗೆ ಮಾರಣಾಂತಿಕ ಕ್ಯಾನ್ಸರ್ ಬರುತ್ತದೆಂದು ಸದಾನಂದನಿಗೆ ತಾನೇ ತಿಳಿದಿತ್ತೇನು? ಬದುಕು ಮರಣದ ನಡುವಿನ ಅಂತರ ಕಡಿಮೆಯಾಗುತ್ತಿದ್ದಂತೆ ಅವನಲ್ಲಿ ತೀರಲಾಗದ ಒತ್ತಡ ಕಾಣಿಸಿತ್ತು. ಅವನಾಗಿ ಬಂದು ಅವಳ ಬಳಿ ಎಲ್ಲ ಹೇಳಿಕೊಂಡು ಅತ್ತುಬಿಟ್ಟಿದ್ದ. ಅವಳು ಅವನನ್ನು ಸಾಂತ್ವನಗೊಳಿಸಿದ್ದಳು.

ಅಂದಿನಿಂದ ಅವನನ್ನು ಮಾತಾಡಿಸಲು ಆಗಾಗ ಬರುತ್ತಿದ್ದಳು. ಅವರಿಬ್ಬರ ನಡುವಿನ ಇವತ್ತಿನ ಸಂಬಂಧ ಹಳೆಯ ಗೆಳೆತನ ಮರಳಿ ಬಂದಂತೆ ಇತ್ತು. ಇವರ ನಡುವಿನ ಈ ಹೊಸ ಸಂಬಂಧಕ್ಕೆ ಹೆಸರು ಕೊಡುವ ಸಾಹಸವನ್ನು ಇಬ್ಬರೂ ಮಾಡಿರಲಿಲ್ಲ. ಅದರ ಅಗತ್ಯ ತಾನೇ ಏನಿತ್ತು? ಆಚೆ ಮೊನ್ನೆ ಅಪರಿಚಿತರು, ನಂತರ ಪ್ರೇಮಿಗಳು, ಮೊನ್ನೆ ದಂಪತಿಗಳು, ನಿನ್ನೆ ವಿಚ್ಛೇದಿತರು ಇವತ್ತು ಅವರು ಮತ್ತೆ ಗೆಳೆಯರೇ? ಇದಕ್ಕೆ ಯಾವ ಹೆಸರು? ಮನುಷ್ಯ ಸಂಬಂಧಗಳು ಅಗತ್ಯಕ್ಕೆ ತಕ್ಕಂತೆ ಬದಲಾಗುತ್ತವೆ, ಹೊಸ ಹೆಸರು ಪಡೆಯುತ್ತವೆ. ಇಬ್ಬರು ವ್ಯಕ್ತಿಗಳ ನಡುವಿನ ಆಯಾ ಸಂಬಂಧಗಳ ಅನುಭಾವಗಳಿಗೆ ಯಾವ ಚೌಕಟ್ಟು ತೊಡಿಸಿದರೆ ಅದು ಆ ಗೆಟಪ್ಪಿನಲ್ಲಿ ಕಾಣುತ್ತದೆ.

ಕಾಣುವುದನ್ನೂ ಮೀರಿ ನಮ್ಮ ನಡುವೆ ಪರ್ಯಾಯ ಭಾವನೆಗಳೂ ಇವೆಯಲ್ಲವೇ? ಇಲ್ಲದಿದ್ದಲ್ಲಿ ಇಷ್ಟು ಸುಲಭವಾಗಿ ಕುಳಿತು ಅವರು ಸಂಬಂಧಗಳ ಬಗ್ಗೆ ಮಾತಾಡಲು ಸಾಧ್ಯವಿತ್ತೇ? ಈ ಯೋಚನೆಯಲ್ಲೀಯೇ ವಿಭಾ ಅವತ್ತು ಶಾಲೆಯನ್ನು ತಲುಪಿದಳು.

4

ಸದಾನಂದ ಈ ದಿನ ಸ್ವಲ್ಪ ಚೇತರಿಕೊಂಡಂತೆ ಕಂಡ. ಅವನು ಕಣ್ಣು ಬಿಟ್ಟಾಗ ವಿಭಾ ಅವನ ಮುಂದೆ ಕುಳಿತಿದ್ದಳು. ಈಗವನ ಪ್ರಪಂಚದಲ್ಲಿ ವಿಭಾ ಅತ್ಯಂತ ಸುಂದರ ದೇವತೆಯಂತೆ ಕಾಣುತ್ತಿದ್ದಳು. ಅವಳ ತಲೆಯ ಹಿಂಭಾಗದಲ್ಲಿ ಕಿಟಕಿಯಿದ್ದ ಕಾರಣ ಸೂರ್ಯ ಕಿರಣಗಳು ಅವಳ ತಲೆಗೆ ಹೊನ್ನಿನ ಮುಕುಟವಿಟ್ಟಂತೆ ಕಾಣುತ್ತಿತ್ತು. ಅವಳು ಸಾವನ್ನು ತನ್ನಿಂದ ದೂರವಿಟ್ಟು ನಿಂತ ದೈವಕನ್ನಿಕೆಯಂತೆ ಅನ್ನಿಸಿತು. ಅದೊಂದು ಯೋಚನೆ ಅವನನ್ನು ಕಿರಿದಾಗಿ ನಗುವಂತೆ ಮಾಡಿತು.

"ಎಷ್ಟು ದಿನ ಈ ಸಾವು ತನ್ನನ್ನು ಕಾಯಿಸುತ್ತದೋ ಅಷ್ಟು ಕಾಲ ವಿಭಾಳಿಗೆ ಎಲ್ಲ ಕೆಲಸಗಳ ನಡುವೆ ತನ್ನನ್ನು ನೋಡಲು ಬರುವ ಕೆಲಸವೂ ಬೇರೆ" ಅನ್ನಿಸಿ

ಅವನಿಗೆ ಹಿಂದೆಯೇ ಬೇಜಾರಾಯಿತು. ಅವಳ ಒಂದೊಂದು ಒಳ್ಳೆಯತನವೂ ಅವನಿಗೆ ತಾನು ಎಂತಹ ನೀಚನೆಂದು ತೋರಿಸುತ್ತಿದ್ದಂತೆ ಅನ್ನಿಸಿತು.

"ವಿಭಾ, ನನ್ನಿಂದ ನಿನಗೆ, ಮಕ್ಕಳಿಗೆ ಯಾವಾಗಲೂ ತೊಂದರೆ..." ಅಂತ ಹೇಳುವಷ್ಟರಲ್ಲಿ ಅವನಿಗೇ ಅರಿವಿಲ್ಲದಂತೆ ಅವನ ಬತ್ತಿದ ಕಣ್ಣುಗಳಲ್ಲಿ ಎಲ್ಲಿಂದಲೋ ಕಲೆತ ನೀರು ತುಂಬಿ ಕೊಂಡಿತು.

"ಸದಾ ನೀನು ಹೀಗೆ ಮಾತಾಡಬೇಡ, ನನ್ನ ಶಕ್ತಿಯನ್ನೆಲ್ಲ ಒಗ್ಗೂಡಿಸಿಕೊಂಡು ಇಲ್ಲಿಗೆ ಬರೋ ನನಗೆ ಕೂತಿರೋಕೆ ಕಷ್ಟವಾಗುತ್ತೆ ನೋಡು" ಎಂದು ಹೇಳಬೇಕು ಎಂದುಕೊಂಡವಳು ತಡೆದುಕೊಂಡಳು.

"ನಾನು ಯಾಕೆ ಬರ್ತೀನಿ ಅಂತ ನಿನಗೆ ಗೊತ್ತೇನೋ?" ಅಂತ ಕೇಳಿದಳು.

ಅವನು 'ಇಲ್ಲ' ಅಂತ ತಲೆಯಲ್ಲಾಡಿಸಿದ.

"ನೋಡು, ನಾವು ಎಲ್ಲೋ ಹುಟ್ಟಿದೆವು, ಎಲ್ಲೋ ಬೆಳೆದೆವು. ಮದುವೆ ಅನ್ನೋ ಲೆಕ್ಕಕ್ಕೆ ಶರೀರವನ್ನು ಹಂಚಿಕೊಂಡ್ವಿ. ಒಟ್ಟಿಗೆ ಬದುಕಿದ್ವಿ. ಯಾವುದೋ ಕೆಟ್ಟ ಗಳಿಗೇಲಿ ಆ ಸಂಬಂಧ ತುಂಡಾಯ್ತು. ಟೈಂ ಹಿಂದಕ್ಕೆ ಬರಲ್ಲ ಸದಾ. ಆಗಿದ್ದು ಆಗಿ ಹೋಯ್ತು. ಇವತ್ತು ನಿನಗೆ ಏನೋ ಖಾಯಿಲೆ ಬಂತು, ನಾಳೆ ಇನ್ಯಾರಿಗೋ... ಆದ್ರೆ ನಾನು ನಿನ್ನ ಮೇಲೆ ಯಾವ ಹಗೇನು ಇಟ್ಕೊಂಡಿಲ್ಲ. ನಿನ್ಗೆ ಹೀಗಾಯ್ತು ಅಂತ ಒಂದೇ ಒಂದು ದಿನ ಕೂಡ 'ದೇವರು ಅವನಿಗೆ ಸರೀ ಶಿಕ್ಷೆ ಕೊಟ್ಟ' ಅಂತ ನಾನು ಅಂದ್ಕೊಂಡಿಲ್ಲ. ನೀನು ಎಲ್ಲೋ ಒಂದ್ಕಡೆ ಸಂತೋಷವಾಗಿದ್ದಿದ್ರೆ, ನನ್ನ ಪಾಡಿಗೆ ನಾನು ಸಂತೋಷವಾಗೇ ಇರ್ತಿದ್ದೆ. ನಾನಿಲ್ಲಿಗೆ ಬರೋದು ಯಾಕೆ ಗೊತ್ತಾ? ನಿನಗೆ ಸಂತೋಷ ಆಗ್ಲಿ ಅಂತ, ಒಂಟಿಯಾಗಿರೋ ನಿನಗೆ ಸ್ವಲ್ಪ ಕಂಪನಿ ಸಿಗ್ಲಿ ಅಂತ ಕಣೋ... ಸಿಗ್ತಿಲ್ಲ ಅಂದ್ರೆ ಹೇಳು ಎದ್ದೋಗ್ತೀನಿ" ಎಂದು ವಿಭಾ ಹುಸಿ ಕೋಪ ತೋರಿಸಿದಳು. ಸದಾನಂದ ತನ್ನ ಕೊನೆಯ ದಿನಗಳಲ್ಲಿ ಯಾವ ಹಂಗಿನ ಹೊರೆಯನ್ನು ಹೊರದಿರಲಿ ಎನ್ನುವುದು ಅವಳ ಉದ್ದೇಶವಾಗಿತ್ತು.

"ಬೇಡ ವಿಭಾ, ಕೂತ್ಕೋ..." ಅಂದ ಸದಾನಂದ ಸುಮ್ಮನಾದ. ಅವನಿಂದ ಇನ್ಯಾವ ಮಾತುಗಳು ಹೊರಬರಲಿಲ್ಲ.

ನರ್ಸ್ ಕೊಟ್ಟಿದ್ದ ನಿದ್ದೆ ಮಾತ್ರೆಯ ಅರೆಬರೆ ಜೋಂಪು ಅವನನ್ನು ಇನ್ನೂ ದುರ್ಬಲನಂತೆ ಕಾಣುವಂತೆ ಮಾಡಿತ್ತು. ಅಲ್ಪ ಕಾಲ ಅವನು ನಿದ್ರಿಸಿದನೇನೋ ಎಂದು ಕೂಡ ಅವನಿಗೇ ತಿಳಿಯಲಿಲ್ಲ.

ವಿಭಾ ಮತ್ತೆ ಯೋಚಿಸತೊಡಗಿದಳು.

ತಾಯಿಯಾಗಬೇಕೆನ್ನುವ ಹಂಬಲಕ್ಕೆ ಭ್ರೂಣ ಮೂಡುವ ಮುನ್ನವೇ ಸಂಬಂಧದ ಸವಿ ಸಾಂಗತ್ಯವಿರುವುದಿಲ್ಲವೇ? ಅದು ಬರಿ ಅಗತ್ಯದಿಂದ ಮೂಡುವ ಭಾವವಲ್ಲ. ಸಮಾಜದ ಅನುಕರಣೆಯೂ ಅಲ್ಲ. ತಾನು ಚಿಕ್ಕವಳಿರುವಾಗಲೇ ಮರ ಗಿಡ ಬಳ್ಳಿಗಳ ಜೊತೆಗೆ ಅವಿನಾ ಸಂತಸ

ಅನುಭವಿಸುತ್ತಿದ್ದುದನ್ನು ನೆನೆದಳು. ಅಂತಹ ಅನುಭವಕ್ಕೆ ನಮ್ಮ ಇಂದ್ರಿಯಗಳ ಜೊತೆಗೆ ಮತ್ತೊಂದು ಆಯಾಮದ ಸಾಕಾರವಿಲ್ಲದೆ ಆಗುತ್ತಿತ್ತೇ? ಸಂಬಂಧಗಳ ಸೃಷ್ಟಿಕರ್ತರು ನಾವೇ. ನಮ್ಮ ಹುಟ್ಟಿನೊಂದಿಗೇ ಬದುಕಿನ ಜೊತೆಯ ನಮ್ಮ ಸಂಬಂಧಗಳೂ ಸೃಷ್ಟಿಯಾಗಿಬಿಡುತ್ತವೆ. ನಮ್ಮ ಜೊತೆಗಿನ ನಮ್ಮೊಳಗಿನ ಸಂಬಂಧಗಳ ನಿರ್ವಹಣೆ ನಮ್ಮದೇ. ಅದನ್ನು ಮರೆತು ನಡೆದರೆ ನಮ್ಮ ಮುಂದಿನ ದಿನಗಳಿಗೆ ಅರ್ಥವಿರುತ್ತದೆಯೇ? ನಾವು ಕಾಣುವ, ಬಯಸುವ, ಬೇಡುವ ಎಲ್ಲ ಐಹಿಕಗಳನ್ನು ನಾವು ಕಣ್ಣಿಂದ ಕಾಣುತ್ತೇವೆ, ಅಳೆಯುತ್ತೇವೆ, ಇಂದ್ರಿಯಗಳ ಮೂಲಕ ಅನುಭವಿಸುತ್ತೇವೆ. ಆದರೆ ಕಾಣದ ಕಡಲಿಗೆ ಹಂಬಲಿಸುವ ಮನದ ತುಡಿತವೇ ಈ ಬದುಕಲ್ಲವೇ? ಸಾಯುತ್ತಿರುವ ಸದಾನನ್ನು ನೋಡಲು ಅವನ ಮನಸ್ಸಿಗೆ ಹಿತ ನೀಡಲು ಹೋಗುತ್ತಿರುವ ನನಗೆ ಅವನಿಂದ ಯಾವ ನಿರೀಕ್ಷೆಯಿದೆ? ದೇಹವೇ? ಹಣವೇ? ಸಂಬಂಧವೇ, ? ಬಿರುದುಗಳೇ? ಸಾಂಗತ್ಯವೇ? ಅವನೀಗ ಯಾವುದನ್ನು ಕೊಡಬಲ್ಲ? ಇವೆಲ್ಲವನ್ನೂ ಮೀರಿಸಿದ ಮಾನವ ಸಂಬಂಧವನ್ನು ಅವನಂತಹ ಯಾರಿಗೆ ಬೇಕಾದರೂ ತಾನು ಕೊಡಬಲ್ಲೆ ಎಂದು ಅವಳಿಗೆ ಅನ್ನಿಸಿತು.

ಮನುಷ್ಯ ಸಂಬಂಧಗಳ ಸಂಕೀರ್ಣತೆಯ ಆಳ ಅವಳನ್ನು ಆ ಕ್ಷಣ ಪುಳಕಿತಗೊಳಿಸಿತು. ಅವಳು ಸಣ್ಣಗೆ ನಕ್ಕಳು.

ಸದಾನಂದ ನಿದ್ರೆಯಿಂದ ಏಳುವವರೆಗೆ ಕಾಯಲು ಅವಳಿಗೆ ಕೆಲಸಗಳಿದ್ದವು. ಕರ್ತವ್ಯಗಳನ್ನು ಅವಳೊಬ್ಬಳೇ ನಿಭಾಯಿಸುವುದನ್ನು ಅವಳು ಅನಿವಾರ್ಯವಾಗಿ ಕಲಿತಿದ್ದಳು. ಆಶ್ಚರ್ಯ ಅಂದರೆ ಅವನನ್ನು ನೋಡಲು ಬಂದಾಗ ಮನಸ್ಸು ನೊಂದರೂ ಒಂದು ಬಗೆಯ ನಿರ್ಮಲತೆಯನ್ನು ಕಾಣುತ್ತಿದ್ದುದ್ದು ಅವಳಿಗೆ ಆಶ್ಚರ್ಯವನ್ನು ಉಂಟು ಮಾಡಿತ್ತು. ಯಾವುದನ್ನೂ ಬಯಸದೆ ಇನ್ನೊಬ್ಬರ ಹಿತಕ್ಕಾಗಿ ಮಾಡುವ ಕೆಲಸಗಳಲ್ಲಿ ಮೂರ್ಖತನವಿಲ್ಲ. ಇದನ್ನೇ ಆತ್ಮತೃಪ್ತಿ ಅನ್ನುತ್ತಾರೇನೋ?

ಅಷ್ಟರಲ್ಲಿ ಸದಾನಂದ ಮತ್ತೆ ಕಣ್ಣು ಬಿಟ್ಟು ಎದ್ದು ಕೂತಿದ್ದ. ಅವನಿಗೆ ಬೇಕಾದ ಮಾತ್ರೆ ಊಟ ಇತ್ಯಾದಿಗಳನ್ನು ನೋಡಿಕೊಳ್ಳಲು ನರ್ಸ್ ಒಬ್ಬಳನ್ನು ನೇಮಿಸಿಕೊಂಡಿದ್ದ ಕಾರಣ ತಕ್ಷಣಕ್ಕೆ ಅವನಿಗೆ ಯಾವ ರೀತಿಯ ಉಪಚಾರದ ಅಗತ್ಯವಿದೆ ಎಂದು ಅವಳಿಗೆ ತಿಳಿಯಲಿಲ್ಲ. ಅವನೇ ಕೇಳಲಿ ಎಂದು ಕಾದಳು.

"ಥ್ಯಾಂಕ್ಸ್" ಎಂದ ಸದಾನಂದ.

ತಾನಿನ್ನೂ ಅಲ್ಲೇ ಇರುವುದಕ್ಕೆ ಹಾಗಂತ ಅವನು ಹೇಳ್ತಿದ್ದಾನೆ ಅಂತ ಅವಳಿಗೆ ತಿಳಿಯಿತು.

"ಸದಾ, ಯಾಕೆ ಥ್ಯಾಂಕ್ಸ್ ಹೇಳ್ತೀಯ? ನಾನು ಕಂಡಂತೆ ಪ್ರಪಂಚದಲ್ಲಿ ತ್ಯಾಗ ಮಾಡಿರೋ ಜನ ಬಹಳ ಇದ್ದಾರೆ. ಗಂಡಂದಿರ ಮಲಮೂತ್ರ ಬಾಚಿ ಕೆಲಸ ಮಾಡಿರೋ ಹೆಂಗಸರಿದ್ದಾರೆ. ಹೆಂಡತಿ ಖಾಯಿಲೆ ಬಿದ್ರೆ ಅವಳ ಎಲ್ಲ

ಸೇವೆಯನ್ನು ಮಾಡಿರೋ ಗಂಡಸರೂ ಇದ್ದಾರೆ. ವಿಚ್ಛೇದನ ಆದ ಮೇಲೂ ಫ್ರೆಂಡ್ಸ್ ತರ ಬದುಕಿ, ಯಾವ ಬಿಡಿಗಾಸನ್ನೂ ಬಯಸದೆ ಇನ್ನೊಬ್ಬರ ಸಂಗಾತಿಗಳ ಜೊತೆ ಹೊಂದಾಣಿಕೆ ಮಾಡ್ಕೊಂಡಿರೋ ಜನರಿದ್ದಾರೆ. ಗಂಡಂದಿರ ಲಂಪಟತನವನ್ನು ಸಹಿಸ್ಕೊಂಡು, ಗೊತ್ತಿದ್ದೂ ಗೊತ್ತಿಲ್ಲದಿರುವಂತೆ ಸುಮ್ಮನಿದ್ದು ಒಳಗೊಳಗೆ ತಮ್ಮ ಕನಸುಗಳನ್ನು ಸುಟ್ಟುಕೊಂಡು ಬದುಕಿದವರಿದ್ದಾರೆ. ದೇವರು ನನಗೆ ಕೆಲಸ, ದುಡಿಮೆ, ವಯಸ್ಸು, ಆರೋಗ್ಯವಾದ ಮನಸ್ಸು ಎಲ್ಲ ಕೊಟ್ಟಿದ್ದಾನೆ. ನನ್ನ ಕೈಲಾಗೋವರೆಗೂ ನನ್ನತನವನ್ನು ಉಳಿಸ್ಕೊಳ್ಳೋಕೆ ಪ್ರಯತ್ನ ಮಾಡ್ತೀನಿ. ನನಗೇ ಕ್ಯಾನ್ಸರ್ ಬಂದಿದ್ರೂ ಖಂಡಿತವಾಗಿ ನೀನು ಕೂಡ ಬಂದು ನನ್ನ ನೋಡ್ತಿದ್ದೆ ಕಣೋ... ಎಲ್ಲದ್ದಕ್ಕೂ ಥ್ಯಾಂಕ್ಸ್ ಹೇಳಬೇಡ."

"ವಿಭಾ, ನಿನ್ನಂತ ಹಾಲು ಹೃದಯ ಇರೋವ್ರಿಗೆ ನನ್ನಂತ ಸಂಗಾತಿ ಸಿಗಬಾರದಿತ್ತು... ಆದ್ರೆ ನೀನು ಸಿಕ್ಕಿದ್ದು ನನ್ನ ಪುಣ್ಯ ಅಂದ್ಕೋತೀನಿ" ಎಂದಳು.

ಸದಾನಂದ ಅವಳೇ ಮಾತಾಡಲಿ ಎಂದು ಸುಮ್ಮನಿದ್ದ.

"ಯೋಚ್ನೆ ಮಾಡು ಸದಾ, ಪವಿತ್ರ ಪ್ರೇಮ, ಪಾತಿವ್ರತ್ಯ ಅಂತೆಲ್ಲ ಸಮಾಜ ಅಂದ್ಕೋಳೋಕೆ ನಾನು ನಿನ್ನ ಪ್ರೇಮಿಯಾಗಿದ್ದ ದಿನಗಳು ಕೂಡ ಮುಗಿದು ಹೋಗಿವೆ. ನಾನೀಗ ನಿನ್ನ ಪತ್ನಿಯೂ ಅಲ್ಲ. ಬದುಕಿನ ಮುಂದೆ ನಾನು ಕೂಡ ಒಂದು ಮಗುನೇ... ಹೀಗಾಗುತ್ತೆ ಅಂತ ಯಾವುದರ ಬಗ್ಗೆನೂ ಗೊತ್ತಿರಲಿಲ್ಲ... ಏನು ನಡೀತಾ ಇದೆಯೋ ಅದರ ಜೊತೆ ಸಾಧ್ಯವಾದಷ್ಟು ಹೊಂದಾಣಿಕೆ ಮಾಡ್ಕೊಂಡು ಬದುಕ್ತಾ ಇದ್ದೀನಿ ಅಷ್ಟೇ... ಎಲ್ಲೊ ಒಂದ್ಕಡೆ ನೀನು ನನಗಾಗಿ ಮತ್ತೆ ಹಂಬಲಿಸಿ ವಾಪಸ್ ಬರ್ತೀಯ ಅಂತ ಸುಪ್ತ ಮನಸ್ಸಲ್ಲಿ ನಂಬಿಕೆ ಇತ್ತೇನೋ... ನಿನ್ನ ಕಾಲ ಮುಗಿದ ನಂತರ ನನ್ನ ಬದುಕು ಇನ್ನೂ ಬರಿದಾಗುತ್ತೋ ಏನೋ..."

ಸದಾನಿಗೆ ಆಶ್ಚರ್ಯವಾಯ್ತು.

ಅವನ ದೇಹದಲ್ಲಿ ತಟ್ಟನೆ ಮಿಂಚೊಂದು ಹರಿದಂತೆ ಆಯ್ತು.

ವಿಭಾಳ ಮನಸ್ಸಲ್ಲಿ ತನಗಾಗಿ ಇನ್ನೂ ಎಲ್ಲೋ ಒಂದೆಡೆ ಒಂದಿಷ್ಟು ಜಾಗ ಇತ್ತು ಅಂತ ಕೇಳಿ ಅವನಿಗೆ ಅತೀವ ಸಂತಸವಾಗಿತ್ತು. ಸಾಯುತ್ತಿರುವಾಗಲೂ ತಾನು ಒಬ್ಬರಿಕೆ ಬೇಕಾದ ವ್ಯಕ್ತಿ ಅನ್ನಿಸಿಕೊಳ್ಳೋದರಲ್ಲಿ ಎಷ್ಟೊಂದು ಸಂತೋಷವಿದೆ ಅಂತ ಅವನಿಗೆ ಆಶ್ಚರ್ಯವಾಯ್ತು. ತಾನು ತನ್ನ ಬದುಕಿನ ಎರಡೂ ಬಾರಿ ಸಂಬಂಧಗಳಿಂದ ಸನ್ಯಾಸ ತಗೊಂಡೆ ಅಂದು ಕೊಂಡಿದ್ದೇ ಸುಳ್ಳಲ್ಲವೇ ಅನ್ನಿಸಿತು. ಈ ಪ್ರಪಂಚದಲ್ಲಿ ಹುಟ್ಟುತ್ತಿದ್ದಂತೆ ನಮಗೆ ಇಲ್ಲಿನ ಎಲ್ಲದರ ಜೊತೆ ಮದುವೆಯಾಗಿಬಿಟ್ಟಿರುತ್ತದೆ. ಬಿಟ್ಟು ಹೋಗುವುದು, ತೊರೆದುಕೊಳ್ಳುವುದು ಅಷ್ಟು ಸುಲಭವಲ್ಲ. ಹಿತ ನೀಡುವ ಎಲ್ಲವನ್ನೂ ನಾವು ಬಾಚಿ ತಬ್ಬುಲು ಪ್ರಯತ್ನಿಸುತ್ತೇವೆ. ಸಾಯುವಾಗ ಆ ಉತ್ಕಟತೆ ಇನ್ನೂ ಹೆಚ್ಚಾಗುತ್ತದೇನೋ ಅನ್ನಿಸಿತು ಅವನಿಗೆ.

5

ಸದಾನಂದನ ದೇಹ ಮುರುಟಿಹೋಗಿದ್ದರೂ ಮಿದುಳು ಕೆಲಸ ಮಾಡುತ್ತಿತ್ತು. ನೋವಿನ ಮಾತ್ರೆಗಳನ್ನು ಮಾತ್ರ ಕೊಡಲು ಹೇಳಿ ವೈದ್ಯರು ಅವನನ್ನು ಕೊನೆಯ ದಿನಗಳನ್ನು ಮುಂದಿನ ತಯಾರಿ ಮಾಡಲು ಹುರಿದುಂಬಿಸಿದ್ದರು.

ತನ್ನ ತಲೆಯ ಕೂದಲೆಲ್ಲ ಉದುರಿ, ದೇಹ ಕಳೆಗುಂದಿದ ದಿನದಿಂದ ಅವನು ತನ್ನ ಪ್ರತಿಬಿಂಬವನ್ನು ಕನ್ನಡಿಯಲ್ಲಿ ನೋಡಿಕೊಳ್ಳುವುದನ್ನು ಬಿಟ್ಟು ಬಿಟ್ಟಿದ್ದ. ತಾನು ಬೇರೆ, ತನ್ನ ದೇಹ ಬೇರೆ ಹಾಗಾಗಿ ತನ್ನನ್ನು ಬಿಂಬಿಸದ ಪ್ರತಿಬಿಂಬದ ಜೊತೆ ತನಗೆ ಸಂಬಂಧವಿಲ್ಲವೆನ್ನುವುದು ಅವನ ತರ್ಕವಾಗಿತ್ತು. ಹಿತ ನೀಡದ ಅವನ ದೇಹ ಅವನಿಗೆ ವೇದನೆಯ ಗೂಡಂತೆ ಅನ್ನಿಸಿದರೂ ತಂದೆ, ತಾಯಿಯರ ನೆನಪಿನ ಜೊತೆ, ಹೆಂಡತಿಯ ಜೊತೆ ಸಂಬಂಧ ಕಡಿದುಕೊಂಡಂತೆ ತನ್ನ ಸ್ವಂತ ಇರುವಿಕೆಯ ಜೊತೆಗೆ ಆತ ಸಂಬಂಧವನ್ನು ತುಂಡರಿಸಲು ಅಶಕ್ತವಾಗಿದ್ದ. ಆ ಅಸಹಾಯಕತೆ ಅವನನ್ನು ಕುಬ್ಜನನ್ನಾಗಿಸಿತ್ತು. ದೇವರಲ್ಲಿ ನಂಬಿಕೆಯೇ ಇರದ ಅವನಲ್ಲಿ ಇತರೆ ಜನರು ನಂಬುವ ಪ್ರೀತಿ, ಪ್ರೇಮ, ಕಣ್ಣಿಗೆ ಕಾಣದ ದೇವರು, ಸಾಂಗತ್ಯದ ಅರ್ಥ ಎಲ್ಲದರ ಸುತ್ತ ಮನಸ್ಸು ತಿರುಗಿ ಆಯಾಸವಾಗುತ್ತಿತ್ತು. ಬರಹಗಾರನಾಗಿದ್ದರೆ ಅದನ್ನೆಲ್ಲ ಪುಟಕ್ಕಿಳಿಸಿ 'ಸಾಯುವ ಮನುಷ್ಯನ ಸಾಕಾರಗಳು' ಎಂದು ಹೆಸರಿಡುತ್ತಿದ್ದನೇನೋ!

ಅದೇನೂ ಅಲ್ಲದ ಸದಾನಂದ ತನ್ನ ಕೊನೆಯ ದಿನಗಳನ್ನೂ ಬಿಝಿಯಾಗಿ ಕಳೆಯಲು ತವಕಿಸಿದ್ದ. ಲಾಯರನ್ನು ಕರೆಸಿ ಕ್ಯಾನ್ಸರಿಗೆ ತುತ್ತಾದ ಅಂಗಾಂಗಗಳನ್ನು ಹೊರತುಪಡಿಸಿ ತನ್ನ ದೇಹದ ಇತರೆ ಅಂಗಗಳನ್ನು ದಾನಕ್ಕೆ ಬರೆದಿದ್ದ. ತನ್ನ ದೇಹದ ದಹನಕ್ಕೂ ಈಗಾಗಲೇ ಆಸ್ಪತ್ರೆಗೆ ಹಣ ಕಟ್ಟಿದ್ದ.

ಸಂಬಂಧಗಳ ಇರುವಿಕೆಯನ್ನೇ ಪ್ರಶ್ನಿಸುತ್ತಿದ್ದ ಸದಾನಂದನೀಗ ಸಾವಿನೆದುರು ಸಂಬಂಧಗಳಿಗೆ ಕಟ್ಟುಬಿದ್ದಿದ್ದ. ಇರುವ ಸಂಬಂಧಗಳು, ಇಲ್ಲದ ಸಂಬಂಧಗಳು ಎಲ್ಲವೂ ಅವನ ಸುಪ್ತಾವಸ್ಥೆಗೆ ಮಂಪರಾಗಿ ಕಾಣುತಿದ್ದವು. ದಿನಕಳೆದಂತೆ ಕನಸಿಗೂ, ನಿಜಕ್ಕೂ ನಡುವಿನ ವ್ಯತ್ಯಾಸ ಕಡಿಮೆಯಾಗುತ್ತ ಬರುತ್ತಿತ್ತು.

ಮಾತು ಕಡಿಮೆ ಆಡುತ್ತಿದ್ದ ಸದಾನಂದನಿಗೆ ತನ್ನ ಅನುಭವಗಳನ್ನು ಅಂತರ್ಗತ ಮಾಡಿಕೊಳ್ಳದೆ ವಿಧಿಯಿರಲಿಲ್ಲ. ಹೀಗಾಗಿ ತನಗೂ ತನ್ನ ಹೊರಗಿನ ಪ್ರಪಂಚದ ನಡುವೆ ನಿರ್ವಾತ ನಿರ್ಮಾಣವಾದಂತೆ ಅನ್ನಿಸತೊಡಗಿತ್ತು. ಅವನ ಮನಸ್ಸಿನ ವಿಪ್ಲವಗಳೆಲ್ಲ ಶಾಂತವಾಗುತ್ತಿದ್ದಂತೆ, ನೋವಿನಲ್ಲಿದ್ದ ಆ ದೇಹದಿಂದ ಅವನು ಹೊರಬರಲು ತವಕಿಸಿದ್ದ. ಇಂತಹ ಸ್ಥಿತಿಯಲ್ಲಿ ತನ್ನ ಹೃದಯ ನಿಂತರೆ ಯಾರೂ ಅದನ್ನು ಮತ್ತೆ ಶುರುಮಾಡುವ ಪ್ರಯತ್ನವೂ ಮಾಡುವುದಿಲ್ಲವೆಂಬ

ಪೂರ್ಣ ಅರಿವಿತ್ತು. ಹಾಗೆ ಮಾಡುವುದಿಲ್ಲ ಎಂದು ವೈದ್ಯರೇ ಇವನ ಬಳಿ ಹೇಳಿದಾಗ ಇವನ ಮನಸ್ಸಿಗೆ ನಿರಾಳವಾಗಿತ್ತು. ಬದುಕಿದ್ದಾಗ ಎಲ್ಲ ಬೇಗ ಆಗಲಿ ಅನ್ನುವ ಧಾವಂತದಲ್ಲಿರುತ್ತಿದ್ದ ಸದಾನಂದನಿಗೆ ಈಗ ಸಮಯದ ವ್ಯತ್ಯಾಸಗಳ ಅರಿವು ಕಡಿಮೆಯಾಗುತ್ತಿತ್ತು. ಮನಸ್ಸಿಗೆ ಯಾವ ಹಂಬಲಗಳೂ ಬರುತ್ತಿರಲಿಲ್ಲ. ವಿಭಾಳ ಅರಿವು ಆಗೀಗ ನೆನಪಿಗೆ ಬರುತ್ತಿತ್ತು. ನಿಧಾನವಾಗಿ ಅವಳ ನೆನಪು ದೂರದ ತೀರವೊಂದರ ರಮ್ಯತೆಯಂತೆ ಮಾತ್ರ ಅನ್ನಿಸಿ ಮರೆಯಾಗಿಬಿಡುತ್ತಿತ್ತು. ಅವತ್ತು ಅವನ ಮನಸ್ಸಿಗೆ ಪೂರ್ತಿ ಮಂಪರು ಮತ್ತು ಮಂಪರಿನಲ್ಲಿ ಎಚ್ಚರ ಎರಡೂ ಆವರಿಸಿಕೊಂಡುಬಿಟ್ಟಂತೆ ಅನ್ನಿಸಿತು.

ವೈದ್ಯರು ಚಿಕಿತ್ಸೆ ನಿಲ್ಲಿಸಿದ ಹದಿನೇಳನೇ ದಿನ ಅವನು ಮಲಗಿದ್ದ ಕೋಣೆಯ ಇನ್ನೊಂದು ಮೂಲೆಯಲ್ಲಿ ಅಗಲಕಣ್ಣಿನ ಒಂದು ಹಸು ಸದಾನಂದನಿಗೆ ಕಾಣಿಸಿಕೊಂಡಿತ್ತು. ಅದು ಬಹು ದಿನಗಳಿಂದ ಅಲ್ಲಿಯೇ ಇದ್ದಂತೆ ಅವನಿಗೆ ಅನ್ನಿಸಿತು. ಮೊದಲಿಗೆ ಅವನಿಗೆ ಭಯವಾಯಿತು. ಹಾಸಿಗೆಯಿಂದ ಎದ್ದು ಓಡಲು ಆಗದ ಅಸಹಾಯಕತೆಯಲ್ಲಿ ದೇಹ ಬೆವರಿಟ್ಟು ತಣ್ಣಗಾಯಿತು. ಅದನ್ನು ಕಟ್ಟಿದಂತೆ ಕಂಡರೂ ಅದು ಸುಲಭವಾಗಿ ಇವನ ಬಳಿ ಬಂದು ನಿಂತಿತು. ಇವನು ಅಲುಗಲಿಲ್ಲ. ಅದು ಬಾಗಿ ಮೆಲ್ಲನೆ ತನ್ನ ಹಲ್ಲುಗಳಿಂದ ಸದಾನ ಕೈಯನ್ನು ಮೃದುವಾಗಿ ಹಲವು ಬಾರಿ ಕಚ್ಚಿತು. ಅದರಿಂದ ಅವನಿಗೆ ನೋವಾಗಲಿಲ್ಲ. ಮೊದಲು ಹೆದರಿದವನಿಗೆ ಇದು ತನಗೆ ಹಾನಿಮಾಡಲು ಬಂದಿಲ್ಲವೆಂಬ ಭರವಸೆ ಮೂಡಿತು. ಅದನ್ನು ಅಚ್ಚರಿಯಿಂದ ನೋಡುತ್ತಿದ್ದ ಅವನಿಗೆ, ರೆಪ್ಪೆ ಬಡಿಯುವುದು ಕೂಡ ಮರೆತು ಹೋಗಿತ್ತು. ಇದ್ದಕ್ಕಿದ್ದಂತೆ ಅವನಿಗೆ ತನ್ನೆಲ್ಲ ದೈಹಿಕ ನೋವುಗಳು, ಮಾನಸಿಕ ದ್ವಂದ್ವಗಳೂ ಹಗುರ ಹತ್ತಿಯಂತೆ ಹಾರಿ, ದೂರಹೋದಂತೆ ಅನ್ನಿಸಿ, ಅತ್ಯಂತ ನಿರಾಳವೆನಿಸಿತು.

ತನಗೂ ಆ ಹಸುವಿಗೂ ಜನುಮ ಜನುಮದ ಅನುಬಂಧವಿರುವಂತೆ ಅನ್ನಿಸಿತು. ಸಾವಿನ ಕೋಣೆಯಲ್ಲಿ ಮಲಗಿದ್ದ ತನಗೆ ಈ ಹೊಸ ಸಂಬಂಧ ಕೊಡುತ್ತಿರುವ ಸುಖದ ಬಗ್ಗೆ ಅಚ್ಚರಿಯಾಯಿತು. ಮಗುವಿನಂತೆ ಕಿಲ ಕಿಲನೆಂದು ನಕ್ಕ. ದೇಹದಲ್ಲಿ ಯಾವ ನೋವೂ ಕಾಣಿಸಲಿಲ್ಲ. ಸಾವಿನ ಹಾಸಿಗೆಯಲ್ಲಿದ್ದ ಅವನಲ್ಲಿ ಹೊಸ ಹುಟ್ಟಿನ ಚೈತನ್ಯ ಕಾಣಿಸಿತು. ತಟ್ಟನೆ ಅವನೆದುರಿಗೆ ದೊಡ್ಡ ಬೆರಗುಗಣ್ಣಿನ ಒಂದು ಕರು ಕಾಣಿಸಿತು. ಅವನೀಗ ಆ ಕೋಣೆಯಲ್ಲಿ ಇರಲೇ ಇಲ್ಲ. ಕರು ಶಾಂತವಾಗಿ ಹಸುವನ್ನು ಹಿಂಬಾಲಿಸಿ ಆ ಕೋಣೆಯಿಂದ ಹೊರನಡೆಯಿತು. ಆ ದೃಶ್ಯವನ್ನು ಎವೆಯಿಕ್ಕದೆ ನೋಡುತ್ತಿದ್ದ ಸದಾನಂದನ ಕಣ್ಣುಗಳು ತೆರೆದುಕೊಂಡೇ ಇದ್ದವು!

ವೀರಲೋಕದ ಪ್ರಕಟಣೆಗಳು

1. ಕೈ ಹಿಡಿದು ನೀ ನಡೆಸು ತಂದೆ–**ವಿಶ್ವೇಶ್ವರ ಭಟ್**............250/–
2. ವಿಶ್ವಸುಂದರಿ–**ಕುಂ. ವೀರಭದ್ರಪ್ಪ**............160/–
3. ನಿಮಗೆಷ್ಟು ಹಣ ಬೇಕು?–**ಅನಂತ ಹುದೆಂಗಜೆ**............250/–
4. ಆರ್ಟ್ ಆಫ್ ಸಕ್ಸಸ್–**ರಮೇಶ್ ಅರವಿಂದ್**............120/–
5. ಮನಿ ಮನಿ ಎಕಾನಮಿ–**ರಂಗಸ್ವಾಮಿ ಮೂಕನಹಳ್ಳಿ**............160/–
6. ಇವರು ಅವರು ದೇವರು–**ಜೋಗಿ**............200/–
7. ಲಾಸ್ಟ್ ಡೇಸ್ ಆಫ್ ಲೆಜೆಂಡ್ಸ್–**ಗಣೇಶ್ ಕಾಸರಗೋಡು**............225/–
8. ಒಳ್ಳೆಯ ಬದುಕಿನ ಸೂತ್ರಗಳು–**ರವಿ ಕೃಷ್ಣಾರೆಡ್ಡಿ**............150/–
9. ಸೋಲೆಂಬ ಗೆಲುವು–**ದೀಪಾ ಹಿರೇಗುತ್ತಿ**............150/–
10. ಬೆಳ್ಳಿತೆರೆಯ ಬಂಗಾರದ ಗೆರೆ–**ಗಣೇಶ್ ಕಾಸರಗೋಡು**............150/–
11. ನಟನ ಕಥೆ–ಮಂಡ್ಯ ರಮೇಶ್–**ಎನ್. ಧನಂಜಯ**............250/–
12. ತ್ಯಾಗಕ್ಕಿಲ್ಲ ನೂಕುನುಗ್ಗಲು–**ಡಾ. ಗವಿಸ್ವಾಮಿ ಎನ್.**............140/–
13. ಬದುಕೇ ಭಗವಂತ–**ಡಾ. ಡಿ.ಎಸ್. ಶ್ರೀನಿವಾಸ ಪ್ರಸಾದ್**............170/–
14. ಮಾದಕ ದೊರೆ–**ಸಂತೋಷಕುಮಾರ ಮೆಹೆಂದಳೆ**............375/–
15. ದ್ವೈತ–**ರಾಘವ್**............140/–
16. ಹೃದಯದ ಮಾತು ಕೇಳಿ–**ಮಂಜುನಾಥ್ ಚಾಂದ್**............150/–
17. ಹಿಂದಿನ ನಿಲ್ದಾಣ–**ಶುಭಶ್ರೀ ಭಟ್ಟ**............120/–
18. ಪ್ರೀತ್‌ಸು–**ರಾಜೀವ ನಾರಾಯಣ ನಾಯಕ**............170/–
19. ಕೃಷಿ ಯಾಕೆ ಖುಷಿ?–**ನರೇಂದ್ರ ರೈ ದೇರ್ಲ**............140/–
20. ಕ್ಷಯ–**ಡಾ. ವಾಸುದೇವ ಶೆಟ್ಟಿ**............120/–
21. ಅರ್ಧ ಬಿಸಿಲು ಅರ್ಧ ಮಳೆ...–**ಸದಾಶಿವ ಸೊರಟೂರು**............120/–
22. ಯಾರೂ ಹೇಳದ ಕಥೆಗಳು–**(ಸಂ.) ಸುದರ್ಶನ ಚೆನ್ನಂಗಿಹಳ್ಳಿ**............150/–
23. ಕಥಾ ಸಾಗರಿ–**ನಾಗವೇಣಿ ವೆಂ. ಹೆಗಡೆ ಹೆಗ್ಗರ್ಸಿಮನೆ**............120/–
24. ಮೆಮರೀಸ್ ಆಫ್ ಬಾಸ್ರಾ–**ರಂಗಸ್ವಾಮಿ ಮೂಕನಹಳ್ಳಿ**............160/–
25. ಮೇರುನಟ–**ಡಾ. ಶರಣು ಹುಲ್ಲೂರು**............120/–
26. ನಾ ಸೆರೆಹಿಡಿದ ಕನ್ಯಾಸ್ತ್ರೀ–**ಶಶಿಧರ ಹಾಲಾಡಿ**............200/–

27. ಟ್ರಾಯ್–**ಗಾಯಿತ್ರಿ ರಾಜ್**...200/-

28. ಫಾರೆಸ್ಟರ್ ಪೊನ್ನಪ್ಪ–**ನೌಶಾದ್ ಜನ್ನತ್ತ್**...300/-

29. ವಿಶ್ವಯಾನಕ್ಕೆ ಗಣಿತವಾಹನ–**ಎಸ್.ವಿ. ಶ್ರೀನಿವಾಸಮೂರ್ತಿ**.......................200/-

30. ಲೆಟ್ಸ್ ಮೇಕ್ ಎ ಶಾರ್ಟ್ ಫಿಲಂ–**ಜಯರಾಮಾಚಾರಿ**...................................120/-

31. ಕುಣಿಗಲ್ ಟು ಕಂದಹಾರ್–**ಮಂಜುನಾಥ್ ಕುಣಿಗಲ್**.................................260/-

32. ಗದಾಯುದ್ಧಂ–**ಡಾ. ಎಂ.ಎ. ಜಯರಾಮ್ ರಾವ್**...350/-

33. ಫೀನಿಕ್ಸ್–**ದೀಪಾ ಹಿರೇಗುತ್ತಿ**...120/-

34. ಹಿಟ್ಲರ್ ಲವ್ ಪಾಲಿಟಿಕ್ಸ್–**ಸತೀಶ ಬಳೆಗಾರ**..170/-

35. ಭಾನುಮತಿಯ ಪರಿವಾರ–**ಕುಮಾರಸ್ವಾಮಿ ತೆಕ್ಕುಂಜ**...................................140/-

36. ನೀ ದೂರ ಹೋದಾಗ–**ಫೌಝಿಯ ಸಲೀಂ**..220/-

37. ವ್ಯಗ್ರ ಮತ್ತು ಇತರ ಕಾದಂಬರಿಗಳು–**ಕುಮಾರ ಬೇಂದ್ರೆ**..............................180/-

38. ಸತ್ಯದ ಅನಾವರಣ–**ಕೆ.ಎಸ್. ರಮಾಸುಂದರಿ**...100/-

39. ಅಂತಾರಾಷ್ಟ್ರೀಯ ಕುಂಬಳಕಾಯಿ ಮತ್ತು ಇತರ ಕಥೆಗಳು
–**ಅಬ್ದುಲ್ ರಶೀದ್**...120/-

40. ಅನಾಥ ಪ್ರೀತಿಯ ಅನುಬಂಧ
–**ಬಿ. ಮಂಜುನಾಥ್ ಕಾಮತ್ ಹಾಲಾಡಿ**...140/-

41. ಹಕ್ಕಿ ಮತ್ತು ಹುಡುಗಿ (ಕವನ ಸಂಕಲನ)–(ಸಂ.) **ಪ್ರಜಾವಾಣಿ ಬಳಗ**.....150/-

42. ಹಾವಿನ ಮನೆ–**ಅನು ಬೆಳ್ಳೆ (ರಾಘವೇಂದ್ರ ಬಿ. ರಾವ್)**..............................250/-

43. ಈಗಲ್ಸ್ ಲೈನ್–**ರಾಜೇಶ್ ಕುಮಾರ್ ಕಲ್ಯಾ**..220/-

44. ನಂಬಿಕೆಯೆಂಬ ಗಾಳಿಕೊಡೆ–**ಡಾ. ಪ್ರೇಮಲತ ಬಿ.**..................................180/-

45. 10 ಕುಟುಂಬ 18 ಗೋತ್ರದ
ಗೌಡ ಪರಂಪರೆ–**ಪುತ್ತೂರು ಅನಂತರಾಜ ಗೌಡ**...300/-

www.ingramcontent.com/pod-product-compliance
Lightning Source LLC
LaVergne TN
LVHW100312051026
849517LV00006B/2266
* 9 7 8 9 3 9 4 9 4 2 4 4 8 *